கறுப்பு விளக்குத் தெரு

கறுப்பு விளக்குத் தெரு

சிகா உனிக்வே

தமிழில்: மாயா

ஆப்பிரிக்க வரிசை

எழுத்து பிரசுரம்

Title: Karuppu Vilakku Theru
Author's Name: Chika Unigwe
Translated from the English by Maya
First published in Dutch as FATA MORGANA,
Meulenhoff / Manteau - Antwerp, Belgium
Published in English as on black sisters Street by Vintage Books, London
Translation rights arranged by Mackenzie wolf

Published by Ezutthu Prachuram

Ezutthu Prachuram
(An imprint of Zero Degree Publishing)
No. 55(7), R Block, 6th Avenue,
Anna Nagar,
Chennai - 600 040

Website: www.zerodegreepublishing.com
E Mail id: zerodegreepublishing@gmail.com
Phone : 98400 65000

Ezutthu Prachuram First Edition: June 2022
ISBN: 978-93-93882-02-8
TITLE NO EP: 349

Layout: Vijayan, Creative Studio

To Jan and our four sons; for their incredible capacity to tolerate my moods.

To th ABC Triumvirate, Monica Arac de Nyeko, Jackee Batanda Budesta and Brian Chikwava for being there from A to Z

Armed with a vagina and the will to survive, she knew that destination would never lay claim to her.

Brian Chikwava, '7th Street Alchemy'

12 – மே 2006

உலகம் எப்படி இருக்க வேண்டுமோ அப்படியேதான் இருந்தது. கூடுதலாகவும் இல்லை கண்டிப்பாகக் குறைவாகவும் இல்லை. அவளுக்கு ஒரு நல்ல மனிதனின் அன்பும் ஒரு வீடும் இருந்தது. அவளது சொந்தப் பணம், அதுவும் இன்னும் புதுக்கருக்கு அகலாமல் புத்தம் புதிதாய் என்ற அந்த எண்ணமே அவளை மிதப்பில் ஆழ்த்தி போதையேற்றி மெல்லப் பாட வைத்தது.

பாடலை முணுமுணுத்தபடி, புதிய துவக்கம் குறித்த எண்ணங்களைத் துய்த்து மகிழ்ந்தபடி, அவளது வாழ்வு எவ்வளவு மாறிக்கொண்டிருக்கிறதென நினைத்துப்பார்த்தாள்: லூக். பணம். ஒரு வீடு. அவளும் மாறிக்கொண்டிருந்தாள். மெட்டமார்ஃபஸிஸ் முன்பொரு காலத்து உயிரியல் விரிவுரையிலிருந்து நினைவில் வந்த சொல். அவளுக்குப் பொருந்தாத வாழ்வைக் கைவிடுவது.

ஆனால் இந்த மாற்றம் எத்தனை முழுமையாக இருக்கப்போகிறது என்பதை அப்போது அவள் அறியவில்லை, அடுத்த சில மணி நேரங்களில் அறிந்து கொள்வாள்.

சிஸி புதிதாகத் தனக்குக் கிடைத்த செல்வத்தைக்கொண்டு என்னவெல்லாம் வாங்கலாம் என்று கற்பனை செய்தபடி

கெய்ஸர்லேவைச் சுற்றிவந்தாள். அது மறதியை வாங்கக் கூட உதவி செய்யலாம். வீறிட்டு கத்தி எழுந்து அழத்தூண்டிய அந்த அமைதியற்ற இரவுகளின் நினைவுகளை மறக்கும் ஆற்றலையும் அது தரக்கூடும். பளபளவென மின்னிய கடைகள் அவளை அழைத்தன. ஈர்த்தன. அவளுக்குப் பிடித்தவற்றைத் தொட்டுத் தடவிப்பார்த்தாள். தனக்குக் கிடைத்த அந்தச் சுதந்திர நொடிகளை சந்தோஷ போதையுடன் நினைத்துப்பார்த்தாள். அந்த மகிழ்ச்சி அவளைச்சுற்றி ஒரு ஒளிவட்டத்தை உருவாக்க, தன் எதிர்காலத்தைப் பற்றிக் கணித்துச் சொல்லப்பட்டது கண்டிப்பாக உண்மையாகத்தான் இருக்கும் என்று முன்னெப்போதையும் விட நிச்சயமாய் இப்போது நம்பினாள். இதுதான் உண்மையான தரிசனம். ஏதோ ஒரு புதன்கிழமை இரவில் ஃபிங்கர்லிங்ஸ்ட்ராட்டில் ஏற்பட்டதல்ல, அது போலி என்பது இப்போது அவளுக்கு நன்றாகத் தெரிகிறது.

பனோஸூக்கும் கெய்ஸர்லேவிலிருந்த எக்ஸ்கிக்கும் இடையில் எங்கு போவதென்று தெரியாமல் பசியோடு குழம்பி நின்றாள். அவளது புதிய வாழ்க்கை அவளைப் பார்த்துப் புன்னகைத்து, பனோஸை விட சற்றே விலை அதிகமான எக்ஸ்கி நோக்கி அவளை உந்தித்தள்ளியது. உள்ளே சென்று இலைக்கோசு சுருண்டு வழிகிற சான்விச்சும் அதோடு அருந்த ஸ்மூதியும் வாங்கிக்கொண்டு வந்து, வெளியே இருந்த மேசையொன்றில் அமர்ந்தாள். ஷாப்பிங் பைகள் காலடியில் கிடந்தன. பழைய வாழ்க்கையின் கஞ்சத்தனத்தில் இருந்து பெற்ற விடுதலையின் சாட்சியாக அவை இளவேனில் தென்றலில் படபடத்தன. அவள் என்ன வாங்க வேண்டும்? லூக்குக்கு பரிசு? அவனது கதவற்ற அறைக்கு ஒரு திரை. கதவில்லாமல் ஒரு அறை. எப்படி! அந்த வீட்டை வடிவமைத்தவருக்கு வெளி ஒளி மீது ஏதோ பிரமை இருந்திருக்கவேண்டும். லூக் இந்த வீட்டை வாங்கும் போது மிகுந்த மன அழுத்தத்தில் இருந்து வெளிவந்து கொண்டிருந்தான். அதனால் இந்த 'வெளியும் ஒளியுமே' அப்போது அவனது முக்கிய தேவைகளென அவன் நிச்சயமாய் நம்பினான். அதனால் இந்தக் கதவற்ற நிலை அவனைக்

கொஞ்சமும் சலனப்படுத்தவில்லை. “அறைகளென்றால் கதவுகள் இருக்கவேண்டும்.” அவன் வீட்டைச் சுற்றிக்காட்டும்போது சிஸி சொன்னாள். “அல்லது குறைந்தபட்சம் திரைகளாவது வேண்டும்!” லூக் பதிலேதும் சொல்லவில்லை. மௌனம் சம்மதத்தின் அறிகுறி. முக்கோணங்களும் சதுரங்களுமாய், கொக்கோ பழுப்பு நிறப் பின்னணியில் பளிச்சென ஊதாவும் வெள்ளையும் அள்ளித் தெளித்தாற்போன்ற வடிவமைப்பு கொண்ட திரைகள் *HEMA*வில் கிடைக்கும். லூக்கின் கதவற்ற படுக்கையறை குறித்து மற்ற பெண்கள் என்ன சொல்வார்கள் என்று கற்பனை செய்து பார்த்தாள். நம்பமுடியாமல் அவர்கள் சிரிப்பதை நினைத்துப்பார்த்தாள். அதுவே அவள் மிகவும் முயன்று கட்டுப்படுத்திக்கொண்டிருந்த குற்ற உணர்ச்சியைத் தூண்டிவிடப் போதுமானதாக இருந்தது. அவளென்ன அவர்களைக் கைவிட்டு விட்டாளா? இல்லையே! அவள் வெறுமனே... வாழ்க்கையின் அடுத்த கட்டம் நோக்கி நகர்கிறாள். அவ்வளவுதான். கண்டிப்பாக அவளுக்கு அந்த உரிமை உண்டுதான். அவர்கள் என்ன செய்துகொண்டிருப்பார்கள், எப்போது அவள் இல்லாததை உணர்ந்துகொள்வார்கள் என்று அவள் சிந்தித்துக்கொண்டிருந்தாள்.

★★★

சிஸி யோசித்துக்கொண்டிருந்த அந்தப் பெண்கள் – அமாவும் ஜாய்ஸூம் எஃபேவும் – மிகச் சரியாக அந்தத் தருணத்தில் ஸ்வார்டசுஸ்டர்ஸ்ட்ராட்டில் இருந்த ஒரு வீட்டில், தத்தம் பணிக்குத் தயாராகிக்கொண்டிருந்தனர். அன்றைய தினம் அவர்களுக்கு நல்லதாக அமைய வேண்டும், கூட்டங்கூட்டமாக ஆண்கள் வரவேண்டும், வரும் ஆண்களும் விடாக்கொண்டர்களாக இல்லாமல் இருக்கவேண்டும், அதையெல்லாம் விட முக்கியமாக அவர்கள் தாராளமாக இருக்க வேண்டும் என்று தம் அன்றைய எதிர்பார்ப்புகளையெல்லாம் ஏந்திக்கொண்டு குளியலறையின் உள்ளும் வெளியுமாய் விரைந்துகொண்டிருந்தனர்.

“என் மஸ்கரா எங்கே? ஃபக்... யார் எடுத்தது?” அமா கத்திக்கொண்டே ஒப்பனைப் பையை தரையில் குப்புறக் கவிழ்த்தினாள். அதே வேளையில் ஜாய்ஸ் ஒரு டெனிம் பையில் டியோரண்டையும் ஒரு மேல் துண்டையும் அவளுடைய ஸ்மைலியையும் (சிஸி வைத்த பெயர்தான்) திணித்துக் கொண்டிருந்தாள். ஸ்மைலி - லூப்ரிகண்ட் ஜெல் புட்டி. ஒளிபுகும் ப்ளாஸ்டிக் உடலும் ஆரஞ்சுநிற கூம்புக் குல்லாயும் போட்டுக்கொண்டு வெள்ளந்தியாய்ச் சிரிக்கும் டெட்டி பேர் குடுவை, பார்ப்பதற்கு குழந்தையின் பசைக்குடுவை போலத்தான் இருந்தது. திகைத்த நிலையில் அவளது அன்னையின் முகமும், ஜாய்ஸ் என்றில்லாத வேறேதோ ஒரு பெயரைச்சொல்ல அவள் தாய் வாய் குவிப்பதுமான காட்சி மனதில் உருவாவதைத் தடுத்து விலக்கினாள்.

“சிஸி எங்கே?” அவள் கேட்டாள்.

“நான் அவளைப்பார்க்கவில்லை. ஏற்கனவே கிளம்பிப் போய்விட்டாளோ என்னவோ,” மின் பல் துலக்கியை ஒரு தோள்பைக்குள் வைத்துக்கொண்டே சொன்னாள் எஃபே. அதன் ஒரு அறையில் பேஸ்பால் தொப்பி அணிந்த ஒரு சிறுவனின் புகைப்படம் இருந்தது. அதன் பின்புறம் L.I. என்ற எழுத்துகள் பொறிக்கப்பட்டிருந்தன. புகைப்படம் இப்போது கசங்கிப் பளபளப்பு மங்கியிருந்தது. ஆனால், அது முதன் முதலாக அவள் கையில் கிடைத்தபோது, அதன் புதிய பளபளப்பு, படத்தில் இருந்த சிறுவனின் அகன்ற நெற்றியை எடுத்துக் காட்டியது. ஒரு தாயின் சாயலில் மகனிருப்பது போல, அந்தச் சிறுவன் அவளது சாயலில் இருப்பது அப்போது மிகத் தெளிவாகத் தெரிந்தது. எஃபே அந்தப் படத்தை எப்போதும் தன்னுடன் வைத்திருந்தாள்.

அவர்கள் கிளம்ப வேண்டிய நேரத்துக்கு இன்னும் அவகாசம் இருந்தது. இருந்தாலும் சற்று முன்னதாகவே கிளம்பிவிட அவர்களுக்குப் பிடிக்கும். சில விஷயங்களில் அவசரப்பட முடியாது. பார்வைக்கு அழகாக இருப்பதும் அதில் சேர்த்தி. அரைத்தூக்கத்தில் எழுந்து வந்தது போலவும் தேவையான

பொருட்களில் பாதியை வீட்டில் மறந்துவிட்டும் பணியிடத்தில் போய் நிற்பதை அவர்கள் விரும்பவில்லை.

“சிஸி மட்டும் எப்படி சீக்கிரம் கிளம்பினாள்?” ஜாய்ஸ் கேட்டாள்.

“யாருக்குத் தெரியும்?” அமா தன் கழுத்தைத் தடவி எப்போதும் அணிகின்ற தங்கச்சங்கிலி அங்கிருப்பதை உறுதி செய்துகொண்டாள். “எப்போது பார்த்தாலும் சிஸி, சிஸி, சிஸி, நீங்களென்ன காதலர்களா? அவள் வழக்கம்போல நடக்கப் போயிருப்பாள்.”

சிரித்தபடி மஸ்கரா போடத் தன் கண்களை இடுக்கினாள்.

சிஸி வாரத்தில் இருமுறையாவது இப்படித் தனியாக வெளியே செல்வது வழக்கம். யார் துணைக்கு வருவதாக சொன்னாலும் மறுத்துவிடுவாள். சாக்லெட்டுகளும் ஜப்பான் விசிறிகள் நிறைந்த பைகளும் லேஸ் வேலை செய்த குழந்தைக் காலணிகளும் குளிர்சாதனப் பெட்டி மேல் ஒட்டும் காந்தங்களும் பெல்ஜியன் பியர் முத்திரைகள் அச்சடித்த டி-ஷர்டுகளும் சில சமயங்களில் அவள் கொண்டு வருவதுண்டு. அது தவிர அவள் எங்கே போகிறாள் என்று யாருக்கும் தெரியாது. இதெல்லாம் யாருக்கு என்று ஜாய்ஸ் ஒருமுறை கேட்கையில் ‘பரிசு’ என்று மெலிதாய் கோபத்தோடு முனகுவாள்.

ஜாய்ஸ் குளியலறையில் இருந்து வெளியே வந்துவிட்டாள். எப்படியும் சிஸி வந்து தனக்குத் தலை வாரி, வரிப்பின்னல் போட உதவி செய்வாள் என்று நம்பிக்கொண்டிருந்தாள். பெர்ம் செய்வதற்கும் பின்னலிடுவதற்கும் இடைப்பட்ட நேரத்தில் ஜாய்ஸின் கூந்தல் அடங்காத காடு. அமாவுக்கும் எஃபேவுக்கும் பின்னலிடத் தெரியாது. அள்ளி முடித்துக் கொண்டையிட்டும், சொன்னபடி கேட்காமல் துள்ளித் திரிந்த மயிர்க்கற்றைகளுக்கிடையே, தலையின் மத்தியில் தனித்தீவு போல இந்தக் கொண்டை இருந்தது. மேடம் பார்வையில் மாட்டிவிடாமல் இருக்கவேண்டுமென்று எதிர்பார்ப்பதைத் தவிர அவள் செய்வதற்கு இப்போது ஏதுமில்லை.

சிஸி அவளுக்காகவாவது நேரத்துக்கு வந்துவிடவேண்டுமென்று நினைத்தாள் ஜாய்ஸ். ஒரு இரவு வேலைக்குத் தாமதமாக வந்ததற்காக எஃபேவுக்கு மேடம் தந்த தண்டனையை யாராலும் எப்படி மறக்க முடியும்? எக்காரணம் கொண்டும் - அவளது பாட்டி இறந்துபோனபோது கூட- அவளது தாமதத்தைப் பொறுத்துக்கொள்ள முடியாது என்று மேடம் சொல்லிவிட்டார்.

ஸ்வார்டசுஸ்டர்ஸ்ட்ராட்

எல்லா இறப்புகளும் கொண்டாட்டத்தைக் கோருவதில்லை. ஆனால் எஃபேயின் பாட்டியைப்போல, வயது முதிர்ந்த அன்புக்குரிய ஒருவர் மரணித்தால் அவரது நிறைவான வாழ்க்கையைக் கொண்டாடியே ஆகவேண்டும். இறுதிச் சடங்கில் பங்கெடுக்க முடியாத் தொலைவில் இருப்பதால் அதற்கடுத்தபடியாக அவள் செய்யக்கூடியது, செய்ய வேண்டியது, நல்லதொரு படையல் அவளுக்கு வைப்பது தான்.

எஃபே, மேடத்தை விருந்துக்கு அழைக்கவில்லை. அவள் அழைத்தாலும் அவள் வந்துவிடப்போவதில்லை. முந்தைய நாளின் பாத்திரங்களைக் கழுவியபடி அன்றைய நாளைத் துவக்கினர் பெண்கள்.

சிஸியின் உரத்த சிரிப்பு மற்ற பெண்களின் குரல்களையெல்லாம் மூழ்கடித்தபடி உயர்ந்து ஒலித்தது. ஈரத்துண்டைத் தொடையில் தட்டியபடி கேட்டாள் “நீ சொல் எஃபே, உன் சித்தி அவள் கணவனை உண்மையாகவே நம்பினாளா?”

“ஆமாம், நம்பினாள். பள்ளிக்கல்வி முடிவுகள் இல்லாமல் ப்ரிட்டிஷ் எம்பஸியில் விசா கொடுக்கமாட்டார்கள்.

அதனால் அவள் தன்னோடு வெளிநாடு வர முடியாதென்று சொல்லிவிட்டார். தன்னோடே வருவேனென்று தொல்லை செய்தவள் வாயடைக்க அவருக்குத் தெரிந்த வழி அதுதான் போலும். நான்கு மனைவியர் அவருக்கு. அதில் மற்றவரை விடுத்து இவளை மட்டும் கூட்டிப்போக வேண்டுமென்று எப்படி இவள் நினைக்கலாம்? இத்தனைக்கும் அவள் முதல் மனைவி கூடக் கிடையாது பாருங்கள்! அப்படி ஒரு கிறுக்கு அவள்."

"உன் சித்தப்பா சரியாகத்தான் சமாளித்திருகிறார். சில சமயம் பொய் சொல்வதுதான் எளிது. பல சிக்கல்களிலிருந்து விடுதலை கிடைக்கும், நேரமும் மிச்சமாகும்." ஜாய்ஸ் அப்போதுதான் துடைத்த கண்ணாடி தம்ளரை தன் தலைக்கு மேலிருந்த அலமாரியில் வைத்தபடி சொன்னாள். அவளது மென்மையான குழந்தைக் குரலைக் கேட்டால் அவளுக்கு அவள் சொல்வது போல முப்பது வயது தான் என்று நம்பக் கடினமாக இருந்தது.

"ஆண்கள் அத்தனை பேரும் பாஸ்டார்ட்ஸ்" அமா சொன்னாள்.

"அமா, பேசாமல் இரு. இப்போது இந்தக் கதையில் எதற்கு ஆண்கள் பாஸ்டார்ட்ஸ் ஆனார்கள்? எதையுமே விளையாட்டாக எடுக்கத்தெரியவில்லை உனக்கு. ஒரு நல்ல நாளைக் கெடுப்பது எப்படி என்று உன்னிடம்தான் கேட்கவேண்டும். ஒன்றும் இல்லாததற்கெல்லாம் பொங்கிக்கொண்டு இருப்பாய்!" சிஸி தட்டின் ஈரம் துடைத்து வேறு கறையேதும் இருக்கிறதா என்று சரிபார்த்து ஒன்றுமில்லை என்று முடிவு செய்து கழுவுதொட்டிக்கருகே மேடை மேலிருந்த மற்றொரு தட்டின் மேல் அடுக்கினாள்.

"தயவு செய்து தட்டைத் தள்ளிவை. அங்கேயே வைத்தால் அது மறுபடியும் ஈரமாகும். துடைக்கத் துடைக்க எடுத்துத் தூர வைக்க வேண்டியதுதானே?" சீறும் குரலில் சிஸியைப் பார்த்துச் சொல்லிவிட்டுப் பின் உச்சுக்கொட்டியபடி பாத்திரம் கழுவுவதைத் தொடரலானாள் அமா. "சோற்றை எப்படிச் சிஸி அடிப்பிடிக்க விட்டாய்? சனியன் பிடிச்ச கரி போவேனா என்கிறது!"

“உனக்கு என்ன பிரச்சனை என்று எனக்குத் தெரியவில்லை அமா. எனக்கு அது தேவையுமில்லை. அதற்கு நான் ஆளும் இல்லை.” வைத்திருந்த கரித்துணியைத் தோளுக்கு மேலெறிந்து விட்டு சரணடைவது போல கைகளை உயர்த்தினாள் சிஸி. “என்னால் சண்டையெல்லாம் போட முடியாது. தயவுசெய்து என்னை விட்டுவிடு.”

“ஃபக் ஆஃப்! அப்படியே உன் வழக்கமான வாக்கிங் போய்த் தொலைய வேண்டியதுதானே?” அமாவின் குரலில் கடுமை ஏறிக்கொண்டிருந்தது.

சிஸி ஏதோ சொல்ல வாய்திறந்தபடி அமாவை நோக்கி ஒரு அடி எடுத்து வைக்க, எஃபே குறுக்கிட்டாள், “பெண்களே! பெண்களே! இன்று நாள் மிகவும் அழகாக இருக்கிறது. தயவு செய்து அதைக் கெடுத்துவிடாதீர்கள்.” மழை வந்துவிடக் கூடாதென்று அவள் வேண்டிக்கொண்டிருந்தாள். நவம்பர் மாதத்தின் ஓர் இனிமையான நாள் அது. இதமான இலையுதிர் காலம் தெளிந்த வானத்துடன் இலைகளைக் கத்திரி ஊதாவும் மஞ்சளும் வெள்ளையுமாய் புரட்டிப் போட்டிருந்தன. ஆண்டின் இந்த நேரத்துக்கு இது ஒரு சிறிய அதிசயம்தான். “இன்றைக்கு நாள் படத்தில் இருப்பதுபோல் அழகாக இருக்கிறது. அதைக் கெடுக்கப்போகிறீர்களா?”

“யாரும் எதையும் கெடுக்கவில்லை. எப்படியோ போங்கள். நான் போகிறேன்.” அமா பளிச்சிடத் துவங்கியிருந்த பாத்திரத்தை நங்கென்று வடிகால் பலகையில் போட்டுவிட்டு, அடுக்களையிலிருந்து கூடத்துக்குச் சென்று சிடி ப்ளேயரில் ஹைலைஃப் பாடலொன்றை வைத்து ஒலியைக்கூட்ட, அது ‘தங்’ ‘பூம்’ ‘பாம்’ என அதிர்ந்து பரவியது. சிகரெட் ஒன்றைப் பற்ற வைத்துக்கொண்டு நடனமாடத் துவங்கினாள்.

எஃபே பெருமூச்செறிந்தபடி அவளைப் பின்தொடர்ந்து கூடத்துக்கு வந்தாள். “பார்ட்டிக்குத் தயாராகிவிட்டாயென்று தெரிகிறது அமா. ஊ... அட்டகாசம்! ஆடு, ஆடு... அப்படித்தான்... அம்மா சொல்லிக்கொடுத்தபடி...”

“வாயை மூடு! நான் ஆடுவதற்கும் என் அம்மாவுக்கும் என்ன சம்மந்தம்?” அமா எஃபேயிடமிருந்து விலகிப்போனாள், கழுத்திலிருந்த சிலுவை மினுக்கியது. அவளது ஆத்திரம் மிகுதியாவது போலிருந்தது. எஃபே அதைப் புறக்கணித்தாள். அவள் மனதில் வேறு பல விஷயங்கள் ஓடிக்கொண்டிருந்தன.

இதோ! இந்த விருந்து போல. பியர் பெட்டிகளை சலுகை விலையில் தருவதாய்ச் சொல்லியிருந்த மொராாக்கோக்காரன் அப்போதுதான் அழைத்து அவனது வழக்கமான ஆள் கையை விரித்துவிட்டதாகச் சொல்லியிருந்தான். இப்போது அவள் பட்ஜெட்டில் ஒதுக்கியதை விட பியருக்கு அதிகம் செலவாகப் போகிறது. அவள் இந்த விருந்துக்கு மிக அதிகமாகவே செலவழித்துக்கொண்டிருக்கிறாள். எஃபேயிடமிருந்து இப்படியொரு ஊதாரித்தனத்துக்குப் பழகியிராத மற்ற பெண்களும் அவளைக் கேலி செய்தபடி இருந்தனர். “ஒருவழியாக இப்போதுதான் உன் பணத்தை அனுபவிக்கிறோம், இல்லையா எஃபே?” சிஸி கிண்டலடித்தாள். எஃபே அவளது முந்தைய பிறந்தநாள் விழாவின்போது, வீட்டுக்கு அதிகப் பணம் அனுப்ப வேண்டியிருப்பதால் அநாவசியச் செலவுகள் செய்ய முடியவில்லை என்று சொல்லி, ஒரு விருந்தினருக்கு தலா இரண்டு பியரும் ஜோலோஃப் சோறும் வறுத்த கோழி இரைப்பையும் அளந்து கொடுத்திருந்தாள். ‘சிலருக்கு வீட்டின் பெரிய சிக்கல்களைச் சமாளிக்க வேண்டியிருக்கிறது’ என்றிருந்தாள். இந்த முறை விருந்துக்கு உணவு தயாரிக்க பெண்கள் அவளுக்கு உதவுவதாக ஏற்கனவே உறுதி கொடுத்திருந்தனர்தான், ஆனால் அமா இப்படியொரு மனநிலையில் இருக்கும்போது அவளுக்கு உதவுவதில் ஒரு ஜோடிக் கைகள் குறையலாம் என்று தோன்றியது அவளுக்கு. இன்று எல்லாம் திட்டப்படி நடக்க வேண்டும். அவள் பாட்டிக்கு வைக்கும் படையல் விருந்து பற்றி மாதக் கணக்கில் பேசப்பட வேண்டும். அந்த அளவுக்கு பாட்டியின் மீது எஃபேவுக்கு அன்புண்டு. விருந்து இரவெலாம் நீண்டிருக்க வேண்டுமென்று அவள் விரும்பினாள். இறுதியில் அதுதான் அவளை மேடத்தின் முன் சிக்கலில் நிறுத்தப் போகிறது. விருந்து வெற்றிதான். எத்தகைய வெற்றியெனில்

கிட்டத்தட்ட நள்ளிரவு வரை எஃபேவினால் அங்கிருந்து கிளம்பிப் போக முடியவில்லை. மேடத்தின் கோபம், வறண்ட இருமலைப்போலவும் பரிகசிப்பைப் போன்றதுமான ஒரு சிரிப்பாக வெளிப்பட்டது. 'நினைத்த நேரத்தில் வேலைக்கு ஆடிக்கொண்டு வருகிற அளவுக்கு பணம் சம்பாதித்துவிட்டாய் போலிருக்கிறதே?' மேடம் ஒரு வாரத்துக்கு எஃபேவை அவளது 'பூத்'தைப் பயன்படுத்திகொள்ள அனுமதிக்கவில்லை. வேறு வழியின்றி எஃபே பார்களிலேயே -அதுவும் மதுக்கடை உரிமையாளனிடமோ பார் மேனிடமோ விலை படிகின்ற வேளைகளில்தான் - தன் வேலையைப் பார்க்கும்படியான கட்டாயம் ஏற்பட்டுவிட்டது. சில சமயம் அதிர்ஷ்டம் இருந்தால் இருட்டு விடுதி அறைகளில் ஆண்களோடு புணர்வதும் பணம் குறைவாக வைத்திருந்தவர்களுக்கு மதுபானக்கடையின் கழிப்பறைகளில் சேவை செய்வதுமென எப்போதையும் விட மிகக் குறைவாகவே பணம் சம்பாதித்தாள் அவள். அப்படி ஒரு சூழ்நிலையில் ஒரு வாரம் வேலை பார்த்துவிட்டால் அதன் பிறகு யாருக்குமே மேடத்திடம் கெட்ட பெயர் வாங்கும் துணிவிருக்காது.

இருந்தும் 'இஜெபு' கிழவியின் நினைவுக்குச் சரியான படையல் விருந்து அமைந்துவிட்டது. 'அவள் என் சொந்தப் பாட்டி கூட இல்லை,' முதன்முதலாக மரணச்செய்தி கேட்டவுடன் கண்ணைத் துடைத்தபடி எஃபே பெண்களிடம் சொன்னது இது. 'அவள் என் வீட்டருகே குடியிருந்தவள்தான். ஆனால் அவளை எப்போதும் பாட்டி என்றுதான் நான் அழைப்பேன். ஞாயிறானால் எனக்கு 'மொய்-மொய்' செய்து தருவாள். எங்கள் அம்மா இல்லாத சமயங்களில் பள்ளி செல்லும் எனக்கும் சிறியவர்களுக்கும் சோறாக்கித் தருவாள். எங்களுக்கு அவ்வளவு நல்லது செய்திருக்கிறாள். அவளைப் போலொரு அன்பான பாட்டி உண்டா? நல்லபடியாகப் போய்ச் சேர் பாட்டி. உன் ஆத்மா சாந்தியாகட்டும்.'

"பாட்டி எப்படி இறந்தாள்?" ஜாய்ஸ் கேட்டாள்.

ஆனால் எஃபேவுக்குப் பாட்டி எப்படி இறந்தாள் என்று தெரியவில்லை. அவளது மரணச்செய்தி 'எனக்கு மோட்டரோலா மொபைல் ஃபோன் வாங்கித்தா' என்பதற்கும் 'அங்கே இருந்து கார் வாங்கி அனுப்புவது சுலபமா என்று யுஜின் அப்பா கேட்கிறார்' என்பதற்குமிடையில் நழுவி வந்து விழுந்தது. எங்கோ தொலைவில் லாகோஸில் இருந்த தொலைபேசிக் கேபினிலிருந்து தொய்ந்து வெடிக்கிற இணைப்பு வழியாக 'இஜெபு கிழவி இரண்டு வாரத்துக்கு முன்பு இறந்துபோனாள்' என்ற செய்தி ஆண்ட்வெர்ப்பில் இருக்கிற கண்ணாடிக் கதவிட்ட *Pakistani Internet/Phone café*விற்கு வந்து சேர்ந்தது.

"இறந்துவிட்டாளா? இஜெபு பாட்டியா? தெய்வமே! எப்படி?" எஃபே அவளது தங்கை சுடச்சுடப் பிரசவித்த செய்திக்கு அவளை மீண்டும் இழுத்து வர முயற்சித்தாள். "எப்படி? என்ன நடந்தது?"

"என்ன? எனக்குக் கேட்கவில்லை. நான் மோட்டரோலா பற்றிச் சொன்னது உனக்குக் கேட்டதா?"

அதன் பிறகு இணைப்பு அழுது வடிந்து அறுந்துபோனது, எஃபேவும் விருந்து வைக்கும் வெறியில் முழு மூச்சாக இறங்கிவிட்டாள். விருந்தின்போது அவள் இறந்துபோன பெண்மணியின் மோசமாகப் பிரதியெடுக்கப்பட்ட படங்களைப் பகிர்ந்தளித்தாள். பனைமரங்கள் தீட்டப்பட்ட திரைப் பின்னணியில், பெரிய தலைக்கட்டோடு உம்மென முகத்தை வைத்துக்கொண்டு, சவம் போலவே இருந்த பாட்டியின் படத்தின் கீழே அவள் தன் எழுபத்தி ஐந்தாவது வயதில் (தோராயம்தான். உண்மையான வயது பற்றிய அக்கறை யாருக்கு இருக்கிறது?) திடீர் நோயினால் இறந்துபோனதாகவும் அவளுடைய பேத்தி எஃபே பாட்டியின் நிறைவான வாழ்க்கைக்கு நன்றி சொல்வதாகவும் அறிவிக்கப்பட்டிருந்தது. கோடையாக இருந்திருந்தால் இன்னும் நன்றாக, விருந்துக்கு உகந்ததாக இருந்திருக்கும். ஆனால், மந்தமான நவம்பர் மாதத்தில் உற்சாகத்தைக் கூட்ட ஒரு விருந்து தேவைதான். என்ன சமைப்பது, என்ன இசை ஒலிப்பது. யார் யாரை

அழைப்பது, இப்படி அவள் கவலைகொள்வதற்கு அநேக விஷயங்கள் இருந்தன.

காணாவைச் சேர்ந்தவர்கள் அதிகம் வரக்கூடும். இங்கே எங்கு பார்த்தாலும் அவர்கள் இருக்கிறார்கள். பிறகு நைஜீரியாக்காரர்கள். அள்ளித் தெளித்தாற்போல கொஞ்சம் கிழக்காப்பிரிக்கர்கள். பிறகு சமோசா தின்னும், பாரம்பரிய உடைகளற்ற, நைஜீரிய உணவின் மிளகுக்காரம் ஆப்பிரிக்க உணவில்லை என்றும் குறைபடும் கென்யர்கள். எஃபே வழக்கமாக ‘விக்’ வாங்கும், பெர்ச்சம் ஸ்டேஷனுக்கு அருகே இருந்த ‘ப்ளாக் இஸ் பியூட்டிஃபுல்’ கடையிலிருக்கும் மூன்று உகாண்டாக்காரிகள். ‘ப்ராக்கனிங்’ கறுப்பு ‘ரெந்தனிங்’ நீளம் என்று வார்த்தைகளைக் குழப்பியடிக்கும் பெண்கள். பிறகு, அவளறிந்த ஒரே ஜிம்பாப்வே நாட்டுப் பெண். நடனம் ஆடுகையில் பாதம் மாற்றிவைத்து ஆடுபவள். ஸ்கிப்பர்ஸ்குவார்த்தியரைச் சேர்ந்தவள். இந்த விருந்தினர் அழைக்கும் விருந்தினர்கள் என்று விருந்தினர் பட்டியல் முடிவில்லாமல் நீண்டுபோகக் கூடும். எப்படியோ அவள் முன்யோசனையாக முந்தைய ஆண்டு பிறந்தநாள் விழாவுக்கு வாடகைக்கு எடுத்த தேவாலயத்தை விடுத்து சென்ட்ரல் ஸ்டேஷன் அருகே கைவிடப்பட்டுக் கிடந்த பழைய கோடவுன் ஒன்றை வாடகைக்குப் பேசியிருந்தாள்.

இங்கே எஃபேவுக்கு வருவோர் எண்ணிக்கை பற்றிக் கவலைப் படத் தேவையில்லாத அளவுக்கு இடவசதி இருந்தது. விருந்து முடிந்ததும் தேவாலயத்தின் தரையைத் துப்புரவாக சுத்தம் செய்து கொடுத்ததுபோல, இங்கே செய்யவேண்டியதில்லை. பல இடங்களில் தரை ஓடுகள் தூர்ந்து போய், பழம்புண்ணில் பாதி உரிந்த வெடிப்புகள் போல, உள்ளிருந்த அடர்நிற கான்க்ரீட்டை வெளிக்காட்டியபடி பிளந்து கிடந்தது. சுவர்கள் மீது உயரமான உலோக அடுக்குகள் சாத்திக்கிடந்தன. அவற்றில் பெரும்பான்மைத் துருவேறிக் கிடந்தன. பியர் பெட்டிகளும் உணவுப் பெட்டிகளும் அடுக்கி வைக்க அவை வசதியாக இருந்தன. எஃபே இவற்றுக்கென தனியாக மேசைகளை

வாடகைக்கு எடுக்கத் தேவை இருக்கவில்லை. அடுக்குகளுக்கு முன்னே வெள்ளை ப்ளாஸ்டிக் நாற்காலிகள் கிடந்தன. இவற்றின் மத்தியில் இருந்த இடம் நடனமாடப் போதுமானதாக இருந்தது.

சிஸியும் ஜாய்ஸும் அமாவும் வந்து சேர்ந்தபோது விருந்து முழுவீச்சில் இருந்தது. இசை அலறிக்கொண்டிருக்க, பளிச்சென்ற ஆரஞ்சு நிறத்தில் உயரக் குதிகால் செருப்பணிந்த ஒரு பெண் தன் செருப்பைக் கழற்றி, தலைக்குமேல் பிடித்தபடி தலைதூக்கிக் குலவையிட்டுப் பாடினாள். தன் அழகுக் கால்களை எடுத்துக்காட்டும் கறுநிறச் சிற்றாடையில் ஒளிர்ந்த ஜாய்ஸ், அறைக்குள் மேலும் நகர்ந்து, தொளதொளவென சட்டை அணிந்த ஒருவனோடு சேர்ந்து நடனமாடத் துவங்கினாள். அவளது உயரத்துக்கும் அழகுக்கும் அவள் மாடலாக வேண்டியவள் என்று அன்று முழுவதும் பலமுறை அவள் வர்ணிக்கப்பட்டாள். அப்படிக் கேட்பது அவளுக்கு புதிதும் அல்ல என்பதால், 'இனி அதுதான் எனது ப்ளான் பி' என்று அவற்றைச் சிரித்துக் கடப்பாள்.

இரண்டு கானாக்காரர்கள் மூன்றாவது முறையாக சோறெடுக்கப் போவதை சிஸியிடம் காட்டி, 'கண்டிப்பாகச் சமையலில் சிறந்தவர்கள் நைஜீரியர்கள்தான். எப்படியும் கானாக்காரர்களைவிட சுவையான ஃப்ரைட் ரைஸ் செய்பவர்கள்தான் (சாஸில் முழுத் தக்காளியையும் போடுபவர்கள் கண்டிப்பாகச் சமைக்கத்தெரியாதவர்கள் தான் இல்லையா?) என்று சொல்லி இளித்தாள் அமா. கானாக்காரர்கள் நைஜீரியர்களாக முனைபவர்களென்றும் குற்றங்குறை இருந்தாலும் ஆண்ட்வெர்பே உலகின் சிறந்த நகரமென்றும், லெஃபா, வெஸ்ட்மலா, ஸ்டெல்லா அஹ்துவா என்று சிறந்த பியர்களெல்லாம் பெல்ஜியம் பியர்கள்தானென்றும் இருவரும் ஒருமனதாக ஒத்துக்கொண்டனர். இவையெல்லாம் வேறெங்கும் கிடைப்பதில்லை, கிடைக்குமா என்ன? எஃபே தளர்நடையில் அவர்கள் அருகே வந்து நின்று, அதிகம் நடனமாடியதால் தன் குதிகால்கள் வலிப்பதாகக் குறைபட்டாள்.

அத்தனை உயரக் குதிகால் செருப்பை அவள் அணிந்திருக்கக் கூடாது.

‘ஆனால் நீ எப்போதும் ஹீல்ஸ் அணிவது தானே வழக்கம்! இன்று குறைபடுவாய், நாளை மறுபடியும் அதைத்தான் அணிந்துகொண்டு நிற்பாய்.’ சிஸி சீண்டினாள்.

‘என் உயரத்துக்கு நான் மட்டும் ஹீல்ஸ் அணியவில்லையென்றால் தரையில் முற்றுப்புள்ளி போலத்தான் கிடப்பேன்.’

எஃபே ஒன்றும் அவ்வளவு குள்ளமில்லை. சராசரி உயரமென்று சொல்லிக்கொள்ளும் சிஸியை விடக்கூட அதிகக் குள்ளமில்லை. அவளது சராசரி என்பது அவளது பாஸ்போர்ட்டின்படி ஐந்தடி ஏழு அங்குலம். ஆனால் இந்த நால்வரில் எஃபே தான் உயரம் குறைவு என்பதால் அவளுக்கு ஒரு தாழ்வுணர்ச்சி இருந்தது.

‘நீ ஒன்றும் குள்ளமில்லை எஃபே. உனக்கு உயரமான ஹீல்ஸ் அணியப் பிடித்திருக்கிறது!’ குதிகால் செருப்புகளும் ’விக்’கும் தான் எஃபேயின் முத்திரை. அமா அவளை ’விக்’குகளின் இமெல்டா மார்கோஸ் என்றுதான் அழைப்பாள். இன்று அவள் கறுப்பு நிறத்தில் பாப் செய்யப்பட்ட விக் அணிந்திருந்தாள். பார்ப்பதற்கு தொப்பி அணிந்திருப்பது போல இருந்தது. இது புதிதாக, இந்த விழாவுக்கென்றே வாங்கப்பட்டது. இது அவள் எப்போதும் அணியும் ‘விக்’குகளைப்போல அடர்த்தியாக இல்லை. இதன் மயிர்க்கற்றைகள் அவளது கபாலத்தைக் கவ்வியபடி படிந்து கிடந்தமையால் அவளது நாசி, இதழ்கள், விழிகள் உருப்பெருக்கக் கண்ணாடியின் அடியில் வைத்துப் பார்ப்பது போல மிகைப்படுத்தப்பட்டுத் தெரிந்தன.

அமா பொறுமையற்று நின்ற இடத்திலேயே இசைக்கேற்றபடி கால் தட்டிக் கொண்டிருந்தாள்.

‘ஆட்டத்திற்கென அரிப்பெடுத்த கவட்டைக் கால்கள் உனக்கு,’ எஃபே சீண்டினாள்.

‘ஃபக்... சரக்கெங்கே?’ அமாவின் கால்கள் இன்னும் இசைக்கேற்றபடி தட்டிக்கொண்டிருந்தன.

எஃபே பதில் சொல்வதற்கு முன் அமா அங்கிருந்து அகன்று சென்றாள். பானங்கள் இருந்த இடம் நோக்கிச் சென்று அவளுக்குப்பிடித்த ப்ளாண்ட் பியர் ஒன்றை எடுத்துக் கொண்டாள். அதை ஒரேமூச்சாக வாயில் கவிழ்த்துக் கொண்டு நடன தளத்தின் நடுவே சென்றவள், உடன் ஆடியவர்களை இடித்துக்கொண்டே தனியே ஆடலானாள். அவ்வப்போது, என்ன அருமையான வாழ்க்கை என்று கூக்குரலிட்டுக் கத்தி மகிழ்ந்தாள். கறுத்த மனிதனொருவன் சடைத்து விறைத்த கட்டை மயிர்த்தலையுடன் நளினமாய் அசைந்தாடியபடி அவளருகே வந்தான். அமா பின்னே நகர்ந்தாள். அவன் அவள் கையைப் பிடிக்க முயன்றான். அவள் தட்டிவிட்டு முறைத்தாள்.

“என்னம்மா ஸிஸ்டர் பிரச்சினை உனக்கு?” அமெரிக்க உச்சரிப்பு என்று யூகிக்கத்தக்க ஒன்றில் அவன் பேசினான்.

“நான் ஒன்றும் உன் ஸிஸ்டர் இல்லை” என்றவள் விலகிச் சென்றாள். அந்த மனிதன் தோளைக் குலுக்கிவிட்டு, ப்ளடி ஆஃப்ரிக்கன்ஸ் என்று முனகியபடி அவனோடு இசைந்தாடக்கூடிய வேறொரு இணையைத் தேடிப்போனான். க்ளாஸிலிருந்து ஆப்பிள் சாறை உறிஞ்சிக்கொண்டிருந்த எஃபேவை நோக்கிச் சென்றவன், அவளை நடன தளம் நோக்கி இழுத்தான். எஃபே சற்றுத் தாராளமாக இருந்தாள். பழச்சாற்றை வாய்க்குள் ஊற்றியபடி மெல்ல நிரம்பிக்கொண்டிருந்த நடன மேடை நோக்கிச் சென்றாள்.

“அட! நீ பரவாயில்லை ஸிஸ்டர்! ஆப்பிரிக்கர்கள் தரமான பார்ட்டி வைக்கத்தெரிந்தவர்கள்!”

“நீங்கள் எங்கிருந்து வருகிறீர்கள்?” எஃபே வேடிக்கையாகக் கேட்டாள்.

“அசல் செத்(சவுத்) ஆஃப்ரிக்காவில் இருந்து வருகிறேன். நீயும் காணா தானா?”

“நைஜீரியா.”

"ஓ, நைஜீரியாவா? இப்போது ஜோ'பர்கில் கூட மாக்வெர்க்வெர் நிறையப் பேர் இருக்கிறார்கள். நிறைய நைஜீரியர்கள். அங்கே எங்கள் தென் ஆப்பிரிக்காவில் எந்நேரமும் டிவி செய்தியில் அவர்கள்தான்."

தனது பானம் நோக்கிப்போவதாகக் காரணம் சொல்லி எஃபே அங்கிருந்து விலகி வந்து விட்டாள். அவள் சந்தித்த தென் ஆப்பிரிக்கர்கள் எல்லோரும் தன் நாட்டை வேறொரு கண்டமாகவே கருதிக்கொள்வதாகப்பட்டது அவளுக்கு, இந்தத் தென் ஆப்பிரிக்கர்களுக்கு என்னதான் வந்தது? அதிலும் குறிப்பாக கறுப்புத் தென் ஆப்பிரிக்கர்கள். ஜாய்ஸ், தனது நீண்டு படர்ந்த ஒட்டு மயிர் சீறியாட, கெண்ட்டா (காணாவின் பாரம்பரிய நெசவு வடிவமைப்பு) சட்டை அணிந்த, வெள்ளைக்காரன் ஒருவனோடு ஆடிக்கொண்டிருந்ததைக் கண்டாள் எஃபே. அவளிடம், தோள்வரை பின்னல் புரண்ட பெண்ணொருத்தியோடு பேசிக்கொண்டிருந்த அந்தத் தென் ஆப்பிரிக்கனைக் காட்டி, முட்டாள் என்று வாயசைத்துச் சிரித்தாள். சிஸி ஒரு கையில் பியர் ஏந்திக்கொண்டு மறு கையை காற்றிலசைத்தபடி ஜாய்ஸுக்குப் பின்னால் ஆடிக்கொண்டிருந்தாள். அவளது தங்க மோதிரங்கள் இரண்டும் ஒளியைச் சிறைபிடித்துப் பின் சிதறடித்து மாயாஜாலம் காட்டிக்கொண்டிருந்தன.

சிஸி ஜாய்ஸின் அருகே சென்றாள். அமா இப்போது கொஞ்சம் நல்ல மனநிலையில் இருப்பதாக அவள் காதோடு சொன்னாள். "இந்த அமா இருக்கிறாளே! சில சமயம் ரொம்பவுமே அலுப்பூட்டுகிறாள். நாம் என்னதான் செய்யவேண்டுமாம்? நம் வீட்டுக்குள்ளயே நாம் பதுங்கிப் பதுங்கித் திரிய வேண்டுமா என்ன?" சிஸியும் ஜாய்ஸும் இரண்டு மாதங்களுக்கு முன்புதான் மற்ற பெண்களோடு இணைந்திருந்தனர்.

ஜாய்ஸ் தோள் குலுக்கினாள். அவள் ஜாலியாக இருக்க வெளியே வந்திருந்தாள், அமாவைப் பற்றிக் கவலைப்பட அல்ல. வீட்டிலிருந்த எல்லாப் பெண்களை விடவும் சிஸிதான்

அவளுக்கு ஓரளவுக்கு நெருக்கமாக இருந்தாள். மற்ற மூவரை விட சிஸி தான் மிகவும் அழகானவள் என்று அவள் நினைத்தாள். அவளது அழகு எதிர்பாராத ஒன்றாக இருப்பதாலேயே அது இன்னும் மனங்கவர்வதாக இருந்தது. நீண்ட கால்களும், தாழக்கிடந்த இடையும், குட்டைக் கழுத்தும் கொண்டவள் சிஸி. பின்னாலிருந்து பார்க்கையில் அப்படித்தான் ஜாய்ஸ் அவளை முதலில் பார்த்தது இத்தனை அழகான முகமும் மாசுமருவற்ற சருமும் காணக் கிடைக்குமென எதிர்பார்க்கவில்லை. அவள் உண்மையாகவே நல்லவள் போலவும்தான் தெரிந்தாள். அமா ஒரு பதட்டக்காரி, அவளது சண்டை குணத்துக்கு, எடுத்ததற்கெல்லாம் பிரச்சனைதான்.

எஃபே? அவளைப்பற்றிச் சரியாகக் கணிக்க முடியவில்லை. ஒருவேளை இன்னும் கொஞ்சம் பழகிய பின் அவளைப் பிடித்துப் போகலாம். அவளிடம் சில பிரச்சினைகள் இருந்தாலும், கண்டிப்பாக அமாவை விட விரும்பத்தக்கவள் தான். நேற்று, டிவியில் எந்த நிகழ்ச்சியைப் பார்ப்பது என்ற சிஸிக்கும் அமாவுக்கும் இடையிலான சண்டையில் நடுநிலை காக்க அவள் முயன்றதைப் பார்த்து ஜாய்ஸ் அவளை 'அம்மா' என்று அழைத்து விட்டாள். வேடிக்கையாகத்தான் அவள் அப்படிச் சொன்னாள் என்று எல்லோருக்கும் தெரிந்தே இருந்தது, அமா கூட சிரித்தாள், ஆனால் எஃபேவுக்கு அது வேடிக்கையாக இருக்கவில்லை. 'நான் யாருடைய அம்மாவும் இல்லை' ஏதோ துரோகத்தில் ஏமாந்தது போல அடிபட்ட குரலில் சொன்னாள் எஃபே. இருந்தாலும் அவள் அமாவை விட மேல்தான்.

"நான் சிறுநீர் கழிக்க வேண்டும்", சொல்லிக்கொண்டே சிஸி கழிப்பறை தேடிப்போனாள். நடனதளத்திலிருந்து வழியில் வந்தவர்களை விலக்கித் தள்ளியபடி அவள் செல்வதைப் பார்த்துவிட்டு அமா அவளருகே சென்றாள்.

"கிளம்பிவிட்டாயா என்ன?" கண்ணடித்துக் கேட்டாள்.

"டாய்லட்டைத்தான் தேடிக்கொண்டிருக்கிறேன். நீ உன்

வேலையைப் பார்த்துக் கொண்டு போ” சிஸி சினந்தாள்.

“என்ன பிரச்சனை உனக்கு? கடவுளே!” அமா சீறினாள். அவள் கையில் ஒரு பியர் புட்டி இருந்தது.

“நீதான் பிரச்சனை” சிஸி சொன்னாள்.

“ஓ! விட்டுத்தொலையேன். இன்னுமா அந்த செகுன் விஷயத்தில் வருத்தப்பட்டுக்கொண்டிருக்கிறாய்?” கொஞ்சம் பியரை குடித்தாள். “அது உண்மையில்லையென்றால் உனக்கு ஏன் இவ்வளவு கோபம் வருகிறது?”

“வாயை மூடு அமா!” சிஸியின் குரல் உயர்ந்தது. செகுன்னுடனான அந்தச் சம்பவத்திலிருந்தே, கண்ணடிப்பதும், அறிவற்று ஏதாவது பிதற்றுவதும், செகுன் சிஸி பற்றிப் பாடலமைத்துக் கீச்சிட்டபடி வீட்டைச் சுற்றித் திரிவதும் என்று தொடர்ந்து எரிச்சலூட்டும் வகையில் தான் நடந்து கொண்டிருந்தாள் அமா. “உனக்கு எல்லாம் தெரியுமென்று நினைத்துக் கொண்டிருக்கிறாயா?”

“அப்படியென்றால், நீயே சொல்ல வேண்டியதுதானே?” அமா அவர்களின் தோள்கள் உராயுமளவுக்கு நெருங்கி வந்து, அவர்களுக்கிடையே இருந்த இடைவெளியை நிரப்பினாள். இருவருள் சிஸிதான் உயரம், பெரியவள். ஆனால் அடி என்று வந்துவிட்டால் அமாதான். அவள் சண்டை பிடிப்பதில் இருக்கும் ஒருவித ஒழுங்கே, அவளது தசை வலிமையின் மேன்மையைக் கோடிட்டுக் காட்டி பயத்தைத் தூண்டும். சிஸி ஒரு அடி பின்னே எடுத்து வைத்தாள். அமா ஓரடி முன்னே எடுத்து வைத்தாள். எஃபே அவர்களுக்கு அருகே வந்து நின்றாள், “பார்ட்டியை ஜாலியாக அனுபவிக்கிறீர்களா பெண்களே?” வாய்ப்பு. அதிர்ஷ்டம். எஃபே அங்கே அழைத்து வந்தது எதுவோ அதைப் பற்றிக்கொண்டு சிஸி விலகிச் சென்றாள். அவள் கழிவறையிலிருந்து திரும்பி வந்தபோது ஜாய்ஸ் இன்னும் நடனதளத்தில்தான் இருந்தாள். சிஸி அருகே சென்று அவள் தோள் தட்டினாள்.

“எப்போது போகலாம்?” ஜாய்ஸ் கேட்டுக்கொண்டே கெண்டா

சட்டை அணிந்த மனிதனிடமிருந்து திரும்பினாள். எட்டு மணிக்குள் அவர்களுடைய பூத்தில் அவர்கள் இருந்தாக வேண்டும்.

“ஏழு மணிக்கு? இரவு வேலைக்கு முன்னர் கொஞ்சம் கழுவி கிழுவித் தயாராகவேண்டும் எனக்கு.”

“நான் நிறைய தின்றுவிட்டேன், வேலையில் போய்த் தூங்கிவிடுவேனோ என்று கவலையாக இருக்கிறது.” ஜாய்ஸ் முன் பல்வரிசை இடைவெளி வழியே நாக்கு தெரிய சிரித்தாள். அவளது அடர்நிற இதழ்களுக்கு அழுத்தமான நிறமுரணாக வெண்பற்கள்.

“தூக்கமா? எனக்குக் கண்ணெல்லாம் காசு மேலேதான், பேபி! தூங்குவதற்கெல்லாம் எனக்கு நேரமே இல்லை. உனக்கும்தான்!” சிஸி போலியாய்க் கடிந்துகொண்டாள். “எனக்கு ஒவ்வொரு விரலிலும் தங்க மோதிரம் வேண்டும்.”

அமாவை மீண்டும் சந்தித்துவிடக்கூடாது என்று வேண்டியபடி, ஆடிக்கொண்டே, கோழிக்காலைத் தேடி எடுக்க அடுக்குகள் நோக்கிப் போனாள் அவள். பொன்னிறமாய் வறுபட்ட ஒரு காலைத் தேர்ந்தெடுத்துக் கடித்துக்கொண்டே சிந்தனையில் ஆழ்ந்தாள். “இங்கே இப்படி என் கனவை நனவாக்கி வாழ்ந்து கொண்டிருப்பதற்கு நான் எத்தனை அதிர்ஷ்டம் செய்தவளாக இருக்கவேண்டும்? இதுவே நான் லாகோஸில் இருந்திருந்தால், கடவுளே! எங்கே என்ன கதி அடைந்திருப்பேனோ!” என்று நினைத்துக்கொண்டாள். பிறகு அந்த எண்ணத்தையே மனதில் இருந்து அகற்றினாள். லாகோஸ். ஓக்பாவில் இருந்த வீடு. பீட்டர். எதுவுமே அவள் மீண்டும் அகழ்ந்தெடுத்துப் பார்க்க விரும்பும் நினைவு அல்ல.

அதற்குப் பதிலாக, அவளுக்காகக் கணித்துச் சொல்லப்பட்ட - அவளது வாழ்வை முற்றிலும் வண்ணமயமாக்கப்போகும் - அந்த ‘அருள்வாக்கு’ நோக்கி விரைவது எப்படி என்று சிந்திக்க முயன்றாள்.

ஆனால் நினைவுகளுக்குப் பிடிவாதம் அதிகம்.

And before all that...
The pilgrims
Each one bearing gifts of words
Of words
Of lives
Of truths

சிஸி

ஓக்பா ஃப்ளாட்டின் சுவர்களில் மூன்று சட்டமிடப்பட்ட புகைப்படங்கள் தொங்கின. முதல் படம் சிஸோமின் பெற்றோரது திருமணப் புகைப்படம்: அதில் மணப்பெண், சிறுத்த சுருள் சவுரி வைத்து (அன்றைக்கு பிரபலம்) வெட்கச் சிரிப்போடு அழகாய் இருந்தாள். மணமகன் உச்சி வகிடும் காமெராவுக்குள் பார்க்கும் துணிந்த நேர்க்கண்களும் கொண்டவனாய், அமர்ந்திருந்த மணமகளின் தோளில் உரிமையாய் ஒரு கையும் காற்சட்டைப் பைக்குள் மற்றொரு கையும் வைத்து: 'இந்த உலகம் எனது' என்ற தெளிவுபடுத்தும் தோரணையில் நின்றிருந்தான். நாகரிக *sepia* வண்ணத்தில் குளித்த ஒரு மகிழ்ச்சியான தம்பதியர் புகைப்படம்.

நடுவில் இருந்த இரண்டாவது புகைப்படத்தில், தரை தொடும் மெட்ரிகுலேஷன் அங்கியில், பெற்றோர் சூழ சிஸோம் நின்றிருந்தாள். அவளது தந்தையின் தலை சற்றே குனிந்திருந்த போதும் முகத்தின் சிறு புன்னகையைக் காண முடிந்தது. பற்கள் தெரிய சிரித்த அவளது அன்னையின் புன்னகை அதைவிட கொஞ்சம் துலக்கமாய்த் தெரிந்தது. இருப்பதிலேயே பெரிதாய் விரிந்த புன்னகை சிஸோமின் புன்னகைதான். இது

தான் துவக்கம். இந்த நிகழ்ச்சிக்காகவே வாங்கப்பட்ட புதிய காலணிகளில் மிளிர்ந்த சிஸோம், தனது வாழ்க்கை மாறத் துவங்கியிருப்பதை உணர்ந்திருந்தாள்.

மூன்றாவது படம்தான் இருப்பதிலேயே பெரியது. சிஸோமின் பட்டமளிப்பு விழாவின்போது எடுத்தது. இதற்கென்றே அவளுடைய தந்தை செய்து வாங்கிய- கடற்சிப்பிகளும் முத்துகளுமாய் நுணுக்கமான வேலைப்பாடு கொண்ட -சட்டத்தினால் ஆனது.

“சிறப்பு! சிறப்பு! இன்று, காசு ஒரு பிரச்சனை இல்லை...” இந்தப் படத்தில் மூவரும் மலர்ந்த புன்னகைகளோடும் முந்தைய படத்தைவிட பூரிப்பில் அகலத் திறந்த கண்களோடும் தெரிந்தனர்.

“சிஸோம் பிறக்கும்போது அவளுக்காக கடவுளரோடு பேசிய அந்தப் பெண்மணியும் இப்போது உடன் இருந்திருக்கலாம். அவளும் நம்மோடு புகைப்படத்தில் இருந்தால் நன்றாக இருந்திருக்கும், அவளது வார்த்தைகளே நமக்கு நம்பிக்கை கொடுத்தன” புகைப்படக்காரர் இந்தப் படத்தை எடுக்கத் தயாராகிக்கொண்டிருந்தபோது சொன்னார் சிஸோமின் தந்தை.

“ஆமாம், உண்மைதான். அவளோடு தொடர்பில் இருந்திருக்கலாம்” சிஸோமின் அன்னையும் ஆமோதித்தாள்.

‘நான் பட்டம் பெற்றுவிட்டேன் என்பதே எனக்கு மகிழ்ச்சி’ என்று சிஸோம் சொன்னாள். அவளது கனவுகள் அத்தனையும் நனவாகத்தான் அவள் காத்திருந்தாள். தன் பெற்றோரின் வாழ்க்கையைப்போல் அல்லாத வேறொரு வாழ்க்கையை அவள் விரும்பத் தொடங்கிய வயதில் இருந்து அவள் கண்டு வந்த கனவுகள். அப்படியான கனவுகளை வாழத்தான் இத்தனைக் காலம் காத்திருந்தாள். இப்படி ஒரு நல்ல பல்கலைக்கழகத்தில் படித்துப் பெற்ற பட்டம் அவள் கையில் இருக்கும்போது ஒரு குறிசொல்லி அவளது வருங்காலத்தைக் கணிக்க வேண்டும் என்ற அவசியமில்லை.

இனி அவளே அவளுக்கென ஒரு வீடு வாங்குவாள். அவளது பெற்றோருக்கு இன்னும் பெரியதான ஒரு வீட்டை வாடகைக்குப் பிடிப்பாள். இரண்டு அறைகளில் மூன்று பேராக வாழ்ந்திருந்ததால், சனிக்கிழமை இரவுகளில் கேளிக்கை விருந்து வைக்குமளவுக்கு இடமுள்ள மிகப்பெரிய வீடு வேண்டும் என அவள் விரும்பினாள்.

அந்த 'அருள்வாக்கு' அவர்களது தலைக்குப் பின்னே ஒளிவட்டங்களை உருவாக்கியிருந்தது. அந்த ஒளிவட்டங்கள் புகைப்படத்தின் கண்ணாடிச்சட்டத்தில் பிரதிபலிக்கும் பிரகாசத்துடன் ஒளிவீசின. பின்னொருநாள் சிஸோம் தன் பெற்றோரைப் பார்க்க ஆண்ட்வெர்பிலிருந்து வரும்போது, அந்த ஒளிவட்டத்தின் பிரகாசத்தைத் தாண்டிப்பார்க்கும் ஞானத்தை கைக்கொண்டிருப்பாள். அதில் அவர்கள் அனைவரையும் ஓய்த்துவிடும் ஒரு பேரழிவின் நுட்பமான முன்னறிவிப்பாய் ஒரு குறிப்பிட்ட சுருக்கத்தை அவள் கண்டுகொள்வாள்.

சிஸோம் லாகோஸை விட்டு வெளியேறக் கனவு கண்டாள். இந்த இடத்திற்கு எந்த எதிர்காலமும் இல்லை. ஓக்பாவில் அவள் தந்தை வாடகைக்கு எடுத்திருந்த இந்த ப்ளாட்டில் இன்னொரு ஆண்டை அவள் கற்பனை செய்ய முயன்றாள். கொஞ்சம் அழுத்தி மூச்செடுத்தால் பூஞ்சை பிடித்துப்போன கனவுகளின் நாற்றத்தை அவள் உள்ளிழுக்க நேரிடும் என்று அஞ்சி அதைத் தவிர்த்தாள்.

'இதைவிட சிறப்பான வாழ்க்கைக்கான ஒரே வழி கல்வி. புத்தகம். உன் புத்தகங்களைத் துணிந்து எதிர்கொள், பிறகு வானமே இல்லை.' இது அவளது தந்தை அடிக்கடி சொல்வது. இங்கிருந்து வெளியேறிய பிறகு முதல் முறை சிஸி வீட்டுக்குத் திரும்பி வரும்போது, அவள் தந்தையிடம் சென்று அவர் சொன்னதை மறுப்பாள். 'நீங்கள் சொன்னது தவறு அப்பா', என்று அவர் காதில் சொல்வாள். ஆனால் அவர் அதை ஏற்க மாட்டார்.

அவளது தந்தை பள்ளிக்கூடம் தாண்டிப் படிக்கவில்லை, அதுவே தன் வாழ்க்கைத்தரம் தேங்கி நிற்பதற்குக்காரணம்

என்று அடிக்கடி பழிப்பார். எதிர்காலம் இப்படித்தான் இருக்கும் என்று ஊடுநோக்க வழிசெய்து விதியும் அவருக்கு கைகொடுக்கவில்லை.

‘எனக்குக் கிடைக்காத வாய்ப்பை உனக்குத் தருகிறேன், அதை புத்திசாலித்தனமாகப் பயன்படுத்திக்கொள்’ என்பார். என்னவோ வாய்ப்பு என்பது பத்திரமாகக் குமிழியுறையில் சுற்றி உடைந்திடாமல் பாதுகாப்பாக வைக்கப்பட்ட விலை மதிப்பற்ற பரிசு போலவும், சிஸோம் அதைப் பிரித்தால் போதும், அப்படியே அது அவளைப் புகழின் தலைசுற்றும் உயரத்துக்குத் தள்ளிக்கொண்டு போய்விடும் என்பது போலவும் அவர் பேசுவார்.

பணிக்குச் சென்று தம்பி தங்கைகளை வளர்ப்பதில் அவரது பெற்றோருக்கு அவர் உதவ வேண்டியிருந்தது. பள்ளிக் கட்டணம் கட்ட வேண்டியிருந்தது. ஆடைகள் வாங்க வேண்டியிருந்தன. உணவளிக்கப்பட வாய்கள் காத்திருந்தன. ‘உன்னை நாங்கள் தயார்படுத்திவிட்டோம் இனி அடுத்தவர்களைத் தயார்படுத்துவது உன் முறை. உன் ஒன்பது இளையவர்களின் பொறுப்பையும் ஏற்றுக்கொள். அவர்களை நன்றாகத் தயார் செய். இன்னும் இரண்டு ஆண்டுகளில் இரட்டையர் பள்ளிக்கல்வி முடித்து வேலைக்குப் போவார்கள். வயதான காலத்தில் பார்த்துக்கொள்ளவில்லையென்றால் எதற்கு பிள்ளை பெற்றுக்கொள்வது? வளர்ந்த மகன் இருப்பதன் நன்மையை அனுபவிக்க வேண்டிய காலம் எங்களுக்கு வந்து விட்டது!’ என்பது அவரது பெற்றோரின் எண்ணமாக இருந்தது.

ஆனால் அந்தப் பத்தொன்பது வயதில் தான் அப்படியொன்றும் வளர்ந்து விட்டதாக அவருக்குத் தோன்றவில்லை. அவரை விட அறிவில் குறைந்த ஆட்கள் சொல்வதைக் கேட்டுக்கொண்டு ஆமாம் சார், இல்லை சார் என்று தலையாட்டிக்கொண்டு பிடிக்காத நிறுவனத்தில் வெறும் நிர்வாக எழுத்தராகப் பணிபுரிய அவருக்கும் விருப்பமில்லை. அறிஞர்கள் அணியும் மிடுக்கான சட்டையும் டையும் அணிந்துகொண்டு, இஃபேவில்

இருக்கும் பல்கலைக்கழகத்திற்குச் சென்று படிக்கவேண்டும் என்று அவர் எண்ணியிருந்தார்.

'எனக்கு அதற்கான மூளை இருந்தது. புத்தக மூளை. நான் ஒரு மருத்துவராகியிருக்கக்கூடும். ஒரு பொறியாளராகி இருக்கக்கூடும். சமுதாயத்தில் பெரிய மனிதனாகி இருக்கக்கூடும்.'

அடிக்கடி வெறுப்போடு தன்னைச் சுற்றிப் பார்த்துக்கொள்வார். சுவர்களையும், தேய்ந்துபோன மெத்தைகளோடு ஒன்றுக்கொன்று பொருந்தாமல் கிடந்த மூன்று நாற்காலிகளையும், பாடாத (வளம் சாத்தியம் என்ற உறுதியை அளித்துச் சீண்டிய சம்பள உயர்வால், தன் வாழ்வில் உண்மையிலேயே வளம் பெருகும் என்கிற நம்பிக்கை இருந்த நாட்களின் சாட்சியாக இருந்த) ஸ்டீரியோவையும் பார்த்துக்கொள்வார். என்னவோ அவை தாம் அவரது முன்னேற்றத்தைத் தடுத்த தடைக்கற்கள் என்றும் அவற்றை அகற்றிவிட்டால் போதும், அப்படியே அவர் வாழ்க்கையே வேறு பாதைக்கு மாறிவிடும் என்றும் நினைத்துப் பெருமூச்செறிவார்.

சிஸி, அவள் தந்தை அவள் மீது கொண்டிருந்த நம்பிக்கைகளைக் கவனம் வைத்துப் பள்ளியில் கடுமையாகப் படித்தாள். லாகோஸ் பல்கலைக்கழகத்தில் பட்டம் பெற்றுவிட்டால் கையோடு நல்லதொரு வேலை கிடைக்கும். நிதி மற்றும் வணிக நிர்வாகம் - நான்கு ஆண்டுகளாய் அவள் படித்த படிப்பு, ஒரு வங்கிப் பணியை, லாகோஸில் பனைமரங்கள் முளைப்பது போல முளைக்கத் தொடங்கியிருக்கும் புதிய வங்கிகளில் ஏதாவதொன்றில் எப்படியும் வேலையை வாங்கிக்கொடுத்து விடுமென்று நம்பிக்கொண்டிருந்தாள். அவளுக்கு ட்ரைவரோடு கம்பெனி காரும் கூட கிடைக்கக்கூடும் என்று அவள் அப்பா சொன்னார்.

'நீ காரில் உரிமைக்காரி இடத்தில் உட்கார்ந்துகொள், நான் பின்சீட்டில் உன் பக்கத்திலே உட்கார்ந்து கொள்வேன். உனது ட்ரைவர் காரை ஓட்டுவான். நாம் லாகோஸை ஜாலியாகச் சுற்றி வரலாம்.' அம்மா சொன்னாள். மூவரும்

மகிழ்ச்சி தரக்கூடிய அந்தக் காரின் உருவத்தை மனக்கண் முன் நிறுத்தி சிரித்துக்கொண்டனர். (ஃபோர்ட்? டேய்வு? பெஜோ? பெஜோவாகவே இருக்கட்டும், துவக்கத்திலிருந்தே அந்த பிராண்ட்தான் இந்த நாட்டுக்கு விசுவாசமாகச் சேவை செய்திருக்கிறது) நான் யுடிசியில் வேலை செய்த போது... அப்பா பேசிக்கொண்டே போவார். பிறகு அம்மாதான் கேலியாய்க் கெஞ்சி அவரது மலரும் நினைவுகளில் இருந்து அவர்களைக் காப்பாற்றுவாள்.

'என்னை வேலையிலிருந்து வீட்டுக்கும் வீட்டிலிருந்து வேலைக்கும் அழைத்துச் சென்றால்போதும். அது எந்த பிராண்ட் கார் என்பது பற்றியெல்லாம் எனக்கு அக்கறை இல்லை', என்று சிஸோம் சொல்வாள்.

'சரியாகச் சொன்னாய். சரியாகச் சொன்னாய். நம் புத்திசாலி மகள் சொல்லிவிட்டாள்.' அவள் அப்பா விளையாட்டுப் போலச் சொல்வார். ஆனால் அவரது குரல் அவரது பெருமிதத்தின் கனத்தை, அவள் மீதான நம்பிக்கைகளின் ஆழத்தை, அவளது அறிவின் மீதான அவரது மரியாதையைக் காட்டிக் கொடுத்துவிடும். பல்கலைக்கழகத்தில் அவள் பெற்ற அறிவு, இந்த அடைசல் வீட்டிலிருந்து இன்னும் அழகான சூழலுக்கு அவர்களை இட்டுச்செல்லும் ஒரு வழிப் பயணச்சீட்டு என்று அவர் நம்பினார்.

அவளுக்கு கார் மட்டுமல்ல, அவளது பெற்றோரும் சேர்ந்து வசிக்கத் தேவையான அளவு பெரிய வீடும் வேண்டியிருந்தது. அவள் பெற்றோருக்கு ஒரு தனி அறை. அவளுக்கு ஒரு தனியறை. நல்ல பெரிய கலர் டிவி கொண்ட கூடம். மின்னடுப்பு கொண்ட அடுக்களை. அவர்களுக்குத் தேவையான பாத்திரம் பண்டங்களை வைக்கத் தோதாய் அலமாரிகள். (கட்டிலுக்கு அடியிலெல்லாம் இனி பாத்திரங்களை வைக்கக் கூடாது!) மண்ணெண்ணெய் நெருப்பில் கரிபிடித்த ஓக்பா வீட்டு அடுக்களைச்சுவர் போல இல்லாமல் நல்ல மென்மையான இளஞ்சாயலில், லாவண்டரோ பீஜ் நிறத்திலோ

சுவர்ப்பூச்சு கொண்ட அடுக்களை. ஜெனரேட்டர். தேசிய மின்சக்தி ஆணையத்தின் தயவு இனி வேண்டாம். ஒரு காவல்காரன். ஒரு வேலைக்காரன். பெரிய பூட்டுகளோடு உயரமான கதவு. எத்தகைய திருடனையும் நுழையவிடாத உடைந்த கண்ணாடித்துண்டுகள் பதித்த மதிற்சுவர். நிறைய மலர்ச்செடிகளோடு தோட்டம். இல்லை. மலர்களில்லை. காய்கறிகளோடு கூடிய தோட்டம். உண்ண ஏதும் கொடுக்காத தோட்டம் எதற்கு? ஆனால் மலர்கள் அழகு. கீரை கூடத்தான் அழகு. சரி மலர்களும் காய்கறிகளும் கொண்ட தோட்டம். சரி. நல்லது. அவர்கள் சிரித்தனர். சிஸோமின் மதிப்பெண்கள் மிகச் சிறப்பாக இல்லையென்ற போதிலும் இப்படியான கனவுகளை ஊக்குவிக்கும் அளவுக்கானதாகத்தான் இருந்தன என்பதால், அவை தந்த தூண்டுதலால் அவர்கள் கனவு கண்டனர்.

பட்டமளிப்புக்குப் பின் வந்த நாட்கள் இலகுச் சிரிப்புகளாலும் விண்ணப்பக் கடிதங்களாலும் என்னென்ன செய்ய வேண்டுமென்ற திட்டங்களாலும் பட்டியல்களாலும் நிறைந்தன (பட்டியல்கள் எப்போதும் சிஸோமிக்கு வேலை கிடைத்ததும், சிஸோமுக்கு வேலை கிடைத்த உடனே அல்லது எனக்கு வேலை கிடைத்த உடன் இப்படியே துவங்கின).

அவர்கள் வாழ்வில் இரண்டே விஷயங்கள்தான் நிச்சயமானவை ஒன்று இறப்பு மற்றொன்று சிஸோமின் நல்ல வேலை என்று அவள் தந்தை சொல்வார். இறப்பு நிச்சயம் தான் (கர்த்தர் கிருபையால் இன்னும் பலப்பல ஆண்டுகளுக்குப் பிறகு. ஆமென்!) இப்போது அவளுடைய பல்கலைக்கழகப் பட்டம் இருக்கையில் நல்ல வேலைக்கு எந்தத் தடையுமில்லை. எப்போது என்பது மட்டும் தான் கேள்வி. ஆனால் விரைவில் கிடைத்துவிடும். பல்கலைக்கழகப் பட்டங்களுக்கு அதிகத் தேவை இருந்தது. அதிகத் தேவை! பட்டப்படிப்பின் மீதான அவரது நம்பிக்கை, தனது மகளின் விதிக்கப்பட்ட எதிர்காலம் குறித்த அவரது நம்பிக்கையோடு பிரிக்க முடியாதபடி இணைந்து உறுதியாகியிருந்தது.

இருந்தும், பட்டம் வாங்கி இரண்டு ஆண்டுகள் கழிந்தும் சிஸோம் வேலையில்லாமல்தான் இருந்தாள். (மூன்று மாதம் குறுகியகாலப் பணியாக விடுமுறைகாலப் பள்ளியொன்றில் பயிற்றுவித்தாள், தேவை மற்றும் அளிப்புச் சட்டம் பற்றிய பொருளாதாரப் பாடம்) இரண்டு ஆண்டுகளின் பெரும்பான்மைக் காலத்தை விண்ணப்பக் கடிதங்களைக் கவனமாக எழுதி அஞ்சலில் அவளது தற்குறிப்போடு சேர்த்து லாகோஸின் பல்வேறு வங்கிகளுக்கு அனுப்புவதில் கழித்தாள்.

மதிப்பிற்குரிய திரு. உலோகோ அவர்களுக்கு,

டெய்லி டைம்ஸ் நாளிதழில் 12 ஜூன் வெளிவந்த தங்களின் விளம்பரத்தில் கண்டபடி, நான்...

மதிப்பிற்குரிய அல்ஹாஜி முஸா கனி

கார்டியனில் 28 ஜூலை அன்று நீங்கள் தந்திருந்த விளம்பரத்தின்படி, நான் இந்தப் பணிக்காக...

ஆனால், அவள் எந்த நேர்காணலுக்கும் அழைக்கப்படவில்லை. டயமண்ட் வங்கி. ஃபேர்ஸ்ட் வங்கி. ஸ்டாண்டர்ட் வங்கி. அவற்றுக்கடுத்த நிலையிலுள்ள சிறிய வங்கிகள். பின்னும் யாரும் கேள்விப்பட்டிராத பல வங்கிகள். லோக்பண்டா தேசிய வங்கி, இது ஒரு வங்கியா? லாகோஸிலா? புதிதா? எங்கே இருக்கிறது? எப்போதிருந்து இருக்கிறது?

அவ்வளவு தெளிவற்ற நிலையிலும் அவர்களிடம் கூட அவளுக்கு இடமில்லை. அவள் படிக்கும் காலத்தில் பார்த்து வைத்திருந்த வங்கிகளில் புத்திசாலிகளல்லாத; ஆனால் பல தொடர்புகளுடைய அவளது வகுப்புத் தோழர்கள் பலர் இப்போது வேலை பார்த்தனர். அவர்கள் பணிபுரிந்த அந்த வங்கிகளை விட கணிசமான அளவு தாழ்ந்த நிலையில் இருந்த வங்கியில் இருந்து கூட அவள் பெயர் தாங்கி எந்தக் கடித உறையும் வரவில்லை. என்னவோ அவளது விண்ணப்பங்கள் எல்லாம் லாகோஸின் சாலைகளிலுள்ள எண்ணற்ற குழிகளால் விழுங்கப்பட்டன போல.

சில சமயம் தபால்காரர் அவளது கடிதங்களை அஞ்சலே செய்யாமல் தெருவோரப் பலகாரக் கடைகளில் பொட்டலங்கட்டும் காகிதமாக விற்றுவிட்டாரோ என்று தோன்றும். ஒருவேளை, அவளது ரெஸ்யூமே வேலை முடிந்து வீடு போய்க்கொண்டிருந்த ஏதோ ஒரு பொதுப்பணியாளரின் கையில் பத்து நைரா மதிப்பிலான வேர்க்கடலைப் பொட்டலத்தின் காகிதமாகவோ அல்லது பள்ளியிலிருந்து வீட்டுக்குப் போகும் பசித்த பிள்ளையின் ஐந்து நைரா வள்ளிக்கிழங்கு வறுவலோடோ போயிருக்கலாம் என்று சில சமயம் தனக்குத் தானே அவள் நினைத்துக்கொள்வதுண்டு. தன் பெற்றோரிடமிருந்து பெற்றிருந்த, விரும்பத்தகாத எதிர்காலம் குறித்த பயத்தைச் சிரிப்பால் கடத்திவிடும் முயற்சியாக, இப்படியான சிந்தனைகளில் அவள் நகைச்சுவை தேட முயன்றாள். அந்த அருள்வாக்கு? அவளைப் பொறுத்தவரையில் இப்போது அது ஒன்றுமே இல்லை.

கம்பெனி கார். கம்பெனி ட்ரைவர் இதுபற்றியெல்லாம் இப்போது பேச்சே இல்லை. தோட்டத்தில் பூவா காயா என்ற வாதங்கள் இல்லை. வருடங்கள் உருண்டோட, விண்ணப்பக் கடிதங்களும் இப்போது இல்லை.

“எதற்கு கஷ்டப்பட்டுக்கொண்டு?” அவளை உற்சாகப்படுத்த அவள் தந்தை முயன்றபோது சிஸோம் கேட்டாள். “உங்கள் நண்பர்களில் யாராவது எந்த வங்கியிலாவது இயக்குநராக இருக்கிறாரா? இல்லையென்றால் எதற்கு வீணாகச் சிரமப்பட வேண்டும்? இங்கேயெல்லாம் அப்படித்தான் நடக்கிறது. தெரியுமா உங்களுக்கு?”

அவள் மற்ற பல வேலைகளுக்கு, அவள் கொஞ்சமும் தகுதிபெறாத வேலைகளுக்குக் கூட விண்ணப்பிக்க முயற்சி செய்ததை அவள் தந்தையிடம் சொல்லவில்லை. வங்கியில் வேலை கிடைப்பதில் என்ன வாய்ப்பு இருந்ததோ அதேயளவு வாய்ப்பு இவற்றிலும் இருப்பதாய் நினைத்தாள். ட்ரையக்ஸ் விமான நிறுவனத்தில் விமானப் பணிப்பெண் வேலை (சிறந்த நீச்சல்காரராக இருக்கவேண்டுமென்றார்கள். சிஸோம்

ஒருபோதும் நீச்சல் கற்றிருக்கவில்லை), ஏர் ஃப்ரான்ஸில் நிர்வாக உதவியாளர் வேலை (பிரஞ்சு மொழியில் தேர்ச்சி தேவைப்பட்டது; சிஸோமுக்கு யொரூபா எவ்வளவு தெரியுமோ (அதுவும் சொல்லிக்கொள்ளும்படி இல்லை) அவ்வளவுதான் பிரஞ்சும் தெரியும். ஆர்வமிக்க பிரெஞ்சு வாத்தியாரிடம் உருப்போட்டுக் கற்றுக்கொண்ட சில சொற்கள்; ('கொமொ த்யூ தபெல்? ஜமப்பெல் சிஸோம், எ வு? கொம் ஸி கொம் ஸா. வொலா மிஸ்யு மயாக்கி. மொன்ஸ்யுர் மயாக்கி எ ஃபொர்') அவள் நினைத்தது சரிதான். அந்தப் பக்கமிருந்தும் எந்த நேர்காணலுக்கான கோரிக்கையும் அவளுக்கு வரவில்லை.

இருந்தும் அவளது தேர்வுகளின் பொறுப்பற்ற தன்மையில் ஒருவித திருப்தி கண்டவளாய், வாழ்க்கை அவளது பிரம்மாண்டக் கனவுகளைப் பார்த்துச் சிரிப்பதைக் கோபத்தோடு வேடிக்கை பார்த்தபடி, நாளிதழ்களைப் புரட்டி மனம் போன போக்கில் விளம்பரம் வந்த வேலைக்கெல்லாம் அவள் விண்ணப்பம் அனுப்பிக்கொண்டிருந்தாள். அதனால் அவளுக்கு அவள் எதிர்பார்த்த வாய்ப்பு மட்டும் கிடைத்துவிடுமேயானால், வாழ்க்கையைப் பழிதீர்த்து, அதன் முகத்திற்கு நேரே பரிகசிக்க உறுதிகொண்டிருந்தாள். அந்த வாய்ப்பை மட்டும் அவள் எதற்காகவும் தவறவிடுவதாய் இல்லை. பீட்டருக்காகக் கூட.

ஸ்வார்டசுஸ்டர்ஸ்ட்ராட்

எஃபே பெல்ஜியத்துக்கு வருவதற்கு முன்பு, அரண்மனைகளையும் அப்பழுக்கற்ற தெருக்களையும் உப்பைப் போன்ற வெண்மையான பனியையும் கற்பனை செய்திருந்தாள். ஆனால் இப்போது நினைத்துப் பார்த்தாலோ அல்லது ஆண்ட்வெர்ப்பில் அவள் இருக்கும் இடத்தைப் பற்றிப் பேசினாலோ அதை ஒரு சிதைக்கப்பட்ட கனவென்று தான் விவரிப்பாள். ஜாய்ஸ் இல்லாத வேளைகளில் அவளைப்பற்றி எப்படி விவரிக்கிறாளோ அப்படித்தான் இதுபற்றியும் பேசுவாள். இரண்டுமே நேர்த்தியாக இருக்க படைக்கப்பட்டுபின் அதை அடைய முடியாமலே போனதாகச் சொல்வாள். ஆண்ட்வெர்ப்பின் இந்தப் பகுதியில், மோசமான கோடவுன்களுக்கும் துருதுருவென்ற துருக்கியராலும் மொராக்கோக்காரர்களாலும் நடத்தப்பட்ட பாழடைந்த பழக்கடைகளுக்கும் அருகிலேயே பெரிய அலுவலகங்கள் இருந்தன. ட்ராம் லைன்கள் பதிக்கப்பட்ட இருட்டுத் தெருக்களில், குறுகிய கதவுகளும் உயர்ந்த சாளரங்களும் கொண்ட வீடுகள் ஒன்றோடொன்று அணைத்து நிற்கின்றன. இந்தப் பெண்கள் பகிர்ந்துகொள்ளும் வீடானது பழங்கால பித்தளைத் தட்டுவானும் பழுப்புநிற டேப் ஒட்டிய பூனைக்கதவும் கொண்டது.

வெளியே, அண்டைவீட்டு நாய் கத்தியது. வழக்கமான நடைக்குத் தயாராகிக்கொண்டிருந்த அதன் உரிமையாளர் நாயை அமைதியாக இருக்கும்படி கட்டளையிட்டார். "பெண்கள் உறங்கிக்கொண்டிருக்கக் கூடும். ஷ்…" என்றார்.

ஆனால் பெண்கள் உறங்கவில்லை. உள்ளே, எஃபேயும் அமாவும் ஜாய்ஸூம் நெருப்பின் நாவுகள் போல வண்ணம் பூசப்பட்ட அறையில் கூடியிருந்தனர். அவர்கள் அமர்ந்திருந்த நீள சோஃபாவின் உறைகள் காலத்தால் வண்ணம் மங்கியிருந்தன. சுவரோடு ஒட்டிப்போடப்பட்டிருந்த சோஃபாவின் சட்டம் அவர்களின் ஒருமித்த எடையில் உடைந்து விழும் போல இருந்தது. பின்புறச் சுவர் சற்றுக் குளுமையாக இருக்கிறது. தலையைக் கொஞ்சம் பின்னுக்குச் சாய்த்தால் கழுத்து அந்தக் குளுமையை அனுபவிக்கக்கூடும். அவர்கள் பெரும்பாலும் அமைதியாக இருந்தனர். ஆழ்ந்த ஓர் அமைதி அவர்களைப் புதைத்து அறையை நிரப்பிக்கொண்டிருக்கிறது. அங்கே வேறு எதற்கும் இடமே இல்லை. அந்த அமைதியானது ஒரு பெரும் ஸ்பாஞ்சைப்போல் காற்றை உறிஞ்சிக்கொண்டிருக்கிறது. மூவருமே காலையிலிருந்து வெவ்வேறு தருணங்களில் கதவைத் திறக்கலாமா என்று யோசித்திருந்தனர். ஆனால் யாருமே அதைச் செய்திருக்கவில்லை. அது உதவாது என்று அவர்களுக்குத் தெரியும். ஏனென்றால் அந்தக் கதவும் கூட கம்பளம் மூடிய குறுகியதொரு நடைக்கூடம் நோக்கியே திறந்தது. காற்று மோசமாக இருப்பதாகச் சொல்லி அவர்கள் கழுத்தையும் நெற்றியையும் தேய்த்துவிட்டுக் கொண்டனர். இன்னும் ஒருவரும் ஒரு வார்த்தை பேசவில்லை. அவர்கள் அது பற்றிப் பேச மாட்டார்கள். அவர்கள் கண்கள் மடி பார்த்துக் கைகள் மாரின் குறுக்காகக் கட்டிக்கிடந்தன. சிஸி அங்கே நிறைந்து இருந்தாள். அவள் அங்கே இல்லை. ஆனால் அவர்கள் எண்ணங்களால் கூட அவளிடமிருந்து தப்ப முடியாது. ஜாய்ஸ், அறை தூசியாக இருப்பதாய்ச் சொல்லித் துள்ளி எழுந்து அடுக்களையில் இருந்து ஒரு கரித்துணியை அலமாரியில் அவள் அடுக்கி வைத்திருக்கும் பலவற்றுள் ஒன்று எடுத்துக்கொண்டு வந்து சுவர்களைத் தூசி தட்டத்

தொடங்குகிறாள். பின் மேசையை. எப்போதும் எரிந்திடாத மரத்துண்டுகள் கிடந்த, போலி கணப்படுப்பின் மேலே இருந்த அடுக்கை சுத்தம் செய்தாள்.

“நிறுத்து. அது ஒன்றும் அழுக்காக இல்லை” எஃபே சொன்னாள்.

ஜாய்ஸ் தொடர்ந்து துடைத்தாள். வெறித்தனமாகத் துடைத்தாள். அவள் பிடித்திருந்த கரித்துணி பேய் பிடித்தது போல காட்டு நடனமாடிக் கொண்டிருந்தது. விங்கர்லிங்ஸ்ட்ராட்டில் ஆண்கள் சென்ற பிறகு தன் ஒவ்வொரு காலையும் அவளது கட்டில் கம்பங்களை துடைப்பது போலவே துடைத்துக் கொண்டிருந்தாள்.

அமா, தரையில் தன் கால்களுக்கிடையே ஒரு புட்டி லெஃபா வைத்திருந்தாள். அதை எடுத்து குடிக்கத் துவங்கினாள். அவள் பியரை விழுங்கும் சத்தம் சற்று அமைதியைக் கெடுத்தது. மடக். மடக். மடக். பியர் தீரும் வரை குடித்தாள். புட்டியைத் தரையில் வீசினாள். எஃபே அது உருண்டோடி, மெல்ல வேகம் குறைந்து, பின் நிற்பதைப் பார்த்தாள்.

‘இவ்வளவு காலையிலேயே குடிக்கிறாயே அமா? இன்னும் விடியக்கூட இல்லை.’ எஃபே சொன்னாள்.

‘ஆமாம் சீக்கிரம்தான், அதெற்கென்ன இப்போது?’ அமா ஏப்பம் விட்டாள். அவள் தன் கழுத்துச் சிலுவையைப் பற்றி இழுத்தாள். ‘எப்போது பார், பிட்டத்தில் எறும்பு புகுந்தாற்போல, எரிச்சலைச் சுமந்துகொண்டே அலைகிறாய்.’

‘ஃபக் ஆஃப்.’

இன்னொரு ஏப்பம்.

ஜாய்ஸ் இன்னும் பேய்த்தனமாக துடைத்துக்கொண்டிருந்தாள்.

டெலே எனும் உரத்துப்பேசும் மனிதனும் விதியும் சேர்ந்து செய்த சதியால் ஒருவிதமான இடைஞ்சலற்ற நட்பில் கட்டுண்டு கிடந்தனர் இந்தப் பெண்கள். இவர்களுக்குள்

என்ன உறவு என்று இவர்களுக்கே தெரிந்திருக்கவில்லை. ஒருவரை ஒருவர் அறிந்துகொண்டிருந்த அளவில் திருப்தி கொண்டு, தூண்டப்பட்டாலொழிய வேறு கேள்விகள் ஏதும் கேட்காமல், இறைவன் அவர்களின் தொடைகளுக்கிடையே செருகி வைத்திருந்த துருப்புச்சீட்டை முடிந்த அளவு பயன்படுத்த கற்றுத் தந்திருந்த அவர்களின் வாழ்க்கையை இலகுவாய் எடுத்துக்கொண்டு, அவர்களின் கூடத்தில் ஆழ்ந்த நகைப்பையும் இசையையும் பகிர்ந்துகொண்டு, அவர்களிடம் வரும் ஆண்களை (தம் பழுப்பு நிறப்பிட்டத்தை இறுக்கிப் பிடித்தபடி மணிக்கணக்கில் அவர்களின் மேலும் கீழுமாய் இருந்து நைய அடிக்கும் ஆண்களை, இறுதியில் பெரும்பான்மை நேரம் தங்களின் விரல்களைப் பயன்படுத்தி ஊனை உட்தள்ளும் ஆண்களை) தம் உரத்த கண்டனக் குரல்களால் பிரித்து மேய்வர். ஆனால் இப்போது இந்தச் செய்தி வந்ததில் இருந்து, முடிவான ஏதோ ஒன்றில் ஆட்பட்டவர்கள் போல அதைப்பற்றிப் பேச பயந்தனர். அதனிடமிருந்து விலகியோ, அதைப் புறக்கணித்தோ இருப்பதால் அப்படியொன்று நடக்கவேயில்லை என்று பாசாங்கு செய்ய முடியுமென்பது போல அவர்கள் நடந்துகொண்டனர்.

இருந்தும், சிஸி அவர்களின் சிந்தையை நிரப்பியிருந்தாள்.

சிஸி

'இங்கே மூச்சு விடக்கூட இடமில்லை!' சிஸோம் முகம் பார்க்கும் கண்ணாடியை கீழேவைத்துவிட்டுத் தனது மூன்று வருடக் காதலனான பீட்டரை நோக்கித் திரும்பினாள். அவளது பெற்றோருடனான ஒரு வாக்குவாதத்தின் இடையிலேயே வீட்டிலிருந்து வெளியேறி பீட்டரின் ஃப்ளாட்டுக்கு வந்திருந்தாள். அவனது வீடு அவளது வீட்டிலிருந்து அதிகத் தொலைவில்லை.

பீட்டர் இளங்கலைக் கணிதம் படித்தவன். அவனது சட்டமிடப்பட்ட சான்றிதழ், பொருட்கள் இறைந்து கிடந்த அவனது கூடத்தில் சிறிய கறுப்பு-வெள்ளை தொலைக்காட்சிப் பெட்டியின் மேல் பெருமையாய் இடம் பிடித்திருந்தது. தொலைக்காட்சி, வாசலைப் பார்த்தபடி இருந்ததால் வீட்டுக்கு வருபவர்கள் நுழைந்தவுடன் முதலில் பார்ப்பது அந்தச் சான்றிதழாகத்தான் இருக்கும். அதற்கு மேலே சுவரில் இன்னொரு சட்டமிடப்பட்ட சான்றிதழ் - அது பீட்டர், அந்த ஆண்டின் சிறந்த ஆசிரியர் என்று அறிவித்தது. அதனருகிலேயே இன்னொரு புகைப்படம். அதில் பீட்டர் கண்கள் பளபளக்க, சலிப்பான முகத்தோடு மொடமொடப்பான கறுப்பு கோட் அணிந்த

ஒருவரோடு கைகுலுக்கிக்கொண்டிருந்தான். அதனடியில், கல்வி ஆணையர். தலைவர் டாக்டர் ஆர்.சி. முனோான்யேவுடன், *Teacher Of The Year* என்று பொறிக்கப்பட்டிருந்தது. இதே போன்ற சட்டமிடப்பட்ட புகைப்படங்கள் பீட்டரின் படுக்கையறையிலும் இருந்தன. அவற்றிலெல்லாம் கூட சதா ஒருவித சலிப்புற்ற தோரணையில் ஓய்வற்றவர்கள் போலத் தென்பட்ட பகட்டான சூட்டணிந்த ஆண்களோடு (சில சமயம் பெண்களோடு) கண்கள் மின்ன பீட்டர், கைகுலுக்கிக் கொண்டிருந்தான். சிஸோமைப் பொறுத்தவரை பீட்டரின் வளர்ந்துகொண்டேயிருந்த சாதனைகளுக்காக கட்டப்பட்ட ஒரு கோயில்தான் அவனது வீடு. அது அவனது வெற்றிகளின் போலித்தனத்தை மறைத்துவிடவில்லை. பீட்டரின் வாழ்க்கை ஒரு முட்டுச்சந்து. அவனுக்கு சிஸோமைப்போல கனவு காணுவதில் வேட்கை இல்லை, அவனை அடைத்து வைத்திருந்த சுவர்களைத் தகர்க்கும் நாட்டம் இல்லை. இதை உணர்ந்தபோதுதான் அவள் அவனைத் தாண்டி வளர்ந்து கொண்டிருக்கிறாள் என்று அவள் அறிந்துகொண்டாள்.

'நான் ஒருநாள் உன்னைத் திருமணம் செய்துகொண்டு உன்னை இங்கிருந்து தூரமாக அழைத்துப் போகிறேன்.' பீட்டர் ஒரு பள்ளி ஆசிரியரின் அழுத்தமான குரலில் சத்தியம் செய்தான். வலது சுட்டுவிரலில் எச்சிலிட்டு கூரை நோக்கி உயர்த்தித் தன் சத்தியத்தை நிறைவுசெய்தான். அவளருகே வந்து இடைபற்றி, மூக்கால் கன்னத்தை உராய்ந்தபடி சொன்னான். 'சத்தியமாகச் சொல்றேன், இதிலிருந்து உன்னை வெகுதூரம் கூட்டிப் போய்விடுவேன் பேபி!' இன்னொரு உரசல்.

ஐரோப்பாவில் சிஸோம் என்ற தன் பெயரைத் தொலைத்தபின், லூக் அவள் வாழ்க்கையில் வருவதற்கு முன், அவளின் இடையைச் சுற்றிய பீட்டரின் கரங்களையும், அவள் முகத்தின் மீது வீசும் அவன் சூடான மூச்சுக்காற்றையும் அவள் கன்னத்தில் உராயும் அவனின் சிறு தாடியையும் நினைத்து ஏங்குவாள். அதைப்போல ஒரு காதல் தனக்கு இனி கிடைக்காது என்று நம்புவாள். இனி அவள் ஒருபோதும் ஆசைப்படப் போவதில்லை

என்றும் நினைப்பாள். ஆனால் அவள் எண்ணிய இரண்டுமே தவறாகப் போகும்.

'நான் என் அம்மாவைப் போல ஆக விரும்பவில்லை.' மெல்ல அவன் கைகளில் இருந்து விடுபட்டபடி, தன்னை மீட்டுவிட முடியும் என்று நம்பிய அந்த இளைஞனை நோக்கிச் சொல்லிவிட்டு அக்கறையோடு அவனை ஊன்றிப் பார்த்தாள். என்ன இருந்தது அவனிடம்? உள்ளூர்ப் பள்ளியொன்றில் ஆசிரியராக இருக்கிறான். ஊதியம் வந்த மாதங்களில் தன் ஐந்து உடன்பிறப்புகளுடன் அவன் வசிக்கும் இந்த வீட்டின் வாடகையை ஈடுகட்டவே அந்த ஊதியம் போதுமானதாக இல்லை. ஊதியம் வராத மாதங்களிலோ அவர்களை அங்கே தங்க அனுமதிக்கும்படி வீட்டுக்காரரிடம் பிச்சையெடுத்துக்கொண்டிருந்தான். அவன் அவளது கண்களை நேராகப் பார்த்தபோது அதில் இருந்த தூய்மை அவளை வேதனைப்படுத்தியது. பார்வையை விலக்கினாள். அளவு கடந்த அவனது பொறுமை அவளை மேலும் கடுமையாக்கியது.

'பீட்டர், அடுத்தவர்களைக் காப்பாற்றுவதாக உறுதி கொடுப்பதற்கு முன்னர் முதலில் நீ மூழ்கிவிடாமல், உன்னைக் காப்பாற்றிக்கொள்ளவேண்டும்!' அவள் நினைத்ததை விடவும் கோபமாக வந்து விழுந்தன சொற்கள். அவனால் நிறைவேற்ற முடியாத சத்தியங்களைச் செய்ய அவனுக்கு என்ன உரிமை இருக்கிறது? அவள் இன்னும் இன்னும் மூழ்கிக்கொண்டிருக்க, அவனுக்காக இங்கேயே அவளைக் காத்திருக்கச் சொல்ல அவனுக்கு என்ன உரிமை இருக்கிறது?

அவனை அவள் மதிப்போடு பார்த்த காலம் ஒன்று இருந்தது. மென்கரங்களும், $(axb)xc = ax(bxc)=axbxc$ என்ற கணிதச் சமன்பாடுகளையும், பல்லுறுப்புக்கோவை, அடுக்கேற்றம், கோணக்கணிதம், இயற்கணிதச் சருவசமன்பாடு, லப்பிளாசு இணைமாற்று நிரல்; இப்படி அவளுக்குப் பொருள்படாத சொற்களையும் புரிந்துகொள்ளும் மூளையும் கொண்ட அவளுக்கே அவளுக்கான அறிவாளிச் சிறுவனாக அப்போது

அவன் இருந்தான். அவனது நோட்டுப் புத்தகத்தில் அவன் கிறுக்கிய மாயங்கள் அவளை வெகுவாகக் கவர்ந்திழுத்து, அவனை உள்ளடக்கிய ஒரு எதிர்காலம் குறித்த நிச்சயத்தை அவளுக்கு அப்போது தந்திருந்தன.

இப்போதும் அவன் மீது அவளுக்கு நேசமில்லை என்பதில்லை. அவள் அவனை நேசிக்கத்தான் செய்தாள். அவன் சிரிக்கும்போது அவனது இடது கண் பாதி மூடிக்கொள்ளும் விதத்தை நேசித்தாள். அவன் மூச்சுக்காற்று அவள் தோல் தீண்ட, அவளைக் கைகளில் ஏந்தியபடி அவன் கலவி கொள்ளும் விதத்தை நேசித்தாள். பண்டம் எதுவாயினும், அவன் ரசித்து மென்று உண்ணும்போது, பேணி வளர்த்து ரசிக்கப்படவேண்டிய ஓர் அற்புதக்கலை என்பது போல அவன் உண்டு சிரிக்கும் விதத்தை நேசித்தாள். ஆனால் காதலுக்கும் எல்லையுண்டு. சிஸோமின் வாழ்க்கையைத் திருப்பிப் போட்டுவிடும் திறமை பீட்டருக்கு வாய்த்திருக்கவில்லை. கொஞ்சம் முன்யோசனை இருந்திருந்தால்கூட அவள் ஒரு செவிலியருக்கான படிப்பை படித்திருக்கலாம் என்று அடிக்கடி அவள் நினைத்துக் கொள்வதுண்டு. ஏனென்றால் கிருஸ்துமஸின் போது மனைவி தேடி ஐரோப்பா மற்றும் அமெரிக்காவில் இருந்து வாலட் நிறைய வெளிநாட்டுப் பணத்தோடு வீடு திரும்பும் ஆண்கள் எல்லோரும், செவிலியரைத்தான் மணந்துகொள்ளத் தேடினார்கள். வெளிநாடுகளில் செவிலியருக்குச் சுலபமாக வேலை கிடைப்பதாகச் சொன்னார்கள். ‘பிரித்தானிய தேசிய சுகாதாரச் சேவையே நமது செவிலியர்களை நம்பித்தான் இருக்கிறது’ என்று அவள் தோழி எஸிமாவின் பெரியப்பா மகன் எட் சொன்னான். அவனும் மனைவி தேடித்தான் வந்திருந்தான். இப்போது அவன் இங்கிலாந்தில் வாயில் நுழையாத ஷயர் என்று முடியும் பெயர் கொண்ட ஏதோ ஒரு இடத்தில் வசிக்கிறான். அப்பட்டமாய் வெள்ளைக்காரத்தனமாய்த் தெரிந்த அந்தப் பெயரே அவனை கவர்ச்சிகரமாக்கியது. அதனாலேயே நைஜீரியா வந்திறங்கி அவனும் அவனது பவுண்டுகளுமாக ஊருக்குள் அவன் உலா வந்த மூன்று வாரங்களில் அவனுக்குத் தோதான ஒரு நர்ஸூம் கிடைத்துவிட்டாள். என்னதான்

அவன் சொற்றொடர்களை 'ஷிட்'டிலும், 'ப்ளடி ஃபக்கிங்'கிலும், 'இனிட்'டிலும் புரட்டி எடுத்துப் பேசிய விதம் சிஸோமுக்குப் பிடிக்கவில்லையென்றாலும், அவன் அவளைத் திருமணம் செய்யக் கேட்டிருந்தால் அவள் ஒப்புக்கொண்டிருப்பாள் என்பதை அவள் அறிந்தே இருந்தாள். ஏனென்றால் அச்சமயம் அவள் காதல்தான் திருமணத்தின் அடிப்படைத் தேவை என்ற எண்ணத்தை முற்றிலுமாகக் கைவிட்டிருந்தாள். இந்த ஏக்கத்தை, காதலுக்காகவே திருமணம் செய்யும் இந்த வேட்கையைச் சரியாக ஒரு வருடம் கழித்து வெளிநாட்டில் அவள் மீண்டும் கண்டெடுப்பாள்.

"நாம் எல்லோரும் இங்கே சிக்கிக்கொண்டிருக்கிறோம், பேபி!" மீண்டும் அவளை அணைத்தவாறு பீட்டர் சொன்னான். அவள் காதை மெல்லக் கடித்தான். அவன் இப்படிச் செய்வது அவளுக்கு மிகவும் பிடிக்கும்.

'எனக்கு இப்படி மாட்டிக்கொண்டிருப்பது அலுத்துவிட்டது.' முன்பு சினத்தில் வெடித்ததை எண்ணி வருந்தியபடி அவன் தன்னை அணைத்துக்கொண்டிருக்க அனுமதித்தாள். எல்லாவற்றுக்கும் மேலாக, அவளுக்கு வேலை கிடைக்காததோ, அவன் அதிகம் சம்பாதிக்காததோ, இத்தனை ஆண்டுகளாகப் பொதுப்பணித் துறையில் இருந்த அவளது தந்தைக்கே காட்டுவதற்கு ஏதுமில்லாத அளவுக்கு ஒட்டுமொத்தப் பொருளாதாரமே குளறுபடியாக இருந்ததோ, அவளது ஒளிமயமான எதிர்காலம் என்று அவள் நினைத்திருந்ததில் அவனை ஓர் அங்கமாக அவள் காணாததோ – இது எதுவுமே பீட்டரின் தவறில்லையே. கண்களை மூடி அவனது கொலோன் வாசனை அவளைக் கடத்திச்செல்ல அனுமதித்தாள். 'வாழ்க்கை இப்படி இருந்திருக்க வேண்டும்.' அவள் முனகிக்கொண்டாள். 'வாழ்க்கை இப்படி மணந்திருக்க வேண்டும்'.

அப்படிச் சொன்னபோது கூட அவளால் கூடுதலாக ஒரு வருடம் இந்த லாகோஸில் தாக்குப்பிடிக்க முடியாது என்பதை அறிந்தே இருந்தாள். இல்லை, இப்படி என்னால் வாழ முடியாது. நான் தப்பித்தே ஆகவேண்டும். அவள் மனதில்

தோன்றிய இந்த உறுதிதான், அவன் அவள் இதழ்களைப் பிரித்துத் தன் நாவினால் பற்களைச் சுற்றிக் கோலம் போடத் துவங்கிய கணத்தில், அவளைப் பின்வாங்க வைத்தது. அவன் நெஞ்சில் கை வைத்து மெதுவாகத் தள்ளி விலக்கினாள். அந்த மனநிலையில் அவள் இல்லை.

அதே உறுதிதான் அவளை இறையருளின் பாதையில் நேரடியாகப் பிடித்துத் தள்ளியதாக, சில வாரங்கள் கழித்து அவள் எண்ணிக்கொள்வாள். அது அவள் பீட்டரை விட்டுப் பிரிவதை எளிதாக்கும். அவளது பெற்றோரைப் பிரிந்து போவதென்பது வேறு. அவள் செய்வது யாவும் அவளுக்காக மட்டுமல்ல அவர்களுக்காகவும்தான்.

ஒரு நாள் சிஸோம் அடெனிரான் ஒகுன்சான்யா தெருவில் இருந்த முடிதிருத்த நிலையத்தில் தனது பெர்ம் கூந்தலைத் திருத்திக்கொண்டிருந்தபோது, சிறுபெண் ஒருத்தியோடு புடைத்த வயிறு கொண்ட மனிதனொருவன் அங்கு வந்தான். அந்தப் பெண்ணுக்கு எப்படிப் பார்த்தாலும் வயது பதினேழுக்கு மேல் இருக்காது. ஆனால் அவன் அவளது பிட்டத்தில் படும்படி இடது கையால் அவளைப் பற்றியிருந்த விதம் அவர்களுக்குள்ளான உறவு அப்படியொன்றும் பவித்திரமானதல்ல என்று அப்பட்டமாக அறிவித்தது.

'இந்தாம்மா! இவளை அழகுபடுத்து. இன்று வெளிநாடு போகிறாள்! இவளை அழகியாக்கிக் கொடு!' கத்திக்கொண்டு ஒரு சிகை அலங்கார நிபுணரிடம் அந்தப் பெண்ணை கிட்டத்தட்ட தள்ளிக்கொண்டு சென்றான். ஒரு வெண்ணிறக் கைக்குட்டையை வெளியில் எடுத்துத் தன் நெற்றியில் பூத்த வியர்வையைத் துடைத்துக்கொண்டான். மாரத்தான் ஓடிவிட்டு வந்தவனைப் போல அவனது மூச்சுகள் ஹ்ம்ப்...ஹ்ம்ப்... ஹ்ம்ப்... என்று உரத்த திணறல்களாக வெளிவந்தன. பேச்சுத்தான் அவனைத் திணற வைக்கிறதென்று சிஸோமுக்குத் தோன்றியது. பெருத்த முலைகளைத் தவிர்த்துப் பார்த்தால் வெறும் எலும்பும் தோலுமாக இருந்த அந்தப் பெண் அமைதியாக இருந்தாள்.

டினா என்கிற சிகை அலங்கார நிபுணர் அவளது சிகையைத் தொட்டுப் பார்த்து என்ன செய்யலாம் என்று தீர்மானித்துக் கொண்டிருந்தபோது அவள் ஒரு நிச்சயமற்ற புன்னகையோடு பேசாமல் நின்றுகொண்டிருந்தாள்.

“பின்னிவிடட்டுமா? நல்ல முடி உனக்கு” டினா நிபுணத்துவமான விரல்களால் அவள் கூந்தலை அளைந்தபடி பாராட்டினாள்.

“சடையா? அவள் வெளிநாடு போகிறாளென்று சொல்லிக் கொண்டிருக்கிறேன் நீ ‘சுகு’ (கூடைக்கொண்டை) போடப்போகிறாயா? சுருள்நீட்டி பளபளப்பாக்கிவிடு. வெள்ளைக்காரி போலிருக்க வேண்டும்! எனக்கு அவள் வெள்ளைக்காரியாக வேண்டும்!” அவன் மீண்டும் நெற்றியைத் துடைத்துக்கொண்டான்.

அமர்வதற்கு நாற்காலி தேடி ஒரு மர ஸ்டூலைக் கண்டுகொண்டவன் அதை அருகே இழுத்து அமரப் போனான். நாற்காலிக்குள் அடங்காமல் அவனது பெருத்த பிட்டம் வட்டமாய் பிதுங்கி வழிந்தது. “இதில் உட்கார சதையை வெட்டிப்போட வேண்டும் போலிருக்கிறது. இது என்ன இவ்வளவு அழுக்காக இருக்கிறது?” வெறிபிடித்தவன் போல இன்னொரு சிகை அலங்கார நிபுணரைப் பார்த்துக் கத்தினான்.

அவள் கண்களை உருட்டியபடி வேறொரு வாடிக்கையாளர் தலையில் இருந்த கந்தல் துண்டை எடுத்துக்கொண்டு வந்தாள். அவனுக்குப் பின்னால் நின்றுகொண்டு துண்டில் எச்சில் துப்பி அதைக் கொண்டு மெல்ல அந்த ஸ்டூலைத் துடைத்தாள். அதைப் பார்த்துவிட்ட சிஸோம் கமுக்கமாய்ச் சிரித்தாள்.

“இப்போது சுத்தமாக இருக்கிறது சார்” அவன் முதுகுக்குச் சொன்னவள் முனகியபடி அவன் மீண்டும் ஸ்டூலில் அமர்வதை ஒரு திருப்தியோடு பார்த்து இளித்துக்கொண்டாள்.

டினா மீண்டும் அந்தப் பெண்ணின் கூந்தலைத் தொட்டுப் பார்த்தாள். “உனக்கு நல்ல முடி”. வேறொரு வாடிக்கையாளருடன் வேலை முடித்துவிட்டு அவளிடம் வருவதாக உறுதியளித்து

அவளைச் சிஸோமுக்கு அருகே கிடந்த ஒரு வெற்று நாற்காலியில் அமர வைத்துப் போனாள். அந்தப் பெண்ணோடு பேச நிர்ப்பந்திக்கப்பட்டது போல உணர்ந்தாள் சிஸோம்.

“அப்புறம்? வெளிநாடு போகிறாயா?”

“ஆமாம்” அந்தப் பெண் தலையாட்டினாள். பின் நினைவு வந்தவளாய் “ஸ்பெயின்” என்றாள். அவள் குரல் நெறிக்கப்பட்டது போல, அதைப் பயன்படுத்தவே வலி தரும் என்பது போல இருந்தது.

“வெளிநாட்டுக்குப்போய் என்ன செய்யப்போகிறாய்?”

“அவள் வேலைக்குப்போகிறாள், நீயும் போக வேண்டுமா? நீயும் வெளிநாட்டுக்குப் போகவேண்டுமா?” அவன் அவர்கள் அமர்ந்திருந்த இடத்துக்கு வந்து இருவர் நாற்காலிகளுக்கும் இடையிலிருந்த குறுகிய இடத்தில் வியத்தகு விதத்தில் தன்னைப் பொருத்திக்கொண்டான். ஒரு பெருமூச்சோடு தன் கைக்குட்டையை எடுத்து வியர்வையைத் துடைத்துக் கொண்டான்.

அப்போது அவன் கழுத்தோரத்தில் பச்சை குத்தப்பட்டிருப்பதைக் கண்டாள் சிஸோம்: சிறிய சுத்தியலின் படம் அது. டெலேவும் அவன் கழுத்தோரத்துப் பச்சையும்தான் சிஸோம் இறக்கும் தறுவாயில் அவளது இறுதி நினைவாக இருக்கும்.

“இந்தக் கேடுகெட்ட நாட்டிலிருந்து வெளியேறவேண்டுமென்று நீ நினைத்தால் வந்து என்னைப் பார், பேசுவோம்,” அவன் அவள் பேச இடம் கொடாமல் தொடர்ந்து சத்தமாகப் பேசிக்கொண்டே போனான். சட்டைப் பையில் இருந்து ஒரு வாலட்டை எடுத்து அதிலிருந்து ஒரு அட்டையை உருவினான்.

“இதைப் பிடி.” கை நீட்டி அவளிடம் கொடுத்தான். அப்போது கண்ணியம் கருதியே சிஸோம் அதைப் பெற்றுக்கொண்டாள். அவனைத் தீவிரமாக எடுத்துக்கொள்ள வேண்டிய நிலை வரும் என்று அவள் நினைக்கவே இல்லை. யாரென்றே

தெரியாதவரிடம் வெளிநாட்டுக்குக் கூட்டிப்போகிறேன் என்று யாராவது சொல்வார்களா என்ன? தங்க முனையிட்ட அந்த விசிட்டிங் கார்டை அவள் தன் பர்ஸில் வைத்துக்கொண்டாள்.

மீண்டும் அந்த மனிதன் அவளுக்காக பதில் சொல்வதைக் கேட்க அவள் விரும்பாததாலேயே சிஸோம் அந்தப் பெண்ணிடம் மறுபடி பேசவில்லை. அவனது நடத்தை அத்தனை எரிச்சலூட்டுவதாக இருந்தது. இன்னும் சற்றுக் கடுமையாகப் பேசியிருக்கலாமோ அவன் தந்த கார்டை வாங்காமல் இருந்திருக்கலாமோ என்று எண்ணிக்கொண்டிருந்தாள். எப்படியும் அதை அவள் பயன்படுத்தப்போவதில்லையே.

அவள் வீடு திரும்பி, தொடர்ந்து மூன்றாவது நாளாக அன்றும் ‘காரியும் சூப்பும்’ (ஜவ்வரிசிக்களியும் குழம்பும்) உண்ண நேர்ந்தபோது கூட அந்த மனிதன் தந்த வாய்ப்புப் பற்றி அவள் ஏதும் நினைத்தாளில்லை. மறுநாள் வேலையிலிருந்து வந்தபோது அவளது தந்தை பொதுப்பணித் துறையில் பலருக்கு வேலை போகப்போவதாக உருவாகியிருந்த வதந்திகளைப் பற்றிச் சொல்லி- ‘அநேகமாக என்னையும் அனுப்பிவிடுவார்கள். இருபத்தைந்து வருட சர்வீஸ், நான் லாகோஸ்காரன் இல்லை என்பதாலேயே ப்ராவிடண்ட் ஃபண்டைக் கொடுத்து அனுப்பி விடுவார்கள்!’ என்றார். அப்போது சிஸோம் வெறுமனே அந்தக் கார்டை எடுத்துத் தடவிப்பார்த்தாள். பட்டினால் ஆன உள்ளாடை போன்ற அழகானதொரு பொருளை வருடிப் பார்ப்பது போல அதைத் தடவிப்பார்த்த பின் மீண்டும் அதைத் தன் பர்ஸில் வைத்துவிட்டாள். பிறகு கழிவறை சென்றபோது நீர்த்தொட்டி உடைந்து, ஒரு நாளின் கழிவும் நெளியும் புழுக்களுமாய் நிறைந்து வழிவதைக் கண்டதும் (ஊர் முழுக்க நீர்ப்பஞ்சம் இருந்தது) அவளுக்கு மூச்சுத் திணறியது. அங்கிருந்து உடனே வெளியே ஓடத் தோன்றியது. ஒரு நடை போகலாம் என்றெண்ணி வெளியே வந்தாள். இலக்கற்று நடந்தவள் அவள் அறியாமல் மனதில் ஏறியிருந்த, அந்தத் தங்க முனையிட்ட அட்டையில் இருந்த முகவரிக்கு எப்படியோ வந்து சேர்ந்திருந்தாள்.

ராண்டல் அவெனியூவில் இருந்த அந்தக் குறிப்பிட்ட அலுவலகம் தரையெல்லாம் புதைமணல் போல அழுந்திக் கொடுக்கும் கம்பளம் விரிக்கப்பட்டு அளவில் பெரிதாய் இருந்தது. லாகோஸின் கொடிய வெப்பத்தைத் தடுத்தனுப்பி, அப்போதுதான் மாலைக்குளியல் முடிந்து வந்தவள் போல அவளது சருமத்தை மலர்ச்சியாக வைத்திருக்கும் குளிர்சாதன வசதியும் இருந்தது. சிஸோமைப் பார்த்ததும் அவளை எதிர்பார்த்திருந்தவன் போல அவன் புன்னகைக்கவும், அங்கே அவள் என்ன செய்துகொண்டிருக்கிறாள் என்று ஒருகணம் தன்னைத்தானே வியந்தாள். சதை மடிப்புகள் தாடையடியில் தொங்க ஒரு மாதிரியாக இளித்த, முன்பின் அறியாத இந்த அந்நியனைப் பார்க்க அவள் இப்போது ஏன் வந்தாள்?

டெலேவின் குரல் இங்கே அவனது அலுவலகத்தில், அன்று முடிதிருத்தகத்தில் ஒலித்த அளவுக்கு உரத்து ஒலிக்கவில்லை. ஒருவேளை தரைவிரிப்பும் குளிரமைப்பும் ஓசையை விழுங்கி விட்டனவோ என்று அவளுக்குத் தோன்றியது. அல்லது அவனது தொப்பையைக் கண்ணுக்குத் தெரியாமல் மறைத்தபடி அவர்களுக்கிடையே கிடக்கும், இந்தப் பெரிய மேசைக்கும் அவளுக்குமான தூரத்தில் குரல் சற்று மட்டுப்பட்டிருக்கலாம்.

“இத்தாலி. ஸ்பெயின். இப்படி எல்லா இடத்திற்கும் நான் பெண்களை அனுப்புகிறேன். உன்னை பெல்ஜியம் ஆண்ட்வெர்ப்புக்குள் அழைத்துச் சென்று விட முடியும். அங்கே எனக்கு நிறைய... நிறைய ஆட்களைத் தெரியும்!” அவனுக்குப் பேசுவதற்கே அதிக முயற்சி தேவைப்பட்டது ஹ்ம்ப். ஹ்ம்ப். என்று திணறினான்.

தொலைபேசி ஒலிக்கவும், மேசையில் இருந்த ஏழு அலைபேசிகளுள் ஒன்றை எடுத்தான். ‘இதில்லை,’ தனக்குள் சொன்னபடி மற்றொன்றை எடுத்தான். சிறிது நேரம் படபடவென யொருபாவில் குரைத்துவிட்டு வைத்தான்.

“ஆ! இவர்கள் வேறு! எப்போதும் தொல்லை செய்துகொண்டு! டெலே முதலாளி இது! டெலே முதலாளி அது, ஒரு பெரிய

மனிதனாய் இருப்பது எவ்வளவு கஷ்டம்?” உறுமிவிட்டு சிஸோமோடு பேச்சைத் தொடர்ந்தான்.

“ஆனால் இலவசமாக நான் எதையும் செய்வதில்லை. நீ விலை தர வேண்டியிருக்கும். இதற்கு உனக்கு முப்பதாயிரம் யூரோ செலவாகும்.” புகைந்த மீன் போல் கறுத்திருந்த ஈறு தெரிய அவன் சிரித்தான். அவன் சொன்ன தொகையைக் கேட்டு அவளுக்கு தலைசுற்றியது. இவன் நிஜமாகத்தான் சொல்கிறானா?

“அவ்வளவு பணம் இருந்தால் நான் ஏன் இங்கிருக்கப் போகிறேன். இந்நேரம் என் அப்பா அம்மாவுக்கு வீடு கட்டியிருப்பேன் தெரியுமா!” கோபத்தோடு எதிர்த்துப் பேசினாள். அவ்வளவு பணம் இருந்தால் ஒரு வீடென்ன மொத்தமாய் ஒரு ஊரையே வாங்கிவிடலாமெனச் சேர்த்துச் சொல்லியிருப்பாள். அவளால் முப்பதாயிரம் யூரோக்களை செலவழிக்க முடியுமென்றால் அவள் ஏன் நாட்டை விட்டு வெளியேற வேண்டுமென நினைக்கப்போகிறாள்? அவ்வளவு பணமும் நைராவில் எவ்வளவாக இருக்கும் என்று கணக்கிடவே தலைசுற்றியது அவளுக்கு. பல லட்சங்கள்! அந்த அளவு பணமெல்லாம் நாளேடுகளில் அரசியல்வாதிகள் தொடர்புள்ள பெரிய ஊழல் செய்திகளில்தான் அவள் கேள்விப்பட்டிருக்கிறாள். இந்த மனிதனென்ன முழுப் பைத்தியமா?

“ஆஹா! ஒரே நேரத்தில் அவ்வளவு பணமும் கட்ட வேண்டுமென்று நினைத்தாயோ? இல்லை ஒரே நேரத்திலில்லை” என்றான் அவன். வாயை அகலத்திறந்தபடி சோளக்கதிர் ஒன்றை அவன் கடித்து மெல்ல, சின்ன அரவை யந்திரம் போல அவனது தாடைகள் அரைப்பதை சிஸோம் வேடிக்கை பார்த்துக் கொண்டிருந்தாள்.

“இல்லை, அங்கே போனதும், வேலை பார்க்கத் துவங்கியதும் தான் நீ எனக்குப் பணம் கட்ட வேண்டும். தவணை முறை என்று சொல்வோம்! மாதா மாதம் எனக்குப் பணம் கட்ட வேண்டும்” வாய்முழுக்க சோளத்தோடு அவன் பேசப்பேச பாதி சுவைத்த சோளக்கதிர் துகள்கள் மஞ்சளும் வெள்ளையுமாய்

மேசையில் தெறித்தன, அதைப் பார்த்ததும் அவளுக்கு சொரசொரப்பான ‘காரி’ நினைவுக்கு வந்தது.

இவன் ஏன் தின்னத் தெரியாதவன் போலத் தின்கிறான்? அம்மாவோடு வளரவில்லையா என்ன? அவன் மெல்வதைப் பார்க்க வேண்டாமென்று பார்வையை அவனுக்கு மேலே இருந்த கடிகாரத்தில் பதித்தாள்.

அவள் இங்கே என்ன செய்து கொண்டிருக்கிறாள்? இந்த டெலே அவளுக்கு என்ன செய்துதரக்கூடுமென்று அவள் நினைக்கிறாள்? அவள் தந்தையும் நம்பிக்கை இழக்கத் துவங்கியிருக்கும் அந்த தீர்க்கதரிசனத்தை இந்த டெலே பூர்த்தி செய்துவிடப்போகிறானா என்ன? சிஸோம் அவளது கைப்பையை எடுத்துக்கொண்டாள். அவள் வீட்டுக்குப் போயாக வேண்டும். இங்கே அவளுக்கு எதுவும் இல்லை.

ஸ்வார்டகூஸ்டர்ஸ்ட்ராட்

சிஸியின் உண்மைப் பெயரை ஒருவரும் அறிந்திருக்கவில்லை. கூடியிருக்கும் இந்தப் பெண்களில் எவரும் இதுவரை அந்தப் பெயரைச் சொல்லிக் கூப்பிட்டதில்லை. அவளோடு தம் கால்களைப் பிணைத்துக் கொண்டு, அவள் வியர்வையோடு தம் வியர்வை கலந்து, 'ஆம். அப்படித்தான். அப்படித்தான். ஆப்பிரிக்கர்கள் நீங்கள் இதை அற்புதமாகச் செய்கிறீர்கள். நிறுத்தாதே. தயவுசெய்து நிறுத்தாதே. ஆஹ். கொல்கிறாயே. ம்ம்...!' என்று முனகி முடித்து விட்டுப்பின், என்னவோ அவளுக்கு வேறு இடமிருந்தாற்போல 'உனக்கு இங்கே எல்லாம் பிடித்திருக்கிறதா' என்று கேட்டபடி, அவளோடு படுக்கையைப் பகிர்ந்துகொண்ட ஆண்களில் ஒருவர்கூட அவள் பெயரை அறிந்திருக்கவில்லை.

இந்த அமைதி இயல்புக்கு மாறானது. இப்படியான செய்தியைக் கேட்டால் துணியைக் கிழித்துக்கொண்டு கத்த வேண்டும் என்று ஜாய்ஸ் நினைத்தாள். தெளிவாய் உணரக்கூடியதான, அனைவரையும் அழுத்தி மூடுகின்ற இந்தக் கனத்த மௌனத்தைத் தவிர, ஓசை, பெருங்கூச்சல்கள் என்று வேறு எதாவதொன்று வேண்டும் இப்போது.

ஆனால், சிஸியின் மரணம் இயல்பானதல்ல. அதனால்

மௌனமாக இருப்பதே துக்கம் அனுசரிக்கச் சிறந்த வழியாக இருக்கும். கையிலிருந்த கரித்துணியை மேடத்தின் கழுத்தென்று கற்பனை செய்து அதை இறுக்கிப் பிடித்தபடி, இங்கே எல்லா இடமும் தூசியாக இருக்கிறது என்று நினைத்துக்கொள்கிறாள் ஜாய்ஸ்.

அறைக்குள் கொஞ்சம் ஒலியைக் கொண்டு வர விரும்பி நடுவில் அமர்ந்திருந்த –கம்பி போல மெலிந்த, வெளுத்த தோல் கொண்ட– அமா இருமுகிறாள். அவளது இருமல் கொஞ்ச நேரம் தனித்துக் கேட்டுவிட்டுப் பின் கனத்த மௌனத்துக்குள் கரைந்து போய் விடுகிறது. அவளது கழுத்தில் கிடந்த சின்னஞ்சிறு தங்கச் சிலுவையை உருட்டி, அதனிடமிருந்து பதிலைப் பிடுங்குவது போலப் பிடித்து இழுத்துக் கொள்கிறாள். அவளது அசைவை கவனித்த எஃபே, அவள் வாழும் வாழ்க்கைக்கு சிலுவை எதற்கு என்று மீண்டும் கேட்க நினைத்து, பின் கேட்காமல் விடுகிறாள். இதற்கு முன்பொரு முறை எஃபே அதைக் கேட்டதற்கு, 'ஃபக், உன் வேலையைப் பாத்துக்கொண்டு போ!' என்று அமா கூறியிருந்தாள்.

அவர்களுக்கு முன்னிருந்த ஃப்ளாட் ஸ்க்ரீன் தொலைக்காட்சியில் ஊமையாய் ஏதோ நாடகம் ஓடிக்கொண்டிருந்தது. அமெரிக்க நாடகம் போலும், சாத்தியமற்ற அழகும் தலைகொள்ளாத பொன்னிறக் கூந்தலும் கொண்ட பெண்களோடு வாட்டசாட்டமான உடல்வாகும் கொண்டல் நிறக் கண்களும் கொண்ட ஆண்கள் திரையில் வந்து போனார்கள். அதை யாரும் பார்க்கவில்லை. சாதாரண நாட்களில் அமா ஏதாவது இசையை ஒலிக்கவிட்டு ஒரு கையில் சிகரெட்டும் மறு கையில் மதுவும் ஏந்தி, வாழ்க்கை இதைவிடச் சிறப்பாக இருக்க முடியாதென்று சிலாகித்தபடி ஹிப் ஹாப்புக்கோ மகோஸாவுக்கோ நடனமாடிக்கொண்டிருப்பாள். மற்ற பெண்களும் அவளோடு சேர்ந்து புகைத்தபடியும் பெருங்குடி குடித்தபடியும் இசைக்கு இடுப்பொடித்துக்கொண்டிருப்பார்கள், எஃபேவைத் தவிர. எஃபே எப்போதுமே மது அருந்துவதில்லை அதற்காகச் சிறுபிள்ளையென்று மற்றவர்கள் அவளைக் கேலி செய்வார்கள்.

“யார் முதலில் பார்த்தது?” எஃபே கேட்டாள். தலையைத் தட்டி விக் சரியாக இல்லை என்று உணர்ந்து கட்டைவிரல்களைத் தன் பொன்னிற விக்குக்குள் நுழைத்து இழுத்து அதைச் சரி செய்தாள். கால் மாற்றினாள். இடது கணுக்கால் வலதின் மேல் விழும்போது அவளது நைலான் ஸ்பாண்டெக்ஸ் காலுறை கீச்சிடுவது அந்த அமைதியில் உரத்த சீறலாக ஒலித்தது. இந்தக் கதை பலமுறை பேசப்பட்டு விட்டது என்றாலும் மற்றவர்களைப் போலவே எஃபேவால் அந்த அமைதியைத் தாங்க முடியவில்லை போலும். அதனால், வெறுமையை ஒலியால் நிரப்ப - அது அவளது குரலாக இருந்தாலும் சரி விரும்புகிறாள் என்று அமா நினைத்தாள்.

“விடிகாலையில் ஜாக்கிங் போன ஒருவர் பார்த்துச் சொன்னதாகப் மேடத்திடம் போலீஸ் சொல்லியிருக்கிறார்கள்” ஜாய்ஸ் பதிலளித்தாள்.

அவள் குரல் வித்தியாசமாக மிகவும் இளமையாக ஒலித்தது. அவள் சொல்லிக்கொள்வது போல ஜாய்ஸுக்கு உண்மையிலேயே முப்பது வயது இல்லையோ என்று அமாவுக்கு திடீரென்று சந்தேகம் எழுந்தது. ஜாய்ஸ் இன்னும் தூசி தட்ட எதையாவது கண்டுபிடித்தபடி, தூசு அவர்களது வீட்டை அவர்களின் வாழ்க்கைகளை ஆக்கிரமிக்கிறதென்று முனகியபடி நடந்து கொண்டிருந்தாள்.

“இப்பொழுது நாம் என்ன செய்வது?” எஃபே வசதியாக நகர்ந்து அமர்ந்தாள். மூவரில் பளுவுள்ளவள் அவள்தான். அவள் இப்போது அமாவுக்கு வலது புறம் அமர்ந்தாள். அவள் தன் தலையை மீண்டும் தட்டி கழுத்தைச் சொறிந்து கொண்டாள். அவளது கழுத்துத் தோல் கொஞ்சம் எரிந்து வழன்றாற்போல சீரற்ற காவியில் அடர்பழுப்புக் கலந்தாற்போல் இருந்தது. அவளது கழுத்துதான் அவள் வாழ்வின் ஒரு கட்டத்தில் இப்போதிருப்பதைவிட அடர் நிறத்தில் இருந்திருக்கிறாளென்பதற்குச் சான்றாய் இருந்தது.

“இப்பொழுது நாம் என்ன செய்வது?” ஜாய்ஸ் அவளைக் கேலி செய்தாள். தலையை அசக்கி கண்கள் உருட்டி கூரையைப் பார்த்தாள்.

“நம்மால் என்ன செய்ய முடியும் எஃபே? என்ன செய்து கிழிக்க முடியும்? உனக்கு அவளது உறவினர்களைத் தெரியுமா? அவள் உடலை யாருக்கு அனுப்புவது? அப்படியே அவளது ஆட்களைத் தெரிந்திருந்தாலும், அவளது உடலை நைஜீரியாவுக்கு அனுப்புகிற அளவுக்கு உன்னிடம் பணம் இருக்கிறதா? நம் யாரால் என்னதான் செய்ய முடியும்? சொல் என்ன செய்ய முடியும்? போலீஸ் உடலை முதலில் கொடுத்துவிட்டார்களா என்றாவது தெரியுமா? இப்போது என்ன செய்வதாம்!” ஜாய்ஸின் குரல் உரத்து, அவளுடலை விட அதுவே ஆறடியும் இன்னும் கொஞ்சமும் பெரிதாய் ஒலித்தது. சுருக்கென்று இருந்தது. சாட்டைபோல சொடுக்கியது. ஆனால் அது உண்மையைத்தான் பேசியது. அவர்களுக்குச் சிஸியின் உறவுகளைத் தெரியாது. ஜாய்ஸ் குனிந்து சிடி ப்ளேயரைத் தூசு தட்டினாள்.

“எதற்கு இப்போது இவ்வளவு கோபப்படுகிறாய்? ஒரு சின்ன கேள்வி, ஒரு சாதாரணக் கேள்வி கேட்டேன். அதற்கு உனக்கு வாயில் நுரை தள்ளுகிறது.”

“ஏய்! யாருக்கு வாயில் நுரை தள்ளுகிறதென்கிறாய்?” ஜாய்ஸ் எழுந்து ஒரு வேக அசைவில் எஃபேவை அடைந்தாள். அவளை உலுக்கும்போது அவளது விக் விழுந்து ஒரு குதிரைவாலில் அடங்கியிருந்த அவளது மெலிந்து கொண்டிருந்தக் கூந்தலை வெளிப்படுத்தியது.

“யாருக்கு வாயில் நுரை தள்ளுகிறது சொல், கேட்கிறேனில்லையா?” எஃபேவின் சட்டைக்காலரைக் கொத்தாய்ப் பற்றியபடி மீண்டும் கேட்டாள். குரல் உயர்ந்து கிறீச்சிட்டது.

“இந்த வெற்று உடம்பிலிருந்து இன்றைக்கு அந்த நுரையைத் துடைத்தெடுக்கிறேன் பார்!”

அமா தான் அவர்களை விலக்கினாள். “ஒரு உயிர் போயிருக்கிறது. நீங்கள் என்னடாவென்றால் அடித்துக்கொண்டு கிடக்கிறீர்கள். சிஸி உடம்பிலிருந்த சூடு கூட இறங்கியிருக்காது அதற்குள் உங்களுக்கு ஒருத்தரை ஒருத்தர் சாகடிக்க வேண்டும். கடவுளே!” அவள் பெருமூச்செறிந்தபடி அமர்ந்தாள். கையில் கிடைத்த விக்கை எஃபேயிடம் கொடுத்தாள்.

அவளது பெருமூச்சு அமைதியை மீட்டது. அந்த அமைதியே மீண்டும் அவர்கள் பகிரும் சமூகமானது.

சிஸியின் மரணம் அவர்களது மரணத்தை கண்முன் நிறுத்தியது. ஒன்றேபோல் கேள்விகள் அவர்களது தலைகளுக்குள் உருண்டன.

அடுத்தது யார்? இப்படிக் கைவிடப்பட்ட கரித்துணி போல யாரும் கவனிக்காமல் தரையில் கிடக்கப்போவது யார்? துக்கப்படாமல், அன்பு செய்யப்படாமல், அறியப்படாமல், மேடம் தன் ஊதுவர்த்திப் புகையின் ஆற்றலால் விரட்ட முயலும் அடுத்த பேய் யாராக இருக்கக்கூடும்?

யாரும் அதை வெளியில் சொல்லவில்லை. ஆனால் எதுவுமே நடக்காதது போல தன் நித்தியக் கடமைகளை மேடம் செய்து கொண்டிருப்பது அவர்களை வருத்துகிறது என்பதை அனைவருமே உணர்ந்திருந்தனர். அவரைப் பொறுத்தவரை சிஸியின் மரணம் ஒரு சிறு இடைஞ்சலன்றி வேறு எதுவுமில்லை என்று அவர்கள் உணர்ந்தபோது கசப்பு மேலிட்டது. காலை உணவாக அவள் டோஸ்டும், முட்டையும் நன்றாக வெட்டிவிட்டு பெரிய குடுவை நிறையத் தேநீரைக் குடிப்பதை வேடிக்கை பார்த்திருந்தனர். அவளது பசி, அவளது அமைதி, கொஞ்சமும் பிறர் பற்றிய எண்ணமற்றத்தன்மையாக அவர்களுக்குத் தோன்றியது.

அவர்களிடம் மரணச்செய்தியைச் சொல்லும்போது, அந்தச் செய்தியின் கனத்துக்குரிய சோகத்தை முகத்திலேந்திக்கொள்ளும் பண்பு கூட அவளுக்கு இருக்கவில்லை என்று ஜாய்ஸ் நினைத்தாள். பேச்சில் இதம் சேர்த்தோ, கதையை நீட்டி முழக்கியோ, எப்படி இறப்பு என்பது தவிர்க்க இயலாத ஒன்று, இன்னும் சிறப்பான உலகத்துக்கு இட்டுச்செல்லும் பாதை என்பது போல ஒரு மரணச் செய்தியை சொல்லும் முறைமைகளோடு அவள் சொல்லவேயில்லை. வெறுமனே உடம்பு கிடைத்தது என்று சொன்னாள்.

‘போலீஸ் உங்களோடு பேச விரும்பலாம் ஆனால் அதை நான் முடிந்த வரை தடுக்க முயற்சிக்கிறேன். எனக்கு நம் வியாபாரம் கெட்டுவிடக் கூடாது’ என்றும் சொன்னாள்.

‘இன்னொன்று மண் தின்னப்போனது’ என்று ஒரு நாயின் இறப்பை, ஒரு கரப்பான்பூச்சியின் இறப்பைப் பற்றிப்பேசுவது போல அவள் சொல்லிக் கொண்டு போனபோது ஜாய்ஸுக்கு அவளை இழுத்து வைத்து அறைந்து விடும் வேட்கை எழுந்தது. அல்லது அவள் கெஞ்சிக்கதறும் வரை வாய்க்குள் அழுக்கை நிரப்பவேண்டும் என்று தோன்றியது. ஆனால் ஜாய்ஸ் இரண்டையுமே செய்யவில்லை. அவளால் முடியாது. அதற்கு பதில் தசை இறுக்கிக் குருதி கசியும் வரை கன்னச்சதையை கடித்துக்கொண்டு பேசாமலிருந்தாள்.

அமா மீண்டும் ஒரு ஆழ்ந்த பெருமூச்செடுக்கிறாள். அது அவர்களைப் போர்த்தி மூடுகிறது. அவர்கள் தத்தம் எண்ணங்களில் புதைந்தவர்களாய் அடங்கிப்போய் அமர்ந்திருந்தனர். சில சமயங்களில் அவர்களின் வெவ்வேறு எண்ணங்கள் ஒன்று குவிந்து நிகழ்காலத்தில் சந்தித்து, அவர்களுக்குள் ஒரே விதமான பயத்தைப் பகிர்ந்தளித்தன. ஆனால் அவர்கள் தங்கள் கடந்த காலத்தைப்பற்றி எண்ணும்போது அவர்களுக்கு வெவ்வேறு நினைவுகள் வந்தன.

ஆண்டுகள் பல கழிந்த பின், மேடம் ஏன் இப்படி தனித்து, இறுகி, ஆட்படாமல், அவள் இருக்கும் விதமாக, இருக்கிறாள் என்பதை எஃபே புரிந்து கொண்டதாகச் சொல்வாள்.

‘நீ அப்படி இருக்கவில்லையென்றால் உன்னிடம் இருக்கும் பெண்கள் உன்னை ஏமாற்றி ஏறி மேய்ந்து விடுவார்கள்.’ அவள் ஜாய்ஸிடம் சொல்வாள். ‘அதிக நெருக்கம் காட்டினால், ஒரு நாள் கூட தாக்குப்பிடிக்க மாட்டாய். பெண்களிடம் மட்டுமல்ல, போலீஸிடமும் அப்படித்தான். ரொம்ப மென்மையாக இருந்தால் நீ கொடுக்க நினைப்பதை விட அதிகமாகப் பிடுங்கப் பார்ப்பார்கள். வெள்ளைக்கார போலீஸ்காரர்கள் பேராசை பிடித்தவர்கள். அவர்களுடைய பார்வை பெரிது. நைஜீரியர்கள் போல கொடுக்கும் நூறு நைராவை வாங்கிக் கொண்டு மகிழ்ச்சியோடு போக மாட்டார்கள். இலவசமாகப் பெண்களையும் கேட்பார்கள். ஆயிரம் யூரோ. ஆஹ்!’

எஃபே தன் விக்கை கீழே இழுத்துச் சரிசெய்து முன்கற்றை

முடி அவள் புருவங்களை மறைக்கும் விதமாக வைத்தாள். அவளது கண்கள் எங்கோ தொலைவில், எழுந்து அடங்கி உருவகங்கொள்ளும் ஒரு குறிப்பிட்ட நினைவில் குவிந்து கிடந்தன.

“எனக்கு ஒருத்தனைத் தெரியும். நல்லத் தரமான சவுரி விற்பவன்” அமாவும் ஜாய்ஸுும் உடலைத்திருப்பி அவளைப் பார்த்தனர். ஆண்ட்வெர்பிற்கு முன்னதான அவளது பழைய வாழ்க்கை குறித்து எஃபே பேசுவது இதுதான் முதல்முறை. அவர்கள் அறிந்தவரை, அவள் தனது கடந்தகாலம் பற்றி அறியத்தரும் முதல் காட்சி இதுதான். எஃபே தொண்டையைச் செருமிக் கொள்கிறாள். தன் கதையைச் சொல்லும் தேவை திடீரென்று ஏன் தோன்றியது என்று அவளுக்கே தெரியவில்லை. ஆனால் இந்தப் பெண்களோடு முன்பு இருந்திடாத ஒரு உறவு, நெருக்கம் இப்போது தோன்றுகிறது. அவளுக்கு இனி இந்தப் பெண்களைத் தவிர வேறு கதியில்லை. அது அவள் ஏற்கெனவே அறிந்த ஒன்றுதான் என்றாலும் சிஸியின் மரணம் அதை பலப்படுத்தியது.

அவளுக்கு ஐரோப்பாவில் இருக்கும் ஒரே குடும்பம் இவர்கள்தான். ஒருவரை ஒருவர் சரியாக அறிந்துகொள்ளாத குடும்பங்கள் செயலிழந்துவிடும்.

“அவன் பெயர் டைட்டஸ்” விக்கைச் சரிசெய்தபடி தொடர்கிறாள்.

ஜாய்ஸ் சிடி ப்ளேயரின் ஒலிப்பெருக்கியைத் துடைக்கிறாள். அமா சிகரெட்டைப் பற்ற வைக்கிறாள். எஃபேயின் குரல் தொடர்கிறது.

“அப்போது எனக்குப் பதினாறு வயது. டெலேவைப் பார்ப்பதற்கு வெகுகாலம் முன்பு அவனைச் சந்தித்தேன்.”

சிஸி

இவன் ஒரு கிறுக்கன், பேசாமல் கதவைத் திறந்துகொண்டுப் போய்விடலாம் என்று நினைத்தாள் சிஸோம். மாதாமாதம் அவள் ஐநூறு யூரோ அனுப்ப வேண்டுமாமே.

'அல்லது உனக்கு எவ்வளவு கிடைக்கிறதோ அவ்வளவு, குறைஞ்சபட்சமாக நூறு யூரோ, தவறாமல் அனுப்ப வேண்டும்.' தவறாமல் என்ற சொல் சற்று அழுத்தமாய் வந்து விழுந்தது. கனமான மரத்துண்டு ஒன்று மேசையில் உருண்டோடி தட்டென்று தரையில் விழுந்தது. தவறினால் விரும்பத்தகா விளைவுகளைத் தருமென்ற எச்சரிக்கை.

"என்னை ஏமாற்ற நினைக்காதே. செங்கோர் டெலேவை யாரும் ஏமாற்றுவதில்லை!" அவன் கொக்கரித்தான், நகையொலி விரிந்து பரவி ஆழ்ந்த தரைவிரிப்புக்குள் புதைந்து தேய்ந்தது.

"ஆனால் அவ்வளவு பணத்தை நான் எப்படிச் சம்பாதிப்பது?' தான் நினைத்தால் அவ்வளவு பொருளீட்டிவிட முடியுமென்கிற நம்பிக்கையை விடவும் ஒருவித ஆர்வத்தில்தான் சிஸோம் அப்படிக்கேட்டாள். இப்படி மிரட்டுகின்ற ஒருவனோடு சேர்ந்து அவள் இதையெல்லாம் செய்யப்போவதில்லை, அது

எதுவாக இருந்தாலும்தான். மற்றபடி அவளுக்கு ஓர் ஆர்வம். அவ்வளவு தான்.

'எனக்கு நிறைய தொடர்புகள் இருக்கின்றன. அதைப்பற்றியெல்லாம் நீ கவலைப்படாதே. நீ உழைக்க மட்டும் தயாராக இருந்தால் போதும் நிறைய சம்பாதிக்கலாம். கடுமையாக உழைத்தால் மாதம் ஐநூறு யூரோ அனுப்புவதெல்லாம் உனக்குப் பெரிய விஷயமே இல்லை. மாதாமாதம் நான் பெண்களை ஐரோப்பாவுக்கு அனுப்புகிறேன். ஆண்ட்வெர்ப். மிலான். மேட்ரிட். இங்கெல்லாம் என்னுடைய பெண்கள் இருக்கிறார்கள். ஒரு மாதத்துக்கு நான்கு பெண்கள். சில சமயம் ஐந்து. உனக்கு ஒரு பிரச்சனையும் வராது. நீ உன் பின்னழகைப் பார்த்திருக்கிறாயா?! ஜெனிஃபர் லோபெஸ் பின்னழகுதான் இருப்பதிலேயே அழகென்று எவன் சொன்னது? வந்து உன் சொத்தைப் பார்க்கச் சொல்! அப்புறம், இப்படி முலாம்பழம் மாதிரி முலையை வைத்துக்கொண்டு... ஏன் உனக்கு இன்னும் வேலை கிடைக்காமல் இருக்கிறது?' அவனது பார்வை அவளது முலைகளின் மீது பேராசையோடு படிந்தது.

அவனது சொற்கள் முழுமையாக அவளுக்குள் இறங்கிய தருணத்தில் அவள் வெகுண்டிருக்கவேண்டும். அவளை என்ன மாதிரியான பெண்ணென்று அவன் நினைத்துக்கொண்டானென்று கேட்குமளவுக்கு, 'என்னிடம் பல்கலைக்கழகப் பட்டம் இருக்கிறது தெரியுமா? நான் ஒரு பட்டதாரி என்று உனக்குத் தெரியுமா?' என்று சொல்லுமளவிற்குத்தான் வெகுண்டிருக்க வேண்டும் என்று சிஸோம் எதிர்பார்த்தாள். அவளது சினம் அவனது கொழுத்த முகத்தில் எட்டி அறையும் துணிவைத் தரும் என்று நினைத்தாள். அவனது அலைபேசிகளை இரட்டை மெருகூட்டப்பட்ட கண்ணாடிச்சுவர் மீதெறிந்து உடைத்து நொறுக்கத் தோன்றுமளவுக்குத் தனக்குக் கோபம் வருமென்று நினைத்தாள்.

'முட்டாளே! வீணாய்ப்போனவனே! கெழட்டுக்கபோதி வெட்கமாயில்லையா உனக்கு?' என்று கூச்சலிட்டுக்

கிடைக்கும் பொருட்களை உடைத்து நொறுக்கும்படியான கோபம் சூறாவளியாய் அவளுக்குள் உருவெடுக்குமென அவள் காத்திருந்தாள். மாறாக, தொலைக்காட்சி நிகழ்ச்சி போல சில காட்சிகள் அவள் மனத்திரையில் தோன்றின: கஞ்சிநிறச் சுவர்களோடு கூடிய கூடம். எப்போதும் நீரில்லாத நீர்த்தொட்டி கொண்டக் கழிவறை. கழிவறையைப் பயன்படுத்த வேண்டுமென்றால் முதலில் காம்பவுண்ட் மத்தியில் இருந்த குழாயிலிருந்து வாளியில் நீர் பிடித்துக்கொண்டு போகவேண்டும். அவள் குடும்பத்துக்கு மட்டுமே சொந்தம் என்றில்லாத பொதுவான அடுக்களை. இருப்பது தெரியாமலிருந்து மடங்கிச் சிறுத்துப்போயிருந்த தந்தை, வெறுமை நிறைந்த கண்களோடு அவளது அன்னை. இறுதியாக பீட்டர்.

வாழ்க்கை அவன் மீது வீசும் எல்லாவற்றையும் தாங்கிக்கொண்டு, சிறந்த ஆசிரியர் விருதளித்த அரசு அதிகாரிகளோடான கசகசத்த கைகுலுக்கல்களில் மிதந்துகொண்டிருக்கும் பீட்டர். அவனது தந்தையைப் போலவே அவனும் தான் இருக்கும் நிலையிலிருந்து ஒருபோதும் மாறப்போவதில்லை என்று அவளுக்குத் தெரியும். அப்படியொரு வாழ்க்கையால் உறிஞ்சப்பட அவள் விரும்பவில்லை. இன்னும் ஓராண்டு லாகோஸில் அவள் வாழ்ந்திருப்பதைக் கற்பனை செய்து பார்த்தாள். ஆனால் தன்னால் அப்படிப்பட்ட வேலையைச் செய்ய முடியுமா? அவள் அப்படிப்பட்ட பெண் இல்லை. அங்கிருந்து போய்விட எண்ணித் திரும்பினாள், ஆனால் கால்கள் நகராமல் வேரோடிப்போயிருந்தன. டெலே நிமிர்ந்து பார்த்தான். சிரித்தான்.

‘இப்போதே முடிவு சொல்லவேண்டாம். இன்று போய் நன்றாக யோசி. ஆனால் சத்தியமாகச் சொல்கிறேன், உன் முலாம்பழங்களை வைத்துக்கொண்டு நீ ஏகமாய்ப் பணம் பார்க்கலாம்!’ ஆத்திரத்தில் கத்திக் கூப்பாடு போடாமல் ஒரு வித அமைதியோடு அவன் சொல்கிறபடி செய்யப்போகிறவள் போல அனைத்தையும் உள்வாங்கினாள்.

இந்த ஓக்பாவில் காலந்தள்ளிக்கொண்டு அவள் காத்திருப்பது

எதற்காக? பீட்டரைத் திருமணம் செய்து அவனது குடும்பத்தின் மற்ற அங்கத்தினரோடு ஒன்றாய்க் குடும்பம் நடத்தவா? அது கண்டிப்பாக டெலே சொன்னதை விடவும் மோசமான யோசனையல்லவா. ஆனால் இது? இதைச் செய்யக்கூடியவளா அவள்? வேறு எதாவது வழி இருக்கவேண்டுமே.

டெலே சொன்ன விபரங்கள் எதையும் பீட்டரிடமோ அவளது பெற்றோரிடமோ அவள் சொல்லவில்லை. அவளது தோழியொருத்தியின் கருணைமிக்க மாமன் என்று அவனைப் பற்றிச் சொல்லியிருந்தாள்.

“எஸின், எஸினை நினைவிருக்கிறதா? அதுதான் அந்த எத்துப்பல்காரி. உங்களுக்கு நினைவிருக்க வேண்டும். எஸெஸ்சியி பரீட்சைக்கு ஒவ்வொரு புதன்கிழமை சாயங்காலமும் சேர்ந்து படிப்போமே?” எஸினை யாருக்குமே நினைவில்லை, ஆனால் அதனால் ஒன்றுமில்லை. அவள் தயாரித்து வைத்திருந்த கதையைத் தொடர்ந்தாள். எஸினின் மாமன் அவள் வெளிநாடு போகவும் அங்கே அவள் வேலை பெறவும் ஏற்பாடு செய்திருக்கிறார். பதிலாக அவள் அவருக்கு மாதாமாதம் பணம் கட்டிவிட வேண்டும்.

அவள் புதிய வாழ்விற்காகத் தன் பெயரை மாற்ற முடிவு எடுத்ததையோ, அதற்காக அவள் தேர்ந்தெடுத்திருந்த பெயரையோ அவர்களுக்குச் சொல்லவில்லை. சிஸி. ஷோனாவில் இருந்த சிஸ்டர். அவளது பல்கலைக்கழக வகுப்புத் தோழர்களில் ஒருவனான ரோலண்ட், சிஸி புலவயோயில் இருந்த அவனது தங்கையை நினைவுபடுத்துவதாக அடிக்கடி சொல்வான். வீட்டு நினைவாக, தங்கையின் நினைவாக, கல்லூரியில் படித்த நான்கு ஆண்டுகளாகவும் சிஸோமை சிஸி என்று தான் அழைத்தான். அவள் தன் பெயரை அப்படித்தான் மாற்றிக்கொள்ளப்போகிறாள்: அந்நியம் என்றாலும் பரிச்சயம்.

சிஸோம் என்ற பெயர், கொஞ்சகாலத்துக்காவது இருப்பிலிருந்து மறைந்து போகும். அவள் பெரிதாகச் சாதித்ததும் மீண்டும் சிஸோமாகப் பிறப்பெடுப்பாள். ஒன்றோ இரண்டோ வியாபாரங்கள் துவக்குவாள்.

விலையுயர்ந்த செகண்ட் ஹாண்ட் ஆடம்பரக் கார்களை நைஜீரியாவுக்கு இறக்குமதி செய்யும் தொழில் தொடங்குவாள்.

அன்று இரவு அவளது அன்னை நன்றி சொல்ல கடவுளை அழைத்த குரல் அண்டை வீட்டுக்காரர்கள் அத்தனை பேரையும் அழைத்து வந்து விட்டது. தூய வெள்ளையணிந்து தேவாலயத்துக்குப்போகும் பக்கத்து வீட்டு இளம் தம்பதியர், சிஸோமின் மீது விழுந்த கர்த்தரின் ஆசீர்வாதம் தங்கள் மீதும் விழவேண்டுமென்று அவரது இருபத்தி ஒன்பது திருநாமங்களையும் கைதட்டி ஜெபித்தபடி அறையைச் சுற்றி ஆடினர். 'விழுந்த' என்று அந்த மனைவி சொன்னது– சிஸோமை அவள் மீது கனமான ஏதோ ஒன்று விழுந்து நசுக்குவது போல, நசுக்கிக் கொன்றுவிடும் என்பது போல எண்ணத் தூண்டியது. அவளது பெற்றோர் கூடத்தில் அமர்ந்தபடி வருகின்ற விருந்தினரையெல்லாம் வரவேற்று ஒவ்வொரு வேண்டுதலையும் பலத்த ஆமெனில் நிறைவு செய்து ஆடிக்கொண்டும் பாடிக்கொண்டும் இருந்த போதும் கூட அவர்கள் ஒருவருக்கொருவர், தம் மகளை கைவிட்டுவிட்ட வலியில், அடிபட்ட பார்வையைத் தமக்குள் பரிமாரிக்கொள்வதை சிஸோம் கண்டுகொண்டாள். அவளது கதை பொய்யென்பதை உணர்ந்து, உண்மை நினைத்து அஞ்சி, அது ஏற்றிவிடக்கூடிய குற்றத்தன்மை குறித்து உண்மையில் பயந்திருக்கிறார்கள் என்று அவள் ஐயுற்றாள். அவளது எதிர்காலம் குறித்து கணித்துச் சொன்ன அந்தப் பெண்மணி சொன்னவற்றை நினைவுபடுத்தி தன் கூற்றை நம்பவைக்க முயன்றாள்.

"இதுதான் என் எதிர்காலம்! எத்தனை பேருக்கு இப்படியொரு வாய்ப்புக் கிடைக்கும்? இதுதான்!"

"ஆமாம், ஆமாம், இதுதான் இதுவேதான்!" அப்பாவும் ஆமோதித்தார்.

"ஆமாம், ஆமாம், ரொம்பச் சரி! ரொம்ப ரொம்பச் சரி." அம்மா ஆமோதித்தாள். பலமாகத் தலையாட்டினர். அந்த

வேகமான ஆமோதிப்பின் பின்னே கேள்விகளும் எண்ணங்களும் சுற்றிச்சுழன்று அவர்களைக் கீழே இழுத்துத் தள்ளிவிடும் போல அச்சுறுத்தின.

“ஆட்டுக்கல்லைக் கழுவ மறந்துவிட்டேன். அப்படியே விட்டால் நாளைக்கு கழுவச் சிரமமாக இருக்கும், பிறகு கழுவவே முடியாது.” அம்மா அடுக்களைக்குள் வேகமாய்ப் புகுந்து கொண்டாள்.

“நாளைக்கு சீக்கிரமே அலுவலகம் போக வேண்டும்.” அப்பா படுக்கப் போய்விட்டார். காலையில் அவர் கிளம்பியபோது கிழங்குக்கஞ்சி மேசையில் அப்படியே கிடந்தது. தொடர்ந்த வாரங்களில், நடைப் புழுதியில் அழுக்கேறிய காலணிகளோடும் கெஞ்சி வீங்கிய கன்னங்களோடும் பீட்டர் அடிக்கடி வந்து போனான். “போகாதே! தயவு செய்து போகாதே. உன் தோழியுடைய மாமாவை மறந்துவிடு” மாமா என்று சொல்லும் போதெல்லாம் அவனுக்கு நச்சுப்பல் முளைப்பதுபோலிருந்தது.

“நாம் எப்படியாவது ஒப்பேற்றிவிடலாம். சத்தியம் செய்கிறேன். உன்னை நன்றாகப் பார்த்துக்கொள்கிறேன். உன்னை வெளிநாட்டுக்கு நான் அழைத்துப் போகிறேன். இங்கிலாந்து. ஹாலந்து. அமெரிக்கா. ஸ்பெயின். நீ எங்கே கேட்கறாயோ அங்கே. எந்த நிலையும் அப்படியே இருந்துவிடாது. நாம் ஜெயிப்போம். நான் உன்னைக் கல்யாணம் பண்ணிக் குழந்தைகள் கொடுப்பேன்.”

அவன் எப்படிச் சரிசெய்வான், இந்தப் பள்ளியிலே வேலை பார்த்துக்கொண்டு ஐந்து உடன்பிறப்புகளையும் பார்த்துக்கொண்டு தனது நிலையை எப்படி மாற்றுவான்? ஒரு குடும்பத்தைத் துவக்கி நடத்த அவனால் எப்படி முடியும்? இப்படி அவள் சொல்ல நினைத்த எதையும் சிஸோம் சொல்லவில்லை. அவள் கிளம்பிவிட்டால் அவளை முழுவதுமாகத் தொலைத்துவிடுவோமோ என்று பீட்டர் பயப்படுவதுபோல இருந்தது.

“நான் உன்னைக் காதலிக்கிறேன்” அவன் முயற்சித்தான்.

“பீட்டர்” அவள் சொல்லவில்லை. அவனை வருத்திவிடக் கூடுமென்ற பயத்தில் வாய்திறந்து சொல்லாமல் தனக்குள் நினைத்தாள், “இப்போதைக்கு எனக்கான ஆண் நீ இல்லை.” அவள் கண்களில் தொக்கி நின்ற பொறுமையற்ற உற்சாகத்தை, அந்த உற்சாகத்தால் அவை - அவனையும் ஓக்பாவையும் தாண்டிய வெகுதூரம் குறித்த எண்ணங்களில் - துடிப்பதை அவன் கண்டுவிடக் கூடாதென்று நினைத்தாள்.

சிஸோம் கிளம்பிய தினம், அவளை விமானநிலையம் வந்து வழியனுப்ப யாரும் வரவில்லை. பீட்டர், தனது ஒன்பது வயதுச் சகோதரனிடம் ஒரு கடிதம் மட்டும் கொடுத்தனுப்பி விட்டு வராமலே இருந்துவிட்டான். அதை சிஸோம் பெற்றுக் கொண்டாள். ஆனால், வாசிக்காமல் தன் கைப்பைக்குள் திணித்துக்கொண்டாள். பீட்டரின் காதல் பிரகடனத்தையோ உள்ளே இருந்த தவிப்பையோ இப்போது அவள் எதிர்கொள்ள விரும்பவில்லை, இயல்பை விட இறுக்கமாகக் கைப்பையைப் பற்றிக்கொண்டாள். ஏதோ ஒரு கை வந்து அவளைத் தடுத்து நிறுத்திவிடாதாவென்ற ஏக்கம் அலைக்கழித்தது. விலகல் இத்தனை கொடுமைமிக்கதாக இருக்குமென்று அவள் உணர்ந்திருக்கவில்லை.

லாகோஸில் இரவுகள் அதுவும் டாக்ஸிகள் அத்தனை பாதுகாப்பானதல்ல என்று அவளது தந்தை சொல்லியிருந்தார். அதற்கு அன்னையும் தலையாட்டினாள். அதனால் முர்தாலா முகம்மது விமான நிலையம் நோக்கி அவளை அழைத்துச்செல்ல அவள் ஏற்பாடு செய்திருந்த டாக்ஸியில் அவளும் அவள் மிகக் கவனமாக பொருட்களை அடுக்கிய பெட்டியும் மட்டுமே. தடுக்கி விடக் கூடுமென்று அவள் அஞ்சுமளவுக்கு உயரமான ஆஃப்ரோ அலங்காரச் சிகையோடு இருந்த ஓட்டுநர் அதிகமாகவே பேசினான். அவன் தன் இரண்டு மனைவியரோடும் பள்ளி செல்லும் எட்டுக் குழந்தைகளோடும் வாழ்வதிலுள்ள சிரமங்களைச் சொல்லிக் குறைபட்டான். இறந்து

போன சகோதரனிடமிருந்து இரண்டாவது மனைவியைப் பெற்றிருந்தான் அவன்.

“புத்தம் புதிது, கிட்டத்தட்ட கன்னி. அவர்களுக்குத் திருமணமாகி ஒரு வருடம் கூட ஆகவில்லை அவன் இறந்துவிட்டான். பெண் கொள்ளை அழகு. என் தம்பிக்கு நல்ல ரசனை. ஆனால் அழகான பெண்ணைப் பராமரிக்க ரொம்பச் செலவாகிறது, தங்கச்சி.”

சிஸோம் வெளிநாடு போகிறபடியால் அவளிடம் கொடுப்பதற்குப் பணம் அதிகமிருக்கும் என்று நினைத்துக்கொண்டிருந்தான் போலும். “என் பையன் ரொம்ப அறிவாளி,” பெருமையாக அறிவித்தான். “ஆறு வயதுதான் ஆகிறது ஆனால் அவன் சொல்வதையெல்லாம் கேட்க வேண்டுமே! அவ்வளவு அறிவு. அவனைப் பள்ளிக்கூடத்துக்கு அனுப்பத்தான் ஆசை ஆனால் எங்கே? இந்தப் பிச்சை சம்பளத்தை வைத்துக்கொண்டு அவன் பள்ளிக்கூடக் கட்டணத்தைக் கட்ட முடியாது.” அவனது மற்ற குழந்தைகள், எல்லாம் பெண்கள், வீட்டருகிலிருந்த அரசு பள்ளிக்கூடத்துக்குப் போய்க்கொண்டிருந்தனர்.

“செலவு குறைவுதான் ஆனால் குப்பை. என் மகனுக்கு அந்தப் பள்ளிக்கூடமெல்லாம் சரி வராது!” அவனது மகனுக்குச் சிறப்பானதைக் கொடுப்பதற்காக இவன் முதுகொடிய இரவு பகலாக வேலை பார்த்துக் கொண்டிருந்தான்.

‘பெண்கள் நீங்களெல்லாம் கொடுத்து வைத்தவர்கள். நல்ல கொழுத்த பணக்காரனாய்ப் பார்த்து கல்யாணம் செய்தால் போதும். ஆண்கள் அப்படியா? அவர்கள் வாழ்க்கை ரொம்பக் கஷ்டம். ஆதாம் செய்த தப்புக்கு கடவுள் எங்களுக்கெல்லாம் தண்டனை கொடுக்கிறார்.’ ஒரு சுய கேலிப்புன்னகையோடு அவன் வானொலியை உயிர்ப்பித்தான். சிறு கரகரப்புக்குப் பின் ஃபெலாவின் ‘டீச்சர் டீச்சர்’ பாடல் ஒலிக்கத் துவங்கியது. கண்ணாடியில் தெறித்த மழை இரைச்சலில் அதைச் சரியாகக் கேட்க முடியவில்லை. ஓட்டுநர் தன் இருக்கையில் அசைந்து ஆடியபடி, பாடலை

முணுமுணுத்துக்கொண்டிருந்தான், இடையிடையே மெதுவாகப் போன, இவனை இடைமறித்த, முந்திச்செல்ல முயன்ற பிற ஓட்டுநர்களையும் வசைபாடிக்கொண்டான். "திருட்டு லைசன்ஸா முட்டாள்ப்பயலே? திருட்டு மூதேவி. லூசு. பைத்தியமா உனக்கு?"

சிஸோம் பயணம் முழுமைக்கும் அமைதியாக இருந்தாள். இதுபோன்ற சாதாப் பேச்சுகளில் ஈடுபட முடியாதபடி அவள் தலைக்குள் எண்ணற்ற விஷயங்கள் ஓடிக்கொண்டிருந்தன. அவன் வாழ்க்கையின் துயரங்களுக்கு இவளென்ன செய்ய முடியும்? அதை அவனே பார்த்துக்கொள்ளட்டும். அதுவல்லாமல் இத்தனை ஆண்டுகளாய் லாகோஸில் வாழ்ந்திருந்த போதும் கூட அவளுக்கு யொரூபா அத்தனை சரியாகப் பேச வராது. இன்னும் கூட பாதிப் பேச்சில் தடுமாற்றம் இருக்கிறது.

பீட்டரின் கடிதத்தை வெளியே எடுத்துக் கசக்கினாள். முதுகு சாய்மானத்துக்கும் இருக்கைக்கும் இடைப்பட்ட இடைவெளியில் கைநுழைத்து அதைத் திணித்து வைத்தாள். அது அங்கேயே இருக்கட்டும். அவள் எதிர்காலத்தின் வெளிச்சம் நோக்கிச் செல்கிறாள். அப்படி அந்த டாக்ஸியின் இருக்கையில் கைநுழைத்து கடிதத்தை இன்னும் ஆழமாகப் புதைக்கப் புதைக்க பீட்டரிடம் இருந்து ஒரு விடுதலை கிடைப்பது போல இருந்தது. திடீரென்று அவள் இறப்பற்றவளாக உணரத்தொடங்கினாள்.

அப்போது அவளுக்குள்ளிருந்து பொங்கிப்பெருகிய ஆற்றலானது காதலை, ஏன் இறப்பையும் கூட வீழ்த்துகின்ற வலிமையுள்ளதாக இருந்தது. அவள் தனது எதிர்காலம் நோக்கித் துணிவாகக் காலடி எடுத்துவைக்கத் தயாராகிவிட்டாள். எல்லா நன்றியும் டெலேவுக்குத்தான் போய்ச் சேரும். அவளுடைய வாழ்க்கை முழுவதும் அவனுக்குக் கடன்பட்டிருந்தாள்.

எஃபே

பதினாறு வயதில் தன் தகப்பனாரின் வீட்டுக்குக் கொல்லையில் முதல் முறையாக கலவியனுபவத்தைப் பெற்றாள் எஃபே. அந்த முதல் அனுபவம் வலிமிக்கதாய் மிகவும் சுமாராய் இருந்ததால் பல நாட்கள் அழுதுகொண்டே இருந்தாள். இதில் என்ன எதிர்பார்க்க வேண்டுமென்று பெரிதாய் அவள் அறிந்திருக்கவில்லை என்றாலும் கூட, கலவி என்பது இவ்வளவு சாதாரணமான அனுபவமாய், இப்படி வலிமிகுந்த வெறுமையைத் தருவதாய் இருக்குமென்று அவள் நினைக்கவில்லை.

கையில் பெற்ற சில்லறை மின்னவில்லையே என்று பிள்ளைகள் எண்ணுவது போல, ஏமாற்றத்தை உணர்ந்தாள். கால்களுக்கிடையிலான வலி சீக்கிரம் சரியாகிவிடும் என்ற நம்பிக்கை மட்டுமே அவளுக்கு அப்போது இருந்தது நினைவிருந்தது. அவளது பிட்டத்தை அழுத்திக் கட்டிப்பிடித்துக் கொண்டு, அசைந்து முனகி முயங்கியவனுக்கு, அவளது அத்தனை வலிக்கும் காரணமாயிருந்த அவனுக்கு நாற்பத்தி ஐந்து வயது. வயதானவன். அனுபவம் மிகுந்தவன். அதை விட முக்கியமானது அவனுக்குச் சொத்து ஏராளம் என்ற வதந்தி. ‘காசு! கண்ட இடமெல்லாம் காசு.’

எஃபேவுக்குத் துணிமணி புதிய காலணிகள் எல்லாம் வாங்கிக் கொடுப்பதாக அவன் வாக்குக் கொடுத்திருந்தான். அவள் அவன் சொல்லுக்கு இணங்கினால் சுவர்க்கம் பூவுலகம் இவற்றுக்கிடையே அவள் ஆசைப்பட்ட எல்லாமும் வாங்கித் தருவதாகச் சொன்னான். 'என்ன வேண்டுமென்றாலும் சொல், நான் வாங்கித் தருகிறேன். சத்தியமாகச் சொல்றேன். உன்னைப் பார்த்தால், சரக்கே அடிக்காதவன் 'காய்காய்' (நாட்டுச்சாராயம்) அடித்தாற்போல ஜிவ்வென்று இருக்கிறது. உனக்காக எதுவும் செய்வேன். எதுவும்!' அவன் அவளை மிஸ். நைஜீரியா என்று அழைத்தான். அவள் மட்டும் கொஞ்சம் வெள்ளைத் தோலோடு பிறந்திருந்தால் தேவதைகளெல்லாம் பொறாமைப்பட்டிருப்பார்கள், அவள் அவ்வளவு அழகு என்று சொன்னான்.

"கடவுள் தன்னுடைய தேவதைகளை விட அழகாகிவிடப் போகிறாய் என்றுதான் உன்னைக் கறுப்பாகப் படைத்து விட்டிருக்கிறார்!"

அவனது Everything For Your Hair பல்பொருள் அங்காடியின் அருகிலிருந்த கடையொன்றில், மூன்று வண்ணக் கலவையில் இருந்த ஒரு கைப்பையை ரசித்தபடி நின்றுகொண்டிருந்த எஃபே அவன் கண்ணில் பட்ட நாளிலிருந்து அவளை அடைய விரும்பினான்: அவள் பாவாடையின் கரை தரைப்புழுதி தேய்க்க, சந்தையில் இருந்து அந்த வாரத்துக்குத் தேவையான பொருட்களைச் சுமந்துகொண்டு நடந்து வந்தபோது காரை நிறுத்தி வீட்டில் இறக்கி விடுவதாகச் சொல்லி ஏற்றிக்கொண்டு (முதலில் அவள் மறுக்கத்தான் செய்தாள்) சென்றான். போக்குவரத்து நெரிசலில் காத்திருந்த நேரம் அவளுக்கு சில்லென்று ஐஸ் கொக்கோ-கோலோ புட்டியொன்று வாங்கிக் கொடுத்து, வெட்கித் தயங்கியவள் கைகளில் வெடவெடக்கும் புதிய நூறு நைரா நோட்டைத் திணித்தான். அந்தக் கடைசி செய்கைதான் அவளை அசைத்துவிட்டது. அது பணம் என்பதால் மட்டுமல்ல, அதன் மொடமொடப்பும் மத்திய வங்கியின் வாசனையும், அவள் அவனைப்பற்றிக் கேட்ட

கதையெல்லாம் உண்மை என்று நம்பவைப்பது போல பெரிய நோட்டுக் கத்தையிலிருந்து அவன் அதை உருவி எடுத்ததுதான் அவளை கிளர்ச்சியடையச் செய்தது. அந்த வாசனை போதும், அது யாரையும் கிளர்த்தும். இப்படி இரண்டரை வாரங்களாக அவன் செய்த அடித்தள வேலைகளின் உச்சம்தான் கொல்லையில் எழுந்த முனகல்கள்.

எஃபே கண்களை மூடிக்கொண்டு முந்தைய வாரம் உபயோகித்த பொருட்களை விற்கும் சந்தையில் பார்த்த டெனிம் காற்சட்டையை நினைத்துப்பார்த்தாள்: நீல நிற ஜீன்ஸ், இடதுபக்கம் பின்புற பாக்கெட்டில் ஆங்கில வி எழுத்து உலோகத்தில் பொறிக்கப்பட்டுத் தகதகவென ஒளிர்ந்தது. அது வரை அவள் கைக்கெட்டாத நிலையில் அது இருந்தபடியால் வெறுமனே பார்த்து திருப்தியடைந்து கொண்டிருந்தாள். இப்போது அதை வாங்குவதற்குச் சாத்தியமாகி இருக்கிறது. டைட்டஸ் அவளை முதன்முதலாகப் பார்த்தபோது அவள் ரசித்துக்கொண்டிருந்த அந்தப் பையை வாங்கலாம். ஒரு சட்டை கூட கேட்க வேண்டும். டைட்டஸால் முடியும். அவனிடம் பணம் இருந்தது. ஒருவேளை அவள் மொத்தமாக அவளது துணிமணி அடுக்கையே மாற்றலாம். தெருமுக்கில் இருந்த அமாக்கா அம்மாளிடம் பெற்ற தரை கூட்டும் நீளப்பாவாடைகளையும், பெரிய சட்டைகளையும் தூக்கி எறியலாம். அமாக்கா அவள் அன்னையின் தோழி, அதனால் அவளது பழைய துணிகளைத் தன் அருமைத் தோழியின் மக்கள் எஃபேவுக்கும் ரீட்டாவுக்கும் தருவது கடமையென்று நினைத்துக் கொடுப்பாள். அவள் தருவன எல்லாமும் எஃபேவுக்குப் பிடிக்காது; ஆனால் பிச்சையெடுப்பவர்களுக்குத் தேர்வு செய்யும் உரிமை ஏது? இப்போது அவள் விரும்பியதெல்லாம் வாங்கித்தர டைட்டஸ் இருக்கிறான்.

‘என்னிடம் இருக்கின்ற பணம் இந்த ஜென்மத்தில் தீராது,’ அவள் அவனிடம் என்ன ஆசைப்பட்டாலும் கேட்கலாமென்று ஊக்குவித்து அவன் அடிக்கடி அவளிடம் சொன்னான். அவனது கடையிலும் வியாபாரம் நன்றாகப் போய்க்கொண்டிருந்தது.

நல்ல சவுரி மயிர் என்று வந்துவிட்டால் அவனுக்குப் போட்டியே இல்லை. 'இங்கே ஊரெல்லாம் விற்கப்படுகிற அந்த வீணாய்ப்போன குதிரைமயிரல்ல இது நேரே இந்தியாவில் இருந்து வருகிற நூற்றுக்கு நூறு சதம் மனிதமயிர்!' கண்கள் பிதுங்க அடிக்கடி பெருமையடித்துக் கொள்வான்.

லாகோஸின் எல்லாப் பகுதிகளில் இருந்தும் பெண்கள் அவன் கடைக்கு வருவதாகச்சொன்னான். "ஊரில் தரமான சவுரி வைத்து எந்தப்பெண்ணைப் பார்த்தாலும் அவள் என் கடையில் வாங்குகிறவளாகத்தான் இருப்பாள்" மூன்று முறை மார்தட்டிக்கொண்டான். "என்னிடம், இந்த டைட்டஸிடம்தான்."

ஒரு நீலநிறச்சட்டை வாங்கவேண்டுமென்று எஃபே நினைத்தாள். அவளிடம் வெளிர் நீலத்தில் ஒரு சட்டை இருந்தது, இந்தக் காற்சட்டையோடு சரியாகப் பொருந்திப்போகும். காற்சட்டைக்குப் பொருத்தமான காலணிகள் வேண்டும். கொஞ்சம் நேர்த்தியாக குதிகால் வைத்த தினுசாய். கண்டிப்பாக அவளை அசல் சிஸி எகோ (லாகோஸ் அழகி) வாகக் காட்டும்படியான நேர்த்தியான குதிகால் செருப்புத்தான் வாங்க வேண்டும். அவனுடைய கடையில் இருந்து சவுரிகள் தர அவனைச் சம்மதிக்க வைக்கவேண்டும். எவ்வளவு நாள் தான் அவளே கூந்தலைக்கட்டுவாள்? அவளது புதிய சவுரிமயிர் தோள்வரை நீண்டு படர, டக் டக் டக் என்று காலணி ஒலிக்க அவள் சாலையில் நடந்து போவது போலக் கற்பனை செய்து பார்த்தாள்.

லாகோஸில் அனுபவமிக்க அழகியர் அதிகமாகத் தொடங்கியிருந்தனர். செலவு செய்யத் தேவையான பணம் (அது அவர்களுடையதோ வேறொருவருடையதோ) கொண்ட இளம்பெண்கள் அவர்களுள் ஒருத்தியாக அவள் இருப்பாள். ஒருவேளை அவள் டைட்டஸை ஒப்புக்கொள்ள வைத்து காரோட்டச் சொல்லித்தரும்படி செய்யலாம். பிறகு ஒரு கார் கூட வாங்கலாம். ஏன் கூடாது? அவளும் வண்டி

உரிமையாளராக, டைட்டஸினது போல- கண்ணாடியில் குட்டிக்கரடி பொம்மை தொங்கும்- ஒரு சிறிய காரின் உரிமையாளராக ஆகலாம். ஒரு கை ஸ்டியரிங்கில் இருக்க மறு கை கியரைப் பிடிக்க, வ்ரூம்... வ்ரூம்... என்று டைட்டஸைப் போலவே அவளும் காரோட்டும் காட்சி மனதில் தோன்றியது. அவளது இதழ்கள் மிக அழகாக இளம் ஊதா நிறத்தில் பளபளவெனப் பளீரிடும். அவளுக்கு இளம் ஊதா நிறத்து உதட்டுச்சாயம் மிகவும் பிடிக்கும் ஆனால் அவளிடம் இல்லை. இதுவரை இல்லை. ஆனால் இனி எல்லாம் மாறப்போகிறது.

டைட்டஸ் தனது முகத்தை அவள் முகத்தினருகே கொண்டு வந்து அவளது நாசிக்குள் சுவாசித்தான். அவனது மூச்சிலிருந்த புதினா மணத்தை அவளால் உணர முடிந்தது. அதன் அடிநாதமாய் எப்போதோ சாப்பிட்ட வேறேதோ ஒன்றின் நாற்றம் இருந்தபோதும் கூட அந்த வாசனை ஒன்றும் வெறுக்கத்தக்கதாய் இல்லை. அது சோறா? வள்ளிக்கிழங்கா? பீன்ஸா? ஃபுஃபுவா? (கிழங்குக்களி) அந்த நாற்றத்தில் மனதைப் புகுத்தாமல் புதினா மணத்தில் கவனம் குவித்தாள். அவன் அவளது வாயில் முத்தமிட்டபடி அவள் மீது நெளிந்தான். நாவினால் அவளது கன்னங்களை நக்கினான். அவனது எச்சில் நாறியதை அவள் பொருட்படுத்தவில்லை, அதை அனுபவிக்க வேண்டுமென்று கூட நினைத்தாள். சுவர் மீதிருந்த அவளது வெற்று முதுகு அரித்தது. அவர்களின் அருகே இருந்த சாக்கடை நாற்றம் மிதந்து வந்து அவள் நாசியை அடைந்தது. அவனது வயிறு அவள் வயிற்றின் மீது அழுத்தியபடி இருந்தது. அதை எப்படியாவது தள்ளிவிட நினைத்தாள். தண்ணீர்ப்பானை மாதிரி வயிற்றை வைத்திருக்கிறான்.

மீண்டும் செய்யத் தூண்டுமளவுக்கு இதில் எதுவுமே இல்லை. பிறகு எதற்குத்தான் பெண்கள் மீண்டும் மீண்டும் இதைச் செய்கிறார்கள்? பள்ளிக் கழிவறைக் குழிகளுக்குப் பின்னால் பையன்களைச் சந்தித்து இதைச் செய்வது பற்றிப் பேசும்போது பெண்பிள்ளைகளின் முகங்கள் ஏன் இளிப்பும் ஒளியுமாய் விகசிக்கின்றன? ஒருவழியாக அது முடிந்த போது அவள்

டைட்டஸின் மனைவியைத்தான் நினைத்துப்பார்த்தாள். திறந்த புண்ணில் மிளகரைத்து அப்பியது போல கால்களுக்கிடையில் காந்துவதைப் புறக்கணிக்க முயன்றாள். டைட்டஸின் மனைவி இதை ஒவ்வொரு இரவும் தாங்கிக்கொள்ள வேண்டுமா? முதல் முறைதான் வலிக்கும் என்று கேள்விப்பட்டிருந்தாள், ஆனால் அதெப்படி அவ்வளவு நிச்சயம்? பெரியவர்கள் எப்போதுமே உண்மையைப் பேசுவதில்லை. பெரியவர்களை எப்போதும் முழுமையாக நம்பிவிடவே கூடாது. அவளது அன்னையை எடுத்துக்கொள்ளுங்கள்! அவளது இறுதி மூச்சுவரையும் கூட அவள் அவர்களை விட்டுப் போய்விட மாட்டாளென்று எஃபேவிடம் சத்தியம் செய்திருந்தாள்.

'உங்களை விட்டு எங்கேயடி போகப்போகிறேன்? யாருடன் போகப் போகிறேன்? அழாதே என் மகளே கண்ணைத் துடைத்துக்கொள். உன்னை விட்டு, என் பிள்ளைகளை விட்டு நான் எப்படிப் போவேன்? ம்ம்? பார்த்துக்கொண்டே இரு, இந்த ஆஸ்பத்திரியில் இருந்து நடந்தே நான் வீட்டுக்கு வருவேன். இன்னும் கொஞ்ச நாள்தான் நான் வந்துவிடுவேன். இப்போதே கொஞ்சம் சுகமானது போலிருக்கிறது. சீக்கிரம். வெகு சீக்கிரம் நான் வீட்டுக்கு வந்துவிடுவேன்.'

அந்தச் செவ்வாய்க்கிழமை காலையில், ஆயர் ஷானஹான் நினைவு மருத்துவமனையின் பணிச்செவிலி, இறந்தவர் குடும்பங்களோடு பேசுவதற்கென்றே பழக்கப்படுத்தியிருந்த மரியாதை கலந்த மரத்த குரலில்,

"இறந்துவிட்டார்களம்மா. உன் தாயார் நிஜமாகவே போய் விட்டார்கள். மன்னித்துக்கொள். இப்படி வாம்மா வா" என்றாள். சொல்லிக்கொண்டே விறைத்துக்கொண்டிருந்த அவளது அன்னையின் உடலிலிருந்து எஃபேவை, பிரித்தெடுக்க முயன்றபோது அதை நம்ப மறுத்து அவளது தாயார் சாகவில்லை என்று உடலை விட்டு அகல மறுத்து கத்திக் கதறுமளவுக்கு எஃபேவை நம்ப வைத்திருந்தாள் அவளது தாயார்.

அவள் அவர்களை விட்டுப் போக மாட்டாள். அவள் சத்தியம்

செய்திருந்தாள். அந்த நாள் வரையிலும் கூட அவளது அன்னை அவளிடம் பொய்யுரைத்துக் கொண்டிருக்கக் கூடுமென்று யாருமே அவளிடம் சொல்லவில்லையே. கழுத்தில் ஸ்டெதஸ்கோப்பை மாட்டிக்கொண்டு ஒரு நாளைக்கு இருவேளை வந்து அவளைப் பரிசோதித்துவிட்டுச் சென்ற மருத்துவர் சொல்லவில்லை. பணிமுடித்து மாலையில் வந்து வீட்டிலிருக்கும் தம்பி தங்கைகளைப் பார்த்துக்கொள்வதற்காக எஃபேவை வீட்டுக்கு அனுப்பிய தந்தை சொல்லவில்லை. “ஆஸ்பத்திரி சாப்பாடு மோசமாகத்தான் இருக்கும். நோய் விட்டாலும் இந்த உணவு உன்னைக் காலி செய்துவிடும் என்று எங்களுக்குத் தெரியாதா என்ன?” என்று சொன்னபடி சாப்பிட எதையாவது செய்து கொண்டு வந்து தந்து நலன் விசாரித்து விட்டுப்போகும் அண்டை வீட்டுக்காரர்கள் சொல்லவில்லை.

“கொஞ்சம் பொறுத்திருங்கள். இந்தக் கட்டிலில் இருந்து இறங்கி அம்மா நடந்தே வீட்டுக்கு வருவாள்!” எஃபே செவிலியரிடம் கெஞ்சியழுதாள். வேறு வழியின்றி அவளை உடலைவிட்டு இழுத்துக்கொண்டு போக வேண்டியிருந்தது. சில வாரங்கள் கழித்து அவளது அன்னையின் இறுதிச்சடங்கன்று, “நீ என்னை விட்டுப்போகக் கூடாது. சத்தியம் செய்திருக்கிறாய். திரும்பி வா. திரும்பி வாம்மா. செய்த சத்தியத்தை மறக்கலாமா? மறக்கலாமா?” கதறியபடி சவக்குழிக்குள் குதிக்க முயன்றாள் எஃபே.

ஆனால் சத்தியமெல்லாம் தனக்கு ஒன்றுமேயில்லை என்பது போல, நிரந்தரமாய் அவர்களை விட்டு நீங்கிவிடச் சித்தமாய், உறுதியான கோலத்தில் தன்னை மண் மூட அனுமதித்தபடி சவப்பெட்டிக்குள் அசைவற்றுப் படுத்துக் கிடந்தாள் அவளது அன்னை. ‘சாம்பலுக்குச் சாம்பலாயும் புழுதிக்குப் புழுதியாயும்’ சவப்பெட்டியின் முன் நின்றுகொண்டு ஜெபித்த பாதிரியின் குரலை எஃபேவால் எந்நாளும் மறக்கவியலாது. ஒருவித இறுதிமையைப் புலப்படுத்தும் குரலது. நோயில் விழமாட்டாதவளென்று நம்பப்பட்டவள் மீது - ஒரு ஞாயிறின் உதயத்தில் தலைவலியாய் வந்து, போகாத நெற்றிப்பொட்டு

வலியைப் போக்க மாத்திரைகளை விழுங்கி நாள் முழுவதும் ஓய்வெடுத்தும் ஓயாத வலியாக நீண்டு - மெல்லச் சேர்ந்து கொண்ட நோயினால் இறந்த பெண்ணொருத்தியின் முடிவைச் சொல்லும் குரலது.

டைட்டஸின் மனைவி குறித்து எஃபே அறிந்தவை யாவும் டைட்டஸே அவளுக்குச் சொன்னவைதாம். அவள் எங்கோ ஐந்து படுக்கையறைகளும் மூன்று கூடங்களும் கொண்ட இகெஜாவின் இரட்டைமாடி வீடொன்றில் ஒதுங்கிக் கிடக்கிறாள். வயதானவள். கிட்டத்தட்ட டைட்டஸின் வயதை ஒத்தவள். க்ரீச் க்ரீச்சென அவள் எலும்புகள் கீச்சிடுவது கேட்குமென்றும் அவனை மகிழ்விக்க இளமையான எலும்புகளுடைய பெண்ணொருத்தி தேவையென்றும் அவன் சொன்னான். எஃபே, அவனை லாகோஸிலேயே, ஏன், ஒட்டு மொத்த நைஜீரியாவிலேயே மிகவும் மகிழ்ச்சியான மனிதனாக வைத்திருப்பதாகச் சொன்னான்.

“படுக்கையில் விழும்போதும் படுக்கையில் இருந்து எழும்போதும் நான் புன்னகையோடு இருக்கிறேனென்றால், என்னவளே எஃபே அது உன்னால்தான்” என்றான் அவன்.

அத்தனை பெரிய மனிதனை மகிழ்ச்சிப்படுத்தத் தன்னால் முடிகிறதென்று கேட்பதற்கு எஃபேவுக்குப் பெருமையாக இருந்தது. டைட்டஸ் பெரிய மனிதன். சமூகத்தில் மட்டுமல்ல. உயரமும் அகலமும் உறுதியுமாய் உருவத்திலும் கூட அவன் பெரிய மனிதன் தான். அவன் அரைக்கால் சட்டை அணிந்திருக்கையில் பார்த்தால் அவனது கெண்டைக்கால்கள் மூன்று பேருடையதைச் சேர்த்தாற்போலிருக்கும். அவனது பலத்தில் பாதி அவளது தந்தைக்கு இருந்திருந்தால் கூட, அன்னையின் மறைவினால் அத்தனை பாதிக்கப்பட்டிருக்க மாட்டாரென்று சில சமயங்களில் அவளுக்குத் தோன்றும். அவளது நினைவில் இருந்த, பழைய நிதானமும் ஆரோக்கியமும் நிறைந்த மனிதராக அவர் இருந்திருக்கக் கூடும். அவர்களுக்குப் போதுமான பலமாக அவர் இருந்திருக்கக்கூடும். குடும்பத்தைப்

பார்ப்பதற்காக எஃபே பள்ளியில் இருந்து நின்றுகொள்ளாமல் இருந்திருக்கக்கூடும். ஏறிக்கொண்டிருந்த பொறுப்புச் சுமைகளினால் தனது வகுப்புத் தோழர்களை அதிகம் சந்திக்க முடியாமல் போவதெண்ணி வருந்தினாள் அவள். அவர்களைச் சந்தித்த சில பொழுதுகளிலும் கூட அவர்களை விட அவள் முதிர்ந்துவிட்டவள் போன்ற எண்ணத்தாலும் ஏதென்று விளக்கமுடியாத காரணங்களாலும் சங்கடப்பட்டாள். பள்ளியின் ஒவ்வொரு பருவத்தின் துவக்கத்திலும் கிடைக்கும் புதிய புத்தகங்களின் வாசனைக்கும், பேனா மையின் வாசனைக்கும், சுண்ணத்துண்டு வாசனைக்கும் ஏங்கினாள். கரும்பலகையைக் கரியேற்ற எடுத்துச்செல்லும் பழைய பேட்டரிகளின் எடையால் கனக்கும் பள்ளிப்பையை எண்ணிக்கூட ஏங்கினாள்.

நெளிந்து, முனகியபின் தொடைகளிடையே கனன்ற வலியோடு அவளது நீல நிறச் சட்டைக்கும் காற்சட்டைக்கும் தேவையான பணத்தை டைட்டஸிடம் இருந்து பெற்றுக்கொண்டாள் எஃபே. ஜீப்பை வீட்டு வாசலில் நிறுத்திவிட்டு வந்திருக்கும் இந்தப் பெரிய மனிதனைப் பார்த்தால் அக்கம்பக்கத்தில் குறிப்பாக அவர்களுக்கு மேல்மாடியில் வசித்த அலவோஸ் என்ன நினைக்கக்கூடுமென்று எண்ணி வியந்தாள் எஃபே. திருமதி அலவோஸ் எப்போதும் அடுத்தவர் விஷயங்களில் மூக்கை நுழைப்பவர். எலியைப்போல மனிதர்களை மோப்பம் பிடிப்பவர்.

டைட்டஸின் காரில் இருந்து தான் இறங்கியதையும் இருவரும் ஃப்ளாட்டுக்கும் நுழைவதையும் அவர் கண்டிப்பாகப் பார்த்திருப்பார். மற்ற வீடுகளிடமிருந்து அவர்களது கொல்லைப்புறத்தை மறைத்த கதவில் காது வைத்து அவர்களது முக்கல் முனகல்களைக் கேட்டுக்கொண்டிருப்பார். அந்த நினைப்பே சிரிப்பைத் தந்தது. டைட்டஸ் கொடுத்த பணத்தை ப்ராவுக்குள் திணித்துக்கொண்டே குளிக்க நீர் சேந்தக் கிளம்பினாள். நல்லதொரு குளியல் வலியைக் குறைக்கும் என்று நம்பினாள்.

குளியலறை காலியாக இருப்பதைக் கண்டதும் அவளுக்கு நிம்மதியாக இருந்தது. பணக்காரியானதும் தனக்கெனத் தனிக் குளியலறை கொண்ட வீட்டைக் கட்டிக்கொள்ள வேண்டும் என்று நினைத்துக்கொள்டாள். இரண்டு குழாய்களும் குளியல் தொட்டியும் கொண்ட, வார இதழ்களில் காட்டுவது போல அம்சமான ஒரு குளியலறை. அவளைத் தவிர அவளது குடும்பத்தார் மட்டுமே பயன்படுத்தக்கூடிய குளியலறை. அவள் 'தூரா' சோப்புக்கு மாறியதைக் கண்டுவிட்டு தோல் வெளுக்க முயற்சிக்கிறாய் போலிருக்கிறதே என்று மூக்கை நீட்டிய அலோவாஸ் போன்ற ஆட்களோடு பங்கு போட்டுக்கொள்ள நேராத அவள் குடும்பத்துக்கு மட்டுமேயான குளியலறை. என்ன தான் டைட்டஸ் சொன்னாலும் ஆண்களுக்கு அவ்வளவு கருப்பான தோல் இல்லாத பெண்களைத்தான் பிடிக்குமென்று அவளுக்குத் தெரியும். வீட்டுக்கு இரவு உணவுக்காக கிழங்கை அரிந்து எண்ணெயைச் சூடாக்கிக்கொண்டே டைட்டஸ் கொடுத்த பணத்தைப் பற்றி நினைத்துப் பார்த்தாள். அதைக்கொண்டு தம்பி தங்கைகளுக்கு மறுநாள் வாங்கிக் கொடுக்கப்போகும் பொருட்களைக் கண்டதும் அவர்கள் எவ்வளவு மகிழ்ச்சியடைவார்கள் என்று கற்பனை செய்து கொண்டாள். தங்கை ஃபெயித் ஒன்பது வயதுச் சிறுமி. அவளுக்கு அழகிய நீண்ட கூந்தல். அதற்கு அழகான ரப்பர் பேண்ட்கள் வாங்கலாம். நிக்கலஸுக்கு புதிய கால்பந்து, மிகவும் அடிவாங்கிக் கந்தலாகியிருந்த பழைய பந்தைத் தூக்கி எறிந்து விடலாம். ரீட்டாவுக்கு ஒரு ஜோடிக் காதணிகள் வாங்கித்தந்து அசத்தலாம்.

மறுநாளே எஃபே கடைவீதிக்குச் சென்றாள். அந்த காற்சட்டையை வாங்கினாள். டி ஷர்ட்டை வாங்கினாள். இன்னும் பணம் மீதமிருந்தது. நீலநிற லெதரில் உயரக்குதிகால் காலணியை வாங்கிய பின்னும் ஓரளவுக்குப் பணம் மீதமிருந்தது. அவளது கைப்பையில் பதுங்கிக் கிடந்த அந்த வெடவெடக்கும் நோட்டுகள் அவளை மகிழ்ச்சிப் போதையில் ஆழ்த்தின. மெத்தைக்கடியில் அவற்றை ஒளித்து வைத்து ஒவ்வொரு இரவும் அதில் எவ்வளவு எடுத்து எதற்காக எப்படிச்

சிக்கனமாய்ப் பயன்படுத்துவது என்று எண்ணமிட்டாள். ஃபெயித்துக்கு ரிப்பன், ரொட்டிகள், நகச்சாயம், ரீட்டாவுக்கு சிவப்பு நிறத்திலொரு கைப்பை, சிறியவர்களுக்கு இனிப்புகள், விதவிதமான நிறமும் சுவையும் கொண்ட சூயிங் கம் என்று அவளைக் கவர்ந்த சின்னச்சின்னப் பொருட்களையும் வாங்குவது பற்றித் திட்டமிட்டுக்கொண்டிருந்தாள். லாகோஸ் சந்தைகளிலும் இகெஜாவின் மேல்தட்டு மக்கள் வாங்கும் கடைகளிலும் அலைந்து திரிந்து சிறுகச்சிறுக மகிழ்ச்சியை வாங்கி முடிந்து வைத்துக்கொண்டாள். டைட்டஸின் சொல்லுக்கிணங்கி அடுத்த நான்கு மாதங்களும், தினமும் மதிய வேளைகளில் அவனைச் சந்தித்தாள். வேறு எந்தப் பெண்களையும் அவன் இந்த அளவு விரும்பியதில்லையென்றும் அவள் அப்படியே அவனை ஆட்கொண்டுவிட்டதாகவும் அவன் சொல்லிக்கொண்டான். அவளுக்கு இந்த விஷயத்தில் பெரிய அனுபவம் இல்லையென்பதால், அவன் அவளை விரும்பிய அளவுக்கு அவள் அவனை விரும்பாதது இயல்புதானா அன்றி தன்பக்கத்துப் பிழையா என்று அவளுக்குத் தெரியவில்லை. ஆனால் இருவருக்கும் தேவையான அளவு ஆசை அவனுக்கு இருந்தது என்பதால், அதுபற்றிய கவலையும் அவளுக்கு இல்லை. அவளுக்குப் பிடித்தவற்றை வாங்கித்தருவதே அவனது நோக்கமாக இருந்தது. முதல் முறையாக மற்ற பெண்கள் பொறாமைப்படக்கூடிய அளவுக்கு அவளிடம் பொருட்கள் சேர்ந்தன. எந்த நிறத்தோடும் ஒத்திசைகின்ற 'வி' பொறித்த பளபள ஜீன்ஸ், கவர்னரின் மனைவி அணியத் தகுந்த தினுசில் கவர்ச்சியான உயரக்குதிகால் காலணிகள். அவளது அன்னையிடம் கூட அத்தகைய காலணிகள் இருந்தன. மெல்லிய பட்டைகளோடு தரையிலிருந்து பாதங்களை உயரத்தூக்கி நிறுத்திய குதிகால் காலணிகள் (எஃபே அவற்றைப் போட்டுக்கொண்டு பறப்பது போல பாவனை செய்ததுண்டு) அவற்றையெல்லாம் அன்னை இறந்த உடனேயே அவளது தந்தை எரித்துவிட்டார். அவளது ஆடைகள், காலணிகள், கைப்பைகள் உள்ளாடைகள் எல்லாவற்றையும் ஒன்றாய்க் குவித்து சொக்கப்பனை எரித்தபோது, செம்மஞ்சள் பந்தாய்க் கனன்ற தீயின் நாவுகள் சுவர்க்கம் நோக்கி நீண்டன.

'கடவுளே ஏன் என் மனைவியை எடுத்துக்கொண்டாய்? ஏன்? சுவர்க்கத்தில் ஆள் இல்லையா? தாயில்லாமல் தவிக்கும் என் நான்கு பிள்ளைகளை வைத்துக்கொண்டு நான் என்ன செய்வேன்?' எஃபே அந்த சொக்கப்பனையை அவள் ஆயுளுக்கும் மறக்கமாட்டாள். இருள் கனத்த அந்த இரவில் நெருப்பின் ஒளியையும் அதிலிருந்து வளர்ந்து பரந்த புகைக் கொண்டல்களையும் அவள் காண்பாள். கேள்விகளால் வளர்ந்த அந்த நெருப்பு அணைந்து அடங்கியபின்னும் அதிலிருந்து எந்தப் பதிலும் வரவில்லை. சாம்பலில் இருந்து பீனிக்ஸ் பறவை உயிர்த்தெழவில்லை. என்ன காரணம் என்று தேடித்திரிந்தால், குவியலில் இருந்த ஒரு கைப்பையின் உலோகப்பிடி மட்டும் பெருந்தீயில் எரிந்து பொசுங்காமல் தப்பித்துத் தரையில் கிடந்தது. அதை வலக்கையில் ஏந்தியபடி, 'இதோ! இந்தப்பெருந்தீயில் இருந்து இது தப்பிவிட்டது ஆனால் என் மனைவி உயிர்தப்ப முடியவில்லை' கடகடவென வெறிச்சிரிப்பு சிரித்தார் எஃபேயின் தந்தை. சாம்பலை அள்ளி மேலெங்கும் பூசிக்கொண்டு பைத்தியக்காரனைப்போல நின்றார். தன் தாயாரின் உடைகளையும் உடைமைகளையும் எரித்த சாம்பலை உடலெங்கும் பூசிக்கொண்டு நிற்கும் தந்தையும், அவரை வேடிக்கை பார்க்கக்கூடியிருந்த அக்கம்பக்கத்தினரும், அவர்களைப் பார்த்து வாய்பொத்திச் சிரித்த குழந்தைகளும் என்று அந்தக் காட்சி, வெகு நீண்டகாலம், அவள் மறந்து விட்டதாய் எண்ணிக்கொண்ட காலத்துக்கு வெகு காலத்துக்குப் பிறகும் எஃபேவின் மனதிலிருந்து நீங்காமல் நீண்டு துன்புறுத்தும்.

டைட்டஸுடனான உடலுறவில் பெரிதாக மேம்பாடு ஒன்றும் தெரியவில்லை என்றாலும் கண்டிப்பாக இலகுவாகியிருந்தது. கால்களுக்கிடையில் முன்பு போல வலி இருக்கவில்லை. அவர்களது சந்திப்புகள் அதிகரித்தன. எஃபேயின் துணிவும் அதிகரிக்கவே அவளுக்குக் கிடைத்த பணத்தின் அளவும் அதிகரித்தது. ஒரு கைப்பெட்டி, அம்மா பயன்படுத்தியது போல காந்தப்பிடி வைத்த சிவப்பு நிறத்திலான ஒப்பனைப்பை என்று பெரிய பொருட்களாகக் கேட்கத் துவங்கினாள். ரேடியோவும், பாடும்போது வண்ண ஒளிப்புள்ளிகளை வாரியிறைத்த கேசட்

ப்ளேயரும் வாங்கும் அளவுக்குப் பணமும் அதிகமாகவே கிடைத்தது. இருட்டில் கேசட் ப்ளேயரை உயிர்ப்பித்தால் அற்புத ஒளிமாயங்கள் காட்டி குட்டித்தம்பியை, 'ட்விங்குள் ட்விங்குள் லிட்டில் ஸ்டா, ஹவாய் ஒண்ட வாட்யு ஆ'பாட வைத்தது. அவளது மெத்தைக்கடியில் இருந்த பொதி பெருத்துக் கொண்டே போனது. அவளும் அவளது உடன்பிறப்புகளுக்குப் புது உடுப்புகள், புதிய செருப்புகள், பள்ளிக்குப் புதிய தண்ணீர்க்குடுவைகள் என்று பலதும் வாங்கித் தந்து உற்சாகப்படுத்தினாள்.

சில சமயம் அவளும் டைட்டஸும் லாகோஸில் அவர்கள் இருந்த இடத்திலிருந்து தள்ளி வெகுதொலைவில் இருந்த விடுதிகளில் சந்தித்துக்கொண்டனர். பஞ்சடைந்த தரைவிரிப்புகளோடு கூடிய அறைகளில் ஒன்றை நாள் வாடகைக்கு எடுத்துத் தங்கும் பொழுதுகளில் அங்கே பணிபுரிகிற வரவேற்புப் பெண்கள், அவளை விடுதியைச் சுற்றி மொய்க்கும் பூச்சிகளைப் போல அருவருப்போடு பார்த்தனர். அவளது வணக்கங்களைக்கூட மதிப்பதில்லை. அப்படியல்லாத சமயங்களில் வழக்கம்போல அவளது வீட்டுக் கொல்லையின் சுவரில் சாய்ந்தபடி சாக்கடை நாற்றத்தை மறக்க முயன்றபடி இருட்டுக்குள் முயங்குவர்.

மனைவியல்லாத வாழ்க்கையை நினைத்துக்கூடப் பார்த்திராத, மனைவி இறந்த இரண்டு வருடங்களில் முற்றிலும் உடைந்து போயிருந்த அவளது தந்தையிடமிருந்து தப்புவது அவளுக்கு எளிதாகவே இருந்தது. அவரோ, மது அருந்தாதவள் என்றும் தனது வாடிக்கையாளர்களில் சரிபாதிப் பேரின் அணுக்கநாயகி என்றும் பரவலாய் நம்பப்பட்ட மரியம் நடத்திய உள்ளூர் கள்ளுக்கடையில், கணக்கற்று மண்டிய 'ஒகொகொரோ' குவளைகளில் தன் துன்பத்தைத் தொலைப்பதை வழக்கமாக்கிக்கொண்டிருந்தார். எந்நேரமும் நிற்க-நடக்க முடியாமல் பார்வையை மறைத்தபடி அவர் கண்கள் சிவப்பேறிக்கிடந்தன. வீட்டையும் மூன்று உடன்பிறப்புகளையும் பார்த்துக்கொள்ளும் பொறுப்பை அவளிடம் விட்டுவிட்டார். மாதா மாதம் அவர் தந்த தொகை உணவுக்கு மட்டுமே

போதுமானதாக இருந்தது. அவளோ உயர் இன்ப வாழ்க்கைக்கு ஏங்கினாள். அதைப்பெற டைட்டஸ்தான் வழி என்றால் அதற்குத் தயாராகவே இருந்தாள். அது சிறிய விலைதானே.

மாதவிடாய் தவறத் தொடங்குவதற்கு முன்பே, எச்சில் கசந்து உலோகச்சுவை தெரிவதற்கு முன்பே தான் கருவுற்றிருக்கக் கூடுமென ஐயுற்றாள் எஃபே. அதனால் அவள் முலைகள் பெருத்து வாந்தி மயக்கம் வந்த போது, உணவுக்காக ஏங்கத் தொடங்கியபோது, தொடர்ச்சியான அயர்ச்சி தாக்கியபோது, தூக்கமற்ற இரவுகள் துரத்தியபோது அவற்றை எதிர்கொள்ளத் தயாராகவே இருந்தாள்.

அவள், தான் கருவுற்றிருப்பதாக டைட்டஸிடம் சொன்ன அந்த இரவுதான் அவன் அவளைக் காண வந்த கடைசி இரவு / பகலாக இருந்தது. அவள் அந்தச் செய்தியைச் சொல்லும்போது அவன் கட்டிலில் படுத்து அவள் தோள் வருடிக்கொண்டிருந்தான். “டைட்டஸ், நான் கர்ப்பமாக இருக்கிறேன்” என்றாள். அவ்வளவுதான். சட்டென்று எழுந்து கொண்டவன் கறுப்புக் காற்சட்டையை அணிந்து நாடாவைச் சுருக்கி முடியிட்டு, முட்டிதொடும் கஃப்தானை அணிந்து கொண்டான். பிறகு அவளிடமிருந்து திரும்பிக் குனிந்து கட்டிலருகே மேசையிலிருந்த கார் சாவியை எடுத்துக்கொண்டு, விடுதி அறைக்கதவைத் திறந்தான். சத்தமில்லாமல் வெளியேறி கதவை மெதுவாக மூடிவிட்டுப் போயே விட்டான்.

அவன் சென்று வெகுநேரம் வரை, அவனது முதுகின் கருமை தேய்ந்து மறைந்த பின்னும், உறங்குவதாகத் தன்னைத்தானே ஏமாற்ற முயன்றபடி அவள் கட்டிலில் கிடந்தாள். பயம் அவளை முடமாக்கியிருந்தது. எழுந்துகொள்ளக்கூட திறனற்றவளாகக் கிடந்தாள். பெரும்பாலும் அவள் தன் வீட்டுக் கொல்லையில் புணர்வதையே விரும்பினாள். ஏனென்றால் அங்கே சீக்கிரம் முடிந்துவிடும். விடுதி அறையென்றால் டைட்டஸ் நிதானமாக அவனுக்குத் தேவையான காலத்தை எடுத்துக்கொள்வான்.

அவளை இழுத்து கிருமிநாசினி வாடை மிதக்கும் கட்டிலில்

கிடத்தி ஆடைகள் அகற்றி பின் அம்மணமாய் அறையைச் சுற்றி நடக்க விட்டுப் பின் மீண்டும் இழுத்து கட்டிலில் போட்டுப் புணர்வான். கலவி முடிந்து உறங்கி எழுந்து மீண்டும் புணர்வான். இவை அத்தனையும் முழு அமைதியில் (டைட்டஸின் முனகல்கள் தவிர்த்து) நடக்கும். டைட்டஸ் போகலாம் என்று முடிவு செய்யும் தருணம் வரை அவர்கள் கட்டிலில்தான் கிடப்பார்கள். காரிலே பணமும் அடுத்த சந்திப்புக்கான தகவலும் தருவான். அவர்களின் குழந்தை குறித்து எஃபே அவனிடம் சொன்ன அன்று அவர்களுக்கு அறையின் எதிரே தெருவிளக்கு ஒளிரத் துவங்கும் வரை கட்டிலில்தான் கிடந்தனர். அந்த மங்கலான மஞ்சள் ஒளிப்பந்து உரிந்துகொண்டிருந்த நீலச்சுவர்களை அழகாக்கி இருந்தது. நீல வானில் வெள்ளை மேகப்பொதிகளும் அந்த மாலையின் ஏதோவொரு தருணத்தில் எஃபே இதைச் சொன்னபோது டைட்டஸ் கண்ணிற்கு அப்படியொன்று அற்புதமாய் அது தென்பட்டுவிடவில்லையென்றான். "அது வெறும் தெருவிளக்கு எஃபே. அதில் எங்கே கதிரொளி தெரிகிறது?" என்றான்.

உறங்கும் பாவனையில் கண்கள் மூடிப் படுத்திருக்கும்போது அவள் கருவுற்றிருந்தது குறித்தோ, டைட்டஸ் அதற்குக் கொஞ்சமும் அக்கறை காட்டாதது குறித்தோ அவள் கவலைப்படவில்லை. அங்கிருந்து எப்படி அவள் வீடு திரும்புவது என்பதும் மிகப்பெரிய கவலையாய் அவள் மனதில் கிடந்தது. இப்படி ஊருக்கு ஒதுக்கமாய் அத்துவானக் காட்டில் இருந்த விடுதியைத் தேர்வு செய்த டைட்டஸைச் சபித்தாள். முன்பு ரசித்து உண்ட ஃப்ரைட் ரைஸ் வயிற்றைப் புரட்டி உருட்டியது. அவசரமாகக் கழிவறை சென்றாள்.

சோறும் இறாலும் மாமிசத் துண்டங்களும் வயிற்றிலிருந்து இறங்க இறங்க, டைட்டஸ் வாங்கித் தந்த நல்ல உணவு இப்படி வீணாய்ப் போகிறதேயென்று கழிவறையில் அமர்ந்தபடி எண்ணி வருந்தினாள். அவளால் முடிந்திருந்தால் அத்தனையையும் உள்ளுக்குள் வைத்திருக்க முடியும். இனி அவள் எப்படி எப்போது வீட்டுக்குப் போகமுடியும் என்று யாருக்குத் தெரியும்?

கழிவறையிலிருந்து வெளிவந்தவள் கிளம்ப முடிவெடுத்தாள். ஏற்கனவே அவளது கட்டுப்பாட்டில் இருந்து விலகி தனித்துப் போயிருந்த வயிறு எப்போது மேடாகத் துவங்குமோ என்று எண்ணியபடி மிக மெல்லவே உடை தரிக்கலானாள்.

'வேற்றுக்கிரகவாசி ஆட்கொண்டுவிட்டது போல என்பார்களே அப்படியிருக்கிறது' என்று நினைத்துக்கொண்டாள். அவளது பாவாடையை மேலிழுக்கும்போது இன்னும் தட்டையாய் திண்மையாய் இருந்த வயிற்றை விரல்களால் தடவிக்கொண்டாள். அந்த வயிற்றுக்குள், அவளது உள்ளுடலை அரித்து அவளையே உணவாய்த்தின்று செரித்தபடி அவளால் சரியாகக் கணிக்க இயலாத ஒரு இணக்கத் தொடர்பை உருவாக்கிக்கொண்டு ஒரு குட்டிக் குழந்தை வளர்ந்து வருகிறது என்பதை அவளால் நம்பவே முடியவில்லை.

விடுதியின் முகப்பறையைத் தாண்டுகையில் தலையைத் தாழ்த்திக்கொண்டு நடந்தாள். அந்த வரவேற்புப் பெண் அப்போது அவளைத்தான் ஏளனமாய்ப் பார்த்துச் சிரித்துக்கொண்டிருப்பாள் என்று அவளுக்குத் தெரியும். அவள் கண்களைச் சந்திக்க விரும்பாமல்தான் தலைகுனிந்து நடந்தாள்.

கருவுற்றிருந்தது பற்றி அவள் வெட்கப்படவில்லை, அதுதான் இன்னும் யார் கண்ணுக்கும் தெரியவில்லையே. இந்த 'ராயல் ஹோட்டலி'ல் நிற்கதியாய் நிற்பதுதான் அவமானமாக இருந்தது. மட்டமான பெண்களென முத்திரை குத்தப்படுபவர்கள்தான் இத்தகைய விடுதிகளுக்கு அழைத்துவரப்பட்டு இப்படித் தனியாய் வீடுசெல்ல நிர்ப்பந்திக்கப்படுவார்கள். அதை நினைக்கையில்தான் கேவலமாக இருந்தது. வீடு செல்லும் அளவுக்குத் தேவையான பணம் அவள் கைப்பையில் இருந்தது. டைட்டஸ் இருக்கும் போது அவளுடைய பணத்தைச் செலவு செய்ய நேர்ந்ததே இல்லை என்றாலும் எப்போதும் கையில் கொஞ்சம் பணம் வைத்திருக்கும் வழக்கத்தை அவள் விட்டுவிடவில்லை. அவள் அன்னை தந்து சென்ற வழக்கம் அது. 'எப்போது என்ன நடக்கும் என்று தெரியாது. அதனால் எப்போதும் தயாராக இரு'. சரியாகச் சொன்னீர்கள் அம்மா. அவள் தனக்குள்ளாகச்

சொல்லிக்கொண்டு அவளது அன்னைக்கு நன்றிப் பிரார்த்தனை ஒன்றையும் அனுப்பிவைத்தாள். இப்போது மட்டும் அவள் கையில் பணம் இல்லாதிருந்தால் அவள் நிலை என்ன?

அன்றும் சரி தொடர்ந்த நாட்களில் வாரங்களில் கூட கருக்கலைப்பு பற்றி அவள் நினைக்கவில்லை. சூல் நிறைந்து முகம் வீங்கி வெண்டைக்காய் சூப்பின் மணத்தைக்கூட பொறுக்கமுடியாமல் போன போது கூட அவள் அது பற்றி நினைக்கவில்லை. தவறாய்ப்போன கருக்கலைப்புகள் பற்றிய பல பயங்கரக் கதைகளை அவள் கேட்டிருக்கிறாள். குழந்தைகளை வெளியிலெடுக்க முயலும்போது குடல் வெளியே விழுந்தது போன்ற கதைகள். அவளுக்கு இரண்டு வீடு தள்ளி வசித்த இங்கிருவுக்குத் தெரிந்த பெண்ணொருத்திக்கு அறுவை சிகிச்சையின் போது மருத்துவர் வயிற்றைச் சரியாக மூடாததால் சளி வயிற்றுக்கு இறங்கி இறந்துபோயிருந்தாள். சளி வயிற்றில் இருந்து சுற்றியேறி கழுத்தைப்பிடித்து நாசியில் நுழைந்து அடைத்து இறுதியில் அவள் மூச்செடுக்க முடியாமல் தவித்து இறந்துபோனதாக இங்கிரு சொல்லியிருந்தாள். யாரோ ஒருவருக்குக் கருக்கலைப்பை துணிக் கொக்கியில் செய்ய முயன்று குருதி இழந்து இறந்துபோன வேறு யாரோ ஒருவரைத் தெரிந்திருந்தது. மூன்று மாதங்கள் ஆன பிறகு, உடல்நிலை மிகவும் மோசமான பிறகு எஃபேவால் செய்ய முடிவதெல்லாம் பலமுறை வயிற்றைத் தானே குத்திக்கொள்வதாக மட்டுமே இருக்கும். அதுவே தீங்கற்ற எளிய முறையில் பிள்ளையை வெளித்தள்ளும் நிச்சயமான வழி என்று எங்கிருவின் அக்காள் சொல்லியிருந்தாள். ‘கருக்கலைப்புப் பட்டியை விடவும் உறுதியான வழிதான். சிறிய ரத்தக்கட்டியாக வெளியேறிவிடும் உனக்கு ஒன்றும் ஆகாது.’ ஆனால் அந்த வழியும் எஃபேவுக்கு எடுபடவில்லை. இரண்டு முறை முயற்சித்துவிட்டு விதியின் கையில், இந்த உலகில் பிறந்தே ஆகவேண்டுமென்று முடிவெடுத்துவிட்ட அந்த சிசுவின் கையில் தன்னை ஒப்படைத்துவிட்டாள்.

அன்று இரவு அவள் வீட்டை அடைய ஒரு டாக்ஸிப்

பயணமும் ஒரு பேருந்துப் பயணமும் மூன்று மணி நேரமும் பிடித்தது. அவளது தந்தை கூடத்தில் அமர்ந்து பனிரெண்டு புட்டித்தேறலும் பதினைந்து ஷாட் ஒகொகொரோவும் குடித்துவிட்டு குறட்டை விட்டுக் கொண்டிருந்தார். அன்றைக்கு இரண்டாவது முறையாகத் தன் வயிற்றைத் தடவிப் பார்த்தவள் தன்னையறியாமல் தாயை நினைத்து ஏங்கி அழத் துவங்கினாள்.

தன் தகப்பனாரிடம் கருவுற்றிருப்பது பற்றி எப்படிச் சொல்வது என்று சிந்தித்தாள். கடைசியாக எப்போது அவர்களுக்கிடையே முழுமையான உரையாடல் நிகழ்ந்ததென்று அவளுக்கு நினைவில்லை. பெரும்பான்மை நேரம் அவர் அவர்களைப்பார்த்துக் கத்துவார். ‘வீடு நிறைய பெண்கள் இருந்தும் காலைப் பலகாரம் செய்ய எவ்வளவு நேரம் எடுப்பீர்கள்? சொந்த வீட்டில் ஒருவனுக்கு சோறு கிடைக்க என்ன செய்வது?’ பொதுவாகவே வம்பளப்பும் வீண்பேச்சும் நிரம்பிய மனிதர், குடித்துவிட்டால் சண்டைக்காரனாகி விடுவார். தெருவெல்லாம் சண்டையிழுத்துவிட்டு அடிபட்டு வீங்கிப்போய் வீடு வருவார். பிள்ளைகள் அவரைச் சில காலை வேளைகளில் பணிக்குச் செல்லுமுன் உணவருந்த வருகையில் பார்ப்பர். அல்லது வெகுநேரம் விழித்திருக்கும் இரவுகளில் பெண்களைப் பற்றியும் ராணுவ வீரர்கள் பற்றியும் பொருளற்ற பாடல்களைப் பாடும்போது அவரது குரலைக் கேட்பர். மரணத்தைப் பற்றியும் அவர் எப்படி மரணத்தை வென்று தன் சட்டைப் பைக்குள் வைத்துக்கொண்டு நிரந்தரமாய் வாழப் போகிறார் என்றும் பாடுவார். மரணம் தன் மனைவியை மணந்து அழைத்துச் சென்று விட்டதாகச் சொல்லித் தேற்றமாட்டாமல் பாடிக் களைப்பார். மாதத்தில் இரண்டு முறையாவது (சில சமயம் அதிகம்) மாடிக் குடித்தனங்களிலிருந்து யாராவது ஒருவர் வந்து, அவர் கத்துவதால் குடும்பம் குழந்தைகள் தூங்கமாட்டாமல் தவிப்பதாகச் சொல்லி, அவரை வாயை மூடிக்கொண்டிருக்கும்படி திட்டிவிட்டுப் போவர்.

‘நாங்களெல்லாம் காலையில் வேலைக்குப் போக வேண்டும். தயவு செய்து தூங்கவிடு’. சிலசமயம் அவர்களில் ஒருவரால்

அவரை அமைதிப்படுத்த முடியும். பல சமயம் அவர்களது கோரிக்கையே இன்னும் அதிக பாடல்களுக்கு, உரத்த பாடல்களுக்கு, இன்னும் பொருளற்ற பாடல்களுக்கு வழி வகுக்கும்.

கூடை முடையும் பைத்தியத்தை நான் ஒருநாள் பார்த்தேன்
அவன் உன்னைப்பிடித்து அடைத்து வைக்கப் பொறி செய்து தந்தான்.
பேய் பிடித்த மனிதனைப் பிடிக்கச் சொல்லிச் சொன்னான்
பிடித்துப் பெரிய நெருப்பில் அவனை வறுத்தெடுக்கச் சொன்னான்.

லாகோஸே எரியட்டும் எரியட்டும் எரியட்டும்
நீங்களெல்லாம் இங்கே எலி விரட்டுகிறீர்கள் எலி எலி எலி
நீயும் எரிவாய் எலியும் எரியட்டும்
உன் எலும்புகளெல்லாம் கடலில் போய் விழட்டும்.

அவரிடம் கருத்தரித்த விஷயத்தைச் சொல்லப்போவதில்லை அவள். அவராகப் பார்த்துத் தெரிந்துகொள்ளட்டும். குடித்துவிட்டோ குடிக்காமலோ தானே வந்து பேசட்டும். ஆனால், அவள் ரீட்டாவிடம் சொன்னாள். இரவில் அல்ல மறுநாள் காலையில் அவர்கள் உணவருந்திய பிறகு சிறியவர்கள் பள்ளிக்குச் சென்ற பிறகு அவள் சொன்னாள். சில விஷயங்களை அமைதியான வீட்டில், நிறைந்த வயிற்றில் தான் பேசவேண்டும். செய்தியைக் கேட்டதும் பீடித்த பயத்தைச் சொல்ல வகையில்லாமல் திண்டாடினாள் ரீட்டா. என்ன செய்ய வேண்டும் என்று சொல்லித்தர அன்னையில்லாமல், ஒரு கைப்பிள்ளையை வைத்துக்கொண்டு, குடித்துவிட்டால் தனக்குத்தானே தடுக்கிவிழும் தந்தையை வைத்துக்கொண்டு, இவர்கள் எப்படிச் சமாளிக்கப் போகிறார்கள்? ஆனால் அவளிடம் இருந்து எந்த வார்த்தையும் எஃபே எதிர்பார்த்திருக்கவில்லை. கருவுற்றிருப்பதாக சந்தேகம் தோன்றிய அந்தத் தருணத்தில் இதே போன்றதொரு பயத்தை அவளும் அனுபவித்திருந்தாள். அது இன்னும் அவளைவிட்டு விலகி இருக்கவில்லை. ஆனால் அவளுக்கு குழந்தையின் தந்தையைத் தெரியும். அதுவே

வரம்தான். ரீட்டாவும் ஆமோதித்தாள். அவர்கள் அறிந்தவரை பிள்ளையை வளர்க்கத் தேவையான அளவுக்கு அவனிடம் சொத்து இருந்தது. சில குழந்தைகள் பிறக்கும்போது இதைவிட மோசமான வாய்ப்பு வசதிகளோடுதான் பிறக்கின்றன. தந்தை பெயர் தெரியாத, பெயர் சொல்லும் அளவுக்குச் சொத்தில்லாத, குறைந்தபட்சப் பணம் கூட இல்லாத தந்தை கொண்ட குழந்தைகள். என் குழந்தை ஏங்கும்படி எதுவும் இருக்காது என்று தன்னைத்தானே தேற்றிக்கொண்டாள் எஃபே. குழந்தை, அவளது வயிறு பெரிதாகி அவள் புரண்டு படுப்பதை அல்லது எந்த நிலையிலும் படுப்பதைக் கடினமாக்கிக் கொண்டிருந்தது. அவள் வாழ்நாளிலேயே இன்னொரு முறை கருத்தரித்துவிடக்கூடாது என்று பல இரவுகளில் மல்லாக்கப்படுத்தபடி தனக்குள் உறுதிபூண்டிருக்கிறாள். அவளது அன்னை எப்படித்தான் நான்கு பிள்ளைகள் பெற்றாளோ? பனிரெண்டு பிள்ளைகள் பெறுபவர்கள் எல்லாம் எப்படித்தான் இதைக் கடக்கிறார்கள்?

அவளது தந்தை அவளது மேடிட்ட வயிற்றைக் கண்டுகொண்டாரென்றால் அதைக் காட்டிக்கொள்ளவில்லை. அக்கறையற்றவர்போல அவர் நடந்துகொண்டதைப் பார்க்கையில் எஃபேவுக்கு அவரது கழுத்தை நெரித்துவிடத் தோன்றும். அவள் வயிறு கண்டிப்பாக அவர் கண்ணில் பட்டிருக்கும். மாதாமாதம் கட்டிட ஒப்பந்தக்காரர்களிடம் வேலை செய்து சம்பாதித்த பணத்தைக் கடமையுணர்ச்சியோடு அவள் கையில் தந்துவிட்டு மீதப்பணத்தை மரியத்தின் கடையில் குடித்தழிப்பது அவரது வழக்கம். மோசமான மனநிலையில் அளவுக்கு மீறிக் கத்துகின்ற சமயத்தில் கூட இடமும் வலமும் எல்லாப்புறமும் வீங்கிப் புடைந்திருந்த அவளது வயிறு பற்றிக் குறிப்பாய்க்கூட அவர் பேசவில்லை.

‘சினை ஆடு போல உணர்கிறேன்’ எஃபே ரீட்டாவிடம் சொல்லிப் புலம்பினாள். அவளது புடைத்த வயிறு தகப்பன் கண்ணுக்கு வேண்டுமானால் தெரியாமல் இருக்கலாம். ஆனால் அக்கம்பக்கத்தில் குறிப்பாக பெண்கள் கண்களில் இருந்து தப்பவில்லை. அவர்கள் அவள் வருகையில் போகையில்

எல்லாம் அவளைச்சுட்டி, கைதட்டி ஏளனமாய்க் காட்டி உரக்கச் சிரித்தனர். அவர்களுடைய மகள்கள், எஃபேவுடன் பள்ளிக்குச் சென்று சேர்ந்து விளையாடிய பெண்கள் எல்லாம் இப்போது அவளை ஒதுக்கலாயினர். அவளுடன் சேர்ந்து பேசினால் அவர்களை யாராவது ஏதாவது சொல்லி அழைத்துக் கொண்டனர்.

பூப்பறித்து வா! கடைக்குப் போய் வத்திப்பெட்டி வாங்கி வா! எவ்பு நீ வீட்டுப் பாடம் முடிக்கவில்லையே! எஃபேவின் சிரிப்பு ஒலி துடைத்து முடக்கப்பட்டது. அவளது தப்படிகள் மெதுவாகின. அவளது சிரிப்பையும் நடையையும் முடக்கியது அவளது பெருத்த வயிறு மட்டுமல்ல.

“என்னைத் தெருப்புழுதி போலப்பார்க்கிறார்கள்” ரீட்டாவிடம் புலம்பினாள்.

“அவர்களையெல்லாம் பொருட்படுத்தாதே எஃபே” தங்கை ஆறுதல் கூறினாள். “குழந்தை பிறந்து அதன் அப்பா வந்து பார்த்துக்கொள்ளத் தொடங்கிய உடன் நீ ஒன்றும் யாருடனும் படுத்துவிடும் முட்டாள் பெண்ணில்லை என்பது அவர்களுக்குத் தெரியவரும்.” தங்கையின் ஆதரவு பெருந்துணை. அதற்கு அவள் நன்றிக்கடன் பட்டிருந்தாள். அவளைப் பார்த்துப் புன்னகைத்தாள். “பையனாக இருக்கவேண்டும் என்று நம்புகிறேன். மகனென்றால் கண்டிப்பாக அவன் தந்தை அவனை வைத்துக் கொள்ள விரும்புவார்.”

“கவலைப்படாதே எஃபே. கர்த்தர் இருக்கிறார். கண்டிப்பாக மகன்தான்.”

“ஆமென்” எஃபே அவளது பிரார்த்தனையை முடித்துவைத்தாள். உடல் பெருத்து பெருந்தீனி தின்று கொழுத்த புறாவைப்போல நடை மாறி அவள் அசைந்தாடி நடக்கத்துவங்கிய போது வீட்டுப்பராமரிப்புக்கான ஆட்சி அதிகாரத்தை தன்னைவிட பதினோரு மாதம் இளையவளான ரீட்டாவிடம் கொடுத்துவிட்டாள். ஏன் பொறுப்பு ரீட்டாவிடம் போனது

ஏன் பணத்தைக் கேட்க எஃபே வராமல் ரீட்டா வருகிறாள் என்றெல்லாம் அவர்களது தந்தை கேட்கவில்லை. கசங்கி சுருங்கி விரல் பட்டுத் தேய்ந்து, மென்மையாகி இருந்த, ஏழைகள் புழங்கும் பணத்துக்கே உரிய ஒருவித மூக்கைத் துளைக்கும் மூக்குப் பொடி வாசனை தோய்ந்த நோட்டுகளை எண்ணிக் கையில் கொடுத்துவிடுவார். பொருள் வாங்குவது, சமையல், சிறியவர்களை மேற்பார்வையிட்டு சுத்தம் செய்தல் என்று எல்லா வேலைகளையும் எஃபேவுக்கு இணையான திறனோடு செய்தாள் ரீட்டா. அதனால் எஃபேவால் நிம்மதியாக பிள்ளைப்பேறெனும் பெருங்கடனை ஆற்றமுடிந்தது. பின்னாளில் எல்லாம் சுமுகமாய், பிரசவ எடையெல்லாம் குறைந்து சாதாரண உணவுப்பழக்கத்துக்கு வந்தபின்னர், ரீட்டா இல்லாமல் இத்தனையும் அவள் தனியாகச் செய்திருக்கவே முடியாது என்பதை எஃபே உணர்ந்தாள்.

தண்ணீர்க்குடம் உடைந்து பிரசவம் நெருங்கிவிட்டதென்பதை உணர்ந்தபோது தனக்கு எப்படி மதியச் சமையல் செய்து கொண்டிருந்தபோது தண்ணீர்க்குடம் உடைந்து கஷ்டப்பட்டு மருத்துவமனை அடைந்து எஃபேவை பெற்றாள் என்று கதை சொன்ன- தாயாரின் நினைவு வந்தது. வலி உடலை இரண்டாய்ப் பிளந்தது. ரீட்டாவை எழுப்பி தன்னை மருத்துவமனைக்கு அழைத்துச் செல்லுமாறு கெஞ்சினாள். வழிநெடுக ரீட்டாவைப் பற்றிக்கொண்டும் வலி தாங்க முடியாத தருணங்களில் அவளை அழுந்த பற்றியும் கிள்ளிக்கொண்டும் இருந்தாள். நாக்கைக் கடித்தபடி தன் அக்காளின் வலியைத் தானும் ஏற்றுக்கொண்டாள் ரீட்டா. வண்டியைப் பள்ளத்தில் விட்டு எடுத்தபோது எஃபே வலியில் கதற, டாக்ஸி ஓட்டுநரைப் பார்த்து ஓட்டும்படி கெஞ்சினாள் ரீட்டா. அவரோ லாகோஸின் சாலைகள் மோசமாக இருப்பதற்குத் தான் காரணமல்ல என்று கடிந்துகொண்டார்.

“சாலைகளில் பள்ளமிருப்பது சகிக்கமுடியவில்லையென்றால் அரசாங்கத்திடம் போய்க் கேளுங்கள், நான் வெறும் ஓட்டுநர்தான். ஓட்டுவது பிடிக்கவில்லையென்றால் இறங்கிக்

கொள்ளுங்கள்.” ஏற்கனவே அவருக்கு அன்றைய தினம் அலுப்பைத் தந்திருந்தது. இதில் தன் மகள் வயதில் இரு பெண்கள், அதிலும் ஒருத்தி பிள்ளைத்தாய்ச்சியாய் வந்து தனக்கு வண்டி ஓட்ட கற்றுத்தருவதை எப்படிப் பொறுப்பது? அந்தப் பெண்ணின் விரலில் திருமண மோதிரத்தைக் கூடக் காணவில்லை.

“என்ன இந்த லாகோஸ் பெண்கள்! கொஞ்சம் கூட நடத்தை சரியில்லை”, தனக்குள் முனகிக் கொண்டார். வீடடைந்தும் தன் மனைவியிடம், “அந்தப் பெண்ணுக்குப் பதினான்கு வயதுதான் இருக்கும். விட்டால் என் வண்டியிலேயே பிள்ளையைப் பெற்றிருப்பாள்” என்று சொல்லி வருந்தினார்.

All Saints Maternity மகப்பேறு மருத்துவமனையின் பிரம்மாண்டம் நம்பிக்கையூட்டியது. தன் நடையிலேயே திறமையை எடுத்துக் காட்டிய செவிலியிடம் அக்காளின் பொறுப்பைக் கொடுத்ததில் கடமை தீர்ந்து மனது இலகுவானது ரீட்டாவுக்கு. எஃபேவைக் கட்டில் நோக்கி அழைத்துச் செல்கையில் அவளது காலணி எழுப்பிய க்ளப் க்ளப் சத்தமும் நேர்த்தியாக மருத்துவமனை அங்கியையும் கையுறையையும் அவள் கைகள் துழாவிய விதமும் ரீட்டாவின் இறுக்கத்தைத் தளர்த்தின. எஃபே ஆடைகள் அகற்றப்பட்டு ஏதோவொரு இயந்திரத்தோடு இணைத்துப் பொருத்தப்பட்டாள். அது விட்டுவிட்டு பீப் ஒலித்துப் பின் அடங்கியது.

“மன்னித்துக்கொள். இயந்திரம் நின்றுவிட்டது. காகிதம் தீர்ந்துவிட்டது. சில மருத்துவமனைகளில் இதுகூட இருப்பதில்லை. இங்கே இருக்கும் மூன்றும் நன்கொடையாக வந்தவை. இது பேறுகால முன்னேற்றத்தைக் காட்டும் இயந்திரம். இது காகிதத்தில் வரையும் கோடுகளை வைத்து பிரசவ வலி எவ்வளவு இருக்கிறது என்றும் வலி உண்மையா என்றும் தெரிந்துகொள்ளலாம்” செவிலி அந்த இயந்திரத்தை ஒருவித பிரமிப்போடு தட்டிக்கொடுத்தாள்.

கழுத்தில் ஆரம் போல ஸ்டெதஸ்கோப்பை மாட்டிக்கொண்டு

மிக அதிகமாய்ப் பற்கள் கொண்ட மருத்துவர் ஒருவர் வந்தார். அவர் முகத்திலிருந்த சோர்வைக்கண்டு அவரால் எஃபேவைச் சரிவர கவனிக்க முடியாதோ என்று அஞ்சி வருந்தினாள் ரீட்டா. இந்த மருத்துவருக்கு ஒரு கட்டிலும் பலமணி நேரங்கள் ஓய்வும் தேவை என்று சொல்லி வேறு மருத்துவர் கேட்கலாமா என்ற எண்ணம் தோன்றியது அவளுக்கு. ஆனால் கேட்கவில்லை. அவர் எப்படி எடுத்துக் கொள்வாரோ என்று அஞ்சினாள். எஃபேவைப் பார்த்துப் புன்னகைத்தாள். தன் முகத்திலிருந்து அவள் கவலையை அவள் கண்டுகொள்ளக்கூடாதென்கிற தவிப்பு இருந்தது அவளுக்கு. அந்த மருத்துவர் கட்டில் முனையில் அமர்ந்துகொண்டு செவிலியிடம் பல கேள்விகளைக் கேட்டுக்கொண்டிருந்தார். செய்வதைத் திருந்தச் செய்பவர்க்கே உரிய தோரணையில் தொனியில் அந்தச் செவிலியும் பதில் சொல்லிக்கொண்டு வந்தாள்.

“நான்கு சென்டிமீட்டர் விரிவடைந்திருக்கிறது. தண்ணீர்க் குடம் உடைந்துவிட்டது. குழந்தை சவுகரியமாக இருக்கிறது” மருத்துவரிடம் செவிலி பேசிய எதுவும் ரீட்டாவுக்கோ எஃபேவுக்கோ புரியவில்லை.

ஒழுங்கற்ற இடைவெளிகளில் அலையலையாய் வலி வந்து போனது. எஃபே வலி நிவாரணி வேண்டாம் என்று சொல்லிவிட்டாள். அவளைத் தவறானவள் என்று முத்திரை குத்தி, அவள் வாழ்வைச் சிதைத்த இந்தப் பிரசவத்தை முழுமையாக உணரவேண்டும், அதுவே சரியான பரிகாரம் என்று நினைத்தாள்.

கையைக் கர்ப்பப்பைக்குள் விட்டு பிள்ளையை வெளியே இழுத்து விடலாமா என்று இருந்தது அவளுக்கு. மருத்துவர் அகன்றதும் அவளருகே கட்டிலில் அமர்ந்துகொண்ட ரீட்டா வலி தாங்கமாட்டாமல் எஃபே அழும்போதெல்லாம் உடன் அழுதாள். வலிக்கெல்லாம் காரணமான குழந்தையை எஃபே சபித்து வசைபாடிய போது, பாதி பிறந்த குழந்தையைச் சபிப்பது செய்யக்கூடாத ஒன்று, கெட்ட சகுனம் என்று சொல்லித் தடுத்தாள்.

“கொஞ்சம் கஷ்டப்பட்டு வலி பொறுத்துக்கொள் எஃபே, நான் சொல்வது கேட்கிறதா? முயற்சி செய். கொஞ்ச நேரம்தான், எல்லாம் முடிந்துவிடும். புரிகிறதா கொஞ்ச நேரம்தான்.”

பதிமூன்று மணிநேரம் கழித்து வீறிட்டு அழுதபடி அவளது மகன் இந்த உலகுக்குள் நுழைந்தான். தலைகொள்ளா முடியோடு பிசுபிசுத்த குழந்தை எஃபேவின் மாரில் கிடத்தப்பட்டபோது, அவள் கையைப் பிடித்துக்கொண்டு மெலிதாய் அழுதபடி ரீட்டா தான் உடனிருந்தாள். மிகவும் அயர்ந்து போயிருந்த எஃபே மகனுக்குப் பெயர் வைக்கும் பொறுப்பை ரீட்டாவிடம் கொடுத்தாள். அகத்தூண்டுதலேதுமற்று உணர்ச்சியை மட்டும் ஏந்தியபடி ரீட்டா லக்கி என்று அவனுக்குப் பெயரிட்டாள். அவள் உடன் இருப்பது அவளது அக்காவுக்கு அதிர்ஷ்டம் என்றோ குழந்தை பிறந்ததே அதிர்ஷ்டம் என்றோ கொள்ளலாம். அல்லது அவளது அக்காள் மகன் உலகின் அதிர்ஷ்டங்களெல்லாம் பெற்றவனாய் இருக்கவேண்டும் என்ற எண்ணமாய் இருக்கலாம். பின்னாளில், எஃபே மீண்டு எழுந்து நல்ல ஆரோக்கியத்தில் இருக்கும்போது அதை மாற்றி இக்பொன்வொஸா என்று டைட்டஸின் நடுப்பெயரை வைத்தாள்.

குழந்தை சிறியதாய் சுருங்கிப்போய்க் காய்ந்த செதில்கள் போன்ற தோலோடு இருந்தது. பல்லிபோல இருக்கிறதென இரக்கமற்று நினைத்தாள். அவள் பார்த்ததிலேயே மிகவும் அழகற்ற குழந்தையாக அவன் இருந்தான். அவனைப் பெற்றது தான் தான் என்றே அவளால் நம்பமுடியவில்லை. ஆனாலும் அவன் அவளுடைய பொறுப்பு. அவனைப் பார்த்துக் கொள்ள வேண்டியது அவளது கடமை. அந்த எண்ணமே எஃபேவுக்குப் பிடிக்கவில்லை. ஆனால் தாய்மைக்கே உரிய பொறுப்போடு அந்தக் கடமையைச் செய்ய அவள் தயாராக இருந்தாள். அவள் அவனைப் பார்த்துக்கொள்வாள். ஆனால் நன்றாகப் பார்த்துக்கொள்ள வேண்டுமென்றால் அதற்கு டைட்டஸின் உதவி வேண்டும்.

குழந்தைகளுக்கு உணவு உடை மருந்து என்று நிறைய தேவைகள் இருந்தன. அவர்களின் தந்தை தந்த பணம், வீட்டுப் பராமரிப்புக்கே சரியாய்ப் போகும். இதற்குப் போதாது. அவள் மருத்துவமனையில் இருந்து கிளம்பிய அன்று டைட்டஸைப் பார்த்து குழந்தையின் பராமரிப்புச் செலவுக்கான பணத்தைத் தரவேண்டியது அவனது பொறுப்பு என்று அவனை உணரச்செய்வது என்று முடிவெடுத்துக்கொண்டாள். ஆயிரம் இருந்தாலும் ஆண்களுக்கு மகன்கள் என்றால் தனிதான், எத்தனை பேரென்றாலும் பரவாயில்லை. அவர்களது பெயர்களைச் சுமந்து அலையும் விருதுகளாகவே மகன்கள் பார்க்கப்பட்டனர். டைட்டஸுக்குப் பிள்ளைகள் உண்டென்று எஃபேவுக்குத்தெரியும். சிலமுறை அவர்களைப் பற்றி அவன் பேசியிருக்கிறான். பிள்ளைகளை நல்ல பள்ளிக்கூடத்திற்கு அனுப்ப எவ்வளவு செலவாகிறது என்று எப்படி அந்த தனியார்ப் பள்ளியில் உள்ளூர்ப் பணம் வாங்குவதில்லை என்று சொல்லிச் சிலாகித்திருக்கிறான். ‘டாலர்களும் பவுண்டு ஸ்டெர்லிங்களும்தான் வாங்குவார்கள்’.

அவனிடம் பணம் இருந்தது. அதனால் இன்னுமொரு குழந்தையை வளர்ப்பதில் அப்படியொன்றும் வேறுபாடு வந்துவிடப் போவதில்லை. அவன் அவர்களது பிள்ளையைப் பள்ளிக்கு அனுப்பக்கூடும். அவள் அடைந்திராத அத்தனையும் அவள் தர முடியாத அனைத்தும் அவன் மூலம் பிள்ளைக்குக் கிடைக்கக்கூடும்.

அப்படித்தான் மூன்று வாரங்கள் கழித்து இக்பொன்வொஸாவுக்குப் பாதம் மறைக்கும் நீளநிறச்சட்டையணிவித்து பாலேடு நிறத்துச் சால்வையால் போர்த்திச் சுருட்டி எடுத்துக்கொண்டு ஊரின் அடுத்த முனையில் இருந்த டைட்டஸின் வீட்டுக்குச் சென்றாள் எஃபே. டைட்டஸ் ஒருமுறை அந்தப் பக்கமாய் செல்கையில் வீட்டைச் சுட்டிக் காட்டியிருக்கிறான். ‘அந்த வீட்டைக் கட்ட எனக்கு மிகவும் அதிகமாகவே பணம் செலவாகி விட்டது!’ டைட்டஸ் வீட்டில் இருக்கக்கூடிய நேரம் கணித்து அந்த நேரத்தில் சென்றாள். அவள் கருவுற்றிருப்பதாகச் சொன்ன

தினத்திற்குப் பிறகு அவனைப் பார்க்கவேயில்லை. அவனிடம் பேசவேண்டும், அவர்களது மகனை அவனுக்குப் பரிசளிக்க வேண்டும் என்று அவள் விரும்பினாள்.

குட்டி டைட்டஸ், இந்த மூன்று வாரத்திலேயே தெளிவாய்த் தெரிகின்ற தோற்ற ஒற்றுமை, காலம் செல்லச்செல்ல இன்னும் தெளிவாகவே புலப்படும். அவள் மிக அதிகமாகவெல்லாம் எதிர்பார்த்து விடவில்லை. அதிகமாய் உண்டு செரித்தபடி அப்பனை உரித்து வைத்தாற்போலிருக்கும் இந்தக் குழந்தையை வளர்க்கத் தேவையான அளவு பணம் கிடைத்தால் போதும் அவளுக்கு. அவள் வளர்ந்த அந்தச் சேரிக்கு வெளியே அவள் மகன் வளரவேண்டும். அதற்குத் தேவையானதைச் செய்யும் அளவுக்கு டைட்டஸிடம் பணம் இருந்தது.

பணிப்பெண்ணொருத்தி அவளை உள்ளே அழைத்துச்சென்ற நேரம் கணவனும் மனைவியுமாய், எபாவும் கீரைக்குழம்பும் புசித்துக் கொண்டிருந்தனர். அவ்வளவு வயதானவளாகத் தெரியாத அந்த மனைவி பரிமாறும் கிண்ணத்தில் கிழங்குக் களியை மொத்தையாக வைத்தபோது பணிப்பெண் “ஐயாவைப்பார்க்க யாரோ வந்திருக்கிறார்கள்” என்று கூறினாள். களியை வைத்துக்கொண்டே தலைநிமிர்த்து அந்த “யாரோ” யார் என்று பார்த்தாள் அவள்.

எஃபேயின் கையில் இருந்த நீலநிறப்பொதியின் மீது சிறுபார்வை ஓடியதுமே அரைப் புன்னகையொன்று தோன்றியது அவள் முகத்தில். டைட்டஸ் எதுவுமே பேசவில்லை. இருவரில் ஒருவரும் எஃபேவை அமரச்சொல்லவில்லை. ஆனாலும் அவள் அருகே கிடந்த இருக்கையில் அமர்ந்தாள். இதோ டைட்டஸ் முன் நேருக்கு நேர் வந்து நிற்கிறாள். அவனோ தெரிந்தது போலக்கூட காட்டிக்கொள்ளவில்லை. தொண்டை இறுகி இருமல் வரும் போலிருந்தது. குழந்தை விழித்து அழுதான். அவள் சமாதானப்படுத்தினாள். ‘ஷ்... ஷ்... அழாதேயடா’. குழந்தையைத் தாலாட்டி அமைதிப்படுத்திவிட்டு துணிவு மறைந்துபோகும்முன் சொல்லிவிட்டாள், “உன் குழந்தையை எடுத்து வந்திருக்கிறேன் டைட்டஸ்.”

டைட்டஸ் களியின் மீது கவனம் பதித்திருந்தான். எப்படியோ அவன் விழுங்க வைத்திருந்த களி வில்லையில் வந்து ஒட்டிக்கொண்டிருந்த மீன் முள்ளை அக்கறையோடு அகற்றிக்கொண்டிருந்தான். அவள் பேசுவதே அவன் காதில் விழாததுபோல, அவள் ஒருத்தி அங்கே இருப்பதைக்கூட உணராதவன்போல இருந்தான். அவனது மனைவிதான் அருகே இருந்த வாஷ்பேசினில் கைகழுவி துண்டில் துடைத்துக் கொண்டு எழுந்தாள். அவளது எலும்புகள் கொஞ்சம் கூட ஒலியெழுப்பவில்லை. எஃபேவை நோக்கி நடந்து வந்து இளையவளின் முன்பாக நின்றுகொண்டாள்.

"நீ! உனக்கு என்ன துணிவிருந்தால் என் வீட்டுக்கு வந்து, என் கணவரை உன் குழந்தையின் தகப்பன் என்று பழிபோடுவாய்?" அவளைச் சுட்டிக் கேட்ட அவளது குரல் மிருதுவாக இருந்தது. அவள் முகத்தில் இருந்த அந்த அரைப் புன்னகை அகலாமல் இருக்கையில்தான் அது வெறும் புன்னகையல்ல என்று புரிந்தது எஃபேவுக்கு. அதில் ஒரு இகழ்ச்சி அல்லது இன்னும் மோசமாக வேறேதோ இருந்தது.

"வீணாய்ப்போனவளே! கேடுகெட்டவளே! வெட்கங்கெட்ட வேசிமுண்டை! ஆளைப்பார். உன்னைப்போலொரு சின்னப்பெண் இவ்வளவு பெரிய ஒரு ஆணோடு என்ன செய்து கொண்டிருந்தாய்? இந்த வயதில் ஒரு ஆணுக்குக் காலைவிரித்துக் கொண்டு என்ன செய்தாய் சொல்? நல்ல குடும்பத்தைச் சேர்ந்த எந்த பெண்ணாவது அப்பா வயதுள்ள ஒரு ஆணோடு படுப்பாளா? பதில் சொல் முட்டாளே. இப்போது ஏன் பேசமாட்டேனென்கிறாய்? வாயடைத்துப்போனதா என்ன? என்னிடம் வந்து உன் முகத்தைக் காட்டத் துணிச்சல் இருக்கிறதே. இதை எடுத்துக்கொண்டு என் வீட்டுக்கு வர உனக்குக் கொஞ்சம் கூட பயமில்லை? என் வீட்டுப்படியேறி என் முகத்தைப்பார்க்க கொஞ்சம் கூட கூசவில்லை? இப்போது நான் கண்ணை மூடிக்கொள்கிறேன். நான் கண்ணைத் திறக்கும்போது நீயும் இந்த வேசிமகனும் என் கண்முன்னே இருக்கக்கூடாது." டைட்டஸைப் பார்க்காமலே அவன் இன்னும்

உணவருந்திக் கொண்டிருப்பதை அறிந்தாள் எஃபே. அவன் நல்லி எலும்பைச் சப்புக் கொட்டி உறிஞ்சும் சத்தம் அவளுக்குக் கேட்டது. எழுந்து மெல்ல வெளியேறினாள்.

லக்கி இக்பொன்வொஸா அவன் தந்தையை அதன்பிறகு பார்க்கப் போவதே இல்லை. ஆனால் இத்தனை ஆண்டுகளில் இப்படி டைட்டஸோடு உறவுகொண்டு பிள்ளை பெற்று வந்து நிற்கும் பெண்களில் இவள் ஆறாவது என்ற தகவலை அவள் அறியவில்லை, அவளுக்குச் சொல்லத்தான் யாருமில்லையே. வாசல் வரை வந்து விரட்டிக் கதவடைத்துப் பூட்டும்படி பணிப்பெண்ணுக்கு ஆணையிட்டாள் டைட்டஸின் மனைவி. ஆறு பெண்களையும், இப்படித்தான், ஏறக்குறைய இதே முறையில்தான் விரட்டியிருந்தாள் அவன் மனைவி.

திருமணமாகி வந்த புதிதில் தலைமைப் பணிப்பெண்ணைக் கடைக்கண்ணால் நோட்டம்விட்ட கணவனைக் கண்டதுமே இவன் ஊர்மேயும் தினுசு என்று அறிந்துகொண்டாள். இடுப்பை நெளித்துக்கொண்டு எவள் வந்தாலும் பெட்டை நாயைத் தேடி எச்சில் ஒழுக ஓடும் நாயைப்போல இவன் ஓடி விடுவான் என்று தெரியும். அது அவனது பிழையல்ல. அவன் படைக்கப்பட்ட விதமே அப்படித்தான். அவளால் அதைப் பொறுத்துக் கொள்ள முடியும். அவன் எவ்வளவு பெண்களுடன் வேண்டுமானாலும் இருக்கட்டும். அதில் அவளுக்கு எந்தச் சிக்கலும் இல்லை. சிக்கல் எதுவென்றால் இப்படி பிள்ளையைப் பெற்றுத் தூக்கிக்கொண்டு வந்து காப்பாற்ற வழி செய் என்று நிற்கும் பெண்கள்தான்.

“டைட்டஸ் இது உன் குழந்தை. எனக்குத் திருமணமெல்லாம் வேண்டாம், குழந்தையை வளர்க்க உதவினால் போதும்.”

“டைட்டஸ் இதோ உன் மகன். அவன் தந்தையை அவன் அறிய வேண்டும்.”

டைட்டஸ், இது. டைட்டஸ், அது. போதும் இதை எதையும் அவள் பொறுப்பதற்கில்லை. லடிப்போவில் இருந்த கடையொன்றில்

கார் உதிரி பாகங்கள் விற்பனையாளர் ஒருவரிடம் டைட்டஸ் தொழில்முறைப் பயிற்சியை முடித்துக்கொண்டிருந்த காலகட்டத்தில்தான் அவனை முதன்முதலாகச் சந்தித்தாள். அவனுக்கு கார் உதிரிபாகங்கள் விற்பனையில் விருப்பம் இல்லை. ஆனால் அவர்கள் கிராமத்திலேயே பணக்காரனாக அந்த வியாபாரி இருந்தான். அப்படிப் பொருளீட்ட முடிந்தவனுக்குக் கற்றுக்கொடுக்க விற்பனையறிவும் அதிகம் இருக்கும். அந்த அறிவை எப்படிப் பொருளீட்டுவது என்ற அறிவைக் கறப்பதுவே அவனது நோக்கமாக இருந்தது. அதனால் வாய்ப்புக் கிடைத்தபோது பயன்படுத்திக்கொண்டு அந்த வியாபாரியோடு அவரது வீட்டில் ஐந்து ஆண்டுகள் தங்கிக் கடையில் வேலை செய்து வியாபார நுணுக்கங்களை வெற்றியின் இரகசியங்களை நேரடியாகக் கற்றுக்கொண்டான்.

அவர்கள் திருமணம் முடிந்த சில மாதங்களில் அவனது பயிற்சிக்காலம் முடிந்து வழக்கம் போலவே அவனது முதலாளியும் புதிய தொழில் தொடங்க கையில் கொஞ்சம் பணம் தந்தனுப்பினார். அவன் கார் உதிரிபாகங்களில் அதைச் செலவிடாமல் அவனைப்போலவே பயிற்சி முடித்துப் பெரிய கனவுகளோடு இருந்த வேறொருவனோடு சேர்ந்துகொண்டான். கையிலிருந்தவற்றைச் சேர்த்துக் கூட்டாய் யோசித்து, பணம் பெண்கள் மீது தான் என்று முடிவு செய்தனர். தனக்கெனச் செலவழிக்காத ஆண் கூட பெண்ணுக்கென்றால் செலவழிப்பான் என்பது அவர்கள் கருத்து. முடிதிருத்தகத்துக்கோ அழகு நிலையங்களுக்கோ செல்லத் தேவையில்லாமலேயே தனக்கு நல்ல கூந்தல் அலங்காரம் வேண்டும் என்று லாகோஸ் பெண்கள் ஏங்கிக்கொண்டிருப்பதை மனதில் வைத்து பளபளக்கும் 'விக்'குகளை இறக்குமதி செய்தனர். அது அவர்கள் நினைத்த அளவு வெற்றிகரமாகப் போகவில்லை. கொரியாவில் இருந்து இறக்குமதி செய்து அவர்களுடையதை விடக் குறைந்த விலையில் விற்ற அபா, ஒனிட்ஷா போன்ற வர்த்தகர்கள் அவர்களுக்கு மிகுந்த போட்டியாக இருந்தனர். பிறகு அவர்கள் கையில் விஞ்சியதில் பெரும்பகுதியை சிவப்பழகு க்ரீம்களில் முதலீடு செய்தனர். லாகோஸ் ஆண்களுக்குச்

சிவப்பு நிறத்தழகிகளை மிகவும் பிடிக்கும். எப்படியும் இது ஜெயித்துவிடும் என்று நம்பினர். ஆனால் பதினான்கு நாட்களில் சிவந்த நிறம் இல்லையென்றால் பணம் வாபஸ் என்ற வாக்குறுதியோடு வந்த அவர்களது 'மஞ்சள்' - தோல் நயப்படுத்தும் க்ரீம் பாதிப்பொதிகள் உடைந்தும் மீதி உடைந்த க்ரீம்களால் கறை படிந்தும் வந்து சேர்ந்தன. கரை படிந்த புட்டிகளைச் சுத்தம் செய்ய ஐந்து நாட்களும் மூவாயிரம் நைராக்களும் செலவாயின. டைட்டஸின் தொழிற்கூட்டாளி இதை இன்னும் மோசமான எதிர்காலத்துக்கான முன்னறிவிப்பு என்று எச்சரிக்கையடைந்து தன் இழப்பைக் குறைக்க பங்காண்மையிலிருந்து விலகிக்கொண்டான். ஆனால் டைட்டஸ் ஒன்றைச் சரி என்று நம்பிவிட்டால் அதற்காக விடாமுயற்சியுடன் உழைக்கக் கூடியவன். அது அவனது பழைய முதலாளியிடமிருந்து கற்றிருந்த பாடங்களில் ஒன்று.

"உனது மனதும் மூளையும் சரியென்று சொல்லிவிட்டால் எதற்காகவும் நிறுத்தாதே. மக்கள் உன்னை ஏமாற்றலாம். உன் மனதும் புத்தியும் ஒருபோதும் உன்னைக் கைவிடாது. அவற்றை உன் உற்ற நண்பர்களாக்கிக்கொள்."

பெண்கள் மீது கவனம் வைத்தால் பெரிய பொருள் ஈட்டலாம் என்று இப்போதும் டைட்டஸ் நம்பினான். பெண்களைக் குறிவைத்துத் தொழில் என்கிற அவர்களை ஈர்த்த அந்தச் சிந்தனையில் எந்தப் பிழையும் இல்லை. வெற்றி கைக்கெட்டும் தூரம் வந்துவிட்ட நேரத்தில் பயந்து ஒதுங்கிக்கொண்ட தனது பங்குக்கூட்டாளியை முட்டாள் என்றே நினைத்தான் டைட்டஸ். பெண்களின் தற்பெருமையைத் திருப்திப்படுத்தக்கூடிய ஏதாவதொன்றைக் கண்டுபிடித்தால் போதும், செல்வம் கொட்டும். ஒன்றையடுத்து ஒன்று தோற்கும் திட்டங்களாய் அவன் கனவு கண்டு உறக்கமற்ற இரவுகளில் இறுகிய தசையைத் தடவிக்கொண்டு வருந்துகையில் 'எல்லாம் சரியாகிவிடும். கவலைப்படாதே என்ன? எல்லாம் சரியாகிவிடும்' என்று சொல்லி இருப்பதை எண்ணிச் செலவிட்டபடி அவன் மனைவி பொறுமையாகக் காத்திருந்தாள்.

ஒரு நாள் இரவில் அவனது கட்டிலில் கிடந்தபோது மனிதத் தலைமயிர் தொழிலில் இருந்த இடைவெளியைக் கண்டுபிடித்தான். ஒரு தெய்வீகக்காட்சி போல அது அவன் கனவில் வந்தது. ஓர் ஆழ்ந்த அசரீரிக் குரல் அவனை இந்தியாவுக்குப் போகச் சொன்னது. அங்கிருந்து லாகோஸ் கண்டறிந்திடாத சிறந்த தலைமயிரை இறக்குமதி செய் என்று சொன்னது. அது உண்மையா அல்லது அவன் இட்டுக்கட்டிச் சொல்கிறானா என்று அவன் மனைவிக்குக் கூடத் தெரியாது. ஆனால் அவன் இந்தியாவுக்குப் போனான். பதினொரு வாரங்கள் கழித்து, மெலிந்து, நல்ல உணவுக்கு ஏங்கிப் பசியோடு திரும்பி வந்தான். அவன் பின்னே கொள்கலனில் சவுரிமயிரும் வந்து சேர்ந்தது. ‘அதற்குப்பின், பொதுவாய்ச் சொல்வது போல, வரலாறு,’ இப்படித்தான் எப்போதும் அவர்கள் குப்பைமேட்டிலிருந்து கோபுரத்துக்குப்போன கதையை அவள் சொல்லி முடிப்பாள்.

அவனுடைய முதல் வாகனம் வாங்கிய சமயத்தில் அவள் உடனிருந்தாள். அவர்களின் வீட்டைக்கட்ட கட்டுமான நிபுணரைச் சந்திக்க அவன் போனபோது அடுக்களை எங்கே விளையாட்டு அறை எங்கே என்று சொல்ல அவளும் உடன் சென்றாள். வீடு அடிக்கல் நாட்டப்படும்போது அவள் அவன் அருகே நின்றிருந்தாள். வீடு கட்டிமுடிக்கப்பட்ட போது அதற்கு மரச்சாமான்களும் திரைச்சீலைகளையும் அவள்தான் வாங்கி வந்தாள். அவளது பொறுமையின் கனியை இன்னொருத்தி பறித்துச்செல்ல அவள் ஒருபோதும் அனுமதிக்கப்போவதில்லை. டைட்டஸ் செல்வம் ஈட்டும் வரை அவனுக்கு இசைவாய் ஆதரவாய் இருந்து பொறுமை காத்திருந்தாள். அந்தச் செல்வத்தை யாரும் பங்கு போட முடியாது. அது அவளுக்கே உரியது, அவள் பெற்ற மக்களின் சொத்து. அதைப் பொறாமையோடு பாதுகாத்தாள். அவனுக்குத் தேவையான பெண்களோடு அவன் கூடட்டும், தேன் எப்போதும் தேனீக்களை ஈர்க்கவே செய்யும், ஆனால் தேனீக்கள் தங்கள் கூடுகளில் இருந்து பிள்ளைகளைப் பேண வேண்டும். தேன்குடுவை அவளுடையது, அதில் எப்போதும்

மாற்றமில்லை. அதைக் கட்டிப்பிடித்து நெஞ்சுக்கு நெருக்கமாய் வைத்துக்கொள்வாள். அவன் ஊர் மேய்ந்தான்தான். அவனுடன் சுற்றிய பெண்கலெல்லாம் கருத்தரிக்க வாய்ப்பிருக்கவே செய்தது. ஆணுறைகள் வேசிகளோடு போகும் ஆண்களுக்குத்தான்.

துணிந்து குழந்தையைத் தூக்கிக்கொண்டு வீட்டுக்குள் வந்து உணவு வேளையில் இடையூறு செய்த அந்தச் சின்னப் பெண்ணைப் போல, அனுபவமில்லாத சிறுபெண்களைக் கவரும் நயம் டைட்டஸுக்கு இருந்தது. எல்லோருமே, ஏழைகளுக்கே உரிய நம்பிக்கை தோய்ந்த பார்வையோடுதான் குழந்தைகளைத் தூக்கிக்கொண்டு வருவார்கள். ஆனால் அந்த நம்பிக்கையை எப்படி வழித்தெடுப்பது என்று டைட்டஸின் மனைவிக்குத் தெரிந்திருந்தது.

டைட்டஸ், அவன் பங்குக்குக் கள்ளத்தொடர்பில் பிறந்த பிள்ளைகளோடு வீட்டுக்கு வரும் பெண்களை விரட்டுகிற மனைவியைத் தடுத்தானில்லை. மீள முடியாத் தரித்திரத்திலும் ஒன்றுமில்லா வறுமையிலும் அவன் உழன்ற காலத்தில் உடனிருந்த அவள் மீது நிறைந்த நன்றி இருந்தது அவனுக்கு. இதைவிட நல்ல நிலையில் இருக்கும்போதே விட்டுப்போகும் பெண்களுண்டு. அதுவுமில்லாமல், எங்கே போனான் யாரோடு இருந்தான் என்று கேட்டு நச்சரிக்காத மனைவியாக இவள் வாய்த்ததெண்ணி மகிழ்ந்தான். எந்தக் கணவனுக்குத்தான் நச்சரிக்கும் மனைவியைப் பிடிக்கும்? அவனை அவனாக ஏற்றுக்கொண்ட அவளை நன்றியோடு நடத்த வேண்டும் என்று அவன் நன்கறிந்திருந்தான். அவனுக்கு இளமையாய்க் கிட்டத்தட்ட கன்னியாய் இருந்த பெண்களைத் தேர்ந்தெடுப்பதில் நல்ல தேர்ச்சி இருந்தது. கன்னிப் பெண்களைப் புணர்வதில் இருக்கும் உற்சாகம் வேறெதிலும் இல்லை. எந்தப் பெண்ணிடமிருந்து எந்த நோய் தொற்றுமோ என்ற கவலையெல்லாம் இதில் ஏற்படுவதில்லை. என்னதான் ஃபெலா போன்றோர் எய்ட்ஸ் நோயெல்லாம் மேற்கத்தியர் நோயென்றும் அது ஆப்பிரிக்கர்களை ஒன்றும் செய்வதில்லை என்றும் சொன்னாலும் டைட்டஸ் வருமுன் காப்போம் என்பதை நம்பி மிகக் கவனமாகவே இருந்தான்.

இதனால் அவனது இரகசியச் சந்திப்புகளின் விதைகள் முளைத்து பெற்றவளோடு வாசலில் வந்து நிற்கையில் அவனது மனைவியால் அதைச் சமாளிக்க முடிந்தது. அதற்கான உரிமையை அவள் சம்பாதித்திருந்தாள். அப்படியே இனி பார்த்துப் பழகிட முடியாத அந்தக் குழந்தைகளைப் பற்றி அவ்வப்போது அவன் நினைத்தாலும் அதை அவன் வெளிப்படையாகக் காட்டியதே இல்லை.

கேட்காமல் கிடைத்த இந்தக் குழந்தையை எஃபே வெறுக்க விரும்பினாள். அவள் கைவிடப்பட்டவள் என்று காட்டிக் கொடுத்து அவளை எந்நேரமும் வீட்டிலேயே வைத்திருந்தான் குழந்தை. ஒரு பணக்காரன் வந்து அவளைத் திருமணம் செய்து, அவள் வாழும் இந்தச் சகதிக்குழியில் இருந்து அவளை மீட்டுக்கொண்டு செல்வான் என்ற நம்பிக்கை வலுவிழந்து போனது. ‘எந்த நல்லவன் பிள்ளை பெற்ற ஒருத்தியைத் திருமணம் செய்ய முன்வருவான்?’

அந்தப் பிள்ளையைக் கொடுத்தவனே அதற்குத் தயாராக இல்லை எனும்போது வேறு யார் தயாராக இருப்பார்கள்? அவள் ஒரு நல்ல மனைவியாக இருப்பாள் என்று அவள் அன்னை அடிக்கடி சொல்வாள். ‘ஒரு நல்ல மனைவியாகவே பிறப்பெடுத்தவள் நீ.’ எந்தக் கேள்வியுமில்லாமல் விடிகாலையில் எழுந்து தாயாருக்குக் காலை உணவு செய்ய உதவும் இந்த மகளைப் பார்த்து அவள் சொல்வது இது.

‘சில பெண்கள் முழுமையடையாமலே திருமணத்தில் விழுந்து விடுகின்றனர். அவர்களுக்கு மிகுந்த பயிற்சி தேவைப்படும். ஆனால் நீ முழுமை பெற்றவள். முழுத்தகுதியோடு திருமண பந்தத்தில் நுழைவாய்.’ இனி அதற்கு எந்தவிதமான வாய்ப்பும் இல்லை. அவள் முழுமையான மனைவியாக எப்போதும் இருக்கப் போவதில்லை. இனி அவள் மீண்டும் கன்னியாக முடியாது. மீண்டும் பிள்ளை பெறாதவளாக முடியாது. இப்போது அவள் பின்னப்பட்டவள்.

ஆரம்பத்தில் எஃபேவுக்கு இன்பமான நாட்களும் துன்பமான

நாட்களும் இரண்டும் இருந்தன. கதிரவன் காய்ந்து ஒளிபொருந்திய போதுகளிலும் மந்தமான, வெறுமை அகலாத துன்பம் மிகுந்த நாட்கள். குழந்தை விடாமல் அழுதுகொண்டிருக்கும் அந்நாட்களில், அவள் டைட்டஸைச் சந்திக்காமலே இருந்திருக்கலாமே என்று மனம் வெதும்பும். அவர்களது குழந்தை வெறுக்கப்பட வேண்டியவன் என்று அவளது புத்தி கதறிக்கொண்டிருக்கும்.

குழந்தை கிளுக்கிச் சிரித்து விளையாடும் இன்பமான நாட்களில் அவளது உலகமே நேராகிவிடும். வாரங்கள் செல்லச் செல்ல இன்ப நாட்கள் மிகுந்து துன்ப நாட்கள் நலிந்து வந்தன. என்ன முயன்றாலும் அவளால் குழந்தையை வெறுக்க முடியாது என்பதை விரைவிலேயே அவள் கண்டுகொண்டாள். பேறுகால வலியை மறந்தாள். அவனைத் திட்டமிட்டுப் பெறவில்லை என்பதை மறந்தாள். டைட்டஸின் வீட்டில் பெற்ற அவமானத்தை மறந்தாள். இவை யாவும் நினைவடுக்குகளில் இருந்து கரைந்து போயின. அவனது பிறப்புக்கு முந்தைய வாழ்க்கையின் சுவடுகள் இல்லாத புதிய நினைவுகளைப் பிள்ளையோடு உருவாக்கிக் கொண்டாள். அவன் அழுதால் ஓடோடிச் சென்று கெஞ்சிக் கொஞ்சி சமாதானப்படுத்தினாள், ‘அழாதே என் செல்வமே அழாதே அம்மா இருக்கிறேன் அழாதே’ அழுகை அடங்கும்வரை குலவினாள். மேலெல்லாம் எச்சில் ஒழுக ஐந்தாம் மாதம் முதல் பல் முளைப்பதற்கு ஆவலோடு பார்த்திருந்தாள். பல் முளைத்துக் காய்ச்சல் கண்டபோது கையைப் பிடித்துக்கொண்டு தீரத்தீரக் கதை பேசினாள். சொல்வதற்கு ஏதுமற்றுப் போனபோது காய்ச்சல் விலகவேண்டுமே என்று அமைதியாக பிரார்த்தனை செய்தாள். ஆறு மாதத்தில் பால்வற்றிப் போய் பிள்ளைக்குப் பாலூட்ட முடியாமல் போனபோது அழுதாள். அவளது அன்பின் வலிமை கண்டு அவளே திகைக்கும் வண்ணம் அவன் மீது அன்பு செய்தாள். பெண்கள் ஏன் தொடர்ந்து பிள்ளை பெற்றுக் கொள்கிறார்கள் என்று இப்போது அவளுக்குப் புரிந்தது. பேறுகால வலியை மறப்பது மிகவும் சுலபம்.

திடமான குழந்தையை இவ்வுலகிற்குக் கொண்டு வந்ததற்காக மகிழ்வடைந்தாள். எங்கே அவன் காற்றில் கரைந்து விடப்போகிறானோ என்ற எண்ணத்தில் தன்னைச் சமாதானப்படுத்திக்கொள்ளவே அடிக்கடி அவள் அவனைக் கையில் ஏந்திக்கொள்வாள். 'கண்கட்டு வித்தைபோல மறைந்து போய்விடமாட்டான் என்று உறுதிப்படுத்திக் கொள்ளத்தான்.'

டைட்டஸின் உதவி கிடைக்கும் என்று நம்பியிருக்கும்போது எப்படியெல்லாம் குழந்தையை வளர்க்க வேண்டும் என்று அவள் கனவு கண்டாளோ அப்படியே அவனை வளர்க்க வேண்டும் என்று உறுதியாக இருந்தாள்.

'சத்தியமாகச் சொல்கிறேன். எப்படியாவது ஏதாவது செய்து கட்டாயம் உன்னை இங்கிருந்து கூட்டிப் போய் விடுவேன்.' ஒவ்வொரு நாள் காலையிலும், இகேஜாவின் அரசு குடியிருப்புப் பகுதியில் இருந்த ஒரு அலுவலகத்துக்கு துப்புரவு வேலைக்கு அவள் செல்லும்போது, உறங்கிக்கொண்டிருக்கும் அவளது மகன் காதில் கிசுகிசுத்துவிட்டுப் போவாள். இதுவரை அவள் தன் வாழ்வில் இதைவிடத் தீவிரமாக வேறு எதையும் எண்ணியதில்லை.

எல்லோரும் குழந்தையை அவனது பெயரின் முதல் எழுத்துகளை வைத்து எல்.ஐ. என்றே அழைத்தனர். அதற்குக் காரணம் அவனது தாத்தா போதை நீர்த்து மனம் தெளிவாய் இருந்த தருணமொன்றில் அவனை அப்படித்தான் அழைக்க வேண்டும் என்று சொல்லியிருந்தார். 'இப்படி இரட்டைப் பெயரெல்லாம் வைத்தால் தேவையில்லாத சிக்கல் வரும். வாய்கொள்ளாதபடி நீளமான பெயர் வைத்தால் கடவுளரின் கோபத்துக்கு ஆளாக நேரிடும். ஒரு நாய்க்கு வைத்தால் அதுகூட இறந்துபோகும்.' அவரது பேச்சின் பொருள் எஃபேவுக்கோ ரீட்டாவுக்கோ புரியவில்லை என்றாலும் கூட, அதன் பிறகு குழந்தையை லக்கி இக்பொன்வொஸா என்று அழைக்கவேயில்லை.

பெயர் மாற்றுவதைத் தவிர இரவெல்லாம் அழுதுகொண்டிருந்த அந்தக் கொழுத்த குழந்தையைப் பற்றி, வேறு எந்தவிதமான

அக்கறையும் எஃபேவின் தந்தை காட்டிவிடவில்லை. இன்னொரு முறை என்று சொன்னால் மருத்துவமனையில் இருந்து அவரோடு வீடு திரும்பியது மட்டும்தான். அவர்கள் அம்மா மட்டும் இப்போது உயிரோடு இருந்திருந்தால் இப்படி ஒரு வேசிமகனை வீட்டுக்குள் விட அனுமதித்திருக்கவே மாட்டாள். அவரது சம்பாத்தியத்தில் இருந்து ஒற்றைக்காசு கூட அந்தக் குழந்தைக்குச் செலவு செய்யவும் விட்டிருக்க மாட்டாள் என்று பழித்தார். ‘என் பிள்ளைகளோடு சேர்த்து எவன் பெற்ற பிள்ளையையோ எல்லாம் என்னால் வளர்க்க முடியாது, தெரிகிறதா? ஒருவன் ஓரளவுக்குத்தான் பொறுத்துப்போக முடியும் இந்த உலகில்.’

எல். ஐ வளர்ந்தான். முதலில் ஒரு அலுவலகத்தில், பிறகு இரண்டு இடங்களில் என்று அவள் சுத்தம் செய்து அவனுக்கு வேண்டியது பார்த்து வளர்த்தாள் அவனது அன்னை. காலையில் அவன் விழிப்பதற்கு முன் கிளம்பிவிடுவாள். மாலை அவள் வீடு திரும்புகையில் அவன் நாள் முழுவதும் ஓடி ஆடிக் களைத்து, உறங்கத் தயாராகி இருப்பான். அவனுடன் அதிக நேரம் செலவிட முடியவில்லை என்பது அவளை வருத்தியது. கடவுளை வழிபடத் துவங்கினாள். ஒரு நாளில் இன்னும் அதிக மணித்துளிகள் வேண்டும் என்று வேண்டினாள். பின்னர் அதிகப்பணம் சம்பாதித்து சேமித்துக் கொஞ்சம் விடுப்பு எடுக்க வசதியாக இன்னும் அதிக வேலை வேண்டும் என்று வேண்டிக்கொண்டாள். இரண்டாவது வேண்டுதல் மட்டுமே நிறைவேறியது.

ஒருநாள் பணி முடிந்து வீடு திரும்ப, லாகோஸின் போக்குவரத்தில் புகுந்து நெளிந்து சென்ற ஒகாடாவில் (மோட்டர் சைக்கிள்), ஓட்டுநரைப் பிடித்தபடி அவள் போய்க் கொண்டிருந்தபோது அந்த விளம்பரம் அவளது கண்களில் பட்டது. ராண்டல் அவெனியுவில் இருந்த ஒரு அலுவலகத்தில் சுத்தம் செய்யும் பணி. அவள் இரண்டாவதாக வேலை பார்த்துக் கொண்டிருந்த இடத்தில் இருந்து இது பக்கமாக இருந்ததால், எப்படியும் மூன்று இடங்களிலும் வேலை பார்த்துவிடலாம் என்று திட்டமிட்டாள்.

மூன்று வேலைகளென்றால் அதிக சம்பளம், அதிக போனஸ் அப்படியென்றால், எல். ஐ க்கு இன்னும் நேர்த்தியான வாழ்க்கை. அவனுக்கு நல்ல வாழ்க்கை என்றால் இவளுக்கு நிம்மதியான சந்தோஷமான வாழ்க்கை. வண்டிக்காரரைக் கெஞ்சி ராண்டல் அவனியுவில் மாற்றி இறக்கிவிடச் சொன்னாள். கொஞ்சம் வேகமாகப் போனால், ஆறரை மணிக்குள், 'டெலே & சன்ஸ்: ஏற்றுமதி இறக்குமதி நிபுணர்கள்' அலுவலகத்தை மூடுகிற நேரத்துக்குள் போய்விடலாம். மேலதிகப் பணம் தரவேண்டும் என்று ஓட்டுநர் சொன்னார்.

"அது பரவாயில்லை. எப்படியாவது சீக்கிரம் என்னை அங்கே கொண்டு போய் விட்டுவிடுங்கள்" என்றாள் அவள். ஆறரைக்குள் அங்கே போகவேண்டுமென்றால் ஜேம்ஸ்பாண்ட் போல் பறக்க வேண்டும் என்று அவன் சொல்லி அவளை வயிற்றில் இறக்கிப் பிடித்துக் கொள்ளச் சொன்னான். அவள் அவனை தொப்புளருகே பிடித்துக் கொண்டாள். அவன் இன்னும் இறக்கி இறுக்கமாகப் பிடித்துக்கொள்ளச் சொன்னான். விழுந்துவிடக் கூடாதல்லவா? எஃபே வாதாடவில்லை. அவளுக்கு மூன்றாவது வேலை வேண்டும். அவனை இறுகப் பற்றிக்கொண்டு முகத்தில் மோதிய காற்றிலிருந்து மறைக்க முகத்தை அவன் கழுத்தில் புதைத்துக்கொண்டு பேசாமல் இருக்க, அவன் போக்குவரத்தில் வளைந்தும் நெளிந்தும் குண்டும் குழிகளைக் கடந்தும் ஒரு ரொட்டி வியாபாரியைக் கிட்டத்தட்ட விழத்தட்டியும் வேகமாகப் பறந்தான்.

கொஞ்சம் நடுங்கினாலும் முழுதாய் வந்து இறங்கியதே நிம்மதியாக இருந்தது அவளுக்கு. சாலைகளைப் பயன்படுத்தும் மற்றவர்களை, குறிப்பாக பாதசாரிகளைக் கவனத்திலேயே கொள்ளாமல் ஜேம்ஸ்பாண்ட் போலத்தான் பறந்தான். சவாரியின்போது பல முறை வண்டியில் இருந்து தூக்கியெறியப்படுவோம் அல்லது குளிர்பானம் ஏற்றி வந்த சரக்குவண்டியின் சக்கரத்துக்கடியில் இருவரும் மாட்டி நசுங்கிய சதையும் எலும்புக் குவியலுமாய் ஆகப்போகிறோம் என்று நினைத்தாள். இரண்டில் எது மோசமான வகை என்று அவளால் நிச்சயிக்க முடியவில்லை.

எது கொஞ்சம் கருணை மிகுந்த மரணம்? ஒரு கட்டத்தில், ‘அதிக வேகம் வேண்டாம். மெதுவாகப் போங்கள்’ என்று கெஞ்ச ஆரம்பித்துவிட்டாள். அவளது சொற்கள் பிற வண்டிகளின் சத்தங்களிலும் நடைபாதை வியாபாரிகளின் அழைப்புகளிலும் வண்டிக் கண்ணாடியைத் திறந்துகொண்டு மக்கள் பெய்த ஏச்சு மழையிலும் தொலைந்துபோயிருந்தன, அல்லது ஓட்டுநர் அவள் பேசியதைப் பொருட்படுத்தவில்லை. எப்படியோ வேகமாய் அவளை அவள் சொன்ன இடத்தில் இறக்கி விட்டான்.

‘காத்திருக்கட்டுமா?’ இஞ்சின் இன்னும் ஓடிக்கொண்டிருந்தது. ஒரு காலை நிலத்திலும் மறு காலை பெடலிலும் வைத்து நின்றபடி அவன் கேட்டான். அவளுக்குப் போதும் போதும் என்றாகியிருந்தது. இங்கே எவ்வளவு நேரம் காத்திருக்க நேரிடுமோ? வண்டியை நிறுத்தி வைத்தால் அதற்கான தொகையும் அதிகரிக்கும். அவனை அனுப்பிவிட்டுச் சின்னதாய் ஒரு பிரார்த்தனையைச் செய்துவிட்டு அந்தக் கட்டிடத்துக்குள் நுழைந்தாள். அலுவலகம் இன்னும் திறந்திருந்தது. டைட்டஸை விட மூன்று மடங்கு பெரிதாய் இருந்த ஒருவன் அவளை அப்போதே அங்கேயே நேர்காணல் செய்தான். நிறுவனத்தில் பெயர் பாதியில் அண்ட் சன்ஸ் என்று இருந்தாலும் அவன் ஒருவன்தான் அங்கே பணிசெய்கிறவன், அவனே அவளது புதிய முதலாளி.

“வாக்யும் க்ளீனரை எப்படிப் பயன்படுத்தவேண்டும் என்று உனக்குத் தெரியும்தானே?” மூச்சிரைத்தபடி அவன் கேட்க, “தெரியும் சார்” என்றாள் எஃபே.

“ஏழுமணிக்கு வந்துவிடுவாயா?” “அருகே வசிக்கிறாயா?” “நன்றாக வேலை செய்வாயா?” அவன் கேட்ட அத்தனைக் கேள்விகளுக்கும் தெரியும், முடியும் என்றே சொன்னாள். பறக்க முடியுமா என்று அவன் கேட்டிருந்தால் கூட உற்சாகமாய், “முடியும், நன்றாகப் பறப்பேன்” என்று சொல்லியிருப்பாள்.

பின்னர் பெரிய போனஸ்களும் விடுப்புகளும் தந்து அவளுடைய மூன்று முதலாளிகளிலும் டெலேதான் மிகவும் தாராளமானவாக

இருந்தான். நன்றிக் கடனாக அவனுக்காக கடவுளிடம் அவள் ஒரு பிரார்த்தனையைப் போட்டு வைப்பாள். தனக்கு அள்ளிக் கொடுக்கும் அந்தப் பை நிரம்பவேண்டும் என்று வேண்டிக் கொள்வாள். கடவுள்தான் டெலே ஐயாவை அவளுக்காக அனுப்பி வைத்தார் என்று ரீட்டாவிடம் அவள் சொன்னாள்.

அவன் அவள் தலையலங்காரம் மாற்றியதை, அவள் சோர்வடையும் நேரங்களை, புதிய ஆடையில் வருவதை கவனித்துக்கேட்டான், பாராட்டினான். அவளுக்கு ஒன்பது மாதக் குழந்தை இருக்கிறது என்று அவள் சொன்னபோது அவன் ஆச்சர்யப்பட்டான். எவ்வளவு இழுத்தாலும் பழைய அளவுக்கு மீண்டுவிடும் ரப்பர் பேண்ட் போல சில பெண்களுக்குத்தான் வயிறு அமையும், அவள் அப்படியான அதிர்ஷ்டம் செய்த பெண் என்றும் அவளைப் பார்த்தால் ஒரு தாயான பெண் என்று தெரியவே இல்லை என்றும் சொல்லி வியந்தான். அவளுக்குக் கணவன், காதலன் அல்லது அவளுக்காகக் காத்துக்கொண்டு வீட்டில் யாராவது இருக்கிறார்களா என்று சற்று எச்சரிக்கையோடு கேட்டுக்கொண்டான்.

“இல்லை என் பிள்ளையின் தகப்பனுக்கு அவன் வேண்டாமாம். எங்களுக்கும் அவன் வேண்டாம். அவன் பின்னர் ஆசைப்பட்டு சொந்தம் கொண்டாட வந்தாலும் தேவையில்லை. எனக்கு யாரும் இனி கிடைக்க மாட்டார்கள்.” தலைகுனிந்து கண்கள் தரை பார்த்துச் சொன்னாள். அவள் கிடைக்கக் கூடியவள் தான். ஆனால் வேசியல்ல. அவளுக்கான மரியாதையுடன் அவளை நடத்தவேண்டும் என்று முடிந்தளவு புரிய வைத்து விட்டதாகத்தான் நம்பினாள். அவள் சரியாகக் காய் நகர்த்தினால் திருமணம் கூட நடக்கலாம். டைட்டஸுடன் இருந்தபோது சேர்த்ததில் இப்போது எதுவும் மிச்சமில்லை. அவள் சம்பாதித்த பணமெல்லாம் எல். ஐக்குத் தேவையானதை வாங்குவதற்கே சரியாக இருந்தது. அவள் அறிந்த பல பெண்களைப்போல கொஞ்சப் பணத்துக்காக தச்சர்களோடும் கார் மெக்கானிக்குகளோடும் கூடப்படுக்கும் பெண்ணாக அவள் சுருங்கிவிட மாட்டாள். திருமணமில்லாமல் பிள்ளை

பெற்றிருக்கலாம். அதற்காக அவள் மட்டமானவள் அல்ல. அவள் இன்னும் தேர்வு செய்ய முடியும். டெலேவைப் பார்த்தால் காதலிக்குக் குறிப்பிடத்தக்க அளவில் பணம் தருபவன் போலத்தான் தெரிந்தான். எல். ஐக்கு அவள் கொடுக்க விரும்பிய எல்லாவற்றையும் அதற்கு மேலும் கொடுக்க முடிந்தவனாகத்தான் தெரிந்தான். அவளது வாழ்வை விழுங்கிக் கொண்டிருக்கும் வறுமை மற்றும் வேலை செய்து செய்து அதனால் ஏற்படும் சோர்வைப் போக்க இவனால் முடியும் என்று நினைத்தாள்.

ஆனால், அவள் எவ்வளவு முயன்றும், டெலே அவளை வெளியே போகலாம் என்று அழைக்கவேயில்லை. ஏழு மாதங்கள் கழிந்த நிலையில் எல். ஐக்கு நல்ல பள்ளி கிடைக்கவில்லை, கிடைத்தால்தான் மீண்டும் பள்ளிக்குப் போக முடியும் என்று ரீட்டா குறைபட்டுக்கொண்டிருந்த போதுதான் அவள் வெளிநாடு போகத் தயாரா என்று டெலே கேட்டான். 'பெல்ஜியம் ஐரோப்பாவில் ஒரு நாடு. லண்டனுக்குப் பக்கத்தில்.' ஒரு கதவில் இருந்து அடுத்த கதவுக்குப் போவது போல அங்கிருந்து இங்கு நடந்தே போய்விடலாம் என்பது போல அவன் சொன்னான். அவன் கட்டணத்தைப் பற்றி, கடனை எப்படித் தவணையில் கட்டுவது என்பது பற்றி, அங்கே அவளோடு சேர்ந்து தங்கப்போகும் நைஜீரியப் பெண்கள் பற்றி, அவர்களைப் பார்த்துக்கொள்ளும் அவனது ஒரு நண்பர் பற்றி ஒரு தீவிரத்தோடு அவன் சொல்லாதிருந்தால் அவள் அவனை நம்பியே இருக்க மாட்டாள். வெறுமனே வேடிக்கைக்குக் கேட்டதாக, பசியில் வாடும் குழந்தையிடம் கைக்கெட்டியும் வாய்க்கெட்டா தூரத்தில் உணவை ஆட்டிக் காட்டும் பொல்லாத மனிதன் போல அவன் கேட்கிறான் என்று நினைத்திருப்பாள்.

"வெளிநாடு போக விருப்பமா என்றா கேட்டீர்கள் டெலே ஐயா? யாராவது குழந்தையிடம் இனிப்பு வேண்டுமா என்று கேட்பார்களா?' யார்தான் வெளிநாடு போக விரும்பவில்லை? எத்தனையோ பேர் அப்படியான கனவோடு பிறந்து அதை

நிறைவேற்ற முடியாமல் இறந்தே போகிறார்கள்.”

வாயில் நுழையாத பெயர் கொண்ட நாட்டின் விமான நிலையத்தில் ஒரு நைஜீரியன் போதை மருந்துப் பைகள் விழுங்கி, அவை வயிற்றில் வெடித்து இறந்துபோனதாக, போனவாரம் அவளை வீட்டில் இறக்கிவிட்ட ஓகாடா ஓட்டுநர் சொல்லவில்லை? “அவன் முகம் இப்படி வீங்கியிருந்ததாம், அப்படியே விழுந்து இறந்துபோனானாம் ஸிஸ்டர்!” கையை விரித்து வீக்கத்தின் அளவைக் காட்டிச் சொன்னான் அவன். அவளுக்கு இன்னும் ஆயுள் இருக்கிறது என்று சொல்லி கையை வண்டியில் வைத்து அவன் கவனமாக ஓட்ட எஃபே அறிவுறுத்தினாள். “உனக்கு வாழச் சோர்வாக இருந்தால் நீ மட்டும் போய்ச் சேர். தயவு செய்து அப்பாவி மக்களை விட்டுவிடு” என்று கெஞ்சினாள்.

வெளிநாடு செல்வதன் கஷ்டங்களை அறிந்திருந்தாலும், போகுமிடத்தின் சிறப்பறிந்து மக்கள் வாய்ப்பை ஏற்றுக் கொண்டனர். அது என்ன பாட்டு? ’நைஜீரியா கோணமாணல், எல்லாமே அலங்கோலம்’.

டைட்டஸையும் டெலேவையும் போன்ற மக்கள், பானை பானையாய் காசு வைத்திருக்கும் மக்களைத் தவிர இந்த நாட்டில் இருந்து பிழைக்க யாரும் விரும்பமாட்டார்கள். அவள் வெளிநாட்டில் போய் என்ன செய்ய வேண்டும் என்று கேட்பதற்கு முன்பே அவன் சொன்னதற்குத் தலையாட்டிவிட்டாள்.

“என்ன செய்யவேண்டும், துப்புரவு வேலையா?” டெலே சிரித்தபடி, “இல்லை விற்பனை” என்றான். அவளை மேலும் கீழுமாய் அளந்த பார்வையும், முகத்திலிருந்து முலைகளுக்கு அங்கிருந்து முட்டி நீளப்பாவாடைக்கடியில் தெரிந்த காலுக்கு நகர்ந்த பார்வையும்தான், அவள் செய்யப்போவது என்ன மாதிரியான விற்பனை என்பதை அவளுக்கு உணர்த்தியது. அவள்தான் டெலே அண்ட் சன்ஸின் ஏற்றுமதிப் பொருள். எல்.ஐக்கு இன்னும் நேர்த்தியான வாழ்வு. நல்ல பள்ளிக்குச்

சென்று படித்துப் பெரிய மனிதனாகி, அவள் வயதாகிச் சோர்ந்து திரும்பி வரும்போது நன்றாகப் பார்த்துக் கொள்வான். டெலே அளித்த வாய்ப்பை ஏற்றுக்கொள்ளத் தேவையான உந்துசக்தியாக எல்.ஐ. இருந்தான். அவனை விட்டுப் பிரிவது அவளுக்கு மிகவும் கடினமாக இருக்கும் என்றாலும் அந்தத் துயரத்தையும் அவனுக்காகச் சகித்துக் கொண்டாள். அன்று அவள் வீடு திரும்பியபோது ரீட்டா படுக்கையிலிருந்தாள். ஆனால் உறங்கியிருக்கவில்லை. அவளை அடுக்களைக்கு அழைத்தாள் எஃபே.

“உன்னிடம் ஒன்று சொல்ல வேண்டும்,” ஒரு முக்காலியை இழுத்துப்போட்டு அமரப் போனாள். அவளுடைய இரவு உணவு மேசையில் மேலிருந்த பானையில் இருந்தது. அதை அவள் பொருட்படுத்தவில்லை. சாப்பாடெல்லாம் பிறகு பார்த்துக் கொள்ளலாம். மூன்று அலுவலகங்களைச் சுத்தம் செய்து களைத்த கால்கள். அடுப்புக்கு முதுகு காட்டி அமர்ந்தாள். ரீட்டா அவளுக்கு எதிரே கதவை அடைத்தபடி அமர்ந்தாள்.

“ரீட்டா,” அவள் துவங்கினாள். கொஞ்சம் மரத்த ஆனால் இலகுவான குரலைக்கொண்டு வர முயற்சித்தாள். அவள் எல்.ஐ. குறித்துத் தெரிந்துகொள்ள தொலைபேசிக் குரலில் சொன்னாள் “நான் லாகோஸை விட்டுப்போகிறேன்” தவறாக ஏதும் சொல்லிவிடக் கூடாதென வார்த்தைகளைத் தேடியெடுத்து நிறுத்திப் பின் மீண்டும் துவங்கினாள். “நான் வெளிநாடு போகிறேன்.”

வெளிநாடு என்ற சொல்லே முகத்தின் ஒரு கோடியில் இருந்து மறுகோடிக்கு நீண்ட ஒரு புன்னகையைத் தந்தது. பழுத்த வாழையின் சுவை போல நாவினடியில் ஒரு இனிப்புச்சுவை மண்டியது.

“நான் ஐரோப்பா போகிறேன். பெல்ஜியம்.” எப்படி எங்கே என்று ரீட்டா கேட்பதற்குள் அவள் முந்திக்கொண்டு சொன்னாள், “லண்டனுக்கு அருகில். ரொம்பப் பக்கம்.” டெலே சொன்னதைத் திருப்பிச் சொன்னாள். சொல்லும்போதே

இரண்டு பெரிய கதவுகள் ஒன்றினருகே மற்றொன்றாய் அவள் மனக்கண்ணில் தெரிந்தன. ஒன்றில் லண்டன் என்று எழுதியிருந்தது. மற்றொன்றில் பெல்ஜியம் என்று எழுதியிருந்தது. லண்டனுக்கு அருகில் என்றால் லண்டனைப் போலத்தான் இருக்கும். லண்டனை எல்லோருக்கும் தெரியும். கைதட்டிச் சிரித்தபடி புழுதி மண்டிய தெரு முற்றத்தில் லண்டனைப்பற்றி ரைம்ஸ் பாடியிருக்கிறார்கள்.

லண்டன் ப்ரிட்ஜ் இஸ் ஃபாலிங் டௌன்
லண்டன் ப்ரிட்ஜ் இஸ் ஃபாலிங் டௌன்
மை ஃபேர் லேடி
புஸ்ஸி கேட் புஸ்ஸி கேட் வேர் ஹாவ் யூ பீன்?
ஐ ஹாவ் பீன் டு லண்டன் டு லுக் அட் த க்வீன்

“ஒரு ஆள் எனக்கு பெல்ஜியத்தில் வேலை வாங்கித் தருவதாக உறுதிகொடுத்திருக்கிறார்.” சொல்லும்போதே சிலிர்த்தது. பெல்ஜியம். பெல். ஜ்யொம். கிண்கிணி ஒலித்து விடியலை அழைத்து வருவதுபோல ஒரு எண்ணம்.

“என் முதலாளி, டெலே ஐயா. மிகவும் கனிவானவர். அவரை நினைவிருக்கிறதா? கிறிஸ்துமஸின்போது இரண்டாயிரம் நைரா அதிகமாகத் தந்தாரே. அவர்தான் எனக்கு வேலை வாங்கித் தருவார். பெல்ஜியத்தில்.” குரல் சற்றுத் தேய்ந்தது. “அங்கே பெண்கள் சுலபமாகச் சம்பாதிக்கலாம் என்கிறார். அவர்களுக்குக் கறுப்பினப் பெண்களை மிகவும் பிடிக்குமாம்” நிறுத்தினாள். ரீட்டாவைப் பார்க்கவில்லை. “நினைத்துப் பார்ப்பதற்குள், ஒரு வருடத்துக்குள் நான் பணக்காரி ஆகிவிடுவேன் என்கிறார். மெர்சிடிஸ் பென்ஸ் வாங்கலாம்!”

டெலே இப்படிச் சொல்லவில்லை. ஆனால் திரும்பி வரும்போது, பைக்கில் பின்னால் உட்கார்ந்தபடி இவள் குவிக்கப்போகும் பணத்தை எண்ணிக் கனவு கண்டு வந்தாள். ஒரு வருடம் சம்பாதித்துச் சேர்த்து வைத்தால் மெர்சிடிஸ் வாங்குமளவு பணம் இருக்குமென்று கணக்குப் போட்டிருந்தாள். கறுப்பினப் பெண்களைப் பிடிக்கும் என்று சொன்னது டெலே

சொன்னதுதான். அங்கே அந்நாட்டுப் பெண்களைப் பார்த்து அலுத்துப்போயிருந்த வெள்ளைக்காரர்களுக்கு மத்தியில் கருப்பினப் பெண்களுக்கான தேவை அதிகரித்திருந்தது. இதையெல்லாம் மற்ற உடன்பிறப்புகளிடம் அவள் சொல்லப்போவதில்லை. அவர்களெல்லாம் வயதில் சிறியவர்கள். உண்மையைக் கையாள முடியாது. அவள் வெளிநாடு சென்று ஒரு பணக்காரக் குடும்பத்தோடு சேர்ந்து வசித்து அவர்களுக்குச் சமையல் உதவியாக இருக்கப்போவதாக அவர்களுக்குச் சொல்லப்பட்டது. அவள் அதிகமாகச் சம்பாதித்து அவர்களையெல்லாம் பள்ளிக்கு அனுப்பினாள்.

அவர்களும் வெகுகாலத்திற்கு, அவர்களுடைய சகோதரி லண்டனில் (பெல்ஜியம் என்றால் யாருக்கும் தெரியவில்லை) வீடு சுத்தம் செய்து அவர்களுக்கு நிறைய பணம் அனுப்புவதாக, அவர்களிடம் காது கொடுத்துக் கேட்கத் தயாராக இருந்த எல்லோரிடமும் சொல்லிக்கொண்டிருந்தார்கள்.

அவளது தந்தையிடம் வெறுமனே சில ஆண்டுகள் வெளிநாட்டில் இருக்கப்போவதாக மட்டும் சொல்லியிருந்தாள். அவர் வேறு மாதிரியான தகப்பனாய், தனது பதின்பருவ மகள் வெளிநாடு போகப் பணம் எப்படிக் கிடைக்கிறது, அங்கே எப்படி வாழப்போகிறாள் என்று கேட்டுத் துளைக்கும் தகப்பனாய் இருந்திருந்தால் கூட உண்மையை அவரிடம் சொல்வது முடியாத காரியமாகத்தான் இருந்திருக்கும்.

ரீட்டாவும் பல்வேறு விதங்களில் மலர்ந்து பெண்ணாய் முழுமை பெற்றுக் கொண்டிருந்தாள், அவளால் புரிந்துகொள்ள முடியும். அவள் எஃபேவை மதிப்பிட மாட்டாள். ஒரு ஜீவனை நம்பி எல். ஐ.யை ஒப்படைக்கலாம் என்றால் அது துவக்கத்தில் இருந்தே குழந்தையோடு இருக்கும் ரீட்டாவாகத்தான் இருக்க முடியும். ‘எனக்கும் ஒரு மெர்சிடிஸ் வாங்கிக்கொடு’ என்று காதில் சொல்லி ரீட்டா அவளைக் கட்டிக் கொள்ளவும், தான் செய்தது சரிதான் என்றறிந்து நிம்மதி கொண்டாள் எஃபே.’

ஒருவகையில், எஃபே வெளிநாட்டில் இருக்கும் இந்தப்

பதின்மூன்று ஆண்டுகளில் ரீட்டா அவனுக்கொரு சிறந்த தாயாக மாறி இருந்தாள். அவனுக்கு எஃபேவோடு இருந்த நினைவுகள் அத்தனையையும் அவள் தனதாக்கி இருந்தாள். சமைக்கும் பொழுது அவனை உடனிருத்தியிருப்பாள். சந்தைக்குச் செல்கையில் அவனை அழைத்துச் செல்வாள். அக்கம் பக்கத்துக் குழந்தைகள் அவனை வேசிமகனென்றழைத்துக் கேலி செய்தபோது அவனுக்கு ஆறுதல் சொல்லி அவன் வேசிமகனல்ல அவனது தந்தை இறந்துபோய்விட்டார் என்று சொல்லி வைத்தாள். தனது தந்தை எப்படிப்பட்டவர் என்று அவன் கேட்கும்போது அவள், அவர் பணக்காரர், பலசாலி, உன்னை வேசி மகனென்று கேலி செய்யும் பிள்ளைகளின் தந்தையரைவிட உயர்ந்தவர் என்று சொல்வாள். சில சமயம் அவனது பாட்டனார், சுமக்க முடியாத சிலுவையைக் கடவுள் தனக்குத் தந்துவிட்டதாகச் சொல்லி கத்தி வீசும்போது, அதை அவனுக்கு விளக்கிச் சொல்லி அவரைக் கண்டுகொள்ளாமல் இருக்கச் செய்வது ரீட்டாவாகத்தான் இருக்கும். அவன் பள்ளி செல்லத் துவங்கியபின் ஆசிரியர் அன்னையை அழைத்து வரச்சொல்லும்போது சென்று, அவன் எப்படிப் படிக்கிறான் எப்படி நடந்துகொள்கிறான் என்று கேட்டு அதட்ட வேண்டிய இடங்களில், 'உன் அம்மா உனக்குக் கட்டணம் கட்டுவதற்காக எவ்வளவு கஷ்டப்படுகிறாள், அதற்கு நீ செய்யும் கைம்மாறு இது தானா?' என்று கேட்பவள் ரீட்டாதான்.

எல்.ஐ. ரீட்டாவைத்தான் அம்மா என்று அழைத்தான். முதல்முறை அவனைப் பெற்ற தாயை விமான நிலையத்தில் காணும்போது, பெற்றவள் எஃபேதான் ரீட்டா இல்லை என்பதை உறுதிப்படுத்திக் கொள்ளவே அவன் ரீட்டாவைத்தான் பார்த்துக் கொள்வான். ஆண்மைக்குள் அடியெடுத்து வைத்திருந்த அந்தச் சிறுவன், கருகருவென தலை நிறைத்த முடியை எண்ணெய் படிய வாரிக்கொண்டு வந்து நின்றபோது, அவனது அன்னை அடையாளம் கண்டுகொண்டதன் சாட்சியாய் ஒரு அணைப்பையோ ஒரு சிறு புன்னகையையோ ஏதாவதொன்றை எதிர்பார்த்திருப்பாள் என்று காதில் சொல்லி எஃபேவை நோக்கி அவனை நெட்டித்தள்ளுவது ரீட்டாவாகத்தான் இருக்கும்.

எஃபேதான் விமானத்தை விட்டுக் கடைசியாக இறங்கினாள். அவள் பார்சிலோனா வழியாக ஐபீரியாவில் பறந்திருந்தாள். முன்பானால் சபேனாவைப் பிடித்து நேரடியாக ப்ருசெல்ஸில் இறங்கியிருக்கலாம். ஆனால் சபேனா மூடப்பட்டுவிட்டது என்று டெலே சொல்லியிருந்தான். இப்போது ஐபீரியாவைத்தான் எல்லோரும் பயன்படுத்துவது, அதுதான் அடக்கவிலையில் வருகிறது. பயணச் சாமான்களுக்கான ஒதுக்கீடும் அதிகம் என்று சொன்னான். ஏர் ஃப்ரான்ஸைப் பயன்படுத்தவே கூடாது என்றான். என்னவோ அவள் அடுத்த நாளேப் பறந்து வீடு திரும்பப்போவதால் அந்தச் செய்தி அவளுக்கு முக்கியம் என்பது போல. ஏர் ஃப்ரான்ஸ் பயணச்சாமான் அனுமதிப்பதில் மிகுந்த கண்டிப்பைக் காட்டும், 'ஒரு கிலோ கூட அதிகமாக எடுத்துப்போக விடமாட்டார்கள்.' என்றான் டெலே. ஐபீரியா கிடைக்கவில்லையென்றால் கேஎல்எம் தான். அதிகச் சாமான் எடுத்துச்செல்லவிடுமாறு கெஞ்சிக் கேட்கலாம்.' எஃபேவுக்கு எந்த வேறுபாடும் இல்லை. அவளது ஒட்டுமொத்தப் பொருட்களும் ஒரு சிறு பாலித்தீன் பைக்குள் அடங்கி விடக்கூடியதே. மிச்ச இடத்தையெல்லாம் எல்.ஐயை விட்டுப் பிரிவதால் நேரும் துன்பத்தால் நிரப்பவேண்டியது தான். ஆனால் பயணச் சாமான் அனுமதிப்பதில் டெலேவுக்கு ஏன் அத்தனை அக்கறை இருந்தது என்பதை அவள் கிளம்புகிற அன்றுதான் தெரிந்தது. இரண்டு பெட்டி நிறையத் திண்பண்டங்களைக் கொடுத்து அவர்களைப் பார்த்துக் கொள்கிற பெண்மணியிடம் சேர்த்துவிடச் சொன்னான் அவன். 'நம் பாமாயிலை எடுத்துப் போகவிடமாட்டார்கள். அங்கே நல்ல பாமாயில் கிடைக்காது. அவள் நைஜீரிய உணவுக்காக ஏங்குகிறாள். நீயும் கூடிய சீக்கிரம் அதேபோல உணர்வாய்.' கண்டிப்பாக அப்படி உணரமாட்டாள் என்று எஃபேவுக்குத் தெரியும்.

உருப்படியாக அவள் எடுத்துச்சென்ற ஒரே பொருள் அவளது தலைக்குள் இருந்தது. அது அவள் லாகோஸ் விமானநிலையத்தின் பாதுகாப்புச்சோதனைப் பகுதிக்குள் நுழைகையில் ரீட்டாவைப் பிடித்துக்கொண்டு அழுத எல். ஐ யின் அழுத்தமான நினைவு.

அவனை விமான நிலையம் அழைத்துச் செல்லவேண்டாம் வீட்டிலேயே விட்டுப்போகலாம் என்று ரீட்டா சொன்னதை எஃபே ஏற்கவில்லை. வற்புறுத்தி அழைத்து வந்திருந்தாள். அவனுடன் இருக்கும் சிறுபொழுதையும் எவ்வளவு முடியுமோ அவ்வளவு நீட்டிக்க வேண்டுமென அவள் விரும்பினாள். அவன் மேனிச் சுகந்தத்தில் தோய்ந்துகிடக்க விரும்பினாள். ரீட்டாவிடம் அவனை ஒப்படைக்கும் கடைசித் தருணம் வரை அவன் கேசத்தில் நாசியழுத்தி அடர்த்தியான அவனது வாசத்தை உள்ளிழுத்துக்கொள்ள முயன்றாள். அதை மனதில் தேக்கி வைத்து நினைத்த நேரம் எடுத்து முகர்ந்துகொள்ள விரும்பினாள். அந்த மணத்தை அவளால் மறக்கவே முடியாது என்று அவள் நிச்சயமாக நம்பினாள். ஆனால் பெல்ஜியம் வந்திறங்கி மூன்று வாரங்களில் வாழ்க்கை அவளைக் கையில் எடுத்துக்கொள்ளும்போது அவளைச் சுற்றி வளைத்து மூச்சுத் திணறடித்த மற்ற மணங்களின் முன்னே இதை நினைவு வைத்திருப்பது பெரும் போராட்டமாக இருக்குப் போகிறது.

ஆனால் இந்தக் கணம் - அவளது வாடிக்கையாளர்கள் நிரம்பிய ஆண்ட்வெர்பிலிருந்து வெகு தொலைவில், அவளது உடலை ஆண்களுக்கு விற்கும் அந்த அறையிலிருந்து வெகு தொலைவில் - இருபத்தைந்து நிமிடத்துக்கொரு கற்பனை என்று பங்கிட்டுக் கனவில் மிதந்துகொண்டிருந்த இந்தச் சமயத்தில் அவளுக்கு அந்த மணம் மிகத் துல்லியமாக நினைவிருந்தது. மனதில் குழந்தையின் உருவம் மிகத் தெளிவாய் உருவகமானது. இதுவரையும் இனி எப்போதும் இப்படி அழப்போவதில்லை என்கிற அளவுக்கு அவள் அழுது தீர்த்தாள். அன்னையை இழந்தது கடினமாகத்தான் இருந்தது. ஆனால், தற்காலிகமாகத்தான் என்றாலும் மகனைப் பிரிவது அதைவிடக் கடினமாக இருந்தது. இனி அவள் வாழும் காலம்வரை இப்படி அழத் தேவையில்லாமல் போகட்டும் என்று நினைத்துக் கொண்டாள். ஆனால் அதுவும் தவறாகத்தான் முடியும். மீண்டும் பார்ப்போமென்ற நம்பிக்கையோடு பிள்ளையைப் பிரிந்து அழுவதை விட மோசமான பல விஷயங்கள் வாழ்வில் உண்டு என்பதை அவள் வாழ்ந்த அறுபத்தியெட்டு ஆண்டு

காலத்தில் அவள் அறிந்துகொள்வாள்.

எஃபே விமானத்தில் இருந்து இறங்கும்போது வயதாகி விட்டது போல உணர்ந்தாள். முட்டி கடுத்தது. செவிப்பறை வலித்தது. அவள் எண்ணியது போல விமானப் பயணமொன்றும் இன்பமானதாய் இருக்கவில்லை. கடவுள் படைத்த உலகத்தின் மேலே, உயரே பறப்பதென்பது தனக்கே சிறகு முளைத்துப் பறப்பது போலத்தான் இருக்கும் என்று அவள் கற்பனை செய்திருந்தாள். விமானத்தில் பயணம் செய்தவர்களெல்லாம் வானை வென்ற கடவுளரைப்போல சுதந்திரமாக உணர்வார்கள் என்று நினைத்திருந்தாள். ஆனால், அவளது அனுபவம் அதற்கு நேரெதிராக இருந்தது. ஜன்னலருகே, இருக்கை என்று சொல்வதற்கே தகுதியற்றதாய் குறுகிக் கிடந்த இருக்கையொன்றில் அவள் சிக்கிக்கொண்டதைப்போல் உணர்ந்தாள். அது இரவுப் பயணமென்பதால் ஜன்னல் வழியாக அவள் எப்போது பார்த்தாலும் விமானத்தில் வால் பகுதி விளக்கொளி மட்டுமே காணக்கிடைத்தது. குளிர்காற்றும் பயன்படுத்தப்பட்டதாய், கைமாறி வந்த காற்றாய் இருக்கவே அவளுக்குக் குமட்டிக்கொண்டு வந்தது. அவர்கள் ஊர்ப்பேருந்தில் வருவது போல அடுத்த இருக்கையில் இருப்பவரோடு பேசிக்கொண்டு வர இங்கு ஆளில்லை. அவளருகே இருந்த மனிதன் உருளைக்கிழங்கும் சாலட்டுமாய் வந்த இரவு உணவையும் தாண்டி பயணம் முழுமைக்கும் தூங்கிக்கொண்டிருந்தான்.

'அந்த உணவு ச்சே! அதெல்லாம் உணவா?' எத்தனையோ விஷயங்களில் வெள்ளைக்காரர்கள் சிறப்பாக இருக்கலாம் ஆனால் அவர்களின் சமையல்திறன் இன்னும் விரும்பத்தக்கதாயில்லை: உப்பில்லை. உறைப்பில்லை. எண்ணெயில்லை. இதையெல்லாம் உணவென்று எப்படிச் சொல்ல முடியும்? உப்புத்தாளைத் தின்பது போலிருக்கிறது விமானத்தில் தந்த ப்ளாஸ்டிக் முட்கரண்டியில் கத்தியைக் கொண்டு உருளை மசியலைத் தடவியபடி தனக்குள் நினைத்துக்கொண்டாள்.

அவளது சாம்சொனைட் பெட்டிகள் வரும் பொருட்கள்

உரிமைகோரல் பகுதிக்குச் செல்ல வெகுதூரம் நடக்கவேண்டியிருந்தது. தரைகள் பளபளவென்று தூய்மையாய் இருந்தன. அதனால் அவள் தன் புது உலகின் புதிய காட்சிகளை மனதில் பதிந்தபடி தாவிக்குதித்துக் குதூகலமாய்ச் சென்றாள்.

பெல்ஜியம். பெல். ஜ்யொம். லண்டனுக்குப் பக்கத்தில். மணிபோல கிண்கிணித்தது.

சிஸி

சிஸி லாகோஸை விட்டுக் கிளம்பிய தினம் மழை பெய்தது. *ரெய்ன் ரெய்ன் கோ அவே! கம் அகெய்ன் அனதர் டே!*- அவள் விமானத்தில் ஏறக் காத்திருந்தபோது, அவளருகே ஒரு தாயும் அவரது மூன்று குழந்தைகளும் பாடிக்கொண்டிருந்தனர். பயணத்துக்கு அது ஒரு மங்கலகரமான துவக்கமில்லை. ஆனாலும் சிஸியை அந்த மழை சிறிதும் தொந்தரவு செய்யவில்லை. அவள் ஜன்னலருகே நின்று ஓடுதளத்தில் மின்னிய மழையை ரசித்துக்கொண்டிருந்தாள்.

அவளுக்காகச் சொல்லப்பட்ட கணிப்பை நினைவுபடுத்தும் விதமாய் ஒளிவட்டமாய் மிளிர்ந்தது மழை, அது அவளுக்கு மட்டுமாய் நின்றொளிர்வதாய்த் தோன்றியது. இப்போது அவள் செய்துகொண்டிருப்பது (அவள் செய்யக்கூடியதாக இருந்தது அது மட்டுமே) சரிதான் என்று உறுதிப்படுத்துவது போலிருந்தது. அந்த எதிர்காலம் நோக்கிய பயணத்தைத்தான் அவள் இப்போது துவங்குகிறாள். சிஸி அந்த அருள்வாக்கை நம்பத் துவங்கியிருந்தாள். அவளுடைய நம்பிக்கை அவளது தந்தையினுடையதைப்போல பிழைபட்டதல்ல. சந்தேகத்துக்கு மயிரிழை அளவுகூட இடமற்ற மிக உறுதியான நம்பிக்கை இப்போது அவளுக்கு வந்திருந்தது. இந்த வாய்ப்பை மட்டும்

அவள் தவறவிட்டு இங்கேயே தங்கியிருந்திருப்பாளானால், வாழ்க்கை எப்படி அவளது பெற்றோரைப் பார்த்துப் பரிகசிக்கிறதோ அப்படி அவளது கனவுகளையும் பார்த்துக் கேலிசெய்து சிரித்திருக்கும், அதற்கான வாய்ப்பையும் அவளே தந்திருப்பாள்.

அவளது தந்தை, அமைச்சகத்தில் பணியாற்றியவர். என்றாவது ஒரு நாள் ஒரு கார், ஒரு செகண்ட் ஹாண்ட் பஜோ 504, வாங்கிவிட முடியும் என்று நம்பிக்கொண்டிருந்த ஒரு சராசரி அரசு ஊழியர். ஆனால் அவர் பணிக்குச் சேர்ந்த முதல் ஆண்டு ஒரு முறை சம்பளம் ஏற்றப்பட்டது தான். அதன்பிறகு மற்ற எல்லாவற்றின் விலையும் ஏறிக்கொண்டிருந்ததே ஒழிய அவரது ஊதியம் மட்டும் எந்த மாற்றமுமில்லாமல் அப்படியே இருந்தது.

அவரால் என்றும் கார் வாங்க முடியாது. அதிலும், தான் மட்டுமே உபயோகப்படுத்த வேண்டும் என்று தனக்குப் பிடித்த வகை லேஸ் பயன்பாட்டுக்குத் தடைவிதித்த தன் மனைவியைப் பின்பற்றி ஜனாதிபதி ஒபசாஞ்சோ ஐந்து ஆண்டுகளுக்கு முந்தைய கார்கள் மீது இறக்குமதித் தடை விதித்திருக்கும் இந்தச் சமயத்தில் கண்டிப்பாக முடியாது. (இந்த அதிபர்கள் அப்பப்பா! இங்கே மக்கள் வேண்டாத போராட்டங்களில் ஒருவரை ஒருவர் அடித்துக் கொன்று கொண்டிருக்கும்போது அவர் பொருட்களைத் தடைசெய்வதில் மும்முரமாக இருக்கிறார். பற்பசை, க்ளோரோகுயின், சோப்புக்கட்டிகள், சோப்புத்தூள், கடித உறைகள். இதில் நான் கார் எங்கிருந்து வாங்குவது? அபாச்சாவின் அரசாட்சிதான் துயர் தருவதாக இருந்ததென்று நினைத்தால் இந்த ஆட்சி அதைவிட மோசமாக இருக்கிறது. குடியரசு என்ற போர்வையில் இராணுவ ஆட்சி நடக்கவில்லை, அந்த மட்டும் பரவாயில்லை என்றாலும் இது மோசம் தான்.)

அவரால் ஒருபோதும் கார் வாங்கமுடியாது. நல்லதொரு வீடு? அதை வாங்கவே முடியாது. அவரது கனவுகளை நிறைவேற்றத் தேவையான அளவு பொருளீட்ட அவரால்

ஒருபோதும் முடியாது. அவரது அந்த இக்கட்டான நிலை அவரது தோளில் பாரமாய்ச் சேர்ந்து அவரைக் கூனாக்கி அவரது நாற்பது சொச்ச வயதைப் பொய்யாக்கி இருந்தது. எண்பது வயதுக் கிழவனைப்போலத் தலைகுனிந்து தத்தித் தடவி, தனது அதிர்ஷ்டத்தை மாற்றி அமைத்திடவோ அல்லது அவரை அப்படியே விழுங்கி இந்த உலகின் துயரங்களில் இருந்து அவரைக் கூடிய ஏதோ ஒன்றைத் தரையில் தேடியபடி நடந்தார். அவர் யார் கண்களையும் சந்தித்துப் பேசுவதில்லை. சில அங்குலம் மட்டுமாய்த் தலைதூக்கிப் பேசினார், அவர் பேசுவது கேட்காமல் பல சமயங்களில் அவரைத் திருப்பிச் சொல்லச் சொல்லிக் கேட்கும்படி ஆனது.

தனிப்பட்ட முறையில் அவளது அன்னைக்கு ஒரு வீட்டுக்குச் சொந்தக்காரி ஆகவேண்டுமென்ற கனவு இருந்தது. லாகோஸில் அவள் கால் வைத்த காலத்தில் இருந்து அவள் கண் வைத்திருந்த லாகோஸின் புறநகர்ப் பகுதிகளில் ஒன்றான இகோயியில் ஒரு சொந்த வீடு வேண்டும் அவளுக்கு.

திருமணமான புதிதில், விண்சாடும் கோபுரக் கட்டிடங்கள் லாகோஸில் உண்டென்று சொல்லி அழைத்து வந்திருந்தான் புதுக்கணவன். ‘அதெப்படிக் கட்டுவார்கள்? அவ்வளவு உயரமாகவெல்லாம் கட்டிடங்கள் இருக்காது. நான் உங்களை நம்பமாட்டேன்.’ புதுப் பெண்ணின் வெட்கத்தோடு அவள் அப்போது கீச்சிட்டாள். ஆனால் அவன் சொன்னது உண்மையாக இருந்தது. லாகோஸில் மலினமாகிக்கொண்டிருந்த அந்த உயர்மாடி அற்புதங்களைக் கண்டுகளிக்கவே டான்ஃபோ பேருந்துகளில் ஏறி இறங்கிச் சுற்றிக் காட்டினான் அவளது இளம் கணவன். அவனது அந்தக் கூற்றில் இருந்த உண்மை, அவனது அடுத்த சத்தியத்தின் மீது மிகுந்த நம்பிக்கையைக் கொடுத்திருந்தது. அவன் இகோயியில் ஒரு நல்ல வீட்டை வாங்குவான் என்று அவள் நம்பினாள். அந்த வீடு எப்படி இருக்க வேண்டுமென்று கூட அவளுக்குள் ஒரு திட்டம் வரைந்திருந்தாள்.

பெரிய கராஜும், வேலியிட்ட புல்வெளியும் கொண்ட இரட்டை மாடி வீடு. பின்கட்டில் வேலையாட்கள் தங்க இரண்டு அறைகள். தினசரி இருப்பை இட்டு நிரப்பிக்கொண்டிருந்த இந்த ஓக்பா வீட்டில் இருந்து விடுதலை பெற விரும்பினாள் அவள். தாடை மடிப்புகள் சரியத் திரியும் அயாபோ அம்மாளும் அவர்களது ஆறு பிள்ளைகளுக்கும் வெள்ளுடுப்பு அணிந்து தேவாலயம் செல்லும் தம்பதியருக்கும் இடையில் நசிபட்டுக்கிடந்த இந்த வீட்டில் இருந்து விடுதலை.

ஓபாவில், அவளது கிராமத்திலிருந்து காட்வின் அவளைத் திருமணம் செய்து லாகோஸ் அழைத்து வரும்போது சத்தியம் செய்திருந்தபடி, அவளுக்கேயான குளியலறை, அவளுக்கேயான அடுக்களை, அவளுக்கேயான கழிப்பறை, அத்தோடு மேலும் மூன்று அறைகளோடு கூடிய வீடு வேண்டும். அடுத்த பதவி உயர்வு வரை தான் இந்த ஃப்ளாட் வாசம் என்று சொல்லியிருந்தார் அவர்.

“இங்கிருந்து உன்னை வாரிச்சுருட்டி எடுத்துப்போய் ஒரு வீட்டுக்குச் சொந்தக்காரியாக்குவேன் பார். இங்கிருந்து குடும்பமெல்லாம் நடத்த முடியாது. பிள்ளைகளை இங்கே வளர்க்க முடியாது. நமக்கேயான ஒரு வீடு வேண்டும். ஒவ்வொரு பிள்ளைக்கும் ஒரு அறையோடு கூடிய பெரிய வீடு. இங்கேயெல்லாம் பிள்ளை பெறவே கூடாது.”

அடுத்த ஆண்டு அந்த வீட்டில் அவர்களது மகள் பிறந்தாள். இருபத்தி நான்கு ஆண்டுகளுக்குப் பிறகு இப்போதும் அவர்கள் அங்கேதான் இருக்கிறார்கள். அவர்களது மகள் கூடத்தில் உறங்குகிறாள். சிஸோமின் அம்மா அவளது கனவுகளைத் தொலைத்துவிடாமல் பொத்திப் பாதுகாத்து வளர்த்து வந்தாள். காரணமற்ற கவலையால் கண்கள் நிறைந்த பொழுதுகளைக் கலைக்க அந்தக் கனவுகளைத்தான் பயன்படுத்தி வந்தாள். ஆனால் ஒரு கட்டத்தில் அந்தக் கனவுகளும் கனமற்று உதிர்ந்து அவர்களது ஃப்ளாட்டின் சிமெண்ட் தரையில் விழுந்து புதைந்தன.

இப்போதெல்லாம் ‘விடுமுறையுமில்லை, இடமாற்றமுமில்லை’ என்று தன் கனவுகளை எண்ணிச் சிரித்தபடி கணவனிடம் அடிக்கடி சொல்கிறாள். அவளது சிரிப்பு, இயல்பாய் வயிற்றில் இருந்து எழும்பி வராமல், தொண்டைக்குப் பின்னிருந்து வலிந்து இழுத்து வரப்பட்டது போல இருக்கிறது. சிஸோமிற்குப் பிறகு குழந்தைகளும் ஒன்றும் வயிற்றில் தங்கவில்லை. அவளுள் ஏதோ ஒன்று வயிற்றில் நில்லாமல் அகற்றிவிடுவது போல மாதாமாதம் அடிவயிற்றில் வலி உருட்டி எடுத்தபடி மாதவிடாய் வந்தது. ‘இதுவும் நல்லதற்குத்தான்’ கணவன் காதுபடாத தூரத்தில் இருக்கும்போது சொல்லிக்கொள்வாள்.

சிஸோமின் தந்தைக்கு ஒரு மகனில்லை என்பது ஒரு பெரும் பாரமாகவே இருந்தது. அவர்களது சண்டைகளின் போதெல்லாம் தவறாமல், ஒவ்வொரு ஆணுக்கும் ஒரு மகனைப் பெறும் உரிமை உண்டென்றும் அது அவருக்கு இல்லாமல் போனது அவளால்தான் என்றும் அவர் சொல்லிக் காட்டுவார். அப்படியான சினம் தலைக்கேறிய நாட்களில் அவருக்கு மட்டும் இன்னும் வசதி இருந்திருந்தால் இன்னொரு திருமணம் செய்திருப்பாரென்று, மகன்களைப் பெறக்கூடிய ஒருத்தியை மணம் செய்திருப்பாரென்று சொல்வார். மகன்கள் அவரது எதிர்காலத்தை அதிர்ஷ்டத்தை மாற்றி இருக்கக்கூடும் என்பது அவர் எண்ணம்.

பிறகு சிஸோமின் அம்மா அந்த அருள்வாக்கைச் சொல்லி, ‘அதை மறந்துவிடாதீர்கள்!’ என்று நினைவுபடுத்தினால்தான் அமைதியாவார். 2005 ஆன பிறகு அந்த அருள்வாக்குக்கும் கூட அவரது புலம்பல்களைச் சமாதானப்படுத்தும் திறன் இல்லாமல் போயிருந்தது. அவருக்கு நம்பிக்கை காயப்பட்டு முற்றிலும் வடிந்துபோயிருந்தது.

சிஸி எங்கே செல்கிறாள், ஏன் யாரையும் அழைக்காமல் தனியாகச் செல்கிறாள் என்று வீட்டில் வசிப்பவர்கள் வியக்கும் - அவள் தனித்து நடைபயிலச் செல்லும் - அந்த நாட்களில், அவளது அன்னையின் தொண்டைக்குப் பின்னிருந்து ஒலிக்கும்

சிரிப்பும் வாழ்வின் ஓரகத்தன்மை மீதான அவளது தந்தையின் சீற்றமும்தான் அவளுக்குத் துணை வருபவையாக இருக்கும்.

அவளுக்கு முதன்முதலாக அந்த நல்வாய்ப்புக் கிடைத்தபோது தன் பெற்றோரை நினைத்துக் கொண்டாள். அவர்களுடைய கனவு தன் கனவுடன் பின்னிப் பிணைந்து பிரிக்க முடியாததாகியிருந்ததை உணர்ந்தாள்.

ஸ்வார்டசுஸ்டர்ஸ்ட்ராட்

மௌனத்தைத் தின்ற எஃபேயின் கதையைக் கேட்டபடி, அடுத்தவரின் உடற்சூட்டை வேண்டுவதுபோல் நெருக்கிக்கொண்டு எவ்வளவு நேரம் ஒண்டிக்கிடந்தனர் என்பதை ஒருவராலும் சொல்லமுடியவில்லை. கைகள் ஒன்றோடொன்று ஒட்டிக்கொண்டு கிடந்தன. சண்டைகள் எல்லாம் கிட்டத்தட்ட மறக்கப்பட்டிருந்தன. ஜாய்ஸ் கையிலிருந்த கரித்துணி உருண்டு பந்தாகியிருந்தது.

எல். ஐயைப் பார்க்க விரும்புவதாகச் சொன்னாள் எஃபே. அவனுடன் தொலைபேசியில் பேசுவது, யாரோ முகமறியா அந்நியனுடன் பேசுவது போன்ற உணர்வைத் தந்து அவளைத் தொந்தரவு செய்வதாகச் சொன்னாள்.

“நன்றாகப் பணிவாகத்தான் பேசுகிறான். ஆனால் ஏனோ சீக்கிரம் பேசி முடித்துவிட விரும்புகிறவன் போல, பேசி முடித்துவிட்டு வேறு எங்கோ போகப் போகிறவன் போலப் பேசுகிறான்.”

என்னதான் அவன், அவளது புகைப்படத்தைத் (பனிக் காலணிகளுடன் அவள் பெல்ஜியத்தின் முதல் குளிர்காலத்தின்போது எடுத்தனுப்பியது) தினமும் பள்ளிக்குக் கொண்டு செல்வதாக ரீட்டா கூறினாலும், இன்னும் எல். ஐ தன்னைத் தாயாகக் கருதவில்லையோ என்று கலங்குவதாக எஃபே கூறினாள்.

‘அந்தப் புகைப்படத்தில் என் முகம் கூடத் தெரியாதபடி முழுக்க மூடிக்கொண்டிருப்பேன். பனியைத் தவிர பெரிதாக எதுவும் தெரிந்து விடாது அதில்’ என்று புலம்பினாள். ’ஒருவேளை பனியைப் பார்க்கத்தான் அதை வைத்திருக்கிறானோ என்னவோ. என்னை விட அந்த வெள்ளை உறைபனியைப் பிடித்திருக்கிறது போல.’ அவள் சிரித்தது கார் ஒன்று சீறி உயிர்த்து, பின் அடங்கியதுபோல் ஒலித்தது. எஃபேவைப் பார்த்தால் பிள்ளை பெற்றவள் போலவே தெரியவில்லை என்றாள் ஜாய்ஸ். “இன்னும் உன் வயிறு எப்படி ஒட்டிக் கிடக்கிறது!”

எஃபே சிரித்தபடி தன் கைப்பைக்குள் தோண்டி ஒரு கந்தலான பாஸ்போர்ட் புகைப்படத்தை எடுத்துக் காட்டுகிறாள். அதில் ஒரு சிறுவன் தொப்பியால் பாதி முகத்தை மறைத்தபடி நிற்கிறான். “இவனைப் பெற்றவள் நான்” ஜாய்ஸிடம் படத்தைத் தருகிறாள். “அட! பையன் அழகாய் இருக்கிறான்.” எஃபே நன்றியுடன் புன்னகைத்தாள். படத்தை வாங்கி அமாவிடம் நீட்டினாள்.

“பிள்ளை பெறுவதென்பது பெரிய விஷயம். ரொம்பப் பெரிய விஷயம். உனக்கோ அவன் தகப்பனுக்கோ தேவையென்று இல்லாதபோது இந்தப் பிள்ளையைப் பெற்றுக்கொள்ள வேண்டும் என்று உன்னால் எப்படி நினைக்க முடிந்தது? ஒரு குழந்தையின் வாழ்க்கையை ஏன் கெடுத்தாய்?”

“நான் யாருடைய வாழ்வையும் கெடுக்க நினைக்கவில்லை, அமா! நானே அப்போது குழந்தை. ஒன்று சொல்கிறேன் நன்றாகத் தெளிவாகக் கேட்டுக்கொள். நான் ஒருபோதும் ஒரு

சிறு நொடியில் கூட எல்.ஐயைப் பெற்றதை எண்ணி வருந்தியது இல்லை. அவன்தான் என் வாழ்வுக்கே அர்த்தம் தருபவன்." அவசரமாக படத்தைத்தன் கைப்பைக்குள் திணித்தாள்.

"என்ன அர்த்தமோ!"

"தயவுசெய்து நிறுத்திக்கொள்ளுங்கள், இன்று வேண்டாம்." ஜாய்ஸ் அமைதியை மீட்டெடுக்க விரும்பினாள். கையிலிருந்த கரித்துணியைக் அழுத்திக் கசக்கினாள்.

"ஃபக், எல்லோரும் எப்படியோ போய்த்தொலையுங்கள்." அமா ஆத்திரமாகச் சொல்லிவிட்டு மற்றொரு சிகரெட்டை எடுத்துப் பற்ற வைத்தாள். எழுந்து குறுக்கும் நெடுக்குமாக நடந்தாள். சிகரெட் முனை சினக்கங்கெனத் தகித்து ஒளிர்ந்தது.

எஃபே சீறினாள். அமா திருப்பிச் சீறினாள். ஜாய்ஸ் பெருமூச்செறிந்தாள். அமைதி...

சிகரெட்டின் செர்ரிச் சிவப்பொளி தேய்ந்தடங்குகிறது. அமா நடப்பதை நிறுத்தி எஃபேவைப் பார்த்தாள். "உண்மையிலேயே உன் மகனைப் பெற்றதை எண்ணி நீ வருந்தியதே இல்லையா?"

"இல்லை. ஒருபோதும் வருந்தியதில்லை. நான் செய்வதத்தனையும் அவனுக்காகத்தான்." அவளுடைய அன்பு உணரக்கூடியதாக; கிட்டத்தட்ட அந்த அறையிலேயே அவர்கள் கண்முன் காணக்கூடியது போல இருந்தது. தேவதைச் சிறகுகளோடு கள்ளங்கபடமற்ற பிள்ளை முகத்தோடு மென்மையாக ஒளிரும் அன்பு அது.

அங்கே அமைதி குலைந்திருப்பது தெளிவாகத் தெரிந்தது. அமா தன் சிலுவையைக் கட்டை விரலால் தேய்த்துவிட்டபடி "அதிர்ஷ்டக்காரக் குழந்தை" என்றாள். மற்றொரு சிகரெட்டைப் பற்ற வைத்து நீண்ட இழுப்பு இழுத்தாள். எஃபேவும் ஜாய்ஸ்யும் ஒருவரை ஒருவர் பார்த்துக்கொண்டு பின் அவளைப் பார்க்கின்றனர். "ஃபக்... ஏன் என்னை அப்படிப் பார்க்கிறீர்கள்?" அவள் கண்களை மூடிக்கொண்டாள். சிகரெட்டை உதட்டருகே கொண்டு போனாள்.

உதட்டிலிருந்து எடுத்தபின் நளினமானதொரு புகைவட்டம் வெளிப்பட்டு விரிந்து மிதக்கிறது அறையில். யாரும் ஒரு வார்த்தை பேசவில்லை.

நேரம் மெல்ல நகர்ந்தது. பெண்களுக்குப் பசி எடுத்தது. மதியம் கடந்தும் யாருக்கும் உணவு பற்றிக் குறிப்பிட விருப்பமில்லை, இத்தனைக்கும் அவர்கள் காலை உணவையும் சாப்பிட்டிருக்கவில்லை. காலையில் சிஸியின் கொலை பற்றிய தகவல் வந்து அந்நாளைப் பாழாக்கும் முன் அவர்களுக்கு அடுமனை சென்று காலை உணவருந்த நேரம் இருந்திருக்கவில்லை. அன்று வெயில் காயும் அற்புதமான நாள் என்று வானிலை அறிக்கை சொன்னது. அது இறப்பதற்கான நாளில்லை.

துக்கம் பசியை மறக்கச் செய்யும் வலுவுடையது. இப்போது அடுக்களைக்குச் சென்று சமைப்பதென்பது யாருக்கும் முடியாத காரியமாகியது. அதைப் புரிந்துகொண்டவள் போல மேடமும் அவள் அறையிலிருந்து வெளியே வந்தபோது யாரையும் சமைத்துத் தரச் சொல்லிக் கேட்கவில்லை. இறுகப் பிடித்த விரல்களுக்கிடையே இரண்டாய் உடைத்து விடுபவள் போல சிகரெட் ஒன்றைப் பிடித்தபடி அவள் வெளியேறினாள். அறை மத்தியில் எரிந்த ஊதுபத்தியின் புகை மெலிந்து படபடத்தது.

“நம் ஊர், நைஜீரியாவாக இருந்தால் அண்டை வீட்டுக்காரர்கள் எல்லாம் கூடியிருப்பார்கள். தனித்து அழவிட மாட்டார்கள்” உரக்கச் சொல்லும்போதே மனதில் உறைத்தது எஃபேவுக்கு. இங்கே அவர்களது துக்கம் இந்த ஃப்ளாட்டின் நான்கு சுவர்களுக்குள் அடைபட்டுப் போக வேண்டியிருந்தது. அவர்களுக்கு என்ன நேர்ந்தாலும் அது இந்தச் சுவர்களைத் தாண்டி வீங்கி வெடித்துவிடலாகாது. அவளது அன்னை இறந்த பொழுதை நினைத்துப் பார்த்தாள். அக்கம்பக்கமெல்லாம் அவர்களோடு சேர்ந்து அழ கூடிவிட்டார்கள். அவர்களது அன்னையின் சகோதரி வந்து சமைக்க சுத்தம் செய்ய உதவியாய் அவர்களோடு இரண்டு வாரங்கள் தங்கிவிட்டாள். அவள்

சொந்த ஊர் வாரிக்குத் திரும்பியபிறகு அவளது இடத்தை அண்டை வீட்டுக்காரர்கள் எடுத்துக்கொண்டார்கள்.

ஒருவர் மாற்றி ஒருவர் உணவு சமைக்க, குடும்பத்தைப் பார்த்துக் கொள்ள, துணி துவைத்து, சுத்தம் செய்து, கடைகளுக்குச் செல்வது வரை அவர்களே பார்த்துக்கொண்டனர், அவர்களது தந்தை குடித்துக் குடித்து விரும்பத்தகாதபடி உதவிசெய்ய முடியாதபடி மாறும்வரை அவர்கள் தான் பார்த்துக் கொண்டனர். அண்டை வீட்டார் உதவி அவரை எரிச்சலடையச் செய்தது, சில சமயம் அவர்களது உதவியும் பரிதாபமும் தமக்குத் தேவையில்லை என்றும் அவரது மனைவி அவர்களைவிட பல மடங்கு உயர்ந்தவள் என்றும் கத்தினார். “என் குடும்பத்தைவிட்டுப் போய்விடுங்கள், என் வீட்டை விட்டுப் போங்கள். என் பிள்ளைகளருகே வராதீர்கள் சூனியக்காரிகளே” என்று அவர்களை விலகச் சொல்லிக் கூச்சலிட்டார்.

ஆனால், பெண்களோ அவர் சொல்வதைக் காதில் போட்டுக் கொள்ளவில்லை. ‘பாவம் அவர். மனைவி இறந்ததை அவரால் தாங்கிக் கொள்ள முடியவில்லை. பாவம் எஃபே அப்பா. அவர் முன்பு போல இல்லை. அவளது இறப்பு அவரைச் சுக்குநூறாக நொறுக்கிவிட்டது.’ என்று சொல்லிக்கொண்டனர். அதனால் அவரை ஒதுக்கிவிட்டு அவர்கள் உணவும் உதவியும் ஆதரவும் தந்து வந்தனர். பிள்ளைகள் அதற்கு நன்றியுடையவர்களாய் இருந்தனர்.

ஒருமுறை, எப்படி அவள் தந்தை ஒரு பக்கத்து வீட்டுக்கார அம்மாள் கொண்டு வந்த உணவுத் தட்டை சோறும் கோழிக் குழம்பும் சிதற, விசிறி உடைத்து, கிறுக்குப் பிடித்த கழுதைப்புலி போல ஊளையிட்டுச் சிரித்தார் என்று எஃபே அவர்களிடம் சொல்கிறாள். மிகச் சரியாய் இரண்டாய் உடைந்த தட்டைப் பொறுக்கி எடுத்த அந்த அம்மாள், மனைவியைப் பறிகொடுத்தவரென்பதற்காக இப்படியெல்லாம் உதவி செய்கிறவர்களின் அன்பை அவமானப்படுத்த உரிமையில்லை

என்று புலம்பினாள். அந்தத் தட்டு அந்த அம்மாளின் விருப்பமானவைகளுள் ஒன்று, நல்ல பீங்கானில் வெள்ளி ஓரம் கட்டியது.

“டெஜுவொஷோவில் போய்க் கேட்டுப் பாருங்கள், இந்த மாதிரித் தட்டு என்ன விலையென்று.” அவளது தந்தையின் பைத்தியக்காரச் சிரிப்பை மீறி அவள் கத்திவிட்டுச் சென்றாள். பாலேடு நிறச் சுவரில் சிவப்பும் பச்சையுமாய்த் தீற்றி வழிந்துகொண்டிருந்த குழம்பைச் சுத்தம் செய்யும் வேலை எஃபேவுடையதாயிற்று. கறியில் கீரை இருந்தது. பச்சை கழுவியவுடன் போய்விட்டது. ஆனால் சிவப்பு அப்படியே நிலைத்துவிட்டது.”

“நான் பேசிக்கொண்டிருக்கும் இந்நேரம் கூட அந்தக் கறை அப்படியேதான் இருக்கிறது” என்றாள்.

அண்டை வீட்டுக்காரர்கள் அதன்பின் அவர்களிடமிருந்து விலகி விட்டனர். “ஆனால் அது என் தந்தையின் குற்றம். இப்படித் தனியாக துக்கம் அனுசரிக்க நம் ஊரில் விட மாட்டார்கள்.” அமாவும் ஜாய்ஸும் உண்மைதான் என்று ஆமோதித்தனர்.

“அவளுடைய குடும்பத்துக்காக துக்கப்படுகிறேன்” எஃபே சொன்னாள். “குடும்பத்தின் ஒரு குழந்தையை இழப்பது அவ்வளவு எளிதல்ல” என்றாள்.

தன் கையிலிருந்த கரித்துணியை உதறி, சாய்ந்து தன் முன்னால் இருந்த மேஜையில் இருந்த ஒரு புள்ளியைத் துடைக்கத் தொடங்கினாள் ஜாய்ஸ்.

சிஸி

சிஸி தன் பழைய வாழ்வின் மீதங்களைப் பெட்டியில் மடித்து எடுத்துக்கொண்டு ப்ரசெல்ஸ் விமான நிலையத்தில் இறங்கியபோது, அவள் கண்ணெதிரே வர்ணஜாலங்களை வாரி இறைத்தபடி நம்பிக்கை பொங்கும் எதிர்காலம் ஒன்று காத்திருப்பதாய்த் தோன்றியது. அந்த நொடியில் அவள் இங்கே ஜெயித்துவிடுவாளென்ற நம்பிக்கை உறுதியானது. எடுத்துச் செல்ல வேண்டுமென்று அவள் அம்மா வற்புறுத்திக் கொடுத்தனுப்பிய பூசணிக்காயை, அச்சங்கள் குழப்பங்களோடு சேர்த்து லாகோஸ் விமான நிலையத்தின் கழிப்பறையிலிருந்த பெரிய குப்பைத் தொட்டியிலேயே போட்டுவிட்டு வந்திருந்தாள். லாகோஸ் மரணத்தின் நகரம், அவள் அங்கிருந்து தப்பிச் செல்கிறாள். நிலவைப் போன்ற பெரிய பூசணிக்காயையோ மீண்டும் இங்கே திரும்பிவிடுவோமோ என்கிற ஐயங்களையோ அங்கிருந்து எடுத்துக்கொண்டு போகக்கூடாது. அவளுக்குப் பூசணிக்காய் பிடிக்குமென்பதும் அவள் செல்லுகின்ற இடத்தில் இப்படி நல்ல பூசணி கிடைக்குமா என்கிற ஐயமும் இருக்கத்தான் செய்கிறது. ('வெள்ளைக்காரர்கள் ரொட்டி மாத்திரம்தான் உண்பார்கள், தேநீர் மட்டுமே அருந்துவார்கள்.

ஐயோ! அங்கே போய் பட்டினி கிடந்து சாகப் போகிறாய்' பக்கத்து வீட்டுப் பெண்மணி சொல்லிவிட்டுப் போனாள். வெள்ளைக்காரன் ஊரில் சிஸோம் பசித்துச் சாவது அவளுக்கு இன்பமே என்பது போலிருந்தது அவள் சொன்னது.) ஆனால் அவள் மற்றவற்றையும் ரசிக்கப் பழக வேண்டும். அவளுக்குப் பிடித்தவைகள் கிடைத்தற்கரியவையாக இருந்தால் அவற்றுக்கு மாற்றாக ஏதாவது கண்டறிந்து அதற்குப் பழக வேண்டும். ஒரு அரவத்தைப் போல பழைய சட்டையை உரித்து உதிர்த்து விட்டுப் புதிதாய் எழ வேண்டும். அத்தகைய தியாகத்துக்குச் சரியான வாழ்க்கை அவளுக்கு அமையும்.

விமானம் இரவில் தரையிறங்கியதால் அவள் பெல்ஜியத்தின் இரவு விளக்குகளைத் தவிர வேறு எதையும் பெரிதாகக் கண்டுவிட முடியவில்லை. (என்ன ஆச்சரியம், தெருவோர விளக்குகள் எல்லாமே எரிகின்றன!) அதிகம் பேசாத மனிதனொருவன் அவளை விமானநிலையத்தில் சந்தித்து ஆண்ட்வெர்பில் குறுகிய தெருவொன்றில் அமைந்திருந்த வீட்டின் முன் இறக்கி விட்டான். அங்கே உலவிய இறுக்கமும் சோர்வும் இரவின் இருளால் ஏற்பட்டது என்ற அவளது முதல் எண்ணம் விடிந்தபின் மாறியது. பலதாரக் குடும்பத்தில் இருக்கும் பழிக்கப்பட்ட மலட்டு மனைவியின் முகம் இந்த ஸ்வார்ட்சுஸ்டர்ஸ்ட்ராடுக்கு வாய்த்திருந்தது. எத்தனை விளக்குகளைப் போட்டாலும் மெருகேற்ற முடியாதபடி இருண்டு கிடந்தது. காலத்தால் இந்தப் பாழ்நிலை இன்னும் அதிகமாகும் என்றே தோன்றியது.

அந்த வீடே பார்வைக்கு அத்தனை நன்றாக இல்லை. உண்மையைச் சொல்வதானால் அது ஒரு பெருத்த ஏமாற்றமே. அழுக்குப் பிடித்த முன் வாசல் கதவு கொண்ட தரைத்தள வீடு அது. ஒரு தொலைபேசிக் கூண்டளவுக்கே உள்ள அறைகள் ஐந்து அங்கே இருந்தன. கூடம் ஒரு பழங்கதை. கறுப்பு நிறத்து நீண்ட சாய்விருக்கை தவிர்த்து முழுமையாக சிவப்பு நிறத்தில் இருந்தது கூடம். வலது புறச்சுவரில் கதவருகே உச்சியில் இருந்து தரைவிரிப்பு வரை நீண்ட மெல்லிய கண்ணாடி ஒன்று இருந்தது.

சிஸியை வரையச் சொன்னால் அறைக்குச் சென்று பார்க்கும் முன்னரே, மேடம் ஏற்றிய ஊதுபத்தி தவிர்த்து, அந்த அறையை அப்படியே வரைந்திருப்பாள் கண்ணாடி உட்பட.

மேடம் நிறுத்தாமல் ஊதுபத்தி ஏற்றிக்கொண்டிருந்தாள். உலகின் தீமைகளையெல்லாம் விரட்டும் ஆற்றல் அந்த ஊதுபத்திப் புகையில் இருக்கிறதென்பது அவள் நம்பிக்கை. சிஸி ஒரு சிறிய அறைக்குள் அழைத்துச் செல்லப்பட்டாள். நம்பமுடியா வெண்மையில் படுக்கை விரிப்புகள் கொண்ட ஒற்றைப் படுக்கை கிடந்தது அங்கே. விரிப்பின் பளீரிட்ட வெண்மை அவளை வியப்பிலாழ்த்தியது. அதை மெல்லத் தடவிப் பார்த்தாள். உயர்தரப் பருத்தியின் மென்மையை உணர்ந்து ரசித்தாள். இங்கும் சுவர்கள் கூடத்தினது போல சிவப்பாகவே இருந்தன. அவற்றில் இரண்டு படங்கள் தொங்கின. ஒரு படத்தில் ஆடையற்ற வெள்ளைத் தோல் பெண்ணொருத்தி லாலிபாப் சுவைத்தபடி கொஞ்சம் பழுப்பேறிய கால்களை விரித்துக் கொண்டு மல்லாக்கப் படுத்துக் கிடந்தாள். இன்னொன்றில் மிகப் பெரியதாய் ஒரு ஜோடி பழுப்புப் பிட்டம் கேமராக் கண்கள் வழியே பிதுங்கித் தெரிந்தது. கவனமாக வைத்துச் செய்த இரண்டு மண்பானைகளையொத்த, வடிவான, முகமற்ற பிட்டம். அவ்வளவு பெருத்து திண்மையாய், வரித்தழும்பற்று இருந்த இந்தக் குண்டு பிட்டம் யாருடையதாக இருக்கும் என்று ஒரு நிமிடம் நினைத்துப் பார்த்தாள். அவளது பின்பக்கம் அப்படியிருக்குமா என்றும் சிந்தித்துப் பார்த்தாள். தன்னிலை உணர்ந்தவளாய் நின்றாள்.

அவளை விமான நிலையத்திலிருந்து அழைத்து வந்திருந்த மனிதன் (பெயர் செகுன் என்று பின்னர் அறிந்திருந்தாள்) வரும் வழியில் எதுவுமே பேசவில்லை என்று தோன்றியது. பெயரை மட்டும் தட்டுத் தடுமாறி, மிகவும் மெனக்கெட்டுச் சொல்லிவிட்டுப்பின் ‘யா...யாரா..யாராவது வ...வருவார்கள்’ என்று சேர்த்துச் சொல்லிவிட்டு அவளது அறைக்குள் அவளை விட்டுப் போயிருந்தான். அவன் திக்கிப் பேசுகையில் இடது கால் டைல் தரையில் தாளமிடுவதையும், அவனிடமிருந்து

ஒளிந்திருக்கும் சொற்கள் அங்கிருந்துதான் வெளிப்படுகின்றன என்பதுபோல கைகள் ஒன்றையொன்று பிசைந்து மூடித் திறப்பதையும் கண்டிருந்தாள்.

எப்போதும் வேலையாய் இருக்கும் கைகள் என்று நினைத்துக் கொண்டாள். இப்படிக் கைகளை வெறுமனே வைத்திருக்க முடியாமல் எந்நேரமும் பதற்றத்தில் கசக்கியபடி திருமண தினத்தன்று கூட மேசையில் விரல்களால் தாளமிட்டபடி இருந்த ஒருவனைக் கல்யாணம் செய்துகொண்ட உறவுக்காரி ஒருத்தியை சிஸியின் அம்மா பாராட்டியது அவள் நினைவுக்கு வந்தது. 'கையைச் சும்மா வைத்திருக்க முடியாத ஆண்கள் சிறந்த கணவர்களாக இருப்பார்கள். அவர்களால் உழைக்காமல் இருக்க முடியாது. ஏதாவது செய்துகொண்டே இருக்க வேண்டும்.'

ஆனால் இந்த செகுனின் நடையே விசித்திரமாய் சோம்பலாய் இருப்பதுபோலிருந்தது. ஒரு காலை முன்னே போட்டு மறுகாலை வளைத்துப் போட்டு மெல்ல அடுத்த அடியை வைத்து நடந்தான். ஒவ்வொரு அடிக்கும் ஒரு சிறு இடைநிறுத்தம் இருந்தது. அவள் பார்த்த அளவில் அவன் நடையைத் தளர்த்தும் அளவுக்கு கவனிக்கத்தக்க குறைபாடு ஏதும் அவனுக்கு இருப்பதாயும் தெரியவில்லை. அவனைப் பார்த்தால் அதிக வேலை செய்ய முயற்சிப்பவன் போலில்லை. அவளது பைகளை (அது சிறியதென்பதோ கனமில்லாதது என்பதோ வேறு விஷயம்) அதை எடுத்து வந்து தரக்கூட அவன் முன் வரவில்லை. காரை விட்டு இறங்கியதுமே, அவளுக்கு முன்னரே கைப்பாவைகளையும் குடலிறக்கத்தையும் நினைவுபடுத்துகிற அந்த நடையில் அவன் அவளைத் தாண்டி கார் நிறுத்துமிடம் நோக்கி நடந்துபோயிருந்தான். சோம்பல்படாத கொஞ்சம் நன்னெறிகள் கொண்ட மனிதனாக இருந்திருந்தால் அவன் அவளிடம் உதவி வேண்டுமா எனக் கேட்டிருப்பான்.

ஒருவேளை அவனது திக்குவாய் அவனைத் தடுமாறச்செய்கிறதோ என்று எண்ணினாள் சிஸி. அல்லது உண்மையிலேயே இங்கிதமற்றவனா? அவள் சிஸிதான் என்று உறுதிப்படுத்திக்

கொண்டது தாண்டி விமான நிலையத்தில் இருந்து ஆண்ட்வெர்ப் வரையிலும் அவன் ஒரு சொல் பேசியிருக்கவில்லை. இருவருக்கிடையில் நிலவிய மௌனம் அதிகரித்தது. அவளுக்கு அவனைப் பார்த்துக் கத்தத் தோன்றியது. அவன் நைஜீரியக்காரன்தானே? இப்படி அமைதியாக வருவது இங்கிதமில்லை என்று அவனுக்குத் தெரியாதா? வரவேற்று ஒரு சொல் இல்லை. ஊர் எப்படி இருக்கிறது என்கிற குறுகுறுப்பு இல்லை. 'அப்புறம் நைஜீரியா எப்படி இருக்கிறது?' ஏதாவது உண்ணக் கொண்டு வந்திருப்பீர்கள் தானே? அங்கே மக்கள் எல்லாம் நலமா? அதென்ன இகெஜா இராணுவக் குடியிருப்பில் ஏதோ வெடிகுண்டு வெடித்ததென்று கேள்விப்பட்டேனே என்ன ஆயிற்று?' இப்படி விசாரணை இல்லை. உரையாடலைத் துவக்கும் பொதுமுறைமையாக அவள் தொண்டையைச் செருமிக்கூடக் காட்டினாள். ஆனால் அவன் அதைப் பொருட்படுத்தவில்லை. இறுக மூடிய இதழ்கள். சாலையில் பதித்த கண்கள். ஓட்டு வளையத்தைப் பற்றிச் சுழற்றிய அழகிய நீண்ட விரல்கள். இப்படியொரு மோசமான வளர்ப்பா என்று சிஸி தனக்குள் பொருமிச் சீறினாள்.

கடிக்கப்பட்ட நகங்களோடு, க்ரீம் தடவாமல் சொரசொரத்துப் போயிருந்த உள்ளங்கைகளோடு கூடிய அவளது கைகளின் மீதே அவள் அமர்ந்துகொண்டு இப்படியொருவனிடம் இவ்வளவு அழகான கைகள் சேர்ந்து வீணாகிவிட்டதே என்று எரிந்து கருவினாள். மாதங்கள் பல கழிந்து, சிஸி இறக்கும் தறுவாயில், இந்தக் கணத்தை, செகுனின் கைகளை, அது எப்படி பெண்மை நிறைந்து மென்மையாய் இருக்கிறதென்பதையும், அந்தக் கணநேரப் பொறாமையையும் நினைத்துக்கொள்வாள்.

சிஸி சோர்ந்து போயிருந்தாள். கொட்டாவி விட்டபடி காலணிகளைக் கழற்றிக் கடாசிவிட்டு நீட்டிப் படுத்தாள். சிஸி, எண்ணத்தில் கூட தன்னை அப்படி அழைத்துக் கொள்ளத் துவங்கியிருப்பது வேடிக்கையாய் இருந்தது அவளுக்கு. சிஸோம் என்ற ஒருத்தி இல்லையென்பது போலிருந்தது. அவள் இறந்து விட்டாள் என்பது போல, ஊதி அணைக்கப்பட்டுவிட்டது

போல, இரவு தின்று செரித்த யாரோ போல சிஸோம் காணாமல் போயிருந்தாள்.

பழைய சரக்கு ரயில் இழுப்பது போல பசி வயிற்றை உருட்டியிழுத்தது. மேலோட்டமாய் அறையைச் சுற்றிப் பார்த்து உண்ண ஏதுமில்லை என்று கண்டுகொண்டாள். அவள் லாகோஸில் இருந்து கிளம்பியது முதல் ஏதும் உண்டிருக்கவில்லை. விமானத்தில் கொடுக்கப்பட்ட உணவு, எதை நினைத்தும் அவள் ஏங்கக்கூடாதென்று என்று எடுத்திருந்த உறுதியைக் கலைக்கும்படி, அவள் தூக்கியெறிந்து விட்டு வந்த அந்தப் பூசணியை, அதன் செம்மஞ்சள் கூழைச் சமைத்துப் பனை எண்ணெயில் தொட்டு உண்பதை வெகுவாய் நினைவூட்டியது.

வெறும் சோறும் வேகவைத்த கறிகாய்களுமாய் உப்பு உறைப்பற்ற உணவு, சிரிப்பு வரவழைக்காத நகைச்சுவை போல சப்பென்று இருந்தது. இதையெல்லாம் எப்படித்தான் சாப்பிடுகிறார்கள்? இப்போது அந்த உப்புச்சப்பற்ற சோற்றையாவது உண்டிருக்கலாமோ என்று எண்ணியபடி கண்களை மூடிக்கொண்டாள். அவளது அன்னை அடிக்கடி சொல்லும் விடுகதையை மனதில் ஓட்டிக்கொண்டாள்.

கே: அம்மாவின் மடியில் இருக்கும்போது கூட பிள்ளையை அடிப்பவர் யார்?

பதில்: பசி.

அந்த செகுனிடம் போய் உணவு பற்றிக் கேட்கலாமா என்று யோசித்தாள். பொறுத்துக்கொள்ள முடியாதவனாய் தோன்றினாலும் இப்போதைக்கு இந்த நாட்டிலேயே அவள் அறிந்த ஒருவன் அவன் மட்டும்தானே. அவன் ஏன் கண்ணைப் பார்த்துப் பேசவில்லை? வெட்கமா? அவளை நினைத்துச் சங்கடமா? அவள் இந்த நாட்டுக்கு எதற்கு வந்திருக்கிறாள் என்று தெரிந்திருப்பானா? அவன் என்ன நினைத்தால் எனக்கென்ன? இதில் வெட்கத்திற்கோ, சங்கடத்திற்கோ ஏன் பெருமைக்கும்

கூட இடமில்லை. நசநசவென்று தன்னைத் தொல்லைப்படுத்திய கவலைகளோடு சேர்ந்து அவள் பூசணிக்காயைத் தூக்கியெறிந்ததுபோல, அதே அசட்டையோடும் இலகுவோடும் இவற்றையெல்லாம் தூக்கியெறியத்தான் வேண்டும். இந்தப் புதிய உலகில் இவற்றை இன்னும் பிடித்துக்கொண்டு அலைய முடியாது. அவை அவளை மந்தப்படுத்தவோ விலங்கிட்டு வீழ்த்தவோ கூடச் செய்யலாம்.

மனதைப் பொருளில் வைத்துச் சில பல ஆண்டுகள் இங்கே இருந்து உழைத்து டெலேவுக்குக் கொடுக்க வேண்டிய அளவு சம்பாதித்து, அதன் பிறகு அவளது வியாபாரத்தைத் தொடங்க வேண்டும். சிஸோமை உயிர்ப்பித்து விக்டோரியா கார்டன் சிட்டியில் ஒரு வீடு வாங்கி, அழகான மக்களைத் தரக்கூடிய ஒரு ஆணைத் திருமணம் செய்யவேண்டும். அவளது பிள்ளைகளை நல்ல தனியார் பள்ளியில் படிக்க வைக்கவேண்டும். மூன்று எடுபிடிப் பெண்கள், ஒரு தோட்டக்காரன், ஒரு ஓட்டுநர், ஒரு சமையலாள் என்று வேலைக்கு வைக்கவேண்டும். இப்போதைய வாழ்வோடும் அல்லது அவளது பெற்றோரின் வாழ்வோடும் எந்த வகையிலும் ஒப்பிடத் தகுந்ததாய் அவளுடைய வாழ்க்கை இருக்காது. அந்த எண்ணமே சிஸிக்கும் ஒரு மிதப்பு மனநிலையைக் கொடுத்தது, அப்படியே கைகளை நீட்டிக்கொண்டால் பறந்துவிடுவாள்போலத் தோன்றியது. அவள் பறக்கவில்லை. அந்த மிதப்பு அவளை ஓர் ஆழ்ந்த உறக்கத்துக்குள் புகுத்தியது. யாரோ கதவைத் தட்டும் சப்தம் கேட்டது. எழுந்து சுற்றுமுற்றும் தான் எங்கிருக்கிறோம் என்று பார்த்தாள்.

‘உள்ளே வாருங்கள்’, கொட்டாவி விட்டுக்கொண்டே எழுந்து அமர்ந்தவள் அழைத்தாள். இன்ன வயதென்று சொல்ல முடியாத ஒருத்தி ஆண்மை பொருந்திய கால்களை ஒன்று மாற்றி ஒன்றாய் எட்டுவைத்து உள்ளே வந்தாள். திண்மையான கணுக்கால்களை எடுத்துக்காட்டிய இறுக்கமான காற்சராயும் ஊதா நிறத்துச்சட்டையும் வெண்ணிய டென்னிஸ் காலணிகளும் அணிந்திருந்தாள். அவள் அணிந்திருந்த பெரிய விக்கைத்

தாண்டி அவள் முகத்தைப் பார்ப்பதே சிரமமாக இருந்தது சிஸிக்கு. பார்த்தவரை வெளுத்த மஞ்சள் தோலில் கருந்திட்டுகள் படர்ந்த முகமொன்று தென்பட்டது.

“ஹலோ! எஃபே.” அந்தப் பெண் புன்னகைத்தாள். இருபத்தைந்திலிருந்து முப்பது வயதுக்குள் இருப்பாள் என்று தோன்றியது. சிஸி அவளைக் குழப்பமாய் ஏறிட்டாள்.

“நான்தான் எஃபே. அது என் பெயர்.”

“ஆஹ். மன்னித்துக்கொள். நான் சிஸி” சிஸி தன் புதுப்பெயரை ரசித்துச் சொல்லிக்கொண்டே புதிய உலகிற்குள் கால் பதித்தாள்.

“உனக்கு உணவு எடுத்து வந்திருக்கிறேன்.” முகத்தில் விழுந்த முடியை விலக்கியபடி எஃபே சொன்னாள். சிஸி அவள் கையிலிருந்த காகிதப் பையைக் கவனித்திருக்கவில்லை. இப்போது கவனித்தாள். நீலமும் வெள்ளையுமான அந்தப் பையின் குறுக்கே அல்டி என்று எழுதப்பட்டிருந்தது. *ALDI* என்றால் என்னவாக இருக்கும் என்று வியந்தாள். பல்பொருள் அங்காடியாக இருக்குமோ? அல்லது ஏதாவது நிறுவன அடையாளமாக இருக்கும்.

எஃபேயின் காகிதப் பையில் ஆறு ரொட்டி உருளைகளும் ஒரு புட்டி ஜாமும் ஒரு பெட்டி ஆரஞ்சு பழச்சாறும் திண்ணென்று செயற்கைக் கனிகள் போலிருந்த வாழைப்பழங்கள் சிலவும் இருந்தன.

“ஆஹ். கத்தியை மறந்துவிட்டேன் பார். இரு அடுக்களையில் இருந்து எடுத்து வருகிறேன். இதோ உடனே வந்து விடுகிறேன்.”

வெளியேறி உடனேயே ஒரு மேசைக்கத்தியும், ஒரு கண்ணாடிக் குவளையும், ஒரு ஓரத்தில் கொஞ்சமாக உடைந்திருந்த வெள்ளைத்தட்டும் அடுக்களை முக்காலியும் கொண்டு வந்தாள். உணவுப் பண்டங்களை முக்காலியில் வைத்துவிட்டுக் குவளையைத் தரையில் வைத்தாள். பின் கட்டிலில் சிஸியின் அருகே அமர்ந்துகொண்டாள். அவளைப் பார்த்தால் சிஸியை

விட கனமானவளாய்த் தெரியவில்லை ஆனாலும் அவள் அமர்ந்தபோது கட்டில் கிரீச்சிட்டபடி அமுங்கி எழுந்தது. அவள் உணவைக்காட்டிக் கையசைத்து,

“சரி, சாப்பிடத்துவங்கு. இதோ உணவு. சாப்பிடு சாப்பிடு” என்றாள். குழந்தையை உண்ணச் சொல்லும் தாயின் குரலாய் ஒலித்தது அவள் குரல்.

அவள் விரல்களில் மோதிரங்களின் மின்னல். கட்டைவிரலில் கூட மோதிரம் அணிந்திருந்தாள். தடிமனான உலோகச் சுருளொன்று மேலேறி நகக்கண்ணில் முடிவது போல ஒரு மோதிரம். அது தங்க முலாம் மோதிரமா அல்லது தங்கமே தானா என்று சிஸி யோசித்தாள். அவளிடம் தங்கம் இல்லாததால் வித்தியாசம் சொல்ல முடியவில்லை. ஐரோப்பாவில் இதொன்றைப் படித்துக் கொள்ளலாம், எது உண்மையான தங்கம் என்று கண்டறியும் வித்தை. போலிப் பதர்களைத் தவிர்த்து உண்மையானவற்றை விரல்களெங்கும் பூட்டிக்கொள்ளத் தேவையான ஆற்றலை ஆண்ட்வெர்ப் அவளுக்குத் தரும். ஒவ்வொரு விரலிலும் தங்கம். இதோ முன்னால் இருக்கும் இந்தப் பெண்ணைப் போலவே.

இந்தப் பெண்ணைப் போலவே வாழ்வின் எல்லா சுகங்களுக்கும் பழக்கப்பட்டவள் போல தங்கம் அணிவதைச் சாதாரணமாக உணர்ந்து அல்லது அதை அணிந்திருக்கும் உணர்வே மறந்தவள் போல அணிந்துகொள்ள வேண்டும்.

“நீ சாப்பிடவில்லையா?” எஃபேவின் மோதிரங்களைப் பார்வையால் விழுங்கியபடி கேட்டாள் சிஸி. அவை அவளை மயக்கின, அவளது கனவுகளை அழுத்தமாக்கின. ஒரு நாள் நானும் இவற்றுக்குச் சொந்தக்காரியாவேன். நானும். நானும். நானும்.

“வேண்டாம், நான் ஏற்கனவே சாப்பிட்டு விட்டேன்.”

“ஆனால் இந்த உணவு ஒருவர் சாப்பிடுவதற்கு மிக அதிகம்,” சிஸி சொல்லும்போதே இந்த அளவு உணவு நைஜீரியாவில்

எவ்வளவு விலையிருக்கும் என்று கணக்கிட்டபடியே அவளது மொத்தக் குடும்பத்துக்கும் போதுமானதாக இருக்குமென்று நினைத்தபடியேதான் சொன்னாள்.

எஃபே சிரித்தாள். “முடிந்தவரை சாப்பிடு, மிச்சமாவதைப் பற்றியெல்லாம் நீ கவலைப்படாதே.” இதமான குரல். வலி மிகுந்த உறுப்புகளைச் சுகமாகப் பிடித்துவிடுவது போல. பின் முதல்முறை சந்திப்பவர்கள் எதிர்கொள்ளும் ஒருவித மௌனசங்கடத்தில் இருவரும் ஆழ்ந்தனர்.

“அப்புறம்? நீ கிளம்பியபோது நைஜா எப்படி இருந்தது?” இறுதியில் எஃபே கேட்டாள்.

“எப்போதும் போலத்தான்,’ சிஸி சொன்னாள். ஆனால் அவளுக்கு இனிமேல் எதுவும் எப்போதும்போல் இருக்காது என்று எண்ணிக்கொண்டாள். அவளது கனவுகளும் அவளைச் சுற்றியிருந்தவர்களின் கனவுகளும் நாற்புறமும் சுக்குநூறாய்ச் சிதறி விழுவதைப் பார்த்திருந்தாள். நம்பிக்கை மிளிர்ந்த கோலிக்குண்டுகளால் நிறைந்த ஜாடியொன்று தட்டிக் கவிழ்ந்து சிதறி, கோலிக்குண்டுகள் நாற்காலிகளுக்கடியிலும் அலமாரிகளுக்கடியிலும் ஒளிந்துகொள்வதைப்போல அவை சிதறுண்டிருந்தன.

ஆண்ட்வெர்ப்தான் அவள் அந்தக் கோலிக்குண்டுகளைத் தேடித்தடவி எடுத்து மீண்டும் நிரப்பி உறுதியை மீட்டெடுக்கும் இடமாக இருக்கும். அற்புதங்களால் ஆன இடம் இது. இங்கேதான் இறந்த கனவுகள் எல்லாம் உயிர்த்தெழும்பி விண்ணில் பாயும், அதைப் பிடித்து வாழ்ந்து மகிழ அவை நம்மை அனுமதிக்கும். ஒருவழியாகச் சிஸியும், அவள் பிறந்த கணம் முதல் ஒவ்வொரு நாளும் அவளை விடாது தொடர்ந்து விரட்டிய அந்த அருள்வாக்கை துணிவாகக் கைநீட்டி அழைத்து, அதை அரவணைக்கத் தயாராகிவிட்டாள். ஆர்வத்தோடு அவள் துவங்கத் தயாரானாள்.

“என்னை அழைத்து வந்தவனும் இங்கேதான் குடியிருக்கிறானா?”

“யார் செகுனா? ஆமாம்.”

“என் பெட்டிகளை எடுத்துவரக்கூட அவன் உதவி செய்யவில்லை.”

“அவனுக்கு அவனை மட்டும்தான் உலகம். யாரோடும் பேசமாட்டான். எதையும் செய்யமாட்டான். ஆனால் அவனது கையில் சுத்தியல் விளையாடும். இங்கே என்ன உடைந்தாலும் அவன்தான் சரிசெய்வான்.”

“அந்தக் கைகளை வைத்துக்கொண்டா?” அவள் எண்ணம் முழுமை பெறுமுன் சொற்கள் வெளிப்பட்டுவிட்டன. மென்மையான அந்தக் கரங்கள் ஒரு சுத்தியலைத் தூக்கும் வலிமையுடையதாய் அவளுக்குத் தோன்றவேயில்லை.

“அவன் செய்யும் மேசைகளை நீ பார்க்கவேண்டும்.”

பின்னாளில் சிஸி அந்த மேசைகளைப் பார்ப்பாள், அவன் கைகளின் தோற்றம் அவளை ஏமாற்றிவிட்டதென அறிவிப்பாள். அவன் உள்ளங்கை காய்ப்பு காய்க்காமல், விரல்கள் தடித்துக் கட்டையாகாமல், மேடம் கொண்டு வந்து போட்ட உடைசல் மேசையொன்றின் கால்களை அவன் வெட்டி எடுப்பதைப் பார்த்து வியப்பாள்.

மேலும் பரிமாறச் சொற்களற்ற அந்நியர்களாய் இரண்டு பெண்களும் மௌனம் தழுவினர். சிஸி ரொட்டியில் ஜாமைத் தடவினாள். கடைசியாக எப்போது ஜாம் சாப்பிட்டேன்? சென்னீல நிறப்பரவல் அவளது நாவின் சுவை மொட்டுகளுக்குக் களிப்பூட்டின. இந்த உயர்குடி வாழ்க்கைக்கு எளிதில் பழக்கப்பட்டுவிடுவாள். அவள் வீட்டை விட்டு வந்தது குறித்து ஏதாவது அச்சமும் குழப்பமும் மிச்சமிருந்திருக்குமெனில் அவை ஒவ்வொன்றும் ஒவ்வொரு வாய் உணவோடு மென்று விழுங்கப்பட்டு வயிற்றின் ஆழக்குழிக்குள் விழுந்து செரித்தன.

ஸ்வார்டசுஸ்டர்ஸ்ட்ராட்

செகுன் அவனுடைய அறையில் இருந்தான். இத்தனை ஆண்டுகள் ஆகியும் இங்கே அவன் என்ன வேலையாய் இருக்கிறானென்பதில் அவர்கள் யாருக்கும் தெளிவில்லை. அவன் அவர்களிடம் பேசுவதே அரிது. சில சமயங்களில் மேடத்தின் ஓட்டுநராக, இந்தப் பெண்கள் அறிந்துகொள்ள முடியாத வியாபாரச் சந்திப்புகளுக்கு மேடத்தை அழைத்துப் போய் வருவான். சில சமயங்களில் அவனே, அவனது சோம்பல் பிடித்த கால்கள் கூடத்து நடைபாதையில் சரசரவென ஒலிஎழுப்ப இழுத்து இழுத்து நடந்து எங்காவது போய் வருவான். தரைவிரிப்பின் அச்சுகளை நடந்தே தேய்த்து விடுபவன் போல நடந்து செல்வான். ஒரு நாள் அவன் சிஸியோடு திரும்பி வந்தான். அதுபற்றிக் கேட்டால் வாய்திறக்க மாட்டான்.

"ஒருவேளை!" அமா எடுத்துக்கொடுத்தாள் "அவர்கள் இருவரும் இரகசியமாகச் சந்தித்துக் கொண்டார்களோ என்னவோ, செகுனும் சிஸியும் ஒருவேளை ரகசியக் காதலர்களாய் இருக்கலாம். அவன் ஏன் அவளைக் காரில் கூட்டி வர வேண்டும்? இருவர் கையில் சிப்ஸ் பொட்டலங்கள் வேறு!"

அவனுக்கும் சிஸிக்கும் இடையில் இருந்த காதலை நிரூபிக்க முடியவில்லை என்றபோதும், அவனது வேலை என்ன என்று சரியாகத் தெரிந்து கொள்ள முடியாதபோதும் அவனைப் பற்றிய ஒரு விஷயத்தில் மட்டும் அவர்களுக்கு எந்தச் சந்தேகமும் இருக்கவில்லை. வீட்டில் ஏதாவது வேலை மின்விளக்கு மாற்றுவது, அலமாரியின் கைப்பிடி சரிசெய்வது, மேடத்தின் படங்களுக்கு சுவரில் ஆணியடிப்பது, மேசை செய்வது- இப்படியான வேலைக்களுக்கெல்லாம் அவன்தான் சரியான ஆள். எப்போதும் அமைதியாகத்தான் வேலை பார்ப்பான்.

விளக்குகளை கழட்டும்போது, திருகிகளை முடுக்கும்போது, ஆணி அறையும்போது ஒரு பாட்டை தனக்குள் முணுமுணுத்தபடி செய்கிறானா என்றால் அதுவும் இல்லை. எப்போதும் அமைதிதான். அவனது பெயரைத் தவிர வேறெதுவும் அவனைப் பற்றி இவர்களுக்குத் தெரியாது.

சிஸி ஒரு முறை அவன் ஒற்றனாய் இருக்கக்கூடும் என்று வேடிக்கையாய்ச் சொல்ல, மற்றவர்கள் சிரித்தனர். எந்நேரமும் திறந்தவாய் மூடாமல் கிடக்க, கைகள் அசைந்தாட, வழக்கமான அறிவற்ற கோமாளித் தோற்றத்தில் இருக்கும் செகுனைப் பார்த்தால் அவனுக்கு ஒற்றனுக்குத் தேவையான புத்திசாலித்தனம் இருப்பதாகத் தெரியவில்லை. வேறு யாரோ அவன் மேடத்தின் மெய்க்காப்பாளன் என்றார்கள். அது சிஸி சொன்னதை விட அதிக சிரிப்பை ஏற்படுத்தியது. ஜாய்ஸ் சொன்னது போல முதலில் அவனைப்பார்த்தால் தன்னைத் தானே காத்துக்கொள்ளக்கூடியவன் போலவே இல்லை.

பாதுகாவலர்கள் என்றால் பெரிய உருவமும் திடகாத்திரமான தேகமும் இரும்புக் கரங்களும் கொண்டவர்களாய் இருக்கவேண்டும். செகுனின் உருவமோ, வருகின்ற அபாயம் அது சிறியதாய் இருந்தாலும் கூட, அதற்குப் பயந்து சுருங்கி ஒதுங்கிக்கொள்ளும் கோழைத்தனத்தைத்தான் கோடிட்டுக் காட்டியது.

"அவன் எப்படி மேடத்தைப் பாதுகாப்பானாம்? திருப்புளியும்

சுத்தியலும் வைத்துக்கொண்டா?" சிஸி மூச்சுப்பிடிக்க சிரித்தபடி சொன்னாள்.

'ஒரு கையில் திருப்புளியும் ஒரு கையில் சுத்தியலும் தூக்கிக்கொண்டு மேடத்தைப் பின்தொடர்ந்து!' அந்தக் கற்பனைக் காட்சியே அவர்களுக்கு அவ்வளவு சிரிப்பை ஏற்படுத்தியது. விழுந்து விடாமல் இருக்க ஒருவரை ஒருவர் பிடித்துக்கொள்ளும் அளவுக்கு சிரித்தனர். இறுதியில் செகுன் மேடத்தின் அல்லது டெலேவின் உறவினனாய் இருக்கலாம் என்கிற ஜாய்ஸின் கருத்துக்கு எல்லோரும் உடன்பட்டனர். இதுபற்றிச் செகுன் தானாக முன்வந்து எதுவும் சொல்லப் போவதும் இல்லை; அவர்கள் மேடத்திடம் கேட்கப் போவதுமில்லை. ஆதலால் ஒருபோதும் அவர்கள் உண்மையை அறியப்போவதுமில்லை.

அமா அமர்ந்து ஒரு கைத்திண்டை எடுத்து உடலோடு சேர்த்துக் கட்டிக்கொண்டாள்.

"நேற்றுத்தான்... நேற்றுத்தான் சிஸி அவள் பணம் சேர்த்து வைத்து வாங்கப் போகும் பை பற்றிச் சொல்லிக்கொண்டிருந்தாள்." முன்னும் பின்னும் ஊசலாடியபடி, இனி சிஸியால் வாங்க முடியாமல் போகும் அந்தப் பை பற்றி நினைத்தபடி அவள் சொன்னாள். அந்தச் செய்தியில் ஆற்றமுடியாத சோகமொன்று இருந்தது போல அவள் கண்கள் கண்ணீர்ச் சொரியலாயின. வசைபாடியபடி பாக்கெட்டிலிருந்து கண்டெடுத்த டிஷ்யு கொண்டு அவசர அவசரமாகக் கண்ணீரைத் துடைத்துக் கொண்டாள்.

"இதோ! அவள் என் கண் மையைக் கடன் வாங்கினது போன வாரம்தான் தெரியுமா?" கைகளால் முகத்தை ஏந்தியபடி ஜாய்ஸ் சொன்னாள். பார்த்தால் அழுதுகொண்டிருப்பது போலத் தெரிந்தது. ஆனால் அவள் அழவில்லை. ஜாய்ஸ் அவ்வளவு எளிதாக அழக்கூடியவள் இல்லை. அழுத்திக் கேட்டால் அழவேண்டியதெல்லாம் ஏற்கனவே அழுது தீர்த்துவிட்டதாகச் சொல்வாள். "இப்படி ஒரே வாரத்தில்

இறந்து போவாள் என்று யாருக்குத் தெரியும்?"

சிஸி அவளது கண் மையைக் கண்டுபிடிக்கமுடியாமல், எப்படித் தனது தனிமுத்திரையான அழுந்த மைதீட்டிய கண்கள் இல்லாமல் வேலைக்குப் போக முடியாது என்று சொல்லி ஜாய்ஸிடம் வந்து கண்மை கேட்டாள் என்று விவரணையாகச் சொன்னாள் ஜாய்ஸ். கண்மை போடாவிட்டால் ஒன்றும் செத்துவிட மாட்டாய் என்று எப்படி அவளிடம் சொன்னாள் என்று ஜாய்ஸ் பொதுவாக எல்லோருக்கும் சொன்னாள்.

"ஒருவேளை அதுவே ஒரு முன்னறிவிப்போ என்னவோ," அவள் சொல்ல யாரும் பதில் பேசவில்லை.

அனைவரும் சிஸியுடனான நினைவுகளை அசைபோடுகிறார்கள். சின்னச் சின்னச் சந்திப்புகளையும் முக்கியப்படுத்தி வருத்தத்துக்கு உரியதாக்கிவிடும் வலிமை ஒருவரது மரணத்துக்கு உண்டு. ஒரு கருத்து, பொதுவாக நினைவில் நில்லாமல் மறைந்துவிடக் கூடிய ஒரு தோற்றம், இப்போது நினைவுச்சின்னமாகி இருக்கிறது. குளியலறை ஜன்னல் திண்டில் சிஸி மறந்துவிட்டுப்போன அவளது காதணி, அவள் இந்த உலகுக்கு விட்டுச்சென்ற அவளது சிறு துணுக்கு.

இரண்டு நாட்களுக்குப் பிறகு, 'இறந்தவள் பொருளை வீட்டில் வைத்திருப்பது அவளது ஆவியை உள்ளே வர அழைப்பது போன்றது' என்று சொல்லி மேடம் அதைக் குப்பையில் வீசுவாள். ஒரு ஆவி, அது நல்லதோ கெட்டதோ, மனிதர்களோடு எந்தத் தொடர்பும் வைத்துக் கொள்ளக்கூடாது. அது நல்லதே இல்லை. சிஸியின் ஆடைகள், செருப்புகள், பைகள், ஸ்கார்ஃப்புகள் - அவள் ஆசையாய் வாங்கிய, மேடம் பொறாமைப்பட்ட ஹெர்மே கழுத்துத் துண்டும் சேர்த்து –அத்தனையையும் ஒரு கறுப்புநிறக் குப்பைப் பையில் போட்டு இறுகக்கட்டி வீட்டெதிரே இருந்த பெரிய பச்சைநிறத் தொட்டியின் தொண்டைக்குள் அடைத்து மூடினாள். வாரத்துக்கு ஒருமுறை தொண்டு நிறுவனங்கள் வந்து அதிலிருந்தவையை எடுத்துச் செல்லும். சிஸியின் ஆவி அவர்களைத் தொந்தரவு செய்யக்கூடாதென்று

எச்சரிக்கும் விதமாக அவள் வீட்டுக்குள் ஊதுபத்தியோடேதான் அலைவாள்.

சிஸியின் ஆவி சொல்வதைக் கேட்கும். ஏனென்றால் அது மற்ற ஆவிகளைப்போல உடனுறைபவர்களைக் கனவில் கூட தொல்லை செய்வதில்லை. மனித ஆவிகள் மட்டுமல்லாமல் எந்த ஆவியையும் ஊதுபத்திப் புகை அண்டவிடாது என்பது மேடத்தின் மிகத் திடமான நம்பிக்கை. மற்ற யாருக்கும் ஊதுபத்தியின் திறன் பற்றி நம்பிக்கை இல்லை என்றாலும் மேடத்தை யாரும் எதிர்த்துப் பேசுவதில்லை.

மூன்று நாட்களுக்கு முன் மேடம் வீட்டைத் தூய்மையாக்க ஊதுபத்தியோடு நடந்து அலைந்ததை அமா நினைவூட்டுகிறாள். பொறாமையின் தீய ஆவி இந்த வீட்டுக்குள் இருப்பதாகவும் இந்த ஊதுபத்திப் புகை அதை ஓட்டிவிடும் என்றும் மேடம் சொல்லியிருந்தாள்.

“நீங்கள் எல்லோரும் சகோதரிகள். இங்கே குடும்பம் என்று இருப்பதெல்லாம் உங்களுக்கு நீங்கள்தான். ஆனாலும் உங்களுக்குள் நிம்மதியாக இருக்க முடியவில்லை.”

அவள் நால்வரையும் சேர்த்துத்தான் பேசிக்கொண்டிருந்தாள் என்றாலும் பெரும்பாலும் சிஸியையும் அமாவையும் பார்த்துத்தான் சொன்னாள். பொதுக் கழிப்பறையை யார் சுத்தம் செய்வது என்பது தொடர்பாக இருவருக்கும் சண்டை நடந்திருந்தது. அதற்கு முந்தைய இரவு அமர்க்களமான விருந்து ஒன்று நடந்து, அதன் விளைவாக தரையெங்கும் போத்தல்கள் திறந்த நிலையில் கிடந்தன. லெதர் நாற்காலியில் பானங்கள் சிந்திக் கிடந்தன. அன்றைய அட்டவணைப்படி சிஸிதான் சுத்தம் செய்யவேண்டும். ஆனால் இப்படிக் குப்பையாக்கியது அமாவின் விருந்தினர்தான் என்று சொல்லி சுத்தம் செய்ய சிஸி மறுத்து விட்டாள். அமா பொறுப்பை எடுத்துக்கொள்ளத் தயாராக இல்லை. கைகலப்பானது. மேடம் இடையிட்டுப் பெண்கள் இருவரையும் பிரித்தெடுக்க வேண்டியிருந்தது.

இப்போது அமாவின் குரல் மென்மையாக ஒலித்தது. "சத்தியமாகச் சொல்கிறேன், அவள் இப்படிச் செத்துவிடப் போகிறாள் என்று தெரிந்திருந்தால் நான் கண்டிப்பாக அவளோடு சண்டை போட்டிருக்க மாட்டேன்." அமாவின் தாடையில் சிஸி கீறிய அடையாளம் இருந்தது. அது பற்றி நினைக்காமலிருக்க முயற்சித்தாள்.

"யாருக்குத் தெரியும்." எஃபே பதிலளித்தாள். "இப்படி, இன்றைக்கு இருக்கமாட்டாள் இறந்து போவாள் என்று யார்தான் நினைத்திருப்பார்? அதுவும் எந்தக் காரணமும் இல்லாமல் கொலை செய்யப்பட்டு இறந்திருப்பாளென்று யார் அறிவார்?"

"யார் சிஸியைக் கொலை செய்ய நினைத்திருப்பார்?" ஜாய்ஸ் இதைக் கேட்பது முதல் முறையல்ல. மரணச் செய்தி வந்ததிலிருந்து பலமுறை கேட்டுவிட்டாள்.

"நாங்களறிந்து எதுவும் திருடு போகவில்லை" காவல்துறையில் சொல்லியிருந்தார்கள்.

"இப்படிச் சாவதற்கு அவள் என்ன பாவம் செய்தாள்?" ஜாய்ஸ் தொடர்ந்தாள்.

மாலியைச் சேர்ந்த ஆயா ஒருத்தியும் அவள் பார்த்துக்கொண்ட பிள்ளையும் இறந்துபோன கதை ஒன்று இன்னும் அவர்கள் மனதிலிருந்து வெளியேறாமல் உலவிக்கொண்டிருந்தது. இப்போது வேண்டாம். எல்லோரும் பாதிக்கப்பட்டிருக்கக்கூடிய இந்த நேரத்தில் பேசவேண்டாம் என்ற எண்ணத்தில் அதுபற்றிப் பேசாமல் எல்லோரும் நழுவிக் கொண்டிருக்கின்றனர். ஆனால் எல்லோரும் அதுபற்றித்தான் நினைத்துக் கொண்டிருந்தனர்.

பதினெட்டு வயது ஹான்ஸ் வான் தெம்ஸ் தன் தெருவிலிருந்த இரண்டு பேரை மிஷின்கன்னால் படபடவென்று சுட்டுக் கொன்றுவிட்டான் என்ற சேதியைக் கேட்டபடிதான் ஒரு வியாழக்கிழமை காலை விடிந்தது அவர்களுக்கு. எல்லோரும் தொலைக்காட்சியில் அந்தச் செய்தியைப் பார்த்தனர். அப்போது

அதே தெருவில் அதே இடத்தில் எத்தனை முறை எந்த பயமுமின்றி தாம் நடந்திருப்போம், அந்த ஆயாவின் நிலை தம்முடையதாகக் கூட இருந்திருக்கக்கூடும் என்றெல்லாம் பேசிக் கொண்டு அந்தக் கொலைக்குற்றம் ஈந்த பொழுதுபோக்கை ஆவலோடு விழுங்கிச் செரித்தனர்.

“ஆண்ட்வெர்ப் அமெரிக்காவாகி வருகிறது. எத்தனை துப்பாக்கிச் சூடுகள்? முதலில் அந்த எம்பித்ரீ ப்ளேயருக்காக மத்திய ரயில் நிலையத்தில் சுட்டுக்கொல்லப்பட்ட சிறுவன், இப்போது இது. ஆண்ட்வெர்புக்கு என்ன ஆகிக்கொண்டிருக்கிறது?” சிஸி அன்று சொல்லி வியந்தாள். அந்த எம்பித்ரீ ப்ளேயர் கொலை நடந்தது ப்ரசல்ஸில் ஆட்ன்வெர்பில் இல்லை என்று அமா எடுத்துக்கொடுக்கவும், அது ஒரு பொருட்டல்ல, அது ஆண்ட்வெர்பிலும் நடருக்க வாய்ப்பிருக்கிறது என்று சொன்னாள்.

“சிஸியின் கொலை, ஒரு இனப்படுகொலையாக இருக்கலாம் என்கிற கோணத்தில் விசாரணை நடைபெறுவதாக காவல்துறை மேடத்திடம் கூறியிருந்தது. யார் இதைச் செய்திருப்பார்? இனவெறித் தாக்குதலென்று சொல்கிறார்கள். சிஸியைக் கொல்ல யாருக்குத் தோன்றும்?” எஃபே சீறிச் சினந்தாள்.

“மூளையற்ற மடையர்கள்” அமா சொன்னாள்.

அமா எழுந்து பெருமூச்செறிந்தபடி தொலைக்காட்சியை அணைத்தாள். நாடகம் பார்த்தவரை போதும் என்றாள். ஆனால் நாடகத்தை அவள் பார்க்கவேயில்லை. தொலைக்காட்சியின் மேலே துடைக்கத் தொடங்கினாள்.

“அதை விடு ஜாய்ஸ். இன்றைக்கு மட்டும் நூறுமுறை துடைத்திருப்பாய்” கத்துகிறாள் எஃபே.

ஜாய்ஸ் நிறுத்துகிறாள்.

ஒரு நொடி.

பிறகு மீண்டும் பேய்பிடித்தவள் போலத் துடைக்கத் துவங்கிறாள். அதற்கு மேல் என்ன செய்வதென்று எரிச்சல்பட்டு விட்டு விடுகிறாள் எஃபே.

“ஃபக்! நிறுத்துடி” அமா எழுந்து சொல்லிவிட்டு அமர்ந்தாள்.

ஜாய்ஸ் அவளைப் புறக்கணித்தாள். மீண்டும் துடைத்தாள். ஓரிடத்தில் ஊதி பின் துடைத்தாள். திடீரென்று நிறுத்தினாள். புன்னகைத்தாள். அவளுக்குத் திடீரென்று ஒரு யோசனை பிறந்திருந்தது. சிஸிக்கு படையல் வைக்கலாம், அவளது ஆவியை வழியனுப்பி வைக்க ஏதாவதொரு வகையில் ஒரு இறுதிச்சேவை செய்யலாம் என்றாள்.

“அவள் அப்படி இறந்துபோக விடக்கூடாது. அவளை நல்ல முறையில் அனுப்பி வைக்கவேண்டும். பாதிரியாரை இங்கே வரச்செய்து பிரார்த்தனை செய்து அவளது ஆன்மாவை நல்லபடியாக அனுப்பி வைப்போம். பெரிதாக ஏதும் செய்யமுடியாது என்றாலும் இதையாவது நாம் செய்யலாமே.” தன் யோசனையை எண்ணித் தானே மகிழ்ச்சி கொண்டாள். “அவளுக்காக இதையாவது செய்யலாம். நமக்குத் தெரிந்த சிலரை அழைத்து ஒரு விருந்து வைத்து அவளை நல்லபடியாக அனுப்பி வைக்கலாம்.” உற்சாகம் மெல்ல அவளைப் பிடித்துக் கொண்டது. எத்தனை பேரை அழைக்கலாம், என்ன சமைக்கலாம் என்றெல்லாம் பேச நினைத்தாள். ஆனால் அமா இடையிட்டுத் தடுத்துவிட்டாள்.

“அவளை எங்கே அனுப்பி வைக்கப்போகிறாய்?” கேட்டவிதம் பார்த்தால் சிரித்து விடுவாள் போலிருந்தது. ஜாய்ஸூம் எஃபேயும் அவளைப் பொருட்படுத்தவில்லை. அவள் தன் கேள்வியில் அழுத்தம் கொடுத்து எழுந்து நின்று மீண்டும் கேட்டாள். அவள் கண்கள் ஒளிர்ந்தன. யாரும் பதில் தரவில்லை. எஃபே அவளை இழுத்து அமரவைக்க முயற்சித்தாள். அமா சீறினாள். பிறகு இழுப்புக்கு ஏற்றபடி சரிந்து அமர்ந்தாள்.

அவளுக்கு இந்த ஆன்மிகச் செயல்பாடுகளில் பெரிதாக

நம்பிக்கை இல்லை என்பது எல்லோருக்கும் தெரியும். ஒரு முறை எஃபே அவளைத் தேவாலயத்துக்கு அழைத்தபோது அவள் கடுமையாகப் பேசி மறுத்து விட்டாள். வாழ்க்கையில் போதும் போதுமென்கிற அளவுக்குத் தேவாலயத்தைப் பார்த்துச் சகித்தாகிவிட்டது என்று சொன்னாள்.

“வளரும்போது திகட்டத் திகட்டப் பார்த்துவிட்டேன். போதகர்களைக் கண்டாலே எனக்குப் பிடிக்காது. அப்போதே அவர்கள் மீது கொஞ்சம் கூட நம்பிக்கை கிடையாது. இப்போது புதிதாக நம்பிக்கை முளைத்துவிடப் போவதில்லை.” அவள் தன்னுடைய இதே சொற்களைப் பற்பல ஆண்டுகளுக்குப் பிறகு மரணப் படுக்கையில், தன்னுடைய தொண்ணூற்றி மூன்று வயதில் மீண்டும் சொல்வாள். அப்போது அவளது குரல் இத்தனை வலுத்து ஒலிக்காது, கண்களில் இந்த நெருப்பு இருக்காது.

“எனக்கு போதகர்களைப் பிடிக்காது. ஒருபோதும் அவர்கள் மீது நம்பிக்கை இருந்ததில்லை. இப்போது புதிதாய் நம்பப் போவதில்லை.” இளைய தலைமுறை இசைக்குழுப் பாடகர்கள் காதலைப் பற்றியும் காமத்தைப் பற்றியும் வாழ்க்கையைப் பற்றியும் கசிந்துருகிப் பாடுவதைக் கேட்டபடி அவள் இறந்து போவாள்.

அந்த அறையில் அமர்ந்திருக்கும் இந்நேரத்தில் சிஸியின் மரணச் செய்தியும் மேடத்தின் ஊபத்திப் புகையும் அவளைச் சூழ்ந்தன. எஃபேவின் கதை இன்னும் மண்டைக்குள் உருண்டபடி கிடந்தது. மெல்லக் கண்களை மூடிக்கொள்கிறாள் அமா. பிறகு கண்களைத் திறந்து, பேசத் தொடங்கினாள்.

“நான் பிறந்து வளர்ந்தது எனுகுவில். இளஞ்சிவப்புச் சுவர்கள் கொண்ட ஒரு வீட்டில் நாங்கள் வசித்தோம்.”

சாய்விருக்கையின் அடியிலிருந்து மனிதக்குரங்கின் கை வடிவிலிருந்த ஆஷ்ட்ரேவை வெளியில் எடுத்து, கிட்டத்தட்ட முடிந்துபோயிருந்த சிகரெட்டை அழுத்தி அணைத்தாள். பிறகு

புதிய சிகரெட் ஒன்றைப் பைக்குள்ளிருந்து எடுத்தாள். ஒரு பெட்டியை எடுத்து அனைவருக்கும் நீட்டினாள். ஜாய்ஸ் எஃபே இருவரும் தலையாட்டி மறுத்தார்கள்.

அமா எனுகுவைச் சூழ்ந்து பெரும் பச்சைத் துணியென அடுக்குகளாய் மடங்கி விரிந்து கிடக்கும் உதி மலைகளை நினைத்துப் பார்க்கிறாள், புன்னகைக்கிறாள்.

"டெலேவை எப்படிச் சந்தித்தாய்?" எஃபே கேட்கிறாள்.

டெலே தான் அவர்களனைவரின் வாழ்க்கைக்கு மத்தியில் கிடந்த பொதுமை.

"என் அத்தையுடைய சிற்றுண்டிக்கடையில்தான் முதலில் பார்த்தேன். அங்கே எப்போதாவது வந்து சாப்பிட்டுப்போவான்."

"அவன் ஏன் வெளியே வந்து சாப்பிடவேண்டும்? அவனுக்கு சமையலாள் உண்டு மனைவியும் உண்டு. பிறகு எதற்கு உணவு விடுதிக்கு வரவேண்டும்?"

"எனக்கு தெரியாது" அமா பதிலளித்தாள். "ஒருவேளை ஆள்பிடிக்க வந்திருக்கலாம்."

"நான் அவனுடைய வீட்டில்தான் அவனைச் சந்தித்தேன்." ஜாய்ஸ் சொன்னாள். "பாலிகார்ப் என்பவன் அவனிடம் அழைத்துச்சென்றான்" என்றாள், அந்தப்பெயரைச் சொல்லும்போதே பல்வலி வந்த மாதிரி முகத்தைக் கோணிக்கொண்டாள். "அந்த டெலேவைப் பார்த்த உடனே பிடிக்காமல் போனது. வேசிமகன்."

அமா புன்னகைத்தபடி மெதுவாகச் சொல்கிறாள், "டெலே ஐயா நமக்கு உதவிதான் செய்திருக்கிறார். நமக்கு அங்கே வேறென்ன வாய்ப்பிருந்தது? ம்ம்? டெலே ஐயா தான் நமக்கு மகிழ்ச்சியை மீட்டுத்தர முயற்சிக்கிறார்."

"நாம் மகிழ்ச்சியாகவா இருக்கிறோம்?" ஜாய்ஸ் வினா எழுப்புகிறாள். அவள் இப்போது மேசையின் அருகே தரையில்

அமர்ந்து, மேசைக் கால்களில் இருந்த அழுக்குத் தீற்றல்களைத் துடைக்கிறாள்.

“நான் மகிழ்ச்சி பற்றியெல்லாம் நினைத்துக் கூடப் பார்ப்பதில்லை. எல்.ஐ க்கு நல்ல கல்வி கிடைக்கிறது. அது ஒன்று போதும் எனக்கு.” தவறாக ஏதும் சொல்லிவிடக்கூடாதென எண்ணியபடி தயங்கித் தயங்கி, ஒரு அரசியல் விவாத அரங்கில் பேசுபவர் போலக்கவனமாகச் சொற்களைக் கோர்த்தெடுத்துப் பேசுகிறாள் எஃபே. மகிழ்ச்சியின் அளவைகள் மாறுபடும் என்று அவள் நினைக்கிறாள் ஆனால் சொல்லவில்லை.

“சில சமயம் என் வாழ்க்கை ஒரு பல்செட் போல எனக்குத் தோன்றும். உலகுக்கு நீ எதைக் காட்ட விரும்புகிறாயோ அதைத்தான் உலகம் பார்க்கும்: கோல்கேட் வெண்மையில் பளிச்சிடும் வெண்பற்கள். ஆனால் உள்ளே உன் சொந்தப் பற்கள் சொத்தையாகி செத்த கதை உனக்கு மட்டும்தான் தெரியும்.”

எஃபேயின் ஒப்புமையை கேட்டு பெண்களனைவரும் சிரிக்கின்றனர். ஆனால் உடனடியாக மனநிலை பழையபடி அழுத்தமாகிறது.

“என்னைப் பொறுத்தவரை நான் மகிழ்ச்சியாக இருக்கிறேனா இல்லையா என்று எனக்கேத் தெரியவில்லை. எனக்கு மேடத்தைப் பிடிக்கவேயில்லை. கேவலமான பிறவியவள். ஆனால் இதைவிட படுத்துக்கொண்டே பணம் சம்பாதிக்க வேறு என்ன தொழில் இருக்கிறது? நமக்கு இருக்கும் வேறு எந்த வாய்ப்புகளுக்கும் நான் தயாராக இல்லை.

அவரவர் இடத்தை சுத்தமாய் வைத்திருக்க முடியாத, சதா வேலையாய் அலையும் அல்லது சோம்பிக்கிடக்கும் பெண்களின் பின்னே பெருக்கித் துடைத்து என் அழகான மெனிக்யூர் நகங்களை நான் உடைத்துக்கொள்ள விரும்பவில்லை. எனக்கு சடை பின்னத் தெரியாது, தெரிந்தாலும் சுண்டைக்காய் சம்பளத்துக்கு மணிக்கணக்காய் பின்னல் போடுவேனா என்று

தெரியவில்லை. மேடம் மட்டும் கணக்கில் வராவிட்டால் நான் சந்தோசத்தில் குட்டிக்கரணமே அடிப்பேன்." சொல்லிச் சிரிக்கிறாள் அமா. ஹ..ஹ்ஹா என்று சிரித்துவிட்டு நிறுத்துகிறாள். பின் தொடர்கிறாள்.

"ஒன்று தெரியுமா ஜாய்ஸ்? இந்த முடிவை நான்தான் எடுத்தேன். எனக்குத்தேர்வு செய்யும் உரிமை இருந்தது. கண்களைத் திறந்து கொண்டு தெளிவாகத்தான் இங்கே வந்தேன்."

அமா நெட்டி முறித்து மீண்டும் தொடர்கிறாள், "உண்ண உணவு, தலைக்கு மேல் ஒரு கூரை, எனக்கென்று ஒரு வாழ்க்கை எல்லாமிருக்கிறது. இதற்கு மேல் நான் பேராசைப்படக்கூடாது. சிஸி இறந்துபோனாள். அவள் மகிழ்ச்சியாகவா இருக்கிறாள்? நம் கதையெல்லாம் சோகமென்று நாம் நினைக்கிறோம், அவள் கதை நம்மில் யாருக்காவது தெரியுமா? அவள் தனியாய்ப் போனது எங்கே என்று யாராவது அறிவோமா?'

திடீரென சினம் கொண்டது போல, அந்தச் சினத்தை உணர்ந்து கொண்டது போல குரல் உரத்து ஒலித்தது.

"மகிழ்ச்சியைப் பற்றிப் பேசுகிறீர்களே, ஓத்தா நான் எப்படி இங்கே வந்து சேர்ந்தேனென்று உங்களுக்குத் தெரியுமா?" சிகரெட்டை ஒரு இழு இழுத்துப் புகையை வெளித்தள்ளுகிறாள். மடித்த இதழ்களின் வழியாகவும் மூக்கின் வழியாகவும் புகை வளையங்கள் வெளியேறிக் கரைகின்றன. சிகரெட் சாம்பலை ஆஷ்ட்ரேவில் தட்டுகிறாள்.

"என் வாழ்க்கையைப் பற்றிச் சொல்கிறேன் ஜாய்ஸ், என் கேடுகெட்ட வாழ்க்கையப்பற்றிச் சொல்கிறேன் கேட்டுக்கொள்..." கழுத்திலிருந்த சிலுவையைப் பற்றி இழுக்கிறாள்.

சிஸி

சிறுத்து, உருண்டு திரண்டு, வெளுப்பாய் - மேடம் எப்படி இருப்பாளென்று சிஸி கற்பனை செய்திருந்தாளோ அப்படியே தான் இருந்தாள். அவள் நடக்கவில்லை உருண்டாள்.

வந்த மறுநாள் விடிகாலையில் சிஸியின் அறைக்கு வந்தாள் மேடம். இள நீல நிறச்சட்டையும் கறுப்பு பெல்பாட்டம் பேன்டும் அணிந்திருந்தாள். சட்டையின் குட்டைக் கைகள் அவளது பெருத்த புஜங்களை மறைக்கப் பெரும்பாடுபட்டன. தாடையில் சில கற்றை மயிர்கள் ஒன்றோடொன்று வாகாய்ச் சுருண்டுகொண்டு நின்றன. பார்ப்பவர் கவனத்தை ஈர்த்து, எவ்வளவு அழகாய் பராமரிக்கப்படுகிறது என்று எண்ண வைக்கவேண்டும் என்பது போல எப்போது பேசினாலும் அந்த மயிர்க் கற்றையை விரல்களால் சுருட்டியபடிதான் மேடம் பேசுவாள்.

“நான்தான் உன் மேடம்” தன்னை அறிமுகப்படுத்தும் விதமாகச் சொன்னாள். சிஸியின் அறைச்சாளரத்தின் அருகே சென்று மறைவுத் தட்டியை இழுத்துத் திறந்தாள்.

“நல்லபடியாக வந்தாயென்று கேள்விப்பட்டேன். நல்ல ஓய்வெடுத்திருப்பாய் என்று நம்புகிறேன். இன்றைக்கு நீ

வேலையைத் துவங்குகிறாய். நேரமில்லை.” ஒவ்வொரு சொற்றொடரும் ஒரு ஆணையாகத்தான் வந்து விழுந்தது. தாடை மயிரைத் தடவினாள். எவ்வளவு தன்னம்பிக்கை! எவ்வளவு சுய உறுதி! சிஸி நினைத்துக்கொண்டாள். அவளது பொறாமையைத் தூண்டும் இந்தத் தன்னம்பிக்கையையும் இந்த பாவனையையும்தான் சிஸி பின்னாளில் தனது தனித்த நடைகளில் பின்பற்ற முயற்சிப்பாள்.

மேடம் அவ்வளவு நன்றாக ஆங்கிலம் பேசியது சிஸியை வியப்படையச் செய்தது. அவளும் டெலேவைப்போல ஆங்கிலத்தில் ஒரு சொற்றொடரை முழுதாய்க் கோர்த்தெடுக்க முடியாமல் சொற்களைத் தேடித் தடவுவாள் என்றுதான் எண்ணிக்கொண்டிருந்தாள். அவளைப் பார்ப்பதற்கு முன்னான அவளது கற்பனைச் சித்திரத்தோடு அந்தக் குணம்தான் பொருந்திப்போனது. பின்னாளில் இதே மேடம் லாகோஸ் பல்கலைக்கழகத்தில் தொழில் மேலாண்மையில் முதுநிலைப் பட்டம் பெற்றவள் என்று சிஸி அறிந்துகொள்வாள்.

மேடம் ஆங்கிலம் மட்டுமல்ல டச்சு மொழியும் நிறைவாக, மிகத் தெளிவாகவே பேசினாள். தற்போது ஃப்ரெஞ்சு மொழி கற்றுக்கொண்டிருந்தாள். அவளது உச்சரிப்பில் ஒரு நவீனமிருந்தது. அவளது சொற்கள் தெளிவாக இருந்தன. அவை விளிம்புகள் செதுக்கப்பட்டு கரடற்று வழுக்கிக்கொண்டு வந்து விழுந்தன. சிஸி அறிந்தவரை, இராணியின் உச்சரிப்புக்கு நிகரானதொரு உச்சரிப்பாக அது இருந்தது. கேட்டாலே சிலிர்ப்படையச் செய்தது.

மேடம் இடது தோளில் தொங்கவிட்டிருந்த கறுப்புத் தோல் பையை முன்னே இழுத்து உள்ளிருந்து ஒரு சிகரெட் பெட்டியை வெளியே எடுத்தாள்.

“புகைப்பாயா?” பெட்டியை சிஸியின் முன் நீட்டியபடிக் கேட்டாள்.

“இல்லை. நான் புகை பிடிப்பதில்லை.”

“நானும் இங்கே வருவதற்கு முன் பிடித்ததில்லை. ஆனால் இது வேறு உலகம். உன்னை அப்படியே மாற்றிவிடும். குளிர்ந்த பாலோடு சோளச் சீவல்கள் தின்னப் பழகிவிடுவாய். நம்பமுடிகிறதா?”

சிஸியால் நம்ப முடியவில்லை. ஆனால் அவள் ஏதும் சொல்லவில்லை.

“சிந்தனையைத் தெளிவாக்கும், இந்த சிகரெட். ஆனால் ஒன்று! போதை மருந்தில் இருந்து விலகி இருக்கவேண்டும். அது பலரைக் கிறுக்காக்கி இருப்பதை நான் பார்த்திருக்கிறேன். போதை பழக்கத்தினால் கிறுக்கானவர்கள் ஆண்ட்வெர்ப் முழுக்க இருக்கிறார்கள். ஐரோப்பா நிறைவான வாழ்க்கை வாழ்வதற்கான இடம். கிறுக்காகி அலைவதற்கான இடமல்ல. இது ஒரு வாய்ப்பு.”

அவள் தனக்கொரு சிகரெட்டை எடுத்துக்கொண்டு பெட்டியை பைக்குள் எறிந்தாள். சிஸி அவளது கை முழுமையாக பைக்குள் தொலைந்து ஒரு சிறிய நளினமான கறுப்புநிற லைட்டரோடு வெளிவருவதைப் பார்த்துக்கொண்டிருந்தாள். மேடம் லைட்டரை உயிர்ப்பித்து சிகரெட்டைப் பற்ற வைத்தாள். உள்ளிழுத்து ஒரு புகை மேகத்தை வெளித்தள்ளி யாருக்கும் பகிர்ந்திடாத ஏதொவொரு நினைவை அசைபோட்டபடி சிரித்தாள். இன்னொரு இழுப்பு. சுற்றிப்பார்த்துவிட்டு சிஸியின் அருகே கட்டிலில் அமர்ந்து அருகே கிடந்த மேசையில் சாம்பலைத் தட்டினாள்.

“டெலே உன்னைப் பற்றிச் சரியாகத்தான் சொல்லியிருக்கிறான். அவன் தொழிலில் கெட்டிக்காரன். அவன் தேர்வுகள் ஏமாற்றுவதேயில்லை. இந்தத் தொழிலில் இங்கே இருப்பதிலேயே சிறந்த பெண்கள் அவனுடையவர்கள்தான் தெரியுமா? இங்கே சில மடையர்கள் கொண்டு வரும் பெண்களைப் பார்க்க வேண்டுமே! அழகற்ற முகங்களோடும் உடல்களோடும், விதைப்பை போலத் தொங்கும் முலைகளோடும் சரிசெய்ய நிறைய மெனக்கெட வேண்டியிருக்கும்” சொல்லிச் சிரித்தாள்.

சிஸி பேசாமலிருந்தாள். இது பாராட்டுத்தான் என்றாலும் இதற்கு எப்படிப் பதில் சொல்வதென்று தெரியவில்லை அவளுக்கு. அவள் மேடத்தைப் பார்வையால் அளந்தாள். அவளது கனத்தை அவளால் எப்படித் தூக்க முடிகிறது என்று வியந்தாள். அவள் முலைகளைப் பற்றிச் சொன்னதற்குச் சிரித்துவிடாமலிருக்க முயன்றாள். சிஸியின் அமைதி இயல்பாயிருந்தது. சிரித்திருந்தால் திமிராய்த் தெரிந்திருக்கும். மேடம் இன்னொரு புகை மேகத்தை வெளித்தள்ளினாள். அறையைப் புகையிலை வாசனையால் பூசிமெழுகினாள். அங்கிருந்து எழுந்து நகர்ந்து அறையின் இன்னொரு மூலைக்குச் செல்வது அவமதிப்பது போல இருக்குமோ என்று நினைத்தாள் சிஸி. புகை அவளை எரிச்சல் படுத்தியது.

அவளது எண்ணங்கள் பெற்றோரை நாடிச்சென்றன. எப்படி இருக்கிறார்களோ? என்ன செய்து கொண்டிருக்கிறார்களோ?

பீட்டரை நினைத்துப்பார்த்தாள். வாழ்க்கை வேறுவிதமாக இருந்திருக்கலாமே என்று ஏங்கினாள். ஒரு நல்ல கணவனாக, தனக்கு உடல் நலமில்லாதபோது துணி துவைத்து சமைத்துப்போட்டுப் பார்த்துக்கொள்ளும் பரிவுமிக்க கணவனாக அவன் இருந்திருப்பான்.

பிறகு அவன் குறித்த எண்ணங்களை விரட்டியடித்தாள். அவளுக்கு விலகி வருவதைத் தவிர வேறு வழி இருக்கவில்லை. எனக்குத் தருவதற்கு பீட்டரிடம் ஏதுமில்லை. ஒருவேளை அவள் சம்பாதித்து வீடு திரும்பும்போது பீட்டர் தனியாக இருந்தால் அவனையே திருமணம் செய்து கொள்ளலாம். அப்படி அவன் கிடைக்காவிட்டாலும் பரவாயில்லை வேறு எத்தனையோ ஆண்கள் இருக்கிறார்கள். எப்போதும் வேறு ஆண்கள் இருப்பார்கள். கையில் மட்டும் பணமிருந்தால் என்ன வேண்டுமானாலும் வாங்கலாம், கைக்கடங்கிய கணவன் உட்பட. அதற்குத் தேவைக்கு அதிகமான அளவுக்குப் பணம் வேண்டும் அவ்வளவுதான்.

அதை நான் சம்பாதிப்பேன். என்னைக் கொன்றாவது

சம்பாதிப்பேன். அவள் சற்று அசைந்து கொடுத்து நகர்ந்து அமர்வதை மேடம் கவனித்தாள்.

“படபடப்பாக பயமாக இருக்கிறதா? நமது தொழிலில் பயந்தால் வேலைக்கு ஆகாது” இன்னும் கொஞ்சம் சாம்பலை மேசையில் தட்டினாள்.

“ஆ! உனது பாஸ்போர்டைக் கொடு. இப்போதிருந்து உனது கடனைக் கட்டி முடிக்கும்வரை அது என் பொறுப்பில்தான் இருக்கும்.”

அவளது கடவுச்சீட்டை இன்னொருவர் கையில் தருவதென்பது அவளது வாழ்க்கையையே இன்னொருவரிடம் அடகுவைப்பது போன்றது இல்லையா? அவள் மனது மாறினால் என்ன செய்வது? இந்த வேலைக்குத் தான் சரிப்படமாட்டோமென்று நினைத்து வீட்டுக்குப் போக நினைத்தால் என்ன செய்வது? அவள் மேடத்தைப் பார்த்தாள். மேடம் கழுத்தில் கிடந்த தடித்த தங்க நெக்லஸ் தன் கழுத்தில் இருப்பது போல நினைத்துப்பார்த்தாள்.

வேண்டாமென்று வீட்டுக்குப் போவதாவது - யாரை ஏமாற்றப்பார்க்கிறாள்? அவளறிந்த வாழ்க்கைக்கு இனி திரும்பிப் போவதற்குச் சாத்தியமே இல்லை. அவள் இங்கேதான் இருக்கப் போகிறாள், சம்பாதிக்கப்போகிறாள். அப்படி இருக்கும்போது பாஸ்போர்ட் யாரிடம் இருந்தால் என்ன? அவள் எழுந்து முட்டியிட்டுக் கட்டிலுக்கடியிலிருந்த பெட்டியை இழுத்தாள். அதில் உள் பை ஒன்றைத் திறந்து பழுப்புக் கவர் ஒன்றில் இருந்த கடவுச்சீட்டை மேடத்திடம் கொடுத்தாள்.

“காலை உணவு முடித்த உடன் நீ அயலுறவுத்துறை அமைச்சகம் போகவேண்டும்.”

“எதற்கு?” அவள் நினைத்து முடிப்பதற்குள் கேள்வி வெளியே வந்து விழுந்து விட்டது. அவள் உண்மையில் பதில் அறிந்துகொள்ள விரும்பவில்லை. பதில்கள் அநாவசியம். இப்போதைக்கு அவளுக்குத் தேவை, சரி என்று பட்டதெல்லாம்

ஒன்று தான். அது இங்கே இருந்து பிழைத்துக்கொள்வது தான். அதற்காக அவள் என்ன செய்யவும் தயாராக இருக்கிறாள். இந்தப் புரிதல் ஒரு திடீர் மழையைப்போல சொல்லாமல் கொள்ளாமல் வந்து அவளைத் திகைக்க வைத்துவிடவில்லை. அது மெல்ல அவளது நிழல் போல மிக இயல்பாய் அவளைப் பின்தொடர்ந்திருக்கிறது.

“எதற்கா?” எள்ளலும் நகையும் கோடிட்ட குரலில் மேடம் திருப்பிக் கேட்டாள்.

“அட பெண்ணே! உன் பெயரென்ன?”

“சிஸி.”

“எனதருமை சிஸி! இங்கே நீ கேள்வியெல்லாம் கேட்கக்கூடாது. சொன்னதைச் சொன்னபடி செய்தால் நல்லது. நான் சொல்வேன். நீ கேட்டு அதன்படி நடக்கவேண்டும். புரிகிறதா உனக்கு? மூன்று நாட்களுக்கு முன்பு ஜாய்ஸ்க்கு இதேதான் சொன்னேன். அவள் மறுத்து ஒரு கேள்வி கேட்கவில்லை. சொன்னது சொன்னபடி செய்கிறாள். உன்னிடமும் அதைத்தான் எதிர்பார்க்கிறேன். அமைதியும் முழுமையான அடிபணிதலும். அதுதான் இந்த வீட்டின் சட்டம். கண்ணில் படலாம் ஆனால் சத்தம் கேட்கக்கூடாது. புரிகிறதா?”

அவளுக்குப் புரிந்தது. அவளது குரல் இரவைப்போல அசைவற்றுப் போயிருந்தது. சிஸி ஜாய்ஸை முந்தைய இரவே சந்தித்திருக்கிறாள். நைஜீரிய உச்சரிப்புப்போலல்லாத ஓர் உச்சரிப்பில் பேசியபடி தன்னை அறிமுகப்படுத்திக்கொண்டிருந்தாள் அவள். அப்போதே அவள் மிகவும் இளமையாக இருப்பதாக சிஸிக்குத் தோன்றியது. இன்னும் சின்னப்பெண்ணாக இருக்கலாம். பெனின் நகரத்தில் இருந்து வந்தவள் என்று அவள் சொல்லிக்கொண்டாலும் அவள் கொஞ்சமும் பினிக்காரி போல இருக்கவில்லை. எரிமலைக்கண்ணாடியில் செதுக்கியது போலிருந்த அவளது எடுப்பான கன்ன எலும்புகளைப் பார்த்தால் அவள் ஒரு ஃபுலானியாகத்தான் இருப்பாளென்று அவளுக்குத் தோன்றியது.

ஆனால் அது எனக்குத் தேவையற்ற கதை. இங்கே எல்லோரும் ஒவ்வொரு கதைதான் சொல்கிறோம் அதில் எது உண்மை என்பது பற்றி என்ன அக்கறை வேண்டியிருக்கிறது?

மேடம் அவளிடம் ஒரு சிறுபிள்ளையிடம் பேசுவது போலப் பேசிய அந்தத் தொனி சிஸிக்குப் பிடிக்கவேயில்லை. லாகோஸில் இப்படியெல்லாம் அவளிடம் பேச ஒருவரும் துணியமாட்டார்கள். ஆனால் இது லாகோஸ் அல்லவே. அதுமட்டுமல்லாமல் அறிந்தோரற்ற இந்தப் புதிய ஊரில் அவளுக்கு இந்தப் பெண்மணியின் உதவி கண்டிப்பாகத் தேவை.

“உன்னை அங்கே அழைத்துச் செல்ல ஒரு வண்டி ஏற்பாடு செய்கிறேன். அங்கே போய் நீ லைபீரியாவில் இருந்து வந்ததாகச் சொல். சொல்வதை கவனிக்கிறாயா இல்லையா? உன் தந்தை ஒரு மண்டிங்கோ தலைவர் என்றும் இரவோடு இரவாக சார்ல்ஸ் டெய்லரின் வீரர்கள் வந்து, அப்பா, அம்மா, சகோதர சகோதரிகள் என்று உன் குடும்பத்தையே கொன்றுவிட்டதாகவும் நீ அடுக்களை அலமாரியில் ஒளிந்து தப்பித்துக்கொண்டதாகவும் சொல்ல வேண்டும். படுகொலைகளைச் செய்துவிட்டு அந்த வீரர்கள் சென்றபிறகு தான் நீ வெளியே வரத்துணிந்தாய். உன் குடும்பத்தையே அழிக்கத்தான் அவர்களுக்கு ஆணையென்றும் ஆனால் ஒருவர் தப்பிவிட்டதால் அந்த நபருக்காக மீண்டும் வரப்போவதாய் ஒரு வீரன் கத்திக் கொண்டே செல்வதைக் கேட்டேன் என்றும் சொல். முகத்தை சோகமாக வைத்துக்கொள். அழு. கதறி அழு. முடியைப்பிடித்து இழுத்துக்கொண்டு கத்து. வெள்ளைக்காரர்கள் இப்படி அழுகைக் கதைகளை மிகவும் ரசிப்பார்கள். இப்படி நம்மை ஒருவரை ஒருவர் அடித்து வீழ்த்திக்கொள்வதையும், இனக் கலவரத்தில் கொடூரமாய்த் தலைகளை வெட்டிச் சாய்த்துக்கொள்வதையும் கேட்கவிரும்புவர். கதை எவ்வளவு கொடூரமாக இருக்கிறதோ அவ்வளவு நல்லது.’

பேச்சை இடைநிறுத்தி சிகரெட்டை ஒரு இழு இழுத்தாள். நீலப்புகை வளையத்தை அறைக்குள் பரவவிட்டுப் பின் தொடர்ந்தாள்.

"இறந்து கிடந்த உன் குடும்பத்தாரின் சடலங்களைப் பார்த்தது பற்றிப்பேசு. அவற்றை மிதித்துத் தாண்டிக்கொண்டு எப்படி வீட்டைவிட்டு வெளியேறினாய் என்று கதை சொல். உன் அக்கம்பக்கத்தினர் டெய்லரின் நம்பிக்கைக்குப் பாத்திரமானவர்கள் என்பதால் அவர்களை நீ நம்பவில்லை. நம்பியிருந்தால் அவர்களே உன்னைப் பிடித்துக் கொடுத்திருப்பார்கள் என்று சொல். நன்றாக அழு. அதை மறக்காதே. உண்மையான கண்ணீர் வரவேண்டும். என்ன? வண்டி உனக்காகத் திரும்பிவரும். வாசலில் அவனுக்காகக் காத்திரு. சரியா? வேறு யாரோடும் போய்விடாதே. அவனானால் நேராக இங்கே வீட்டுக்கு அழைத்து வருவான். நன்றாக நினைவு வைத்துக்கொள். நீ ஒரு மண்டிங்கோ இனப்பெண். உன்னிடம் கடவுச்சீட்டு கிடையாது. ஏதுமற்றவளாய்த்தான் நீ லைபீரியாவிலிருந்து தப்பி ஓடி வந்திருக்கிறாய். ஒரு வெள்ளைக்காரன் உன்னைப் பார்த்து இரக்கப்பட்டு நீ தப்பிக்க உதவி செய்தான். ஒரு தேவாலயத்தின் வாசலில் நீ நின்று பிச்சையெடுப்பதைப் பார்த்து நீ ஐவரி கோஸ்ட் வரை வர உதவி செய்து, கப்பலில் வேலை செய்த தனது நண்பனொருவனுக்கு ஒரு கடிதமும் தந்து அனுப்பினான். அப்புறம் என்ன....ம்ம்... அந்தக் கப்பல் நண்பன் உன்னைக் கப்பலில் ஒளித்து வைத்துக் காப்பாற்றினான். அங்கே இரண்டு வாரங்களாய் குப்பையில் கிடைப்பதை உண்டு ஒளிந்து மறைந்து பிழைத்துக்கொண்டாய். ஒரு ப்ளாஸ்டிக் பையில் இருப்பதுதான் உனது உடைமைகள். அவ்வளவுதான். எல்லாம் நினைவிருக்கிறதா?'

"நினைவிருக்கிறது" சிஸி சொல்லக்கூடியதான ஒற்றைப் பதிலாக அதுதான் இருந்தது. அவள் அடுத்த சில மாதங்கள் ஒரு லைபீரியப் பெண்ணாக மட்டுமல்ல இன்னும் யார் யாராகவோ எதுவாகவோ எல்லாம் ஆகப்போகிறாள். தன்னிலிருந்து தப்பவேண்டுமென்கிற இடையறாத தவிப்பினால், சிஸியாய் மட்டுமாய் இருப்பதில் ஒரு திருப்தியின்மை அவளை ஆட்கொள்ளும். அதற்கு முற்றுப்புள்ளி வைக்க லூக் தேவைப்படுவான். அதன்பிறகு அவள் மொத்தமாக இல்லாமல் போவாள்.

அமா

கூடத்தின் சுவர்கள் இளஞ்சிவப்பு நிறத்தில் இருந்தன. அவை எப்போதுமே -அவள் நினைவில் மிகத்தெளிவாக நிற்கும்- இதே சவைப்பு மிட்டாய் இளஞ்சிவப்பு நிறத்தில்தான் இருந்தனவா அல்லது எப்போதாவது வேறு நிறத்தில் இருந்திருக்கின்றனவா என்று அவளுக்கு நினைவில்லை. ஆனால், அந்த இளஞ்சிவப்பு நிறம்தான் அவளுக்குத் தேவை நேர்கின்ற போதெல்லாம் எழுந்து பரவி இதமாக அணைத்து ஆறுதல் தரும் உற்ற தோழியாக இருந்திருக்கிறது.

இளஞ்சிவப்பு. நம்பமுடிகிறதா?

அமாவுக்கு விரல்களால் சுவர்களில் தடவியோடப் பிடிக்கும். வயதும் அனுபவமும் கூடிய பின், அதைச் சுவரோடு காதல் புரிவதாக நினைத்துக்கொள்வாள். ஆசை கொண்ட காதலியைப் போல் தன் விரல்களால் சுவரின் மென்மையான பட்டு மேனியைத் தொட்டுத் தடவி, விரல்கள் இழைந்து பரவிட காதல் செய்வதாய் நினைப்பாள். அந்தச் சுவர்களே அவளது சிறந்த தோழர்கள். அவைதான் அவளுக்கமைந்த அமைதியான

நிலையான நம்பத்தகுந்த ஒரே நட்பு. அவள் எப்போதாவது வைத்து விளையாடும் அவளுடைய செருப்புகளைப் போல் அல்ல அந்தச் சுவர்கள். அகல வாய் கொண்ட அவளின் செருப்புகள் அவளுக்கு க்ரிஸ்டியை நினைவூட்டுவன. க்ரிஸ்டியின் வீடு சாலையின் மறுபுறம் இருந்தது. ஊரிலேயே அவள்தான் மிகவும் மோசமாகப் புரணி பேசுபவள் என்று அம்மா சொல்லியிருக்கிறாள். 'ஓய்வொழிச்சல் இன்றி, ஒரு காது மாற்றி மறு காது செய்தி சொல்லிக்கொண்டே இருப்பாள். பேட்டரி இல்லாத ரேடியோப்பெட்டி' என்பாள்.

அந்த மோசமான செருப்பு ஒருபோதும் அவள் நம்பிக்கைக்கு உரியதாகவும் இருந்ததில்லை, அவளுக்குச் சரியாகப் பொருந்தியதும் இல்லை (மிகவும் இறுக்கமாக அல்லது மிகவும் தளர்வாக, மிகவும் அகலமாக அல்லது மிகவும் குறுகலாக இருக்கும்) அவற்றோடு பாவனையாக பள்ளிக்கூட விளையாட்டு விளையாடும்போது, முடிந்த அளவு பலமாக, செருப்புகளுக்கு வலித்து அவை அழும் குரல் அவளுக்குக் கேட்பதாக அவளுக்குத் தோன்றும் வரை அடி பின்னிவிடுவாள் அமா. அமாவுக்குச் சிறுவயதிலேயே ரகசியம் காக்கப் பழகிவிட்டது. ரகசியம் - உள்ளுக்குள் வளர்ந்து வெடிக்கக் காத்திருக்கும் கட்டி போல, அது வளர்ந்து வெடித்தால் உங்களைக் கொல்லவும் கூடும். ஆனால் அமாவுக்கு ரகசியங்களை யாரிடமாவது சொல்ல வேண்டியிருந்தது. அமா வேறு யாருடனும் பகிர விரும்பாத கதைகளையெல்லாம் அந்த இளஞ்சிவப்பு நிறச் சுவர்களின் காதுகள் மட்டும்தான் உள்வாங்கிக்கொண்டன. அந்தச் சுவர்களுக்கு அவள் நன்றிக்கடன்பட்டிருந்தாள்.

நண்பர்கள் சில சமயம் தவறாக வழிநடத்தக் கூடும் என்று காரணம் சொல்லி, நட்பு என்று யாரும் வீட்டுக்கு வருவதை ஊக்குவிப்பதில்லை அவளது தந்தை. அப்படியே யாராவது வந்தாலும் கூட அமாவுக்குப் படிக்க வேண்டியிருக்கிறது என்று சொல்லித் திருப்பி அனுப்பிவிடுவார். அக்கம்பக்கத்து சிறுமியர் ஒருவருக்கொருவர் கத்திக் களித்துப் புழுதியைக் கிளப்பியபடி கால்களை உயர்த்தியும் தரையில் மிதித்தும் 'ஓகா'

விளையாடுவதை அவளது சாளரத்தின் வழியாகப் பார்த்துக் கொண்டிருப்பாள் அமா.

அவரை அப்படியே தூக்கி, சுற்றிச் சுழற்றி, முகம் மலையில் மோதி நசுங்கும்படி பலகணி வழியாக வெகு தூரம் வீசி அடித்துவிடத் தோன்றும்.

அவள் ஒன்றும் எப்போதும் சுவர்களோடே பேசிக்கொண்டு இருந்ததில்லை. குறிப்பிட்ட அந்தப் பிறந்த நாளுக்கு மறுநாள், எல்லாவற்றுக்கும் தொடக்கமான அந்த நாளில், அவளுக்குப் பேச வேறு யாருமே இருக்கவில்லை. சுவர்களும் உதாசீனப்படுத்தாமல் அவள் சொன்னதையெல்லாம் அமைதியாகக் கேட்டுக் கொண்டன. மற்றவர்களைப் போல, ‘இப்போது பேசாதே, போய் விளையாடு, அதுதான் சமர்த்து பெண்ணுக்கு அழகு’ என்றெல்லாம் அவை சொல்லவில்லை. அப்படித்தான் திருப்திகரமான நீண்டகால உறவாக இந்த நட்பு மலர்ந்து வளர்ந்தது.

1987, அவளுக்கு எட்டாவது பிறந்த நாள். அவளது தந்தை அவளுக்காக பெரியதொரு விருந்துக்கு ஏற்பாடு செய்திருந்தார். விருந்தினரை மகிழ்விக்க கோமாளியெல்லாம் வருவதாக இருந்தது. இவ்வளவு ஏற்பாடுகளையும் மகளுக்காகச் செய்த அந்தத் தந்தையின் அன்பையும் மகிழ்ச்சி நிரம்பிய அவளது நகை முகத்தையும் படம்பிடிக்க புகைப்படக் கலைஞரைக் கூட வரவழைத்திருந்தார் அவர். அமா அவளது வகுப்பில் தொடர்ந்து மூன்றாவது முறையாக முதலிடம் பிடித்திருந்தாள். அதற்கான பரிசுதான் இந்த விருந்து. பெரிய விருந்து. எட்டு மெழுகுவர்த்திகள் கொண்ட பெரிய கேக். அவளது கூந்தலைக் கட்ட வண்ண ரிப்பன்கள். வீடே ஜோலோஃப் சோறு, மொய்-மொய், வறுத்த மாட்டுக்கறி என்று கலந்துகட்டி வாசனை மணத்துக்கிடந்தது. அவளது அன்னையும் அவரது இரு தோழியரும் வியர்வை கசிந்த அடுக்களையில், முக்காலியில் அமர்ந்து மால்டினாவைச் சப்பியபடி வேலையாட்கள் சமையல் செய்வதை மேற்பார்வை பார்த்துக்கொண்டிருந்தனர்.

'போய் தொலைக்காட்சியில் ஏதாவது பார், எங்களை வந்து தொந்தரவு செய்யாதே. நல்ல பிள்ளை அல்லவா ஓடு ஓடு.' அம்மா அடுக்களையில் இருந்து அவளைத் துரத்தி விட்டாள். அமாவும் கூடத்தில் அமர்ந்து தொலைக்காட்சியில் பார்வையை வைத்தாள். அவ்வப்போது எட்டிப் பார்த்து, 'அமா, இங்கே வா இது எப்படி இருக்கிறது என்று சொல்லிவிட்டுப் போ, உனக்குப் பிடித்த சுவையில் இருக்கிறதா? ரொம்பவும் உறைக்கிறதா? நன்றாக வெந்து இருக்கிறதா? ரொம்ப உலர்ந்து போய்விடவில்லை அல்லவா?' என்று கேட்டார் அம்மா. 'இல்லை' தலையாட்டி மறுத்தாள் அமா. எல்லாம் மிகச் சரியாக இருக்கின்றன. இன்று எதுவும் தவறாகாது.

அவளது அன்னையின் தோழி இஜியோம்மா என்றொரு வேலைக்காரப் பெண்ணை உதவிக்கு அழைத்து வந்திருந்தார். அவள் கண்களுக்குள் வியர்வை நுழைந்து விட, அதைக் கழுவாத கையால் துடைக்க முற்பட்டு, கண்களில் மிளகாய் போய்விட்டதாகக் கத்த ஆரம்பித்து விட்டாள் அந்தப் பெண்.

"சரியான முட்டாள். யாராவது மிளகாய் அரைத்த கையோடு கண்ணைத் துடைப்பார்களா?" அம்மாவின் தோழி கடிந்து கொண்டாள்.

"தண்ணீர், தண்ணீர், ஐயோ! எரிகிறதே!" இஜியோம்மா அறையைச் சுற்றி ஓட, இவர்கள் மூன்று பேரும் சிரித்துக் கொண்டிருந்தனர். வேறொரு வேலைக்காரப் பெண் கண்களைக் கழுவ தண்ணீர் கொடுத்து மிளகாய் எரிச்சலைத் தணிக்க உதவினாள். அவளது வலி குறைந்து பெண்களின் சிரிப்பும் அடங்கிய பின்னர் அவளது முதலாளி சொன்னாள், 'இதுவே உனக்கு ஒரு பாடமாக இருக்கட்டும். இந்த மிளகாய்க் காட்டத்துக்கே பைத்தியம் பிடித்தவள் போல இந்தக் குதி குதித்தாயே! நரகத்தின் கொடுந்தீ எப்படி இருக்கும் என்று கொஞ்சம் நினைத்துப் பார்! தீமைகளில் இருந்து விலகியிரு. நேற்று மாலை மேசையில் வைத்திருந்த ஐந்து நைராக்களைக் காணவில்லை. இரண்டு நாட்களுக்கு முன்பு என் அறையில்

இருந்து ஐம்பது கோபோக்களைக் காணவில்லை. நான் உன்னைக் கையும் களவுமாகப் பிடிக்காமல் போனாலும் கூட அந்தச் சாத்தான் கணக்கு வைத்துக் கொண்டிருப்பான், அவன் உன்னைத்தேடி வருவான். காசு ஒன்றும் கால் முளைத்து ஓடி விடாது. ம்ம்... மறுக்க முயற்சிக்காதே. இப்படிச் சிறுகத் திருடுவது யாரென்று நம் இருவருக்குமே தெரியும். கடவுள் அருளால் ஒருநாள் எனக்குச் சரியான சான்று கிடைக்கும், அன்று இருக்கிறது உனக்கு. அப்போது நீ, அந்த ஜோப்(கிறித்துவக் கதை)பை விட அதிகமாகத் துயரப்பட நேரும்.'

இந்தக் காலத்தில் வேலையாட்களை நம்பவே முடியவில்லை என்ன செய்வது என்று வருந்தினாள் அமாவின் அன்னை. தன் உயிரைக் கூட நம்பி ஒப்படைக்க தக்க வேலையாட்கள் இருந்த நாட்கள் எல்லாம் எங்கே போயின? 1966 போரின்போது தனது முதலாளியின் பிள்ளைகளுக்கு உணவு பெறுவதற்காகத் தன் உயிரைப் பணயம் வைத்த ஒரு வேலைக்காரப் பெண் பற்றி அவளது அன்னை சொன்ன கதையை நினைவு கூர்ந்தாள் அவள். அந்தப் பெண் எதிரிப் படையின் குண்டுகளுக்கு அஞ்சாமல் கிழங்கு தோண்டிக்கொண்டு வந்தாளாம். அதுவும் வெறும் கைகளால்.

“உண்மையைத்தான் சொல்கிறேன்! ஆனால் இந்தக் காலத்தில் வேலைக்காரர்களை சாத்தான் பிடித்துக் கொண்டு விட்டான். அவன் அவர்களைத் திருட்டுக் கயவர்களாக்கி வைத்திருக்கிறான். இப்போதெல்லாம் நல்ல வேலையாள் கிடைப்பது கல்லில் நீர் பிழிவது போல்தான்.”

பெண்கள் கை சுத்தமில்லாத, புரணியும் புரட்டும் திருட்டும் மிகுந்த வேலையாட்களைப் பற்றிய கதைகளைப் பந்தாடிக் கொண்டிருந்தனர்.

“முதலாளியம்மாவின் வாசனை திரவியத்தைத் திருடிய வேலைக்காரி.”

“வெறும் எடுபிடி! யார் கொடுத்த துணிவோ?”

“சாத்தான்தான்”

“எஜமானியின் கணவனோடு படுத்தவள்.”

“எப்படி? அவள் எப்படி அப்படிச் செய்யலாம்?”

“எல்லாம் சாத்தான்தான்.”

“ஓரோர் சமயம் பேசாமல் ஒரு பையனை வேலைக்கு வைக்கலாமா என்றிருக்கிறது” அமாவின் அன்னை சொன்னவுடன் எடுபிடிப்பையன் வைப்பதன் சாதக பாதகங்கள் பற்றிய சூடான விவாதமொன்று உருவானது. பையன்கள் பெண்களை விட வலிமையானவர்கள், அதனால் நல்ல வேலையாட்களாய் இருப்பார்கள். அதிகக் குடங்களில் தண்ணீர் கிடைக்கும். ஆனால்... இரு. ஒருவேளை அவன் உனக்கு எதிராக மாறி உன்னை வன்புணர்வு செய்துவிட்டால்? உன்னை அல்லது உன் மகள்களை? இப்படி எல்லாம் நடக்கத்தானே செய்கிறது?”

“சின்னப் பையன்களை வைக்கலாம். ஆனால் சின்ன பையன்கள் எல்லாம் சிறுமியர் அளவுக்கு வேலையில் கெட்டி கிடையாது. ஆனால்... இரு...”

அதற்கு மேல் அமாவுக்கு அங்கே கவனம் நிற்கவில்லை. அவளோ உற்சாக மிகுதியில் இருந்தாள். ஞாயிறு தேவாலய பூசையில் இசைக்குழுவிற்குக் கையாட்டும் நடத்துனரின் கைகள் போல அலைப்புற்றுக் கிடந்தன அவள் கரங்கள். எல்லாம் மிகச் சரியாக, இன்று எல்லாமே மிக நிறைவாக இருக்கின்றன என்று எதிரே ஓடிய சேனல் எட்டு கார்ட்டூனில் நிலையாத மனம் எண்ணமிட்டுக்கொண்டிருந்தது. இன்றைய நாள் அவளது படக் கதை புத்தகங்களில் வருவது போல் தெளிந்த நீல வானம் கொண்ட ஒரு நாள். எங்கும் கிழிசலற்ற நீர்வண்ண ஓவியம் போல நீலநிறப் போர்வையாகக் கிடந்தது வானம். எழுந்து குளியலறை சென்றாள். குதிங்காலிட்டு நின்றபடி கழிவுத் தொட்டிக்கு மேல் மாட்டியிருந்த கண்ணாடியில் பார்வை பதித்தாள். அவளது கூந்தலைத் தொட்டுப் பார்த்தாள். சுடு சீப்பு கொண்டு அவளது கூந்தலை நேராக்கியிருந்தாள் அவள்

அன்னை. அப்பா! அது வேதனை.

தாழைநாருக்கும் அமாவின் தலைமுடிக்கும் எந்த வேறுபாடும் இல்லை என்று புலம்பியபடி சுடச்சுட அடுப்பிலிருந்து வந்த சீப்பை அவளது சுருள் கூந்தலுக்குள் புதைத்து இழுத்து முடிச்சுகளை நேராக்கியிருந்தாள் அம்மா. நடு வகிடு பிரித்து இருபுறமும் இளஞ்சிவப்பு நிற ரிப்பன்களுக்குள் அடக்கப்பட்டிருந்த கூந்தலைத் தொட்டுத் தடவிப் பார்த்தாள் அமா. 'இப்போது என் கூந்தல் உண்மையிலேயே வெள்ளைக்காரி கூந்தலை போலத்தான் இருக்கிறது' தனக்குள் நினைத்துக்கொண்டாள். இது கட்டிலின் மீது கிடத்தப்பட்டிருக்கும் புதிய ஆடைக்கு மிகவும் பொருத்தமாக இருக்கும். நல்ல இளஞ்சிவப்பு நிறத்தில் நடுவில் போ வைத்தது போன்ற கவுன். 'சிண்ட்ரெல்லா ஆடை, என் அழகான இளவரசிக்கு!' என்று சொல்லி அவளிடம் தந்திருந்தார் தந்தை. இதுவரை அமா பார்த்ததிலேயே அது தான் மிகவும் அழகான உடை. நித்தமும் அதையே அணிந்து கொள்ள வேண்டும் போலிருந்தது அவளுக்கு. ஆனால் அந்த இரவு நடக்கப்போகும் நிகழ்வுக்குப் பிறகு அவள் அதை ஒருபோதும் அணியப் போவதில்லை.

விருந்தினர் வரத்தொடங்கிய பிறகு தான் அணிய வேண்டும் அதற்கு ஒரு நிமிடம் முன்பு கூட அணிந்துவிடக்கூடாதென்று அன்னை சொல்லி வைத்திருந்தாள். ஆனால், எப்போது எப்போது என்றிருந்தது அமாவுக்கு. நமக்கு வேண்டும் போது மட்டும் நேரம் இத்தனை மெதுவாக நகர்வது ஏன் என்று எண்ணிக்கொண்டாள் அவள். பின்னாளில் இந்த நிமிடத்துக்கு - வானம் நீலமாக ஆடை புதிதாக வாழ்க்கை அழகாக இருந்த இந்த நிமிடத்துக்கு - திரும்பிச்செல்ல விரும்புவாள்.

அவளது தந்தை, பாதிரியார் சிரில், அவளை எப்போதும் இளவரசீ... என்று தான் அழைப்பார். அந்த 'ஈ' யில் ஒரு இழுவை, ஓர் அழுத்தம் இருக்கும். அவர்தான் பேசுகிறாரா என்று ஐயுறும் வண்ணம் உதடுகள் அசையாமல் சொற்களை உச்சரிப்பார். பள்ளியில் வென்ரிலோக்விஸ்ட் என்ற சொல்லை அவள் கற்றபோது, மெல்லியதொரு பென்சில் கோடு போல

இருந்த அழுத்தமான உதடுகள் பிரித்து எப்போதாவது சொற்களை உதிர்க்கும் அவளது அப்பா தான் அவள் நினைவில் வந்தார்.

தொலைக்காட்சிப் பெட்டிக்கு அருகே இருந்த சுழல் தட்டு இசைத்துக்கொண்டிருந்தது. கடவுளும் சாத்தானும் ஆன்மாக்களுக்காகச் சண்டை போடுகிறார்கள். கடவுள் காப்பாற்றப்பட்டவர்கள் பட்டியல் கொண்ட புத்தகத்தை வைத்திருக்கிறார். சாத்தான் கைவிடப்பட்டவர்களின் ஆன்மாக்களைக் கவர்க்கோலால் குத்தியபடி இருக்கிறான். நன்னடத்தை கொண்டவர்கள் மீட்கப்பட்டு சுவர்க்கம் நோக்கிப் பறக்கிறார்கள். இப்படி 'சிலுவையின் குரல்' இசைக்குழுவின் பாடகர்கள் இருவர் பாவங்கள் குறித்தும் நரகத்தீ குறித்தும் அங்கு நிரந்தரமாக பற்களைக் கடித்தபடி உழல்வது பற்றியும் சோக ராகங்கள் இசைத்துக்கொண்டிருந்தனர். அந்த இருவரையும் பார்த்தால் பறந்துவிடுவார்கள் போலத்தான் இருந்தது. ஆனால் அவளது தந்தையால் அது முடியாது.

எல்லோரையும் பாதிரி கன்னியாஸ்திரி என்று அழைக்கும் தேவாலயத்தில் பங்காற்றிக்கொண்டிருந்த, அடிப்படையில் ஒரு கிறித்துவரான பாதிரியார் சிரில் அவர்களால் பறக்க முடியாது. இரண்டாவது மாடியில் இருந்த அவர்களது வீட்டுப் படியேறவே மேல்மூச்சு கீழ்மூச்சு வாங்கத் தடுமாறுவார். பன்னிரண்டாவது படியிலேயே அவருக்கு மூச்சிரைத்துவிடும். முன்வாசல் செல்ல இன்னும் இருபது படிகள் மிச்சம் இருக்கும். அவர் நன்னடத்தையாளர்தான். அதனால் சொர்க்கத்திற்குச் செல்ல முடியும்தான். ஆனால் பறந்து போக முடியாது, யாராவது தூக்கிக்கொண்டுதான் போக வேண்டும். நல்ல திடகாத்திரமான தேவதைகள்தான் தூக்கிக்கொண்டு போக வேண்டுமென்று எண்ணினாள் அமா. அதைக் கற்பனையில் காண முயற்சித்தாள். பெரும் சதைக்கோளமொன்று சாய்ந்து ஒழுக சுவர்க்கம் நோக்கி இழுத்துச் செல்லப்படுவது போலிருந்தது.

'சிலுவையின் குரல்' பாடகர்களின் குரல்கள் அமாவுக்கு பிடிக்கவேயில்லை. அவளுக்கு வேறு ஏதாவது கேட்க

வேண்டும் போலிருந்தது. வேறு வகை இசையின் மீதான ஆர்வம் அவளது செவியைக் கூர்மையாக்கியிருந்ததால் எதிர்ச் சாலையில் இருந்த இசைத்தட்டுக் கடையில் இருந்து இசை ஒழுகி ஓடிவந்து வீடு நிறைத்தது. வீட்டையே அதிரவைக்கும் உரத்த இசை. மகிழ்ச்சி நிரம்பிய குரல்கள், கால்களைத் தட்டி ஆட்டம் போட வைக்கும் இசை. ஆனால் அவளது தந்தைக்கு அதெல்லாம் பிடிக்காது. 'அது சாத்தானின் இசை' என்பார். 'அது கடவுளின் காரியங்களை மேம்படுத்துவதாக இல்லை. அந்த இசையைக் கேட்டால் இடுப்பாட்டிக்கொண்டு கொம்பசைத்துக்கொண்டு சாத்தான் வந்துவிடுவான். அவன் அங்கே கைதட்டிக்கொண்டே, தான் வென்று குவிக்கும் அத்தனை ஆன்மாக்களுமாய் நெருப்பைத் தூண்டி வளர்த்துக் கொண்டிருக்கிறான்' என்பார்.

நகரத்தின் மிகப்பெரிய தேவாலயம், எல்லாம் வல்ல இறைவன் யாவே, ஜெஹோவா ஏல் ஷடாய், ஜெஹோவா ஜிரே, பன்னிரண்டு திருத்தூதர்களின் தேவாலயம். அங்கே துணை போதகராக இருப்பவர் பாதிரியார் சிரில். அவர் தலைமையில் இயங்கும் வீடு இருந்த திக்கில் கூட அந்தச் சாத்தான் வரக்கூடாது. அதனால் அமா எதிர்ச் சாலையில் இருந்து வந்த இசைக்குப் பதிலாக அமாவின் வீடு சிலுவையின் குரல்கள், கல்வரி சகோதரிகள், இயேசுவே இரட்சகர் இசைக்குழு, எண்டி உமாசி இயேசு போன்றவர்களின் இசையால் நிரம்பியிருக்கும். உள்ளுக்குள் குடைந்து அழுற்றும் குரல்கள் அவை. அந்தக் குரல்கள் அவளுக்கு எவ்வளவு எரிச்சல் தருகின்றன என்று தந்தையிடம் அவள் சொன்னதே இல்லை. அப்படிச் சொன்னால் என்ன நடக்கும் என்று அவளுக்குத் தெரியும். கடவுளின் காரியங்களை வைதுரைப்பதோ, அவமதிப்பதோ அல்லது கேலி செய்வதோ இது எதுவும் செய்துவிடக் கூடாது.

அவ்வளவுதான், அன்னை ஓரமாய் நின்று வேடிக்கை பார்க்க, தந்தை தன் தொடையில் அவளைப் போட்டுக்கொண்டு 'ஒழுக்கம்' என்று அவர் பட்டப்பெயர் வைத்திருந்த கொபோக்கோ (மாட்டுத்தோல் சாட்டை) கொண்டு விளாசித்

தள்ளிவிடுவார். அவளது மேலைக்கிழித்தெடுத்து பலநாள் ரணமாக்கும் அந்த ஒழுக்கத்துக்கு அஞ்சியது போல அமா இதுவரை வேறு எதற்கும் அஞ்சியதில்லை. பெற்றோர் சொல் மீறியபோதெல்லாம் அவள் ஒழுக்கத்தைச் சந்திக்க நேரிடும். ஏனென்றால் அடியாத மாடு படியாது என்று மிகத் தீவிரமாக நம்பினார் அவளது தந்தை, அதை அவள் மறந்துவிடக்கூடாது என்பதற்காக அதற்குச் சரியான பைபிள் வாசகத்தைப் பலகையில் பொறித்து அமாவின் அறைக் கதவில் மாட்டியிருந்தார்.

'நீ பிரம்பினால் அவனை அடிக்கிறதினால்
பாதாளத்துக்கு அவன் ஆத்துமாவைத் தப்புவிப்பாயே.

– நீதிமொழிகள் 23:14'

பிரம்பைக் கையாடாதவன் தன் மகனைப்
பகைக்கிறான்; அவன் மேல் அன்பாயிருக்கிறவனோ
அவனை ஏற்கனவே தண்டிக்கிறான்.

– நீதிமொழிகள் 13:24'

உலகத்தின் இசை உலகத்தோடு இருக்கலாம். இந்த வீட்டுக்குள் அதற்கு அனுமதி இல்லை. அப்படித்தான் மதுவும் புகையும் கீழ்த்தரமான பத்திரிகைகளும் வசைமொழியும்கூட. அவர்களது வீடு புனிதமானது. அவருக்கு மட்டும் முடியுமானால் சிரில் புனிதத் தன்மையைக் காட்டும் விதமாக அவரது வீட்டை முழுவதும் தூய வெள்ளை நிறத்தில் வண்ணமடித்திருப்பார். ஆனால் நவம்பர் முதல் ஆகஸ்ட் வரை எனுகுவைச்சுற்றிய ஹார்மட்டான் காற்று அதற்கு வாய்ப்பில்லாமல் செய்து விட்டது. அது ஊரின் ஒரு கோடியிலிருந்து மறுகோடிக்கு தெருப் புழுதியையும் குப்பையையும் வாரிக்கொண்டு போவது மட்டுமல்லாமல் புல்லைக்கூட துருவாக்கி வீடுகளையெல்லாம் புழுதிகொண்டு மூடிவிடும் இந்த ஹார்மட்டான். இங்கே வெண்ணிறத்தில் வீடு என்கிற பேச்சுக்கே இடமில்லை.

'நமக்கெல்லாம் கடுகளவு நம்பிக்கை இருந்தால் கூடப் போதும், நம் வீடுகளைத் தாண்டி அப்பாலே போ என்று சொன்னால் இந்த ஹர்மட்டான் கேட்டுக்கொண்டு விலகிப் போய்விடும்,' என்று புலம்புவார் பாதிரியார் சிரில்.

போதகர் இசுமவேல் மட்டும் காதெட்டும் தூரத்தில் இருந்தாரென்றால் 'நமக்குத் தேவையான நம்பிக்கை எல்லாம் இருக்கத்தான் செய்கிறது. நாம் கடவுளை அவரது பணிகளைச் செய்ய விட வேண்டும். கடந்து செல்லும் ஹர்மட்டான் கூட அவரது கைங்கரியம்தான். அதை நம்மால் நிறுத்த முடியாது. நாமெல்லாம் கேவலம் அவரது பணியாட்கள்தானே. அதற்கு மேல் ஏதுமில்லை' என்று அழுத்தமாகச் சொல்லிவிடுவார். அவரது ஒவ்வொரு சொல்லும் ஒரு பிரகடனத்தைப் போல அதிகாரமாக ஒலிக்கும். பாதிரியார் சிரில் ஆமோதிப்பாய்த் தலையசைத்துக்கொள்வார். ஆனால் தனது பச்சை நிற வீட்டை வெண்ணிறமாக மாற்ற முடியவில்லை என்ற வருத்தம் மட்டும் அவரது முகத்தில் மிச்சமிருக்கும். தான் போதகராக இருக்கவில்லையே என்கிற வருத்தம் கூட அதில் இருக்கக்கூடும். ஒவ்வொரு உரையாடலின் கடைசிச் சொல்லும் தனதாக இல்லையென்பதும் பெரும் வருத்தம்.

எனுகு, ஒரு மந்தமான ஊர். இங்கே எல்லோருக்கும் பாதிரியார் சிரிலைத் தெரியும். அவர் தேவாலயத்தில் சேர்ந்து இரண்டு ஆண்டுகளுக்குள் துணை போதகர் பதவிக்கு உயர்ந்து விட்டவர். கர்த்தருக்கும் அவருக்கும் இடையே இப்போது தூரம் ஒரு ஜோடி காதுகள்தாம். அவரது பொதுவான நேர்மையும் அவரது காலரின் வெண்மையும் விறைப்பும் வெளிப்படுத்தும் புனிதத் தன்மையும்தான் அதற்கெல்லாம் காரணம். உலகின் பாவங்களெல்லாம் ஒன்றன் மேல் ஒன்றாகச் சேர்ந்து ஐந்தாறு தளர் கோடுகளாய் மடிந்து அவர் நெற்றியில் உறைந்து கிடக்கும். முட்டி மறைக்காத ஆடை அணிந்த பெண்களைப் பார்க்கையிலெல்லாம் அந்த மடிப்புகள் ஒன்றாய் நெருங்கி பழுப்புப் புழுக்களைப் போலப் பெருக்கும். கோடுகள் ஆழமாகும்.

அத்தகைய காட்சிகளைக் கண்டாலே அவர் இருமிக் கரைவார். 'பெண்ணினத்தின் பெருமையைக் குலைக்கும் ஏவாளின் மகள்கள்', என்று புலம்புவார். பின்னர் 'கிறித்துவக் கண்களுக்கு ஏற்ற' தன் மனைவியை அழைத்துத் தண்ணீர் தருவித்துக் குடித்து ஆசுவாசப்படுத்திக்கொள்வார்.

அவரது மனைவி நல்ல உயரம். கிட்டத்தட்ட அவரளவுக்கு உயரம். அவரது புனிதத் தன்மை அவள் மீது ஒட்டிக்கொண்டதாக, அதனால்தான் வேசலின் தடவியது போல் அவள் முகத்தில் எப்போதும் ஒரு பளபளப்பு இருப்பதாகப் பார்ப்பவர் எல்லோரும் சொல்வர். தூய்மையின் வெளிச்சம் அடைபட்ட அவளது கன்னங்கள் ஒளிர்ந்தன. பாதிரியார் எப்போதும் அவளை, 'நான் கன்னியாக கல்யாணம் செய்து கொண்டு வந்த என் ரோஜா' என்றுதான் அறிமுகப்படுத்துவார். இங்கே ஒவ்வொரு பெண்ணும் 'கன்னியாய் கல்யாணம் செய்து கொண்டு வந்த' அவர் மனைவியைப் போல இருந்து விட்டால் கடவுள் இந்த உலகத்தை அழிக்கவே மாட்டார் என்று, எல்லாம் வல்ல யாவேயின் பன்னிரண்டு திருத்தூதர்களின் தேவாலயத்தின் ஆண் உறுப்பினர்கள் எல்லாம் அவர் காதுபடச் சொல்வதுண்டு. அதையும் அவர் தனக்கு விதிக்கப்பட்டதாக ஒரு சின்னப் புன்னகையோடு ஏற்றுக்கொண்டு, 'கடவுள் தன் மக்களுக்குத் தேவையானவற்றை எப்போதும் தந்தருள்வார்' என்று சொல்லிக்கொள்வார். இந்த உலகில் அவரது பயணத்தை எளிமையாக்க அவருக்கு நல்ல கிறித்துவ மனைவியாக ரோஜா கிடைத்திருப்பதாகவும், அம்மாவைப் பின்பற்றி பின்னாளில் அமாவும் ஒரு நல்ல கிறித்துவனுக்கு ஒரு நல்ல மனைவியாக இருப்பாள் என்றும் பரவலாக எதிர்பார்க்கப்பட்டது.

பாதிரியார் சிரில் அவரது நிலைக்குத் தகுந்தாற்போல் தேவாலயத்துக்குத் தூய வெள்ளை அங்கி அணிந்தார். தூய்மையின் அடையாளம் வெண்மை. அவரது அங்கியின் வெண்மை போதகரின் அங்கியிலிருந்த வெண்மைக்குப் போட்டியாக இருந்தது. இருவரும் ஒன்றாய் பலிபீடத்தில் நின்றால் இருவரில் எவருடைய அங்கி தூய்மையானது என்று

முடிவெடுக்க சபையே திணறும்.

வீட்டில் அவர் வெண்ணிற சஃபாரி சூட்களும் எளிதில் கறைகளை ஏற்காத வெள்ளை 'டஷிக்கி' துணியினாலான ஆடைகளையும் அணிவார். அதில் ஒளிரும் வெண்மை வருவதற்கு அவற்றைத் துவைப்பதற்கு முன்பு பெரிய சட்டிக் கொதி நீரில் ஊறவைத்துத் துவைப்பதை வழக்கமாக்கி இருந்தாள் அவர் மனைவி. அந்த வேலையை அவள் எப்போதும் வேலையாட்களிடம் தருவதில்லை.

'எப்போதும் கர்த்தரின் அழைப்புக்குத் தயாராகக் காத்திருக்க வேண்டும்' என்று பாதிரி அடிக்கடி சொல்லிக்கொண்டிருப்பார். வெள்ளையைத் தவிர வேறு நிறத்திலான உடைகளணிந்தால், அவரைச் சந்திக்க கர்த்தர் ஒத்துக்கொள்ள மாட்டார் போல என்று அமா நினைத்துக்கொள்வாள்.

அவள் எதிர்பார்த்தது போலவே அமாவின் பெரிய விருந்துக்கு அவளது தந்தை அந்த வெள்ளை நிறத்து சஃபாரி சூட்டைத்தான் அணிந்திருந்தார். அமா கேக்கின் மெழுகுவர்த்திகளை ஊதி அணைத்த பிறகு, எல்லோரும் கேக்கை உண்டு செரித்த பிறகு, கோமாளி பிள்ளைகளை வேடிக்கை காட்டிச் சிரிக்க வைத்த பிறகு, அத்தனை மகிழ்ச்சியையும் சிரிப்பையும் புகைப்படக் கலைஞர் படம் பிடித்துக் கொண்ட பிறகு, விருந்தினர் எல்லோரும் போன பிறகு, அமாவை உறங்க அனுப்பிய பிறகு, அவளும் தனது ஒட்டுமொத்த வாழ்வின் ஆகச்சிறந்த மகிழ்ச்சியான நாள் அன்றைய தினமே என்று முடிவுகட்டிக் கொண்ட பிறகு, அவளது தந்தை தனது வெண்ணிற சஃபாரியில் அவளது அறைக்குள் மிதந்து வந்தார்.

ஒளியற்ற இருளில் தூய வெள்ளாடையில் ஒரு பேயைப் போல வந்தவரைப் பார்த்து பயந்து அலறியிருப்பாள் அமா. ஆனால் அவரது அகன்ற உள்ளங்கை அவளது வாயைப் பொத்தி அலறல் வெளியேறாமல் அடைத்து விட்டது. மற்றொரு கை அவளது இரவு ஆடைக்குள் துழாவிக்கொண்டிருந்தது. லாவண்டர் நிறத்தில் பெரிய சிரிக்கும் கரடி படம் போட்ட ஆடை அது.

அதுதான் முதல் முறை. மறுநாள் காலையில் நடந்தது கனவா நனவா என்ற குழப்பத்தை அந்த இளஞ்சிவப்பு நிறச் சுவர்களிடம்தான் சொன்னாள் அமா. மறுநாள் இரவும் அவர் அவளது அறைக்குள் மிதந்து வந்தார். அன்று அவர், தன் முலைக்காம்பை விரலிடுக்கில் பிடித்துப் பிசைந்ததை அந்தச் சுவர்களிடம்தான் சொன்னாள். அவரது குளிர் விரல்களைப் பற்றிப் பிசைதலின் வலி பற்றிக்கூட சுவர்களிடம் தான் சொன்னாள். அடுத்த சில நாட்களில், அவளுக்கு உள்ளே வலிக்கிறது என்று அவள் சொல்லச் சொல்ல அதை எப்படி அவர் கண்டுகொள்ளாமல் இருந்தார் என்பதை அவள் சொல்லச் சொல்ல சுவர்கள் கேட்டுக் கொண்டன. அவர் அவள் மேல் பரவ முயற்சிப்பதைத் தடுக்க அவள் எவ்வளவு போராடினாள் என்று அவள் சொன்னாள். ஆனால், அவரோ மலை போலிருந்தார். ஒரு மலையை நகர்த்தும் ஆற்றல் அவளிடம் இல்லை. சுவர்கள் கேட்டுக்கொண்டன.

அவரது உறுமல்களையும் அவரிடமிருந்து வழிந்து ஒழுகிக் கூழ் போல பிசுபிசுத்த வெண்ணிறத் திரவத்தைப் பற்றியும் சுவர்கள் கேட்டுக்கொண்டன. ‘வெதுவெதுவென்று அருவருப்பாக இருந்தது’ சுவர்களிடம் குறைபட்டுக்கொண்டாள். ‘இனி நான் எப்போதும் கூழ் அருந்த மாட்டேன்.’

அவளது கதைகளத்தனையும் அந்தச் சுவர்கள் சொல்லக்கூடும். அப்படியே கட்டிலோடு கட்டிலாய் கரைந்து உருகி ஒன்றுமில்லாமல் ஆகிவிட மாட்டோமா என்று அவள் ஏங்குவதை அவை சொல்லக்கூடும். உடலை விறைப்பாக்கி தசைகளை முறுக்கிப் பார்ப்பாள். அப்படிச் செய்தால் ஒருவேளை அவளது கனவு நனவாகிவிடுமோ என்ற நப்பாசை அவளுக்கு. ஆனால், அவள் அப்படி முயற்சிக்கையில் அவளது தந்தை ஐந்தாவது கட்டளையைச் சொல்லச் சொல்லிக் கேட்பார். ‘உன் தகப்பனையும் உன் தாயையும் கனம் பண்ணுவாயாக’ இரவு ஆடையின் கழுத்துப்பட்டை வாயை அடைத்திருக்க, நசிந்த குரலில் பதில் கூறுவாள். பிறகு உடல் தளர்த்தி அவரை உள்ளே புகவிட்டுத் தான் மட்டும் அறையின் உச்சத்தில்

பறப்பதாகக் கற்பனை செய்வாள். சில சமயம் அவள் மேலிருந்த வண்ணம் அவளது தந்தையைப் போல ஒரு ஆணும் அவளைப் போன்ற ஒரு சிறுமியும் கீழே இருப்பதைப் பார்ப்பாள். வலி அதிகமானால் கீழுதட்டைக் கடித்துக் கொள்வாள். அது மரத்துப்போகும் வரை கடித்தபடி கிடப்பாள்.

பிற்பாடு கதவுக்கு முதுகு கொடுத்து சாளரத்தைப் பார்த்தபடி, கட்டிலில் உட்கார்ந்துகொண்டே தூங்கிப் போவாள். யாரோ எதுவோ வந்து அவளைக் காப்பாற்றிவிடாதா, அவளை அங்கிருந்து, அவளது தந்தையிடமிருந்து, அவரது உறுமல்களிலிருந்து வெகு தூரம் அழைத்துச் சென்று விடாதா என்று எண்ணிக் காத்திருப்பாள். முந்தைய இரவும் அப்படித்தான் தூங்கியிருந்தாள். காலையில் அவள் விழித்தபோது கண்கள் காய்ந்திருந்தாலும் அழுது கரைந்தது போலிருந்தது. ஆனால் அழுத நினைவும் அவளுக்கு இல்லை. கண்கள் வலித்தன. அவளது சிவந்த கண்களைப் பார்த்து விட்டு அவளுக்கு அப்போலோ(விழி வெண்படல அழற்சி) வந்துவிட்டதாக அவளது அன்னை சொன்னபோது அதை மறுத்தும் பேசவில்லை அவள். கண்ணில் மருந்து விடும் போதும் பேசாமல் போட்டுக்கொண்டாள். தந்தை செய்த எதையும் யாரிடமும், அன்னையிடம் கூட சொல்லக்கூடாது என்று அவள் நன்றாக அறிந்திருந்தாள். ஆனால் சுவர்கள் அப்படியல்ல. அவை அந்தக் கணக்கில் சேராது.

ஒவ்வொரு நாளும் அவள் தந்தை வந்தார். நாட்கள் செல்லச் செல்ல வாய் உலர, உள்ளங்கை கசகசக்க அவள் இப்படித்தான் நடக்கும் என்று எதிர்பார்ப்போடு காத்திருக்கத் தொடங்கி விட்டாள். சில சமயம் தப்பிக்க முயன்றாள். தனியாகப் படுக்க பயமாக இருப்பதாக, இருள் தன்னை அச்சுறுத்துவதாக என்னென்னவோ சொல்லிப் பார்த்தாள் அன்னையிடம். அவள் அன்னையோ ‘எட்டு வயதாகி விட்டது. தனியாகப் படுக்கும் வயது வந்துவிட்டது. நீ எவ்வளவு அதிர்ஷ்டக்காரி பார்? எத்தனை பேருக்கு இந்த வயதில் தனி அறை கிடைக்கும்? என்னம்மா! உனக்கே உனக்கென்று அத்தனை அழகாய் ஒரு

அறை இருக்கும்போது நீ என் கட்டிலுக்கு வருகிறாயா?' என்றெல்லாம் சொல்லி மறுத்துவிடுவாள்.

சற்று வளர்ந்த பின்னர் அவளது அன்னை அறிந்தே குருடாக அலைகிறாள் என்ற எண்ணத் தோன்றியது அவளுக்கு. இல்லையென்றால் இந்நேரம் அவளது மனதைப் படித்திருக்க மாட்டாளா? 'என் மகளே! என்னடி விஷயம்?' என்று கேட்டிருக்க மாட்டாளா? அன்னை கேட்க வேண்டும் என்று விரும்பினாள். அப்படிக் கேட்டால் எல்லாவற்றையும் சொல்லி விடலாமே. ஆனால் அவள் கேட்கவேயில்லை. தாழை போலத் தலைமுடி என்று குறைபட்டுக்கொள்ள மட்டுமே செய்தாள். அவள் வயதில் குழந்தைகள் கீழ்ப்படிந்தது போல இப்போது பிள்ளைகள் இல்லை என்று, 'ஓடாபியாபியா (பூச்சிக்கொல்லி) முன்பு போல எலிகளைச் சாகடிப்பதில்லை என்று, அடுக்களை அரிசி மூட்டையில் இருந்து அரிசியைக் குவளை குவளையாக வேலைக்காரி திருடுகிறாள் என்று, மின்சார வாரியம் மட்டமாக வேலை செய்கிறது என்று, கொடுக்கிற கூழை நன்றியோடு குடிக்காமல் அமா வீணடிக்கிறாள் என்று வரிசையாகப் புலம்பிக்கொண்டே இருந்தாள். எத்தனை பிள்ளைகள் உண்ண உணவின்றிப் பட்டினி கிடக்கிறார்கள்? அது சரி எப்போதிருந்து அமாவுக்குக் கூழ் பிடிக்காமல் போனது? இந்தக் கோளாறு எப்போது துவங்கியது?

அமா தான் வெளிநாடு போக விரும்புவதாக சுவர்களிடம் சொன்னாள். அவள் நீண்டு பளபளத்த கூந்தலுடன் வேறொரு நகரத்தில் அவளது தந்தையும் அவரது வெண்மையும் நெரிக்காத தூரத்தில் இருப்பதாகக் கனவு கண்டாள். அவளறிந்த யாருமே வெளிநாடு போயிருக்கவில்லை. ஆனால், அவள் வேண்டிக் கொண்டாள். ஒவ்வொரு இரவும் கடவுளிடம் ஓர் அற்புதம் வேண்டி பிரார்த்தித்தாள். மிகத் தீவிரமாக ஆனால் தாழ்குரலில், அவளது தந்தையின் காதுகளைத் தாண்டி போதகரின் காதுகளையும் தாண்டி நேரடியாகச் சுவர்க்கத்தை அடைந்து பதமாக கடவுளின் வலது காதில் விழும்படியாக அவள் பிரார்த்தித்தாள்.

அவள் லண்டன் செல்ல விரும்பினாள். தொலைக்காட்சியில் லண்டன் பாலத்தின் புகைப்படங்களைப் பார்த்திருந்தாள். அவளது அடுத்தடுத்த தேர்வுகள் லாஸ் வேகஸ் அல்லது மொனாக்கோ. இந்தப் பெயர்களை எதிர்த் தெரு பாட்டுக் கடையிலிருந்து வழிந்த பாடல் ஒன்றில் கேட்டிருக்கிறாள்.

நான் போகவேண்டும், போயாக வேண்டும்
லாஸ் வேகஸ் அல்லது மோனாக்கோ
விளையாடி கோடிகள் ஜெயிக்க வேண்டும்
என் வாழ்க்கை முன் போல் இருக்காதே...

பெயர்கள் கேட்கவே நளினமாக இருந்தன. அங்கே இருப்பவர்கள் கைப்பை தூக்குவதைத் தாண்டி அதிக பாரமான வேலையேதும் செய்யாமல் நாள் முழுவதும் நன்றாக உடுத்திக்கொண்டு ஊர் சுற்றியபடி இருப்பார்கள் என அவளுக்குத் தோன்றும். கேட்பவர்களிடம் தான் லாஸ் வேகஸில் வாழ்வதாகச் சொல்வது போல கற்பனை செய்து கொண்டாள். லாஸ் வேகஸின் காற்று அவள் கூந்தலைக் கலைப்பதுபோல, அவளது நாசி உரசுவது போல கற்பனை செய்து கொண்டாள். அவள் வளர்ந்து பெரியவளான பின் மொனாக்கோவில் பெரிய பணக்காரியாக அவளது தந்தையின் சட்டங்களை மதியாத வாழ்க்கையை, சாத்தானின் இசைக்கு இடுப்பாட்டும் குடியும் புகையும் கொண்டாட்டமும் நிரம்பியதொரு வாழ்க்கையை வாழ்வதாக கற்பனை செய்து கொண்டாள்.

பதின்மூன்று ஆண்டுகளுக்குப் பிறகு எனுகுவில் இருந்து வெளியேறி அவள் சென்றது லாஸ் வேகஸுக்கோ மொனாக்கோவுக்கோ அல்ல லாகோஸுக்கு. ஆனால் எனுகுவை விடப் பெரிய ஊர் அது. நல்லதொரு தொடக்கத்துக்கான ஊர்.

அவளை வீட்டில் இருந்து வெளியேற்றிய சம்பவத்துக்கும் அங்கிருந்து தப்பியோட வேண்டும் என்கிற அவளது நெடுநாள் கனவுக்கும் எந்தத் தொடர்பும் இல்லை. அவளது அந்தக் கனவு நோக்கி, அவளது சுதந்திரம் நோக்கி அவளை நகர்த்திய எந்த ஒரு நிகழ்ச்சிக்கும் அவள் பொறுப்பல்ல. அதாவது அவள்

தெரிந்து ஏதும் செய்தாளில்லை.

அவள் மிகவும் சோர்ந்திருந்தாள். பேருந்திலாவது சற்றுக் கண்ணயரலாம் என்று நினைத்திருந்தாள். லாகோஸ் செல்லும் பேருந்தைப் பிடிக்க வேண்டும் என்றால் காலை ஐந்து மணிக்கெல்லாம் அவள் எகனெ டிலி சுக்வு பேருந்து நிலையத்தில் இருந்தாக வேண்டும். அந்த வேளையில் எனுகு கூட குளிரப்பிக் கிடக்கும். வெப்பநிலை பதினேழு டிகிரி வரை இறங்கியோடும். அமா கார்டிகன் பொத்தான்களை முழுவதும் போட்டு காது வரை இழுத்து விட்டுக் கொண்டாள். குளிர் கடுமையாக இருந்தது. வயிறு வேறு ஆக்ரோஷமாக உறுமிக் கொண்டிருந்தது. காலை உணவு தரப்பட்ட போதும் கூட அதை உண்ணும் அளவுக்கு அவளுக்கு நேரம் இருக்கவில்லை. இரவு முழுவதும் அவள் விழித்திருந்த காரணத்தால் காலையின் முதல் வெளிச்சத் துளி பரவிய உடனே குளிக்கக் கிளம்பிவிட்டாள். குளிர் எழுப்பிய மயிர்க் காம்புகள் சின்னம்மை போலத் தடித்து நிற்பதைப் பொருட்படுத்தாமல் குளித்துக் கிளம்பியிருந்தாள்.

அவளை பலவீனமாக்கிக்கொண்டிருந்த பசியின் கதறல்களில் இருந்து மெல்ல மனதை மீட்க முயன்றாள். விரதம் – தன் குடும்பத்தின் பாவங்களைக் கரைக்க அவள் தந்தை அடிக்கடி செயல்படுத்தும் கடு நோன்புகளில் ஒன்று. இப்போதும் விரதம் இருப்பதாக நினைத்துக்கொள்ளலாம்.

தந்தையா? அவர் எனக்குத் தந்தை இல்லை, என் தாயைத் திருமணம் செய்த வீணன் அவ்வளவுதான். அவர் இல்லாமல், இருவரும் இல்லாமல் இருப்பதே அவளுக்கு நல்லது. பலகாலமாக அவள் விரும்பியதும் அதுதானே? பிறகெதனால் அவள் எதிர்பார்த்த மனமகிழ்வும் உற்சாகமும் அவளுக்குக் கிடைக்கவில்லை? அன்னையைப் பிரிவதால் துக்கம் கொள்ள வாய்ப்பே இல்லை. இதுவரை எனக்காக அப்படி என்ன செய்துவிட்டாள் அவள்? அந்த மனிதனை ஆளவிட்டு, என் வாழ்க்கையைப் பாழாக்கவிட்டு வேடிக்கை பார்த்துக் கொண்டிருந்தாள். எனக்கு உதவியாக என்ன செய்தாள் இந்த அம்மா? எதுவுமே செய்யவில்லை. ஆனாலும் அவளை

நினைத்தால் துக்கம் பீறிட்டு நடுக்கம் மேவுகிறது. பேருந்து நிலையத்தை நிரப்பத் துவங்கிய வியாபாரிகளிடமிருந்து பார்வையைத் திருப்பிக் கொண்டாள். பெரிய தட்டு நிறைய ரொட்டிகளை அடுக்கி நெகிழியால் மூடிக் கட்டி தலையில் சுமந்தபடி சிறுமியொருத்தி அவளருகே வந்தாள். 'அக்கா ரொட்டி வாங்குகிறாயா?' வெறுங்காலோடு ரொட்டி விற்க வந்தவளை கைவீசி அகலச் செய்தாள். அந்தச் சிறுமிக்கு மிஞ்சிப்போனால் எட்டு வயது இருக்கும். அடுத்திருந்த பயணியிடம் 'நல்ல இனிப்பு ரொட்டி அண்ணே! வாங்கிப் பாருங்கள்' என்று சொல்லிக்கொண்டிருப்பதைப் பார்க்க அவளுக்குப் பாவமாகத்தான் இருந்தது. அந்த மனிதர் அவள் தலையிலிருந்து தாம்பாளத்தை இறக்கி வைக்க உதவி, தட்டிலிருந்து ஒரு ரொட்டியைத் தேர்வு செய்து வாங்கிப் பிய்க்கும் வரை பார்த்துக்கொண்டிருந்தவள் முயன்று மனதையும் முகத்தையும் அங்கிருந்து திருப்பிக்கொண்டாள். அமாவுக்கும் பசிக்கத்தான் செய்தது. ஆனால் கையில் இருக்கும் சிறிதளவு பணத்தையும் அதற்குள் செலவு செய்ய அவள் தயாராக இல்லை. இன்னும் எட்டு மணி நேரம் பயணம் செய்ய வேண்டியிருக்கிறது. ஒருவேளை அவளை அழைத்துச் செல்ல லாகோஸ் பேருந்து நிலையத்துக்கு ஒருவரும் வரவில்லை என்றால் அப்போது இந்தப் பணம் தேவைப்படும். அவள் கேள்விப்பட்ட வரையில் கையில் கால் காசு கூட இல்லாமல் அந்த ஊரில் கால் வைக்கக் கூடாது. லாகோஸில் அறியாதவர்களின் அன்பு அத்தனை நம்பத்தகுந்ததல்ல. லாகோஸ் பற்றிய அத்தனை பாடல்களும் அதைத்தான் சொல்கின்றன.

லாகோஸ் அது யாருக்கும் சொந்தமில்லை, லாகோஸ் நா வாயா
லாகோஸில் ஒருத்தனுக்கும் அக்கா இல்லை அண்ணன் இல்லை
லாகோஸில் நான் அனாதை, லாகோஸ் நா வாயா

பேருந்தின் கதவுகள் திறக்கப்பட்டு லாகோஸ் செல்வோர் அழைக்கப்பட்டதும்தான் நிம்மதியானது அவளுக்கு. அசை மிட்டாய் சவைத்துக் கொண்டிருந்த ஓட்டுநர் உடனே அங்கிருந்து கிளம்ப துடித்துக்கொண்டிருப்பதுபோல்

தென்பட்டார். அது அமாவைக் குளிர்வித்தது. அவளுக்கு இந்த எனுகுவை விட்டு விலகி முடிந்த அளவு தூரமாகப் போய் விட வேண்டும். நடத்துனர் தடித்த மனிதராக இருந்தார். ஆளைப் பார்த்தால் இதுபோல சொகுசுப் பேருந்தை விடவும் விவசாய வேலைக்குத்தான் சரியாக இருப்பார் என்று தோன்றியது. அவர் பயணிகளையெல்லாம் வரிசையாக உள்ளே ஏற்றிக்கொண்டிருந்தார். ஒரு ஆட்டுக்கிடாவை கயிற்றில் பிணைத்து அதன் மறுமுனையைத் தன் மணிக்கட்டில் கட்டி இழுத்துக்கொண்டு வண்டி ஏறப்போன ஒருவரை தடுத்து நிறுத்தினார் அவர். ‘முடியாது. ஆட்டுக்கெல்லாம் வண்டியில் அனுமதியில்லை’ கத்தியபடி அந்த மனிதனின் நெஞ்சில் கை வைத்துத் தள்ளி மேலே வர விடாமல் தடுத்தார். ஏறப் போனவர் தலையிலிருந்த சிவப்புத் தொப்பி கீழே விழப்போக அதை மறு கையால் பிடித்துத் தலையில் பொருத்திக்கொண்டு கையுயர்த்தி அதன் உச்சியில் செருகப்பட்டிருந்த இறகு விழுந்துவிடாமல் அதன் இடத்தில் இருக்கிறதா என்று சரிபார்த்துக் கொண்டார். கோபம் கொண்டது போல ஆடு கத்தியது.

“நான் ஒரு குடித்தலைவன். என்ன துணிவிருந்தால் என் மேல் கை வைப்பாய் நீ? கொஞ்சமாவது மரியாதை இருக்கிறதா? வயதுக்குத்தான் மரியாதை தரவில்லை வம்சத்துக்குத் தர வேண்டாமா? தலையில் கழுகு இறகைப் பார்த்தாய்தானே?”

“வம்சமாவது மண்ணாங்கட்டியாவது” நடத்துனர் கடிந்தபடி அவரை அழுந்தத் தள்ளி வெளியேற்றி அவருக்குப் பின்னால் காத்து நின்ற அமா உள்ளே வர வழி செய்தார். “ராஜ வம்சமாம்... பீக்கார வம்சம். ஏய் ராஜா வீட்டுப் பீக்குண்டி, உன் தலையிலிருப்பது கழுகு இறகில்லை பருந்து இறகு.”

காசு கொடுத்துச் சீட்டு வாங்கியும் உள்ளே விடாமல் தடுக்கும் உரிமை யாருக்கும் இல்லை என்று அவர் எதிர்க்க நடத்துனரோ வெடித்துச் சிரித்தார். “நீ உன் சௌகரியத்துக்கு ஆடும் கிடாயும் இழுத்துக் கொண்டு வருவதற்கு இதொன்றும் சாதாரணப் பேருந்து இல்லை கிழவா. இதென்ன கொங்வொரொ ட்ரக்

என்று நினைத்தாயா? இது எக்ஜிகுடிவ் பஸ்ஸய்யா எக்ஜிகுடிவ் பஸ். விளங்குகிறதா. இதில் உன் ஆடுகள் வந்து கண்ட இடத்தில் பேண்டு வைப்பதையெல்லாம் அனுமதிக்க முடியாது. உன் பணத்தை வேண்டுமானால் திருப்பி வாங்கிக் கொள்" அவர் அப்படிச் சொன்னதும் பேருந்துக்குள் அங்கங்கே சிரிப்புச் சத்தம் சிதறித் தெறித்தது. குடி வம்ச பட்டமெல்லாம் இப்போது குறைந்த விலைக்குக் கிடைப்பதாகவும், வாங்கப் பணம் இருந்தால் அவரவர் நாய்க்குக் கூட வாங்கி வைத்துக்கொள்ளலாம் என்று யாரோ வேடிக்கை பேசினர். அமாவுக்கு அந்தப் பழங்குடித் தலைவரைப் பார்க்கப் பாவமாக இருந்தது. ஆனால் அவளால் என்ன செய்ய முடியும்? குளிரிலிருந்து விடுதலை கிடைத்த நிம்மதியில் வேகமாக உள்ளேறிச்சென்று காலியாகக் கண்ணில் பட்ட முதல் இருக்கையில் அமர்ந்துகொண்டாள் அவள்.

"லாகோஸ் ஒரு சீட்டு... லாகோஸ் ஒரு சீட்டு" நடத்துனர் கதவருகே நின்றபடி இன்னும் பேருந்தில் இடமிருப்பதாகக் கூவி அழைத்துக்கொண்டிருந்தார். ஒரு சில நிமிடங்கள் காத்திருந்துவிட்டுப் பின் கதவை அடைத்து, லேசாகத் தட்டவும் ஓட்டுநர் பேருந்தைக் கிளப்பி மெல்ல சாலையில் இறக்கினார். பேருந்தைச் சுற்றி நின்று பண்டம் விற்றுக் கொண்டிருந்தவர்கள் வண்டி நகரவும் வேகமாக உடன் ஓடியபடி பயணிகளைப் பண்டம் வாங்கச்சொல்லி உந்தினர்.

'இனிப்பு ரொட்டி', 'மொய் மொய் சிறப்பான மொய் மொய்', 'வாழைப்பழம் வாழைப்பழம் வாங்குங்கள்', 'ஆரஞ்சு தேன் ஆரஞ்சு' அவர்களில் ஓரிருவர் அமாவின் தாயார் வயதில் இருந்தனர் மற்றவர் பெரும்பான்மையாக இளம்பெண்கள். அருகே அமர்ந்திருந்த பெண்மணி திறந்திருந்த ஜன்னல் வழியாக கைநீட்டி வளையல்கள் கலகலக்க அகரா(வடை) வாங்கினாள். அவள் ஆடையிலிருந்து நெடுநாள் பெட்டிக்குள் இருந்தது போல அந்துருண்டை மணம் கலந்த ஒருவித மட்கிய வாடை வீசியது. அது அமாவுக்கு எரிச்சலூட்டியது. ஜன்னலோர இருக்கை கிடைக்கவில்லையே என்று வருந்தத் தொடங்கினாள் அமா. பேருந்து வேகமெடுத்து ஒரு வளைவில்

திரும்பி நெடுஞ்சாலையில் சேர்ந்து எனுகுவை விட்டு வெளியேறும் நீண்ட போக்குவரத்துள் கலந்தது. உவானி பஸ் நிலையத்தோடு சேர்த்து அங்கே பயணிகளுக்காகக் காத்திருந்த உறவினர்கள், நண்பர்கள், பண்டம் விற்ற வியாபாரிகள் என்று யாவரும் பார்வையில் இருந்து மெல்ல மறைந்தனர். தேவாலயத்தின் வாசலில் இருக்கும் பிச்சைக்காரர்கள் துயில் எழுந்து விட்டிருந்தனர். சீரற்ற தலைக்கட்டோடு இருந்த ஒரு பெண்மணி ஒரு கையால் சோர்ந்திருந்த கைக்குழந்தையை இடுப்பில் ஏந்தியபடி மறு கையிலிருந்த கிண்ணத்தை பேருந்து நோக்கி நீட்டி இரந்து கொண்டிருந்தாள். “தர்மம் பண்ணுங்கள். கடவுள் இரட்சிப்பார் தர்மம் பண்ணுங்கள்.”

“போம்மா. வயிற்றில் கொடுத்தவனை வந்து வாழ்க்கை கொடுக்கச் சொல். மிருகங்கள்! கண்ணை மூடிக்கொண்டு காலை விரித்தால் கிடைப்பதுதான் கிடைக்கும். போ போ” நடத்துனர் எக்ஸிக்யுடிவ் பேருந்தினருகே அவளை வரவிடாமல் சீறி விரட்டினார்.

இப்படி ஊர் மேய்ந்து பாவப்பட்ட பெண்களுக்குப் பிள்ளையைக் கொடுத்து தெருவில் விடுபவர்கள் எல்லாம் வீடு வேலை என்று நல்லபடியாக இருக்கும் அவரைப் போன்ற ஆண்கள்தான் என்று அவருக்குத் தெரியவில்லையா என்று கேட்டு அமாவுக்கு அருகே அமர்ந்திருந்த பெண்மணி நடத்துனரை ஏசத் தொடங்கிவிட்டாள். அதற்கு வண்டிக்குள் மறுப்புக்குரல்கள் ஆங்காங்கே எழுந்தன. ஆண்கள் அப்படித்தான். அவர்களால் இச்சையை அடக்க முடியாது. அவர்களது பிறவி குணமது என்பது எல்லோருக்கும் தெரிந்ததுதானே என்றது ஒரு உரத்த குரல். ‘நாய்ப்பயல்கள். ஆண்களெல்லாம் நாய்கள்தான்.’ பெண்கள்தான் இத்தகைய சூழலில் மாட்டிக் கொள்ளாமல் சூதானமாக இருந்துகொள்ள வேண்டும்.

அவளுக்கு எதிர் இருக்கையில் அகன்ற முகமும் தாடையில் பருவும் கொண்ட பெண் அவளது அண்டை வீட்டுக்காரியின் மகள் எப்படி பாலியல் வன்புணர்வுக்கு ஆளானாள் என்று சொல்லத் தொடங்கினாள்.

“அவளுக்கு அப்படி நடந்துவிட்டது தெரிந்தபோது எனக்கு அதில் வியப்பில்லை. ஏன் நடக்காது? தொடை தெரியும்படி ஆடைகளும் முலைதெரிய உடம்போடு ஒட்டிக்கொண்ட சட்டைகளும், ஆண்டவரே! அவளை என்னென்ன மாதிரி ஆடைகள் அணிய விட்டாய்? பிறகு ஏன் அப்படி நடக்காது என்று அவள் அன்னையிடம் கேட்டேன். நீங்களே சொல்லுங்கள் பார்ப்போம்?” அவளுக்கு ஆதரவாகக் குரல்கள் வலுக்கத் தொடங்கின. அமாவின் அருகே அமர்ந்திருந்தவள் தனது பக்கம் ஆதரவில்லை என்று புரியத் துவங்கியதும் அமாவை துணைக்கு இழுத்தாள். “எங்கே நீ சொல்! நான் சொல்வது உண்மையா இல்லையா? ஆண்களால் அவர்களை அடக்கிக் கொண்டு இருக்க முடியாது. அதுவும் வீடு மனைவி உள்ள ஆண்கள்தான் அதிகம் அப்படி. அவளோடு கூடச் சேர்ந்து பிச்சையெடுப்பவர்களா இப்படிச் செய்திருப்பார்கள்? ம்ஹ்ம். இருக்காது.”

தன்னை மேலும் துன்புறுத்தாமல் அதிகம் கேள்வி கேட்காமல் விட்டு விடுவாள் என்று நம்பியபடி பெயருக்கு எதையோ முணுமுணுத்து வைத்தாள் அமா. அவளுக்கு அந்த வாக்குவாதத்துக்குள் நுழைய கொஞ்சமும் விருப்பமில்லை. ஆண்களைப் பற்றியோ வன்புணர்வு பற்றியோ தந்தையாக இல்லாத அவளது தந்தை பற்றியோ எதைப் பற்றியும் நினைக்கப் பிடிக்கவில்லை. பேருந்தெங்கும் பரவிக் கசகசத்த அந்த வாதத்தில் இருந்து தான் பின்னடைவதைப் பறைசாற்றும் விதமாக பக்கத்திலிருந்தவள் அகரா பொட்டலத்தைப் பிரிக்கத் தொடங்கினாள். தங்க நிறத்தில் தகதகத்த அந்த ஆறு உருண்டைகளும் நன்றாகத் தெரியும்படி பொட்டலக் காகிதத்தை சுருக்கம் நீக்கி நீவி மடியில் பரப்பினாள். அந்த இன்னருஞ்சுவையின் மணம் சட்டென்று நாசி தாக்கிப் பசியைத் தீவிரப்படுத்தியது.

“ஒன்று எடுத்துக்கொள்” அவளுக்கு ஒரு உருண்டை கொடுத்தாள். அமா மெல்லச் சிரித்து பணிவாக மறுத்தாள். “ஒரு ஆளுக்கு இது அதிகம். நான் சொல்கிறேன். எடுத்துக்கொள்.”

அவள் வற்புறுத்தினாள். அமா இன்னும் அதே அடக்கப் புன்னகையைத் தக்கவைத்தபடி, காலையில் வீட்டை விட்டுக் கிளம்பும்போது கொஞ்சம் அதிகப்படியாக உணவு எடுத்துக் கொண்டதாகவும் அதனால் இப்போது பசியே இல்லை அதனால் வேண்டாம் என்றும் சொல்லி மறுத்தாள். “சோறு. சோறு மணிக்கணக்காய் வயிற்றிலேயே கிடக்கும். உங்களுக்குத் தெரியாதா?”

‘உண்மை தான்.’ அந்தப் பெண் ஆமோதித்தாள். உருண்டைகளை விரலால் குத்திப் பார்த்து ஒன்றைத் தேர்ந்தெடுத்து எடுத்து வாயில் வைத்தாள். அதன் வெண்மையான உட்புறம் தெரியும்படி கடித்துத் தின்றாள். ‘ம். அடடா! சுவையாக இருக்கிறது’ வாய் நிறைய வைத்துக்கொண்டே அறிவித்தாள். அமாவின் வயிற்றுக்குள் பசி உருட்டியது. பேருந்து அமைதியாகிவிட்டதால் உறக்கம் வந்து பசியை மூழ்கடித்து விடும் என்று நம்பி கண்களை இறுக மூடிக்கொண்டாள். உறக்கம் வந்தபாடில்லை. இருந்தும் நெஞ்சுரத்தோடு கண்களை மூடியே வைத்திருந்தாள். மூக்கையும் அப்படி மூடிக்கொள்ள முடியாமல் போனது துயரம்தான். அருகிருந்தவள் பொட்டலத்தைச் சுருட்டியபடி ‘தூங்குகிறாயா?’ என்று கேட்டாள். அமா கண்களைத் திறவாமலே ஆமாம் என்று தலையை மட்டும் ஆட்டினாள். ‘நீ அதிர்ஷ்டக்காரி. என்னால் ஓடுகிற வண்டியில் உறங்கவே முடியாது. தூங்கினால் எவ்வளவோ நன்றாக இருக்கும். நேற்றிரவு முழுக்கத் தூங்கவில்லை.’

நானும்தான் என்று நினைத்துக்கொண்டாள் அமா. அத்தோடு அவள் விட வேண்டும் என்று வேண்டிக்கொண்டாள். அவள் பேசாமல் இருந்தால் அந்தப் பெண்மணி அவளைத் தூங்க விட்டு விடுவாள் என்று அனுமானித்தாள்.

‘நான் அமெரிக்கா போகிறேன். அதாவது நுழைவுச்சான்று பேட்டிக்காக தூதரகத்துக்குப் போகிறேன்.’ அந்தப் பெண் அறிவித்தாள். அமா எதுவும் பேசவில்லை. அவளது மௌனம் புரிந்து பேச்சை நிறுத்துவாள் என்று நினைத்தாள் அமா. ஆனால் அவள் தொடர்ந்துகொண்டிருந்தாள். ‘எனக்கு விசா

கிடைத்துவிடும். இதெல்லாம் வெறும் சம்பிரதாயத்துக்குத்தானாம், என் மகன் சொல்கிறான். அவனுக்கு இதெல்லாம் மிக நன்றாகத் தெரியும். அமெரிக்கர்களை நன்றாகத் தெரியும். பதினெட்டு ஆண்டுகளாக அங்கே அமெரிக்காவில் தான் வசிக்கிறான். இப்போது அவனே ஒரு அமெரிக்கன் தான். வான,கோன, மம்மா இப்படித்தான் பேசுகிறான். தொலைபேசியில் பேசும்போது எனக்கு அவன் பேசுவது ஒன்றுமே புரியாது.' அவள் சிரித்துக் கொண்டாள். 'அடுத்த மாதம் நான் அமெரிக்காவுக்கு கிளம்புகிறேன்.'

அமெரிக்கா என்ற சொல்லை அவள் உரத்துச் சொன்ன தினுசில் முன் இருக்கையில் அமர்ந்திருந்தவர் திரும்பி ஒரு வேகப் பார்வை பார்த்து மீண்டார். அமெரிக்கா மீது எல்லோருக்கும் ஒரு பெருநாட்டம் உண்டு. பலர் கேட்டுச் சிலர் மட்டுமே செல்லக் கொடுத்து வைத்திருந்த சொர்க்கபூமி அது. அமா வேறு வழியின்றி கண்களைத் திறந்திருந்தாள். அடுத்தவளுக்கு உறக்கம் வரும் வரை அவளால் தூங்க முடியாது என்பதை உணர்ந்து கொண்டாள். அப்படி நடப்பதற்கு சாத்தியக்கூறுகள் அதிகம் இல்லை போலத் தெரிந்தது. பிணத்துடன் கூட விடாமல் பேசிக்கொண்டு இருப்பவளைப் போலத் தெரிந்தாள் அவள்.

பேருந்து அவுக்காவை அடைந்து ஓனிட்ஷா செல்லும் நெடுஞ்சாலையைத் தொட்டபோது, அமெரிக்காவில் இருக்கும் அவளது பிள்ளைகள், கிராமத்தில் இருக்கும் அவளது கணவர் என்று அவள் தனது குடும்பத்தைப் பற்றிப் பேசத் தொடங்கியிருந்தாள். அவளுக்கு அமெரிக்கா போல அறியாத ஒரு அயல்நாட்டுக்குச் செல்வதில் பயம். அதற்கு விமானமேற பயம். அவளது மகனோடு அவனது வெள்ளைக்கார மனைவியோடு வசிக்க பயம். அங்கே அவள் என்ன உண்ணுவது? எதைப் பற்றி அவர்கள் பேசிக் கொள்வார்கள்? பின்புலம் ஏதென்று எதுவும் அறியாத, விசாரித்து அறிந்துகொள்ளவும் முடியாத ஒரு பெண்ணைப் போய் அவன் ஏன் திருமணம் செய்து கொண்டான்? அவளது தாய் தந்தையர் யார் அவர்கள் எப்படிப்பட்டவர்கள் என்று

யாருக்கும் தெரியவில்லை. குற்றவாளிகளாக அல்லது குஷ்ட ரோகிகளாக இருந்தால் அல்லது அதைவிட மோசமாக தீண்டத்தகாதவர்களாக இருந்தால்? மூன்று ஆண்டுகளுக்கு முன்பு அவர்களின் மகன் குழிவிழுந்த கண்களும் மெலிந்த உடலுமாய் இருந்த ஒரு பெண்ணின் புகைப்படத்தை அனுப்பி அவர்களின் திருமணச் செய்தியைச் சொன்னபோது அவளது கணவர் மிகவும் புண்பட்டுப்போனார். அந்தப் பெண்ணைப் பார்த்தால் பேறு காலத்தையெல்லாம் தாங்குபவள் போலத் தெரியவில்லை. நினைத்த பெண்ணை அடையக்கூடிய நிலையில் இருந்த அவர்களின் மகனுக்கு அவளைப் போய் எப்படிப் பிடித்தது? எலும்பும் தோலுமான அந்த இடுப்பில் பிள்ளை எப்படி நிற்கும்? ஆனால் அவளும் பிள்ளைகளைப் பெற்றுக் கொடுத்திருந்தாள்.

ஒற்றை மகனாக அவர்களின் வம்சம் வளர்க்க- அஃபமேஃபுனா – 'என் பெயர் என்றென்றும் தொலைந்திடாமல் இருக்கட்டும்' என்ற பொருளில் வைக்கப்பட்ட அவனது பெயரைக் காப்பாற்ற- பிள்ளைகளைப் பெற வேண்டியது அவர்களின் மகனின் கடமைதான்; ஆனால் வெள்ளைக்காரப் பிள்ளைகளைக் கொண்டு அதைச் செய்யக்கூடாது. முதலில் அவளுக்கு ஏற்றுக்கொள்ள கடினமாகத்தான் இருந்தது. ஆனால் இப்போது அவள் தன் பேரப்பிள்ளைகளைப் பார்க்க ஆவலாகத்தான் இருந்தாள். என்ன இருந்தாலும் குழந்தை குழந்தைதானே? அவளுடைய எல்லா பேரக்குழந்தைகளையும் பார்க்கப்போகிறாள். அவனது மகன் வயிற்று மகன்கள் ஹாரி, ஜிம்மி (என்ன மாதிரி பெயர்கள் அவை? வளர்ந்தபின் ஒரு ஆண்மகன் சொல்லிக் கொள்ளக்கூடிய பெயர்களாகவா இருக்கின்றன? என்னவோ!) பிறகு அமெரிக்காவின் பல்வேறு திசைகளில் இருக்கும் அவளது மீதமுள்ள எட்டுப் பேரப்பிள்ளைகளையும் பார்க்கப்போகிறாள். அவளுடைய மூன்று மகள்களும் பரவாயில்லை. அவர்களுடைய ஊரைச்சேர்ந்த பையன்களை, தாய் தகப்பன் நன்கு அறிந்த குடும்பத்துப் பையன்களைத் திருமணம் செய்து கொண்டு வசதியாக இருக்கிறார்கள். மகனும் இப்படித் தெளிவாக இருந்திருந்தால் இந்நேரம் அவளும் அவள் கணவனும்

நிம்மதியாக இருந்திருப்பார்கள். சிறு வயதிலிருந்தே தெளிவாக இருக்கும் மகன் யாரோ சொல்லிக்கொடுக்காமல் இப்படிப்பட்ட முடிவுகளைத் தானாக எடுத்திருக்க மாட்டான் என்றாள் அவள். “எல்லாம் சகவாசம்தான். எவரோ தப்பும் தவறுமாக அவனுக்கு அறிவுரை சொல்லிக்கொடுத்திருக்கிறார்கள். அது யாரோ. அவன் கண் நொள்ளையாகப் போக! வயிறு வெடித்துச் சாக! பீ புழுத்துக் கட்டையில்போக! தூரம் மட்டும் இல்லையென்றால் இந்தக் கல்யாணம் நடக்கவே விட்டிருக்க மாட்டேன் தெரியுமா?” அவளது மூச்சுக்காற்று அமாவின் மூக்கை நிரடி அகரா வாடையை அள்ளி வந்து போட்டது. அகரா வாடையா அல்லது அவளது ஆடையின் வாடையா இரண்டில் எது மோசம் என்று தெரியவில்லை அவளுக்கு.

இரண்டு மணிநேரம் கழித்து ஒனிட்ஷாவில் மேலும் பயணிகளை ஏற்றிக்கொள்ள வண்டி நின்றது. அப்போதும் அந்தப் பெண்மணி பேசிக்கொண்டுதான் இருந்தாள். பேருந்தில் எந்த இருக்கையும் காலியாக இல்லாத வேளையில் இப்போது புதிதாக ஏறிய மூன்று பெண்கள் எங்கே அமரப் போகிறார்கள் என்று அமா சிந்திக்கலானாள். நடத்துனர் முன்னிருக்கைகளின் அடியில் இருந்து மூன்று முக்காலிகளை இழுத்து பின்வரிசையினருகே போட்டு அந்தப் பெண்களை அமரச் செய்தார். இந்த சொகுசுப்பேருந்திலும் இப்படி சில்லறைப் பயணிகளை ஏற்றுவார்கள் என்று அவள் நினைத்திருக்கவில்லை. அதாவது முழுக்கட்டணமும் செலுத்தாமல் குறைவாகக் கொடுத்துவிட்டு இந்த முக்காலி போல கிடைக்கும் இடத்தில் அமர்ந்து கொள்ளும் பயணிகள். அவர்கள் கட்டணத்தொகை நடத்துனர் ஓட்டுனர் பைகளை நிரப்பும். அந்த மூவரில் ஒருத்தி கால்களை நன்றாக நீட்டிக்கொண்டு அமரவும், அவளது அடுப்பங்கரை இல்லை இது எக்ஸிகுட்டிவ் பஸ் என்று நடத்துனர் அவளைக் கடிந்துகொண்டார்.

பெனின் பேருந்து நிலையத்தில் வண்டி நின்றபோது பக்கத்து இருக்கைப் பெண்மணி ஒருவழியாகப் பேச்சை நிறுத்தினாள். அந்த அமைதி நிம்மதியளித்தது. லாகோஸை அடைவதற்குள்

ஒரு சிறு தூக்கம் கூட அவளுக்கு வாய்க்கலாம் என்று நினைத்தபோது மொட்டைத்தலை இளைஞன் ஒருவன் புதிதாக வந்து சேர்ந்திருந்தான். தோளில் இருந்து பயணப்பை வழிந்து தொங்க, ஓட்டுநர் இருக்கைக்குப் பின்புறம் நின்றுகொண்டு பைக்குள்ளிருந்து தோல் அட்டை கிங் ஜேம்ஸ் பைபிள் ஒன்றை எடுத்தவன் தன் பிரசங்கத்தைத் தொடங்கினான். ஒலிப்பெருக்கி இல்லாமலேயே பேருந்தின் இண்டு இடுக்குகளிலும் நுழைந்து பெருகிய அவனது குரலில் இருந்து தப்புவது கடினமாயிற்று. 'ஏசுவை நம்புகிறவர்கள் கைகளை உயர்த்துங்கள்' சிலர் கையை உயர்த்தினர் பிறர் அவனைப் புறக்கணித்தனர்.

'ஏசுவை எண்ணி நீங்கள் வெட்கப்படவில்லை என்றால் கையை உயர்த்துங்கள் என்றேன். அல்லேலூயா' இப்போது எதிர்வினை சற்று பலமாக இருந்தது. பக்கத்திலிருந்து பெண்மணி விழித்தெழுந்து இரண்டு கைகளையும் உயர்த்தினாள். அவளது அன்பின் அளவு அவ்வளவென்று காட்டிவிடும் வேகம். அமா கண்களை மூடிக்கொண்டாள். அவள் போதும் போதும் என்கிற வரை பாதிரிகளையும் போதகர்களையும் பார்த்துவிட்டாள். அவன் புத்தகத்தைப் பிரித்துப் படிக்கத் தொடங்குகையில் அமாவின் கவனத்தை முற்றிலும் இழந்திருந்தான்.

அவளைப் பொறுத்தவரை நேற்றைய தினம் ஒரு மீ எதார்த்த நினைவாகவே அவளுக்குள் இருக்கிறது, சில கனவுகளைப் போல. ஆனால் எதுவும் கனவல்ல. எல்லாமே நடந்தது. அப்படி நடந்திருக்கவில்லையெனில் இப்படி இந்தப் பேருந்தில் இந்த அந்துருண்டையும் பழைய ஆடையும் அகரா வாடையும் பிடித்த பெண்மணியின் அருகே அமர்ந்து லாகோஸில் இருக்கும் சித்தி வீடு நோக்கிப் பயணித்துக்கொண்டிருக்க மாட்டாள்.

அவள் தந்தையிடம் அப்படித் துணிந்து பேசும் அளவுக்கு அவளை என்ன பிடித்தாட்டியது என்று இப்போதுவரை அவளுக்கு விளங்கவில்லை. ஆமாம் எங்கிருந்தோ வந்த துணிவு அது. ஒருவேளை, பல்கலைக்கழகங்களில் சேர்வதற்கான ஜேஏஎம்பி நுழைவுத் தேர்வில் அவள் தேர்ச்சி அடையாத

விரக்தியாக இருக்கலாம். அவளது வருங்காலத்தைத் தேடும் வழியாக, எனுகுவை விட்டு வெளியேறும் ஒரு வாய்ப்பாக எண்ணி அவ்காவில் இருந்த நம்மடி அசிகிவே பல்கலைக்கழகத்தின் ஆய்வக அறிவியல் படிப்பதற்காக விண்ணப்பம் செய்து எழுதிய தேர்வு அது. எப்படியாவது எனுகுவை விட்டு வெகுதூரத்தில்; ஆனால் அன்னையை அடிக்கடி சந்திக்க முடிந்த அளவு தொலைவில் இருக்கும் பல்கலைக்கழகம் ஒன்றில் சேர வேண்டும் என்பதுதான் அவள் வாழ்நாள் கனவு. அதன் பிறகு ஒரு நல்ல வேலையில் சேர்ந்து அவளது தந்தையுடனான தொடர்பை முற்றிலும் துண்டித்துக் கொள்ள வேண்டும். அவள் எங்கிருந்தாலும் அம்மாவைப் பார்க்க மட்டும் வந்து போவாள்.

சில சமயம் அவளது அன்னையைப் பார்க்கப் பாவமாக இருக்கும். துணை போதகர் தலைமை போதகராக மாறுவதற்காக, அவரது தூய்மை அவரது அங்கியில் பீரிட வேண்டுமென்பதற்காக அவள் துணிகளைக் கொதிக்க வைத்து எடுப்பதையும், எதிர்பார்த்த - நேரடியாக சொர்க்கத்துக்கே இட்டுச் செல்லக்கூடிய - வெளுப்புத் துணியில் இல்லையென்றால் பொறுத்துக்கொள்ள முடியாமல் அவர்களின் பாவங்களை நீக்குவதற்காக அடி வெளுத்துவிடும் பாதிரியார் சிரில் அவர்கள் புண்ணியத்தில் முதுகு கூனி நடப்பதையும் பார்க்கும்போது அமாவுக்குப் பாவமாக இருக்கும். சொர்க்கத்திற்குச் செல்லும் முப்பத்தி இரண்டு படிக்கட்டுகள் வழியாக தன்னையும் தன் தாயையும் விடுவித்துச் செல்ல ஏதாவது வழி இருக்கிறதா என்றெண்ணி ஏங்கினாள்.

முளைத்திடாத முலைகளைத் தேடி இருளில் அவள் தந்தை வந்து போய் இத்தனை ஆண்டுகள் ஆன பிறகும் அந்த காட்சி அவள் மனதிலிருந்து மறையாமல் துன்புறுத்திக் கொண்டிருந்தது. பதினோரு வயதில் அவளுக்கு முதல் மாதவிடாய் வந்ததோடு அவரது வருகை நின்றது. மாதமொருமுறை வந்த உதிரப்போக்கையும் அது கூட்டி வந்த உடல் வலியையும் அவள் வெறுத்த போதிலும் அதனால் ஏற்பட்ட இந்த

இடை அமைதி நிம்மதி அளித்தது. ஆனால் முழுமையாக கவலையகன்று அவளால் இருக்க முடியவில்லை. எப்போதும் எந்த நிமிடமும் உள்ளே மிதந்து அவர் வரக்கூடும் என்ற அச்சம் அவளது பெரும்பான்மை இரவுகளில் அவளை உறங்கவிடாமல் வைத்திருந்தது. ஒனிட்ஷாவில் இருந்த உண்டு உறைவிடப் பள்ளியில் சேர்ந்து படிக்க விரும்பினாள். பாதிரியார் சிரில் அவர்கள் அதற்கு ஒப்பவில்லை. 'எனுகுவிலேயே நல்ல பள்ளிகள் இருக்கின்றன' என்று சொல்லிவிட்டார்.

"அத்தனைத் தொலைவில் உன்னைப் படிக்க அனுப்பிவிட்டு எப்படி உன்னை நாங்கள் பார்த்துக் கொள்வது? பெற்றோரின் கடமைகளில் இருந்து நாங்கள் தவறுவதை கர்த்தர் விரும்பமாட்டார். இந்தக் காலத்தில் பெண் பிள்ளைகள் உறைவிடப் பள்ளிகளில் என்னென்ன செய்கிறார்கள் தெரியுமா? என்னென்னவோ கதைகள் கேட்கிறேன்!" புளிப்பு உதுப் பழத்தை தின்றது போல முகத்தை வைத்துக் கொண்டார்.

உண்டுறைப் பள்ளிகளின் பெண்கள் குறித்த எண்ணம் விரும்பத்தகாத காட்சிகளை மனதில் தோற்றுவித்தது போலும், அதை விரட்டும் பொருட்டு சுவிசேஷப் பாடல் ஒன்றைப் பாடத் தொடங்கினார். அதுவரை ஏதும் பேசாமல் இருந்த அன்னையும் உடன் சேர்ந்து குரல் உயர்த்தி உயர்த்தி ஒரு கட்டத்தில் பாதிரியாரின் குரலுக்குள் காணாமல் போனாள்.

அமா எனுகுவில் இருந்த காலத்தில், ஒவ்வொரு நாளும் வீட்டில் இருந்து விலகி பள்ளியில் கழித்த அந்த எட்டு மணி நேரத்தை உணர்ந்து பாராட்டக் கற்றுக்கொண்டாள். அந்த நேரத்தில் தான் வீட்டுக்கு வர அனுமதியில்லாத சிறுமியரின் நட்பை பெற்று வளர்க்க முடிந்தது. பதின்மூன்று வயதில் அவளது தோழியர் ஒப்பனையையும் பையன்களையும் கண்டுணர்ந்த காலத்தில் உதட்டுச் சாயம் தீட்டிகொள்ளச் சொல்லி அவளை வற்புறுத்தினர். அவள் மறுத்தாள். அவளுக்கு எந்த ஆணையும் ஈர்ப்பதில் விருப்பம் இருக்கவில்லை. வேறு நகரத்துக்குச் சென்று பல்கலையில் சேர்ந்து படிக்கவேண்டுமென்ற அவளது

கனவைத் தடுக்கும் திறன் பாதிரியார் சிரிலுக்கு இருக்காது என்ற எண்ணத்தை உயர்கல்வி வரையிலான தொடர்ந்த ஆறு ஆண்டுகளாக கெட்டியாகப் பிடித்துக்கொண்டிருந்தாள். பாவம் என்று கருதிய அவளது அன்னையைக் கருத்தில் கொண்டு மட்டுமே அவள் திரும்பி வந்து பார்த்துச்செல்வாள். அவளது அன்னை அவளது தந்தையின் மௌன நீட்சி தான். அப்படியொரு வாழ்க்கை வாழ அமாவுக்குக் கொஞ்சமும் விருப்பமில்லை. அப்படித் தன்னிலை தாழ்த்தி அடிமைப்பட்டுக் கிடக்கும் தனது அன்னையை எண்ணிக் கோபம் வந்தாலும் கூட அவள் மீதான நேசம் அப்படியே இருந்தது. இன்னதென்று அவளே அறியாத ஏதோ ஒன்றிலிருந்து எப்பாடுபட்டாவது அவளை மீட்டுவிட விரும்பினாள் அமா. அவளது பிள்ளைப் பருவத்தின் மகிழ்ச்சியான தருணங்கள் என்று மதிக்கத்தக்க நினைவுகள் யாவும் அன்னையுடன் தான் பின்னிக்கிடந்தன. எல்லா நல்ல நினைவுகளுக்கும் நடுநாயகமாக அவளே இருந்தாள்.

இரண்டு ஆண்டுகளுக்கு முன்பு உயர்நிலைப்பள்ளித் தேர்வை எழுதி முடித்துவிட்டாள். ஆனால் இரண்டு ஆண்டுகளாக தொடர்ந்து எழுதியும் அவளது விருப்பமான பல்கலைக்கழகத்தில் சேரத் தேவையான ஜேஏஎம்பி தேர்வு மதிப்பெண்ணை எட்ட முடியாமல் தோற்றிருந்தாள். பணம் இருந்திருந்தால் வேறு ஒருவரைத் தேர்வு எழுதச் செய்து தேர்ச்சி பெற்றிருப்பாள். எல்லோரும் அப்படித்தான் செய்துகொண்டிருந்தார்கள். பல்கலைக்கழகத்தில் சேர அவளை விட குறைவான தகுதி கொண்ட பலரும் ஏதாவது ஜேஏஎம்பி அதிகாரிக்கு லஞ்சம் கொடுத்து தேர்வுத்தாளை வாங்கி வந்து வீட்டில் தயாராகிப் பின் தேர்வு எழுதினர்; அல்லது பணம் கொடுத்து, தனக்குப் பதில் வேறு ஒருவரைத் தேர்வு எழுதச் செய்தனர். வகுப்பிலேயே மந்தமான மாணவியான ஒகானா பள்ளி முடிந்த கையோடு பல்கலைக்கழகத்தில் சேர்ந்திருந்தாள். ஒகானாவுக்கு அவளுடைய பெயரைக்கூடப் பிழையின்றி எழுதத் தெரியாது என்பது எல்லோருக்கும் தெரியும். இது கொஞ்சம் கூட நியாயமில்லை. அதுவும் இவ்வளவு உழைப்புக்கும் பிரார்த்தனைக்கும் பின்.

நியாயமற்ற இந்த உலகத்தை சபித்தபடி அன்று காலை முழுவதும் அறையைச் சாத்திக்கொண்டு அழுது தீர்த்தாள் அமா. மதிய வேளை அவள் தாயார்தான் அடுத்த ஆண்டு என்று ஒன்று இருக்கிறது என்று சமாதானப்படுத்தி அவளை வற்புறுத்தி உணவருந்த வைத்தார்.

‘இத்தோடு உலகம் அழிந்துவிடாது’ அன்னை சொல்லிக் கொண்டிருக்கும்போதே அமாவின் கண் முன்னே ஒரு வழிச்சுரங்கமும் அதன் நடுவே போக வழியின்றி தவித்தபடி அவள் நிற்பதும் காட்சியாய் விரியக் கண்டாள். இத்தோடு உலகம் முடியத்தான் போகிறது.

மாலையில் வீடு திரும்பிய தந்தையிடம் தேர்வு முடிவு அறிவிக்கப்பட்ட போது, அவர் அமா சரியாகப் படிக்கவில்லை என்று குற்றம் சாட்டினார். ‘வீட்டைச்சுற்றி பேய் போல மிதந்து கொண்டிருக்காமல் ஒழுங்காகத் தேர்வுக்குப் படித்திருந்தால் நீ தேர்வாகி இருப்பாய். சரியான சோம்பேறி. வடிகட்டிய சோம்பேறி’ மதிப்பெண் விவரம் அடங்கிய அந்த வெள்ளைத்தாளை அமாவின் முகத்தில் விசிறி அடித்துவிட்டு உணவு பரிமாறச் சொன்னார்.

‘முகத்தில் விழிக்காதே! சோம்பேறி. அடுக்களையில் போய் உன் அம்மாவுக்கு உதவியாக இரு முட்டாளே! நாளெல்லாம் பல்லி போல ஊர்ந்துகொண்டிருக்கிறாய் பிறகெப்படி ஜேஏஎம்பியில் தேர்ச்சி கிடைக்கும்? அதென்ன சோளக் கஞ்சி குடிப்பது போல சுலபமாகச் செய்துவிடலாம் என்று நினைத்தாயா? என் கண் முன்னே நிற்காதே. வழிவிட்டு விலகி நில்.’ சீறியபடி ஏதோ உண்மையிலேயே பாதையை அடைத்துக் கொண்டு அவள் நிற்பதைப் போல அவருக்கு முன்னே நின்று கொண்டிருந்தவளைப் பிடித்து தள்ளிவிட்டார். கொஞ்சம் நிலை தடுமாறியவள் உடனே சமாளித்துக் கொண்டு நின்றாள். உடலில் முறுகி தலைக்கேறிய ஆத்திரம் வாய் வழியாக கொப்பளித்தது. ‘நீ எல்லாம் என் தந்தையா?’

பின்னாட்களில் எண்ணிப்பார்க்கையில் பேய் போல

மிதந்து வருவது என்ற சொல்லாடல்தான் அவளைப் பேச வைத்திருக்கும் என்று தோன்றும். ஏனென்றால் வெண்ணிற அங்கியில் இருட்டு அறையில் அவள் தந்தை வந்து சென்றதை பல ஆண்டுகளாக அப்படித்தான் நினைவில் வைத்திருந்தாள்.

'நீ எல்லாம் என் தந்தையா? நீயெல்லாம் ஒரு பாதிரியாரா? உன்னைப் பார்த்தாலே அருவருப்பாக இருக்கிறது. வெறுப்பாக இருக்கிறது.' அம்மா உள்ளே இருந்து அவர்கள் இருந்த கூடத்துக்கு ஓடி வந்தாள். 'வாயை மூடு அமா.' அவளை அங்கிருந்து அகற்ற முயன்றாள். மகள் எதிர்த்தாள். அன்னையின் கைவளையத்துக்குள்ளிருந்த தன் மணிக்கட்டை இழுத்து மீட்டுக்கொண்டாள். அவள் அன்னையைக் காட்டிலும் பலமுள்ளவளாக இருந்தாள். அதனால் அது சுலபமாகவும் இருந்தது.

'முடியாது. நான் வாயை மூட மாட்டேன். அம்மா நான் சிறுமியாக இருக்கும்போது இவர் என்னை என்னவெல்லாம் செய்தார் என்று உனக்குத் தெரியுமா? என்னை வன்புணர்வு செய்தார். ஒவ்வொரு இரவும். இரவு தோறும் என் அறைக்குள் வந்து அவருக்குக் காலை விரிக்கச் சொல்லி கட்டாயப்படுத்துவார். அடிக்கடி எனக்குக் கண் வலி வருகிறதென்று நினைத்துக்கொள்வாயே உனக்கு ஞாபகம் இருக்கிறதா?'

அம்மா வாயிலேயே அறைந்தாள். 'என்ன துணிவிருந்தால் பெற்ற தகப்பனைப் பற்றி இப்படி எல்லாம் பேசுவாய்? உன்னை என்ன பிடித்து ஆட்டுகிறது? பைத்தியம் பிடித்து விட்டதா என்ன?'

அமாவைப் பொருட்படுத்த வேண்டாம் என்றும் அவள் பேசுவதைக் கேட்க வேண்டாமென்றும் அவளது அன்னை பாதிரியாரைச் சாந்தப்படுத்தும் வகையில் சொல்லிக்கொண்டே போக, அந்தச் சொற்களையெல்லாம் உடைத்தெறிந்து கொண்டு வந்து விழுந்தது பாதிரியாரின் குரல்.

'இல்லை. அவள் பேசட்டும். அத்தனை நஞ்சையும் கக்கட்டும். எப்படிப்பட்ட பெண்ணை என் வீட்டுக்கு நீ கொண்டு வந்திருக்கிறாய் என்று பார்த்தாயா? அந்த ஜன்னல்களையும் திறந்து வை. அண்டை வீட்டுக்காரர்களும் கேட்கட்டும். அவர்களும் வந்து உன் பிள்ளை பேசும் பேச்சையெல்லாம் நன்றாகக் கேட்கட்டும்."

'அம்மா! என்னை நம்பு. நான் பொய் சொல்லவில்லை. சத்தியமாகச் சொல்கிறேன். அப்பா என்னோடு வல்லுறவு கொண்டார்."

"என்னை அப்படிக் கூப்பிடாதே! என்னை அப்பா என்று அழைக்காதே. நான் உன் அப்பனில்லை. பொய் பேசும் முட்டாளே" ஒவ்வொரு சொல்லும் கவனமாக தெளிவாக இடியின் உறுமல்களைப்போல உருண்டு வந்து விழுந்தன.

'தயவு செய்து கொஞ்சம் பொறுங்கள் பாதிரி!' அம்மா அவர் காலடியில் கிடந்தாள். மண்டியிட்டு அமர்ந்து கைகளை முன்னே நீட்டி விரித்து, அவள் எப்போதும் கர்த்தரைப் பிரார்த்திக்கும் நிலையில், பாவப்பட்டவள் தன் பாவங்களை மன்னிக்கச் சொல்லி இறைஞ்சும் நிலையில் அமர்ந்திருந்தாள். அவளது அந்த நிலை ஏனோ மிகவும் அவமானத்துக்குரியதாகத் தோன்றியது அமாவுக்கு. அவளை இழுத்து நேராக்கி விடத் தோன்றியது. பாதிரியார் சிரிலோ இடி இடியெனச் சிரித்துவிட்டு உணவுக்காகக் காத்துக்கொண்டு அமர்ந்திருந்த நாற்காலியில் இருந்து எழுந்தார். ஆண்மை பொருந்திய பெரிய கால் விரல்கள் தோல் செருப்புகளுக்குள்ளிருந்து இகழ்ந்து சிரிக்க, அவளுக்கு நேரெதிரே வந்து நின்று கொண்டார்.

"நான் உன் அப்பனில்லை. உனக்கு விளங்குகிறதா? உன் அன்னையை ஏற்றுக் கொண்டதற்கு கிடைக்கும் நன்றி இதுதானா? உன்னை அப்பன் பெயர் தெரியாத பிள்ளையாக வளரவிடாமல் காப்பாற்றியதற்கு எனக்குக் கிடைக்கும் நன்றி இதுதானா? இத்தனை காலமாக உனக்குச் சோறு போட்டு வளர்த்ததற்கு நீ செய்யும் நன்றி இதுதானா? அப்பன் இல்லாத

பிள்ளைகளின் நிலை தெரியுமா உனக்கு? அப்பன் யாரென்று தெரியாமல் வீடுகளிலே பிறக்கும் குழந்தைகள் நிலை? ஓடிவிடு. இனி நீ என் வீட்டில் இருக்கக் கூடாது. இன்றே, கடவுள் சாட்சியாக இன்றே நீ என் வீட்டை விட்டு வெளியேற வேண்டும்.'

'உங்கள் பிரச்சனைகள் என்னவாக இருந்தாலும் இன்று கடவுள் முன் கொண்டு வாருங்கள். அல்லேலூயா'. 'ஆமென்' பேருந்து சேர்ந்திசைத்தது. நினைவுகளுக்குள் தொலைந்து போயிருந்த அமா தற்காலிகமாக மீண்டெழுந்தாள். அவள் இதுவரை லாகோஸுக்குப் போனதில்லை. அவளால் அங்கே பிழைக்க முடியுமா? அவள் அன்னை அனுப்ப நினைத்த ஒரே இடம் அதுவாகத்தான் இருந்தது. எனுகுவில் இருந்தும் அவர்கள் அறிந்த அதன் மக்களிடமிருந்தும் தேவையான தொலைவில் இருந்தது. அவள் இல்லாததை என்ன சொல்லி சமாளிப்பார்கள் என்று எண்ணிப்பார்த்தாள். வேறு நகரத்தில் வேலை கிடைத்துப் போய்விட்டதாக அன்னை சொல்வாளோ? பல்கலைக்கழகத்தில் சேர அனுமதி கிடைத்துவிட்டதாக? இத்தனை ஆண்டுகளாக தனது பிறப்பு குறித்த உண்மை ரகசியமாக வைக்கப்பட்டிருந்தது எண்ணி வியந்தாள் அமா. அவர்களால் எப்படி முடிந்தது? அவளுடைய உண்மையான தந்தை பற்றி அவள் ஏதும் அறிந்திருக்கவில்லை. முந்தைய நாள் இரவு பாதிரியார் சிரில் அவளது தந்தை இல்லை என்று அறிந்தபோது மிகவும் நிம்மதியுற்றாள். இப்போது அதை நினைத்துப் பார்க்கையில் ஒருவித நன்றியுணர்வும் நிம்மதியும் மனதில் பரவியது. அவள் தந்தை பாதிரி சிரிலை விட மேலான மனிதன். அப்படித்தான் இருக்க வேண்டும். அப்படித்தான் அவள் விரும்பினாள். ஆனால் அந்த நிம்மதியும் நீடிக்கவில்லை. அதன் இடத்தை, உண்மையான தந்தை யார் என்ற நச்சரிக்கும் கேள்வி பிடித்துக் கொண்டது. அவர் பார்க்க எப்படி இருப்பார்? எங்கே இருப்பார்? அவரது பெயர் என்ன? எவ்வளவு உயரம் இருப்பார்? அல்லது எவ்வளவு குள்ளமாக இருப்பார்? தாடி இருக்குமா? மீசை? தனக்கு வேறு உறவுகள் இருக்குமா? சகோதரர்கள்? சகோதரிகள்? அவர்கள் எப்படி இருப்பார்கள்?

அவளைப் பற்றி அவர்களுக்குத் தெரியுமா? கேள்விகளுக்கு இறக்கை முளைத்து மண்டைக்குள் பறக்கத்துவங்கின. தலைவலி வந்தது. நெற்றியைத் தேய்த்துவிட்டுக்கொண்டாள். அவள் யாரென்றே இப்போது அவளுக்குத் தெரியவில்லை. கூண்டுக்குள் இருந்து விடுபட்டு முட்படுக்கை மீது எறியப்பட்டது போல் உணர்ந்தாள். அடைத்து வைக்கும் கூண்டா? கிழித்தெடுக்கும் முள்ளா? இரண்டில் எது மேல் என்று அவளால் தீர்மானிக்க முடியவில்லை.

குறைந்தபட்சமாக முட்களின் மீதிருந்து எழுந்து விலகி நடக்கவாவது முடியுமே என்று பிறகு எண்ணிக்கொண்டாள். அவளது எண்ணங்கள் மீண்டும் தந்தையிடம் திரும்பின. பெற்ற தந்தையிடம். ஒரு கிறிஸ்தவனின்- அமைதியும் அடக்கமும் நிரம்பிய- மனைவியான அவளது அன்னை திருமண உறவு தாண்டி வேறு ஒருவருடன் உறவு வைத்திருந்தாள் என்று அவளால் கற்பனை கூட செய்ய முடியவில்லை. பிற்பாடு அவளது அறையில், அவளது சிறுவயதில் இருந்து எந்த மாற்றமும் இல்லாமல் இருந்த அவளது அறைக்குள் அன்னையை இழுத்து வந்து, அவளது பிறப்பு குறித்தும் அவளது பெற்ற தகப்பன் குறித்தும் அமா கேள்வி எழுப்புகையில் புலம்பலை மட்டுமே பதிலாகத் தந்தாள் அவள் அன்னை. நன்றி கெட்டவள், தன் வாழ்க்கையைக் கெடுப்பது மட்டுமே ஒரே குறிக்கோளாகக் கொண்டிருப்பவள் என்று புலம்பினாள்.

“நான் ஒரு தவறு, ஒரே ஒரு தவறு செய்தேன். அது என் வாழ்வையே நாசமாக்கி இருக்கும். பாதிரியார் சிரில்தான் என்னை ஏற்று திருமணம் செய்து கொண்டார். அவர்தான் என்னைக் காப்பாற்றினார். இன்னொருவனின் பிள்ளையைச் சுமக்கும் பெண்ணை மணக்க எந்த மனிதன் முன்வருவான்? சொல் அமா சொல். நீ அத்தனையையும் அவர் முகத்தின் எதிரே வீசிவிட்டாய். நான் என்ன பாவம் செய்தேன்? சொல் அமா? இன்று நம் இருவரையுமே அவர் விரட்டியிருப்பார். பெரும்பான்மை ஆண்கள் அப்படித்தான் செய்யக்கூடும், அது உனக்குத் தெரியும். ஆனால் அவரது நல்லுள்ளம் அப்படிச் செய்ய விடவில்லை.”

அமா தனது எட்டு வயதான போது நடந்தவற்றை சொல்ல முயற்சித்தாள். அவளது அறைக்கு அவர் வந்து சென்ற அந்த இரவுகள் பற்றிய அச்சம் அவளது நாக்கின் நுனியில் நின்று கொண்டிருந்தன. துப்பிவிடத் துடித்தாள். தொடங்கினாள். ஆனால் அவள் அன்னை இடைநிறுத்தி விட்டாள்.

'வாயை மூடு அமா. என்னையும் சேர்த்து என் கணவர் வீட்டை விட்டுத் துரத்தும் முன் உன் வாயை மூடு.' அன்னையின் குரலில் இருந்த இனங்காண முடியாத ஒரு கடுமை அவள் வாயை அடைத்தது.

'உன் பொருட்களை எடுத்து வை. ம்ம். சீக்கிரம் எடுத்து வை. நாளை காலை முதல் வேலையாக நீ லாகோஸ் போகும் பேருந்தில் இருப்பாய். எகோம்மாவிடம் (எகோ அம்மா - சித்தி) ஏற்கனவே பேசிவிட்டேன். அவள் உனக்காக காத்திருப்பாள்.' கசங்கிய நைரா நோட்டுகள் சிலவற்றைக் கட்டிலில் எறிந்தாள். 'அது உன் வழிச்செலவுக்கும் பசியாறுவதற்கும். காலை உணவு எடுக்க நேரம் இருக்காது.' தோள்கள் தளர்ந்து, பொருந்தாத கண்ணியத்தைச் சுமந்தலையும் பழிபட்ட கூத்தாடியின் தோரணையில் அவளது அன்னை அந்த அறையிலிருந்து வெளியேறும் வரை அமா அந்தப் பணத்தை எடுக்கவில்லை.

மறுநாள் காலை அவள் பிறந்து வளர்ந்த வீட்டில் இருந்து வெளியேறினாள். பாரதியார் சிரிலோ அவளது அன்னையோ ஒருவரும் வழியனுப்ப வாசல் வரவில்லை. எகோம்மா அம்மாவின் தாயாருடைய சித்தி மகள். இகேஜாவில் எசெகியெல் அவென்யூவில் டயமண்ட் வங்கிக்கு மிக அருகில், சிறிய உணவு விடுதி ஒன்றை நடத்தி வருகிறாள். குழிவிழும் கன்னங்களோடு மலர்ந்து உருண்டு, மகிழ்ச்சி நிரம்பிய முகம் என்று எல்லோரும் சொல்லத்தக்க முகத்தை உடையவர் எகோம்மா. லாகோஸ் வருவதற்கு முன்பு ஒரே ஒரு முறை எனுகுவுக்கு இரண்டு நாள் வந்து தங்கிச் சென்ற போது பார்த்தது தான். எகோம்மா எனுகுவைப்பற்றி குறைபட்டுக்கொண்டது அமாவுக்கு நினைவிருக்கிறது. எனுகு மிகவும் சிறியதாக மிகவும்

அமைதியாக மிகவும் உயிரற்று இருப்பதாகச் சொன்னாள். ‘இங்கே இருப்பவர்கள் நடமாடுவதைப் பார்த்தால் ஏதோ அவரவர் கல்லறை நோக்கி நடப்பவர்கள் போலத் தெரிகிறது’ என்றாள். நகரமே சொந்த ஊர் நோக்கிச் சென்ற பின் மந்தமாகத் தெரியும் கிறிஸ்துமஸ் காலத்து லாகோஸ் கூட இந்த அளவுக்கு அமைதியாக ஆளரவமற்று இருக்காது என்றாள்.

‘இருந்தால் லாகோஸில் இருக்க வேண்டும். அது துடிப்பான நகரம்.’ காலை உணவின் போது வறுத்த முட்டையும் வாட்டிய ரொட்டியும் நிறைந்த தட்டுகள் மீது வளைகரங்கள் அசையச் சொன்னாள் இகோம்மா. அந்த வளையொலி தூரத்துத் தேவாலய மணியோசை போல கணீரென்று ஒலித்தது போலும், பாதிரியார் சிரில் அவள் காதுபடவே சொன்னார். ‘லாகோஸ் தான் எல்லாம் என்று நினைப்பவர்கள் லாகோஸை விட்டு வெளியிலேயே வரக்கூடாது’. அதற்கு மறுநாளே எகோம்மா கிளம்புவதற்கு அவர் அப்படிச் சொன்னது தான் காரணமா அன்றி அவளே இரண்டு நாள் மட்டும் இருப்பதாகத் தான் வந்திருந்தாளா என்று அமாவுக்குத் தெளிவில்லை.

வண்டி லாகோஸ் பேருந்து நிலையத்துக்குள் நுழைந்தவுடன் அமா கண்ட முதல் முகம் எகோம்மாவினுடையதுதான். அமாவைத் தேடிக் கண்டடைந்தவள் முகத்தின் குழிவிழுந்த புன்னகை அமாவுக்கு பெருநிம்மதியளித்தது. உண்மையான மனமகிழ்வினால் உண்டான திறந்த புன்னகை அது என்று அமாவுக்குத் தெரியும். இரு கைகளையும் நீட்டி காத்துக் கொண்டிருந்தவளை நோக்கி ஏறத்தாழ ஓடிச்சென்றவள் அந்தக் கரங்களுக்குள் நிம்மதியாகச் சிறைபட்டுக் கொண்டாள்.

‘பகல் வணக்கம் எகோம்மா. எனக்காக வந்ததற்கு நன்றி’. அதற்கு வெறுமனே ‘உடன் வாழ கடினமான மனிதன் உன் தகப்பன். லாகோஸுக்கு வருக’ என்று பதிலளித்தாள் எகோம்மா. அமா கற்பனை செய்திருந்ததை விடவும் எகோம்மாவின் வீடு சிறியதாக இருந்தது. ஏனோ ஏகோம்மாவைப்போல பேருருவும் சுறுசுறுப்பும் நிரம்பிய பெண்மணி இதைவிட செழிப்பான

பகுதியில் வாழக் கூடும் என்று அமா எதிர்பார்த்திருந்தாள். எகோம்மா ஒரு மூன்று மாடிக் கட்டிடத்தின் தரைத்தளத்தில் குடியிருந்தாள்.

'இது தான் என் மாளிகை', அவள் சிரித்துக்கொண்டே அழுக்குப் பிடித்த இலைப் பச்சை நிறத்தில் இருந்த கதவொன்றைச் சாவி கொண்டு திறந்தவுடன் அறைகலன்கள் அடைந்து கிடந்த கூடமொன்று எதிர்ப்பட்டது. மாம்மா எகோவின் பேருருவம் அந்த அறையை நிரப்பியது. சேறு நிறத்தில் சுவர்ப்பூச்சு கொண்ட அந்த அறையின் ஒரு நீளத்தை அடைத்துக்கொண்டு வெண் பழுப்பு நிறத்தில் பெரிய சாய்விருக்கை ஒன்று போடப்பட்டிருந்தது. அதற்குப் பின்னால் உணவு மேசை தெரிந்தது. பிரம்பினாலான இரண்டு உணவறை நாற்காலிகளும் நீல நிறத்தில் இருவர் அமரும்படியான சிறிய வெல்வெட் சாய்விருக்கையும் பெரிய சாய்விருக்கையைப் பார்த்தபடி கிடந்தன. நடுவே பெரிய மார்பிள் கால்களின் மேல் கண்ணாடி பதித்த வகையில் தாழ்ந்தகன்ற மேசை ஒன்று இருந்தது. அதன் மேல் இருந்த சுவர்களின் நிறத்திலான ஒரு குவளையில் மஞ்சள் சிவப்பு ஊதா நிறங்களில் செயற்கை மலர்கள் சொருகி வைக்கப்பட்டிருந்தன. மலர்களெல்லாம் சமீபத்தில் ஈரத்துணி கொண்டு துடைத்துச் சுத்தப்படுத்தப்பட்டவை போலத் தென்பட்டன. மேசைக்கு இடப்புறம், இருவர் சாய்விருக்கைக்கு அருகில், கருங்காலி மரப்பலகைகளால் செய்யப்பட்ட மூன்றடுக்கு தொலைக்காட்சி மேடை இருந்தது. அதன் மேல் அடுக்கில் இருபத்தியொரு இஞ்ச் அகல சாம்சங் வண்ணத் தொலைக்காட்சிப் பெட்டி ஒன்று வீற்றிருந்தது. அதற்குக் கீழே இசைப்பெட்டி, அதற்கும் கீழே காணொளி இயக்கி. கண்ணாடி மேசைக்கும் தொலைக்காட்சிக்கும் இடைப்பட்ட இடத்தில் நெருக்கியடித்தபடி வைக்கப்பட்டிருந்த ஒடுங்கியதொரு காட்சிப் பெட்டிக்குள் நிறைய குறுவட்டுகள் இருந்தன. இதுவரை அமா கண்டிருந்த தனிமனிதத் தொகுப்புகளின் அளவுகளையெல்லாம் மீறியது அது. குறுவட்டு உறைகளின் மீதிருந்த பெயர்களின் மீது பார்வையை ஓட்டினாள். 'மார்வின் கே', 'அபா', 'பீட்டர் டாஷ்', 'ஒன்யெகா ஒன்வெனு', 'டோரா இஃபுடு', 'சர் விக்டர்

உவைஃபோ', 'நீனா சிமோன்', 'பேரி ஒயிட்'. ஒன்றையெடுத்துத் திருப்பி பாடல்களின் பெயர்களைப் பார்த்து மெய்மறந்து நின்றாள். 'மை பேபி ஜஸ்ட் கேர்ஸ் ஃபார் மி', 'ஹி நீட்ஸ் மி', 'ஐ லவ்ஸ் யு போர்கி', 'லவ் மி ஆர் லீவ் மி', 'ஜின் ஹவுஸ் ப்ளூஸ்'. எல்லாமே சிலுவையின் குரல்கள் போன்ற பக்திப் பாடல்களுக்கு முற்றிலும் முரணான பாடல் தலைப்புகள்.

அதன் தொடர்ச்சியாக, மின்விசிறி விசையை அழுத்தியும் விசிறியின் அலகுகள் அசையாதிருப்பது கண்டு மாம்மா எகோ சிதறவிட்ட வசைச் சொற்களைக் கேட்ட அந்தக் கணத்தில் தெரிந்துபோனது அமாவுக்கு, இதுதான் அவளது இடம் என்று. ஒரு நீண்ட நிம்மதியான புன்னகையொன்றைச் சிந்தினாள். அவள் வீட்டில் வசைச் சொற்களுக்கு அனுமதியில்லை. மாம்மா எகோ சொன்ன சொல்லை தானுமொரு முறை சொல்லிப் பார்த்தபோது பயங்கரமானதொரு மகிழ்வு கிட்டியது அமாவுக்கு. அவளுக்கு நினைவு தெரிந்த நாளிலிருந்து அடைந்திராத ஒரு மகிழ்ச்சி அது. இதுவரையிலான அவளது மொத்த வாழ்வும் இந்த நொடிக்கான காத்திருப்பாகவும், இதுவரை அவள் மகிழ்வென்று கருதிய யாவும் இன்றைக்கான முன்னேற்பாடு தானெனவும் அவளுக்குத் தோன்றியது. ரப்பர் காலணிகள் அணிந்தபடி வேறொரு அறையில் இருந்து வெளிவந்த மாம்மா எகோவிடம் 'நல்ல கலெக்ஷன்' என்று சொன்னாள்.

'ஆமாம். மன்னித்துக்கொள். உன்னை உட்காரக் கூடச் சொல்லவில்லை நான். நெடிய பயணம் மேற்கொண்டிருக்கிறாய். உட்கார். தயவுசெய்து என்னைப் பொருட்படுத்தாதே. நான் அணிந்திருந்த காலணி எப்போதும் காலைக்கடிக்கும். ஆனால் இந்த 'புபு'வுக்கு (ஆப்பிரிக்க அங்கி வகை ஆடை)அதுதான் பொருத்தமாக இருக்கும்.' காலணிக்குள்ளிருந்து கால் விரல்கள் நெளிந்தன.

'ஆ! பாவப்பட்ட என் கால் விரல்கள்! இந்த ஃபேஷனுக்காக என்னவெல்லாம் செய்ய வேண்டியிருக்கிறது? வெப்பத்தைச் சபித்தவாறு பல்வேறு வண்ணங்கள் நிறைந்திருந்த அங்கியின்

பக்கங்களை வாரிச்சுருட்டி கால்களுக்கிடையில் விட்டுக்கொண்டு இருக்கையில் சரிந்தாள் மாம்மா எகோ. அமாவையும் அமரச் சொன்னாள். அமா பிரம்பு நாற்காலி ஒன்றில் அமர்ந்தாள். வியப்புறு வகையில் அவள் எதிர்பார்த்தது போலல்லாமல் வசதி குறைவாக இருந்தது அந்த நாற்காலி. அவளிடம் ஏதோ சரிவை எதிர்பார்த்தது போல, 'நிமிர்ந்து உட்கார் பெண்ணே' என்று ஒரு பள்ளி முதல்வர் கடிந்துகொள்ளும் விதமாக முட்டுக்கொடுத்து நிமிர்த்தியது அந்த நாற்காலி. முதுகில் கடினமாய் உறுத்தி காயப்படுத்தியது. இடம் மாற்றி அமரலாமா என்று எண்ணி சாய்விருக்கையைப் பார்த்தாள். அது பார்வைக்கு வசதியாக அவளை வரவேற்பது போலத் தென்பட்டது. சிறிது நேரம் சிந்தித்து விட்டு வேண்டாம் என்று முடிவெடுத்தாள்.

தெருவின் எதிர்சாரியில் இருந்து யாரோ நேபா(*NEPA*) என்று கத்தினார்கள். ஒரு சிறு க்ரீச்சொலிக்குப் பின் மின்விசிறியின் அலகுகள் மெல்ல சுழலத் தொடங்கின. முதலில் க்ரூம்.. க்ரூம்.. என்று- விடாதுழைத்து ஓய்வுபெறப்போகும் -புல்செதுக்கியைப்போல மெதுவாக ஓடின. பின்னர் அந்த 'க்ரூம்..க்ரூம்' சத்தம் மெல்ல விரைவெய்தி விர்ரென்று சத்தமற்ற வேகமாக உருமாறியது. மேனி குளிரச் செய்து நல்லெண்ணத்தைப் பரப்பும் ஒரு திறன்வாய்ந்த இயந்திரமாக மாறியது மின்விசிறி.

'மின்சாரம் வந்து விட்டது' மகிழ்ச்சி பொங்கும் குரலில் புன்னகையோடு அறிவித்தாள் மாம்மா எகோ. 'இந்தச் சூடு என்னைப் பைத்தியமாக்குகிறது. மின்சார வாரியம் பிச்சை போடுவது போல மின்சாரத்தை விநியோகம் செய்கிறது. கிடைக்கும் சொற்பத்துக்கு நன்றியுள்ளவர்களாக இருக்க வேண்டியிருக்கிறது. நாம் அவர்கள் தயவில்தான் இருக்கிறோம்.' பெருமூச்சு விட்டாள். அமாவுக்கு ஏனோ மாம்மா எகோவைக் கண்டால் அடுத்தவர் தயவில் இருந்து தாக்குப்பிடிக்க முடிந்த ஒருத்தியாகத் தெரியவில்லை. 'உஜூ இப்போது வந்துவிடுவாள். பிறகு உனக்கு உண்ண ஏதாவது கிடைக்கும். ஏதாவது பாட்டுப் போடட்டுமா? நீனா சிமோனைப் போலப்

பாடக் கூடியவர் யாருமே இல்லை. ஒரு போக்குவரத்து நெரிசலின்போது நடைபாதை வியாபாரி ஒருவரிடம் அவளுடைய பாடல்களடங்கிய குறுந்தகடு வாங்கும் வரைக்கும் நான் அவளது குரலைக் கேட்டது கூட கிடையாது. பார்க்க நன்றாக இருந்தாள். ஒருவித வசீகரம் இருந்தது. குறுந்தகடை வாங்கி வண்டியில் பாட்டைப் போட்டுக் கேட்டபோது, அங்கே, அந்த போக்குவரத்து நெரிசலில் வைத்து நான் குலுக்கலில் பரிசு ஜெயித்தது போல இருந்தது. சத்தியம்.'

அவள் எழுந்து ஒரு குறுந்தகடை உட்செலுத்தினாள். அதன் பின்னர் அறையை நிறைத்த அந்தக் குரல், தன் துயர்நிறைந்த அழகால் அமாவை அசைத்தது. அமா இருளின் ஆழங்களுக்குள் தான் மூழ்கடிக்கப்படுவது போல உணர்ந்தாள். ஆனால் வெளியே வரும்போது வானவில்லின் விளிம்பு போல மிகவும் அழகான ஏதோவொன்றைப் பற்றியபடி வருவோமென்கிற உறுதி அவளுக்கு இருந்தது. துன்பத்தையும் இன்பத்தையும் பேயாகிப் போன தந்தையையும் எண்ணிக் கடுந்துயர் மேவ எழுந்த பாடல்.

இசை வடிந்து கொண்டிருந்த சமயத்தில் வந்து சேர்ந்தாள் பதின்மூன்று வயது மதிக்கத்தக்க உஜு. அமாவை 'ஆண்ட்டி' என்று அழைத்து ஒரு காலில் மண்டியிட்டு 'வருக' என்றாள். 'உணவு எடுத்து வைக்கட்டுமா அம்மா?' மாம்மா எகோவைப் பார்த்துக் கேட்டாள். மாம்மா எகோ தலையசைக்கவும் கூடத்தை அடுத்திருந்த அடுக்களை நோக்கிய நடைபாதைக்குள் நழுவி மறைந்தாள்.

'இவள் சுவர்க்கத்திலிருந்து அனுப்பப்பட்டவள். எவரும் வைத்திருக்க விரும்பும் மிகச்சிறந்த வேலையாள். உருவத்தில் சிறியவள் ஆனால் வலிமை அதிகம். ' உருவம் சிறிது வலிமை பெரிது, அப்படித்தான் நான் எப்போதும் சொல்வது' மாம்மா எகோ புகழ்ந்துகொண்டாள். 'ஆள் பார்க்கச் சிறியவளாக இருந்தாலும் பெரியவர்களையெல்லாம் அலற வைக்கக் கூடியவள். லாகோஸ் வாழ்வதற்குக் கடினமான இடம். நாளெல்லாம் நான் உணவு விடுதியில் வேலையாக இருப்பேன்.

வீட்டை இவள்தான் கவனித்துக்கொள்கிறாள், அத்தனை சிறப்பாகப் பார்த்துக்கொள்வாள். இவளை விட இரண்டு மடங்கு வயதான பெண்களெல்லாம் சுணங்கிவிடக்கூடும். ஆனால் உஜு ம்ஹ்ம்ம்! அவளது உணவும் அருமையாக இருக்கும். ஆகா என்ன வாசனை!'

சொல்லிக் கொண்டிருக்கும்போதே மணக்க மணக்க காட்டு சஞ்சீவி குழம்பை ஏந்தியபடி உஜு உள்ளே வந்தாள். உணவு அடங்கிய தாம்பாளத்தை, குழம்பு இருந்த மஞ்சள் நிற நெகிழிக்கலத்தை மேசையின் மத்தியில் வைத்துவிட்டு, நீரெடுத்து வருவதற்காக வந்தது போலவே சுவடின்றி மீண்டும் அடுக்களைக்குள் மறைந்தோடினாள். பெண்கள் இருவரும் கைகளைக் கழுவிவிட்டு உணவின் மீது பாய்ந்தனர். மாம்மா எகோ சொன்னது எதுவும் மிகையல்ல உண்மையே என்று குழம்பை விரல்களில் இருந்து நக்கியபடியே அறிவித்தாள் அமா.

'இத்தனை சுவையான காட்டு சஞ்சீவி குழம்பை என் வாழ்நாளில் நான் சுவைத்ததில்லை' நாளின் முதல் உணவுக்கான நன்றி மனதில் நிறையச் சொன்னாள் அமா. ஒரு துண்டுக் கருவாட்டைக் கையிலெடுத்து அதிலிருந்த சாறு முழுவதையும் நக்கிய பின் வாயில் போட்டுக் கொண்டாள். 'இந்த உணவு அமிர்தம்.' ஒரு பிடி காரியை உருண்டை பிடித்து அதைக் குழம்பில் முக்கி எடுத்தபடியே இது அப்படியொன்றும் உஜுவின் சிறந்த உணவென்று சொல்ல முடியாது என்று மறுதலித்தாள் மாம்மா எகோ.

'அடுக்களையில் அவள் ஒரு மேதை. இது அவளுடைய சுமார்தான். அவளைக் கட்டிக்கொள்ளப் போகிறவன் வீடு தாண்டிப் போக மாட்டான். வைரம் இவள். பொக்கிஷம். பனையோலையைக் கூட சுவையாக சமைப்பாள்.உண்மையாகவே சொல்கிறேன். வெறும் பாமாயிலும் நண்டும் வைத்து அற்புதமான ஜோலோஃப் சோறு சமைத்துவிடுவாள். சத்தியம்!' தாடையில் வழிந்த குழம்பை புறங்கையால் துடைத்தாள். உஜுவை அழைத்து குளிர்பதனப் பெட்டியில் இருந்து இரண்டு போத்தல்கள் கின்னஸ் எடுத்து வரச் சொன்னாள். அமா இதுவரை கின்னஸ்

அருந்தியது கிடையாது. பாதிரியார் சிரில் வீட்டில் மது தடை செய்யப்பட்ட பொருள்.

‘கின்னஸ் அருந்துவாய்தானே?’ மாம்ம்மா எகோ கேட்டாள். ‘ஆம். கின்னஸ் போதும்.’ சொன்னபடி பனிமூடிய அந்த போத்தலின் மீது பார்வை பதித்தாள் அமா. மாம்மா எகோ ஒரு குடுவையை எடுத்துச் சாய்த்து அதில் நிபுணரின் லாகவத்தோடு ஊற்றித் தந்தாள். மாணிக்கத் திரவம் அடியில் கிடக்க வெந்நுரைப் படலம் மேலே மிதந்தது. அமா முதலில் சிறிதளவு உறிஞ்சினாள். மெல்ல விழுங்கினாள். இன்னொரு முறை. முகம் மாறாமல் இருக்க முயன்றாள். கசந்தது. மலேரியாவைப் போக்க காய்ச்சி வடிகட்டிக் குடிக்கும் தொகன்யாரோ இலைகளைப் போன்ற சுவை. வாரக்கணக்கில் படுக்கையில் கிடக்க வேண்டுமா, எல்லாம் உனது நன்மைக்குத்தான் என்று சொல்லி அமாவை வற்புறுத்தி விழுங்க வைப்பாள் அன்னை ‘குடி. நல்ல பெண்ணல்லவா? முழுவதும் குடித்து முடி.’ கண்களை மூடிக்கொண்டு மூக்கைப் பிடித்துக்கொள்ளச் சொல்லி அன்னை வாய்க்குள் ஊற்றுவாள். ஆனால் இப்போது அவள் கண்களை மூடிக்கொள்ளவில்லை. மெல்ல குடுவையை விரல்களுக்கிடையே உருட்டினாள். அடியில் சில ஒளித்துணுக்குகள் கிடந்தன. இன்னொரு உருட்டு உருட்டி உதட்டில் வைத்து உறிஞ்சிக் குடித்தாள். ஏதொவொரு அற்புதத்தை வழிநெடுக வெளியேற்றியபடி அது தொண்டைக்குள் இறங்கியோடியது. மாம்மா எகோ நன்றியோடு பார்த்தாள். பக்தி குறித்த பிரக்ஞை ஏதுமற்றவளாய் முழுவதும் வாஞ்சையும், மகிழ்ச்சியும் நம்பிக்கையும் நிரம்பியவளாக, இருந்த அந்தப் பெண்மணியைக் கட்டியணைத்துக்கொள்ள விரும்பினாள் அமா. அவள் எனுகு தரத்தவறிய யாவற்றையும் தருபவளாக இருந்தாள்.

மாம்மா எகோ கணவரோ பிள்ளையோ இல்லை. ஒருவேளை அதனால்தான் அவள் இங்கே அனுப்பப்பட்டிருக்கிறாளோ என்று சிந்தித்தாள் அமா. அல்லது அமா ஏன் வீட்டை விட்டு வெளியேற வேண்டும் என்பது பற்றி ஏன் எதற்கு என்று கேள்விகளைக் கேட்காதவளாக அவள் இருப்பாள்

என்று தெரிந்துதான் அவளது அன்னை இங்கே அவளை அனுப்பி இருக்கிறாளோ? ஒருவேளை இதெல்லாம் ஏற்கனவே அவளுக்குத் தெரிந்திருக்கக்கூடும். பாதிரியார் சிரில் அவளது தந்தை அல்ல என்பதையும் கூட அவள் அறிந்திருக்கலாம். ஏதுமறியாதவளாக இருந்தது அமா மட்டும்தானா? குடும்பத்தில் மற்ற அனைவருக்கும் அவளது பெற்ற தந்தை குறித்த உண்மை தெரியுமா? மாம்மா எகோவுக்குக் கண்டிப்பாகத் தெரிந்திருக்கும். ஆனால் அமா கேட்கத் துணியவில்லை. ஒரு குடும்ப ரகசியத்தை உடைக்கும் நபராகத் தான் இருப்பதை அவள் விரும்பவில்லை. ஆனால், அது அவளை அரித்துக்கொண்டே இருந்தது. அதே வேளையில் மாம்மா எகோ அவளது மவுனத்தைப் பொருட்படுத்தாமல் இருப்பதை எண்ணி மகிழ்ந்தாள். ஏனோ எகோவுக்குத் துணை கிடைத்தது குறித்த திருப்தி தாண்டி, நடந்தவை பற்றி அறிந்துகொள்ள சிறிதும் விருப்பம் இல்லாதது போல்தான் இருந்தது. 'மக்கள் வழியும் நகரமான இந்த லாகோஸில் வீட்டுக்குள் வந்துவிட்டால் தனிமை பிடித்துக்கொள்ளும்.' பேருந்து நிலையத்தில் இருந்து வீடு நோக்கிய பயணத்தில் வாகனத்தில் வைத்து மாம்மா எகோ சொன்னதில் ஏதோ உள்ளர்த்தம் இருக்குமோ என்று தோன்றியது அமாவுக்கு.

மதிய உணவுக்குப் பிறகு பொருட்களை அடுக்கிவைத்துவிட்டுச் சற்று ஓய்வெடுக்கச் சொல்லி அவளது அறைக்கு அனுப்பி வைக்கப்பட்டாள் அமா. அவள் களைத்திருந்தபோதும் களைப்பில்லை என்று சொல்லி மறுத்தாள். அவள் என்ன எனுகுவில் இருந்து நடந்தா வந்தாள்? இல்லையே! ஆனால் மாம்மா எகோவிடம் அதெல்லாம் செல்லுபடியாகவில்லை. "போ, போய் ஓய்வெடு என் சகோதரி மகளே. நீண்ட தொலைவு பிரயாணம் செய்திருக்கிறாய்."

வயிற்றில் கொஞ்சம் உணவும் வசதியான படுக்கையுமாக உறங்கக் கிடைத்த வாய்ப்புக்காக மகிழ்ந்தாள் அமா. லாகோஸ் அவள் துவங்கக் காத்திருக்கும் ஒரு சாகசம். அதற்கு அவளுக்கு வலிமை வேண்டும். நிறையவே வேண்டும். அதைச் சுற்றியிருந்த

காற்றில், அடுத்தடுத்த வீடுகளில் இருந்து வந்த ஒலிகளில் அவளால் உணர முடிந்தது. புதிய திறப்புகள் நோக்கிய அவளது பயணங்களின் 'துவக்கமான மறுநாள் எப்போது வரும் என்று ஆவலாகக் காத்திருந்தாள். அமா மாம்மா எகோவுடன் அவளது விடுதிக்குச் சென்று அங்கே சமையலறையில் உதவி செய்வாள், சமைப்பாள், வாடிக்கையாளர்களுக்குப் பரிமாறுவாள். இருக்க இடமும் வாழ்வில் நிம்மதியும் தந்த மாம்மா எகோ கைம்மாறாக எதிர்பார்ப்பது இது மட்டும்தான்.

விடுதிக் கட்டிடம் சிறியதாக இருந்தது. *Mama Eko's cooking empire'* என்று பகட்டாகப் பெயர் வைக்கப்பட்டிருந்தது. பெயர் தாங்கிய விளம்பரப் பலகையும் பல கனமான உறுதிகளைப் பறைசாற்றியபடி தங்க நிறத்தில் ஒளிர்ந்தது. 'சப்புக் கொட்ட வைக்கும் சுவையான உணவு, ஒரு முறை முயன்றால் நம்புவீர்கள்!'

அந்த உறுதி வாசகங்களுக்கு அருகிலேயே நாக்கைத் தொங்கப் போட்டுக்கொண்டு ஒரு கிண்ணத்தில் இருக்கும் கிழங்கு மசியலை ஆசையோடு பார்க்கும் ஆணின் படமொன்று இருந்தது. கட்டிடத்தின் ஒட்டுமொத்த வாசலுக்கும் வரிசை கட்டியபடி கொடூரமான கள்ளிச்செடிகள் நின்றன. அவை கட்டிடத்தையே ஒளியூட்டுவதாக மாம்மா எகோ கூறினாள். பிள்ளைகளைப் பேணுவதைப் போல நீரும் அன்பும் போட்டு வளர்க்க வேண்டிய பூச்செடிகளுக்கு, இந்தக் கள்ளிச்செடிகள் எவ்வளவோ மேல் என்றாள். 'இவற்றை நினைவில் வைத்திருக்கிறாயா மறந்துவிட்டாயா என்றெல்லாம் இவை கவலைப்படுவதில்லை. தானாக வளர்கின்றன.'

லாகோஸில் அவள் தங்கியிருந்த பத்து மாதங்களும் அமா பின்பற்றிய வாழ்க்கை முறையின் அந்த மாறாத அழுத்தமான நடைமுறை ஒழுங்கு அவளுக்கு சலிப்பூட்டத் தொடங்கியது. திங்கள் முதல் வெள்ளி வரை ஒவ்வொரு நாளும் விடிகாலை ஐந்தரை மணிக்கு எழுந்து வேகமாகக் குளித்து உடுத்தி உணவு விடுதிக்குப் போக 'மொலுவே' (பெருநகரப் பேருந்து) பிடிக்க வேண்டும். ஏழு மணிக்கு சற்று முன்னர்தான் சென்று

சேர முடியும். சாவிக்கொத்து குலுங்க முதல் கதவைத் திறக்கவேண்டும். பாதுகாப்புக் கருதி போடப்பட்டிருக்கும் கள்வர்கள் புகமுடியாத நீல நிறக் கம்பிக்கிராதி கதவு அது. அதன் பிறகு மரக்கதவு திறக்கவேண்டும். பிறகு திரைச்சீலைகளை இழுத்துவிட வேண்டும். நாற்காலிகளைத் தூசி தட்ட வேண்டும். காலை உணவுக்காக ரொட்டிகளை நறுக்கி வைக்க வேண்டும். மாம்மா எகோ ஒரு மணி நேரம் கழித்து வருவாள். உஜு மதிய வேளையில் சரியாக வாடிக்கையாளர்கள் மதிய உணவுக்காக மொய்க்கத் தொடங்குகையில் வந்து சேருவாள். சனிக்கிழமைகளில் மாம்மா எகோவுடனும் உஜுவுடனும் சேர்ந்து உணவுப்பொருட்கள் வாங்க கடைகளுக்குப் போய் வந்தாள். ஞாயிறுகளில் ஓய்வெடுத்தார்கள். 'தேவாலயத்துக்கு நேரமாகிவிட்டது விரைந்து வா' என்பது போலான அவசரங்கள் ஏதுமில்லாத ஞாயிறுகள். செல்லமாய் வளர்க்கப்பட்ட பூனை போல கட்டிலில் சாய்ந்து கிடக்கலாம். அந்தச் சின்ன அடுக்களையில் உஜு நாவுக்கினியன சமைத்துக்கொண்டிருக்க, கொட்டாவி விட்டுக்கொண்டு தொலைக்காட்சி பார்க்கலாம். அவளது சமையல் வாசனையால் சுவையின் இன்பக் கடலில் ஆழ்ந்து போகும் மாம்மா எகோ, ஆகா ஓகோ என்றபடி அவள் அருமையான மனிதனைத்தான் திருமணம் செய்வாள் என்று சொல்வாள். இப்படி அருமையாகச் சமைக்கும் பெண் ஒரு அருமையான மனிதனுக்குத்தான் மனைவியாவாள். அது தான் உலக நடப்பு என்பாள்.

எனுகுவில் இருந்ததை விடவும் நல்ல வாழ்வுதான், அதை மறுப்பதற்கில்லை. ஆனால் கணிக்கக்கூடிய இந்த வாழ்க்கை, அந்தச் சிறிய வீடு, வீட்டிலிருந்து விடுதி, விடுதியிலிருந்து மறுபடி வீடு, என்று சுற்றிச் சுற்றி வந்த இந்த வாழ்க்கை, உலகைச் சுற்றத் துடித்த அவளது உயிரை மெல்லத் தின்னத் தொடங்கியிருந்தது.

வார நாட்களில் காலை வேளைகள் இலகுவாகக் கடக்கக் கூடியதாக இருக்கும். வாடிக்கையாளர்கள் பெரும்பாலும் வெண்ணெயிட்ட ரொட்டியும் தேநீரும்தான் கேட்டார்கள்.

அமா கண்ணை மூடிக்கொண்டு சரியாக ரொட்டியில் வெண்ணெயிடுவாள், பாலும் தேநீரும் கலந்து தருவதெல்லாம் சிறுபிள்ளை விளையாட்டு அவளுக்கு. நண்பகல் நேரம்தான் பரபரப்பாக இருக்கும். உணவுப் பண்டங்கள் கடினமானதாக, வாடிக்கையாளர்களின் தேவைகள் துல்லியமாக இருக்கும். அவர்கள் காலை முழுவதும் காலக்கெடுக்களைத் துரத்திக்கொண்டும், அவர்களின் அவசரக்கார மேலாளர்கள் சொல்வதைக் கேட்டுக்கொண்டும் அலுவலகங்களில் அடைந்து கிடந்து விட்டு மாற்றம் தேடி உணவு விடுதிக்கு வருகிறார்கள். அவர்களுக்கு ஃபுஃபு சரியான பதத்தில் இருக்க வேண்டும், சூப் மிகச் சரியாக இருக்க வேண்டும் இல்லை என்றால் புகார் வரும்.

“என்ன மாம்மா எகோ, இந்த ஃபுஃபுவுக்கும் தண்ணீர் பிடிக்கும் போல் இருக்கிறதே!”

“அமா சிஸ்டர், உங்கள் ஊரில் ஃபுஃபு இப்படித்தான் இருக்குமா? இதை எடுத்துக் குடிக்க வேண்டுமா?”

“இதென்ன ஏதாவது சிறுபிள்ளை சமைத்ததா? இப்படித்தான் உங்கள் சமையல் இருக்குமென்றால் இனி இந்தக் கடைக்கு நான் திரும்பி வரவே மாட்டேன்.”

“இன்றைக்கு உணவு நன்றாகவே இல்லை. இல்லவே இல்லை. ஒரே உப்பு.”

“இதென்ன சூப்பா அல்லது தண்ணீரா?”

“சூப்பில் இறைச்சித் துண்டுகளையே காணவில்லையே? நான் வேண்டுமானால் வந்து வெட்டி தரட்டுமா?”

அமாவும் மாம்மா எகோவும் மன்னிப்பு கேட்பார்கள். நல்ல உணவு தருவதாக வாக்குறுதி அளிப்பார்கள். உணவுத்தரத்தின் குறைக்கான காரணம் என்று, இந்த மாதம் இந்த நேரம் இந்தத் தட்பவெப்பம் என்று எதன் மீதாவது பழிபோடுவார்கள். கூடுதலாக ஒரு இறைச்சித்துண்டு, குடிப்பதற்கு ஏதாவதொரு

போத்தல் குளிர்பானம், இப்படி வாடிக்கையாளர்களை மகிழ்விக்கும்படியாக ஏதாவதொன்றைக் கொடுப்பார்கள்.

அமா வாடிக்கையாளர்களுக்காகக் காத்திருப்பாள். ஏனெனில் சில சமயம் அவர்கள் அவளது கனவுகளின் சிறு துகள்களை ஏந்தி வருவார்கள். மற்றபடி அவள் மறந்துவிடக் கூடியவற்றையெல்லாம் நினைவுபடுத்துவார்கள். எப்போதும் மனநிறைவெய்தி விடாமலிருக்க அவளைத் தயார்படுத்தும் விதமாக, மதிய உணவு இடைவேளையில் விலையுயர்ந்த கைப்பைகளை வீசிக்கொண்டு வங்கியில் இருந்து இளம் பெண்கள் உணவருந்த வருவார்கள். சில சமயம் அவர்கள்– ஆர்வமுள்ளவர்களாகக் காணப்படும், சூட்டும் டையும் அணிந்த- இளைஞர்களுடன் இணைந்தும் வருவார்கள். ஆனால் பெரும்பாலும் வாசனைத் திரவியத்தின் இனிய நறுமணத்தை, விடுதலையின் இனிய நறுமணத்தை உணவு விடுதி எங்கும் வாரியிறைத்தபடி, கச்சிதமாக ராவிய விரல் நகங்களின், விலையுயர்வான கூந்தல் நீட்டிப்புகளின் நேர்த்தியைச் சுமந்தபடி தனியாகத்தான் வருவார்கள். அமா அவர்களுடன் பேசுவாள். அமா எப்போதும் அவர்களுடன் பேசுவாள். அவர்களின் உணவுக்கான உத்தரவை திருத்தமான கையெழுத்து கொண்டு காகிதத்தில் எழுதிய பின்னரும் அவர்களையே சுற்றிக்கொண்டிருப்பாள். அவளை ஈர்த்திடும் அப்படியொரு வசீகரம் அவர்களிடம் இருந்தது.

“சகோதரி, உங்கள் சிகையலங்காரம் மிகவும் சிறப்பாகச் செய்யப்பட்டிருக்கிறது. எங்கே செய்து கொண்டீர்கள்?”

“ஓ! நன்றி. ஹெட்மாஸ்டர்ஸ். நான் எப்போதும் ஹெட்மாஸ்டர்ஸ் தான் போவேன்.”

சாயமிடப்பட்ட நகங்கள் கொண்ட விரல்களை உயர்த்தி கூந்தலைத் தொட்டு அது உண்மையிலேயே சிறப்பாகத்தான் இருக்கிறது என்று மறு உறுதி செய்து கொண்டு, அந்த அழகு நிலையங்களின் பெயர்களை அவர்கள் அறிவிக்கும்போது அவர்களின் கண்களில் ஒரு திருப்தியைக் காண முடிந்தது

அமாவால். ஹெட்மாஸ்டர்ஸின் சிகையலங்கார நிபுணர்கள் கோரிய மிக அதிகமான கட்டணத்தொகையை அவளால் கொடுக்க முடியாது. அவள் எப்போதும் சிறிய அறைகளும் ஓரிரு சிகையலங்கார நிபுணர்களும் கொண்ட, அறுபது நைராக்கள் கூலியாக வாங்கிய அழகு நிலையங்களில்தான் தன் சிகை நீட்டிப்பைச் செய்துகொள்வாள். இந்த இளம் பெண்கள் கூந்தலுக்கு மட்டும் ஆயிரக்கணக்கில் நைராக்களை அள்ளிவிடுவதை எளிதாகப் பேசுகிறார்கள். ஹெட்மாஸ்டர்ஸில் கிட்டத்தட்ட மூவாயிரம் நைரா கட்டணம் வசூலிப்பார்கள் என்று அவளுக்குத் தெரியும்.

அமா அவர்களுக்குப் பரிமாறுவாள். தட்டுகளை வாங்கி வைக்கும் பொழுது தன்னிச்சையாக அவர்களின் கரங்கள் அவளது கரங்களைத் தொட்டு விடுமானால் அவர்களின் நல்வாய்ப்பு அவள் மீதும் பாய்வதற்கான அறிகுறியாக அதை எடுத்துக்கொண்டாள். ஒரு நாள் அவளும் ஹெட்மாஸ்டர்ஸ் போன்றதொரு அழகு நிலையத்தின் வாடிக்கையாளராகும் வசதி பெறுவாள். அங்கே கைதேர்ந்த நிபுணர் ஒருவர் விலையுயர்ந்த கூந்தல் நீட்டிப்புகளை அவள் சிகையில் பொருத்திக்கொண்டிருக்கும்போது கைகளையும் கால்களையும் அழகு செய்து கொள்வாள்.

அந்தப் பெண்கள் உண்டு முடித்து அங்கிருந்து அகன்ற பின்னரும் அந்த அறையைச் சுற்றி வந்த அமாதான் வாழக்கூடிய வாழ்க்கையைக் கண்டாள். (அப்படியொரு வாழ்க்கை வாழ இந்தப் பெண்களுக்கு இருக்கும் உரிமை அவளுக்கும் இருக்கிறது, இல்லையா?) சேற்றில் கால் தடங்கள் போல, அவர்கள் ஏக்கத்தின் சுவடுகளை அங்கே விட்டுச் சென்றனர். அங்கிருந்து போக வேண்டும் என்று அமாவுக்குத் தெரிந்தது. ஆனால் எப்படி? தனக்குள் தானே இணைந்து கொண்டு, அவளைச் சுற்றிப் படர்ந்து நகர முடியாத அளவுக்கு அவளை இறுக்கிய அந்தக் கோடு, அந்த வட்டத்தை எப்படி உடைப்பது?

வழக்கமான வாடிக்கையாளர்களோடு நல்ல நட்பு பேணி வந்தாள் அமா. உணவுக்கும் பானத்துக்கும் இடைப்பட்ட

நேரங்களை அன்றைய நாள் குறித்த செய்திகளாலும் அவர்களின் வேலை குடும்பம் பற்றிய கேள்விகளாலும் இட்டு நிரப்பினாள். “உங்கள் மகனுக்கு இப்போது சரியாகிவிட்டதா? பாவம் பிள்ளை. டைபாய்ட் காய்ச்சல் பெரியவர்களையே படுத்தி எடுத்துவிடும்.” “அந்தப் பதவி உயர்வு உங்களுக்குக் கிடைத்ததா? ஆஹா! அப்படியென்றால் அதைக் கொண்டாட வேண்டுமே!” குறிப்பாக டெலே என்ற நபருடன் அவள் நல்ல நட்பாக இருந்தாள். அவன் எப்போதும் விலை உயர்ந்த ஆடைகள் அணிந்து வந்தான். அவளுக்கு டிப்ஸ் அதிகமாகத் தந்தான். மற்ற வழக்கமான வாடிக்கையாளர்களும் அவனை அறிந்து வைத்திருந்தனர். சில சமயங்களில் மற்றவர்களின் உணவுக்கும் பானங்களுக்கும் தானே பணம் கொடுக்க முன்வருவான். “மாம்மா எகோ, இன்று எல்லோரும் நீங்கள் உட்பட. உண்ணுங்கள். அருந்துங்கள். எல்லோருக்கும் செங்கோர் டெலே பணம் கொடுக்கிறேன்.” மேசைகளைத் தாண்டிக் கத்தும் அவனது குரல் மற்றவரைத் தாண்டி மாம்மா எகோ நின்று வாடிக்கையாளரைக் கவனிக்கும் முகப்பு மேசை வரை ஒலிக்கும். முகம் விகசிக்க, கைதட்டலையும் மற்றவர்களின் நன்றியையும் தலைகுனிந்து பெற்றுக்கொள்வான். அவர்களும் இன்னும் அதிகமாக இறைச்சி, இன்னொரு துண்டு மீன், இன்னொரு போத்தல் பியர் என்று கட்டளையிடுவார்கள். டெலே பணம் கொடுக்கிறான்.

ஒரு நாள் வழக்கத்துக்கு மாறாக அவன் காலை வேளையில் வந்தான். அவன் மட்டுமே ஒற்றை வாடிக்கையாளர். அவனை வரவேற்று உணவுக்கான உத்தரவைப் பெற அமா வந்தாள். “இன்று நான் உன்னுடன் பேச வேண்டும்.” அவனுக்கருகில் இருந்த மர நாற்காலியில் அவளை இழுத்து அமர வைத்தபடி சொன்னான்.

“இங்கே நீ எவ்வளவு காலமாக வேலை பார்க்கிறாய்? ஏழு மாதங்கள்? எட்டு மாதங்கள்? கிட்டத்தட்ட ஒரு பேறுகாலம். நீ அழகான பெண். இதைவிடச் சிறந்த வாய்ப்புகளுக்குத் தகுதியுள்ளவள் நீ. இதைவிடச் சிறப்பாக வாழ வேண்டுமா?’

அமா பதிலற்றவளாய் புன்னகைத்தாள். அவளுக்கு இதைவிடச் சிறப்பான வாழ்க்கை வேண்டும்தான். மீதமுள்ள வாழ்க்கையை சமையல் செய்வதிலும் உணவு பரிமாறுவதிலும் செலவு செய்ய அவளுக்கு விருப்பமில்லை. டெலே முதலாளியின் பேச்சு எந்தத் திசையில் செல்கிறது என்று கணிக்க முடியாததால் அவன் சொல்லவருவதைச் சொல்லி முடிக்கட்டும் என்று பேசாமல் இருந்தாள். அவனது மனைவி பற்றி அவளிடம் பலமுறை குறிப்பிட்டிருந்ததால் அவனுக்கு மனைவியாக வேண்டும் என்று கேட்கப்போவதில்லை. மேலும் அவன் தனது பெண் மக்களைப் பற்றியும் அடிக்கடி பேசுவதுண்டு. 'நல்ல அழகுச் சிறுமிகள்' அவர்களுக்கு வயது பதினொன்றும் பனிரெண்டும் என்று சொல்லியிருக்கிறான். 'எவனாவது என் மகள்களிடம் விளையாட நினைத்தால் அவனைத் தொலைத்துக்கட்டிவிடுவேன். அவனைக் கொன்றுவிடுவேன். கொசு நசுக்குவது போல நசுக்கிவிடுவேன். சத்தியம்!' தனது அச்சுறுத்தலை உறுதி செய்யும் வண்ணம் சுட்டுவிரலை நாவில் தொட்டு விட்டம் நோக்கிக் காட்டுவான். அவன் பேசுவதைக் கேட்கும் யாருமே அவனைச் சந்தேகித்ததில்லை. அவன் வைப்பாட்டி தேடுகிறானா? அப்படியிருக்காது என்று நம்பினாள் அமா. என்ன நடந்தாலும் - அவள் ரசிக்காத; ஆனால் மதிக்கின்ற முக்கியமானதொரு வாடிக்கையாளர் அவளை முயற்சிப்பது - அதுமட்டும் நடந்து விடவே கூடாது அவளுக்கு. அப்படி நடந்தால் அதை எப்படி எதிர்கொள்வது என்று அவளுக்குத் தெரியாது.

ஆனால் டெலே முதலாளி அந்த வழியிலேயே செல்லவில்லை.

"நிறைய பணம் சுலபமாகச் சம்பாதிக்க வேண்டுமென்றால் வெளிநாடு போகவேண்டும். ராண்டலில் இருக்கும் எனது அலுவலகத்துக்கு வந்து என்னைப் பார், நாம் பேசுவோம். ஆனால், இதுகுறித்து நீ தீவிரமாக இருந்தால் மட்டும் வா. இல்லையென்றால் உன் நேரத்தையும் என் நேரத்தையும் சேர்த்துக் கெடுத்துவிடாதே. புரிகிறதா?" முட்டியை தேய்த்துக் கொண்டு அவன் பேருருவை நாற்காலியில் இருந்து எழுப்பி நகர்ந்தான்.

“புரிகிறது டெலே முதலாளி” என்றாள் அமா.

“எனக்கு இன்றைக்கு உணவு வேண்டாம். பேசத்தான் வந்தேன்.” மீண்டும் ஒருவித தீவிரத்தோடு சொல்லிக்கொண்டான்.

அவனது முகவரி அட்டையை அவளிடம் தந்து மறுநாள் கடையடைத்த பிறகு அவனது அலுவலகத்துக்கு வந்து அவனைச் சந்திக்கச் சொன்னான். பெரும்பான்மை மக்கள் வெள்ளிக்கிழமைகளில் வீடுகளில் இருப்பதால் போக்குவரத்தும் அதிகம் இராது. எட்டு மணிக்கு அவனது அலுவலகத்தில் இருக்கலாம் என்று அமா நினைத்தாள். அது சரியாகவும் இருந்தது.

டெலேயின் அலுவலகம் அவனைப்போலவே அகலமாக இருந்தது. இதுவே இத்தனை பெரிதென்றால் இவனது வீடு எத்தனை பெரிதாக இருக்கும் என்று அமாவை வியக்க வைத்தது. அதன் அளவு - அவள் இங்கே வர எடுத்த முடிவு சரியான முடிவுதான் என்று நம்பிக்கை அளித்தது. தரைவிரிப்பின் ஆழம், பல நேர மண்டலங்களைக் காட்டிய சுவர்க்கடிகாரம், அவனது மேசையில் இருந்த மூன்று மெல்லிய அலைபேசிகள் இவை யாவும் ஆறுதல் அளிக்கக் கூடியதொரு நேர்த்தியை வெளிக்காட்டின. உற்சாகமான குழந்தைபோல டெலே அவனது மேசைக்குப் பின்னிருந்த நாற்காலியில் அமர்ந்து சுழன்றுகொண்டிருந்தான். “நீ வந்தது எனக்கு மகிழ்ச்சி.” அவள் கதவு தாண்டி உள்ளே நுழைந்த உடனே சுழன்றான். கன்னங்கள் சுருங்க புன்னகைத்தான்.

அன்று டெலேவுடனான சந்திப்பு இருப்பதால் வீடு திரும்ப காலதாமதம் ஆகும் என்று எகோவிடம் அமா சொன்னதும், மாம்மா எகோ அவளைப் போகக் கூடாதென்று சொல்லவில்லை என்றாலும், அந்தச் சந்திப்பில் அவளுக்கு விருப்பமில்லை என்பதைச் சொல்வதில் அவளுக்குத் தடை இருக்கவில்லை.

‘அவனை எதற்காகச் சந்திக்கப்போகிறாய் அமா? அவன் எதற்காக உன்னை வெளிநாட்டுக்கு அனுப்பவேண்டும்?

அவனுக்கு உதவி செய்ய உறவினர்கள் இல்லையா? லாகோஸ் பணம் படைத்த ஆண்களால், கனத்த பணப் பை கொண்ட பெரிய மனிதர்களால் நிறைந்திருக்கிறது. அவர்கள் மணலைப் போல நிறைந்து கிடக்கிறார்கள். ஆனால் அவர்களுக்கு அவ்வளவு பொருளும் எங்கிருந்து வந்தது என்று ஒருவருக்கும் தெரியாது. டெலே என்ன செய்கிறான்? யாருக்கு வேலை பார்க்கிறான்? வாரத்தில் ஐந்து நாட்கள் ஒரு வேளையாவது உணவு விடுதிக்கு வர நேரமிருக்கிறது அதே சமயம் விலை உயர்ந்த வாகனங்களில் சமீபத்தில் வந்த புதிய வகை ஆடைகள் அணிந்து வர முடிகிறது. ஒரு நாளைக்கு எத்தனை சடங்குக் கொலைகள் இங்கே நடக்கின்றன என்று தெரியுமா உனக்கு?'

ஒஜுலெக்பா மேம்பாலத்துக்கடியில் கிடைத்த மனிதத் தலைகள். பணம் பெருக்கும் சடங்குக்காக, பெனின் நகரத்தில் எங்கோ ஒரு ரகசிய இடத்திற்குப் பேருந்து நிறைய சிறு பிள்ளைகளைக் கடத்திச் சென்ற ஓட்டுநரைக் கையும் களவுமாகப் பிடித்த காவல்காரர். பையில் சிறுவனின் தலை ஒன்றை எடுத்துக்கொண்டு பேருந்தில் பயணப்பட்ட ஒருவர். வெறி கொண்ட மக்கள் கூட்டம் அந்த மனிதனை அடித்து உருக்குலைத்து 'டயர் மாலை' அணிவித்து எரித்துக் கொன்றது. பின் கைதட்டி ரசித்தது. இப்படிக் கோரக்கதைகளை ஒன்றன்மேல் ஒன்றாக அடுக்கிக்கொண்டே போனாள்.

"என் அக்குளைப்பார், மயிரே இல்லை (ஜுஜு எனும் நைஜீரிய மந்திரச் சடங்குகள் ஒருவரின் அந்தரங்க உறுப்புகளில் இருக்கும் மயிரை வைத்து அவர்களை மயக்கி வைக்க முடியும் என்று நம்பப்படுகிறது). நான் யாரையும் பழிசொல்லவில்லை. எதையும் செய்வதற்கு முன்னால் நன்றாக யோசித்துச் செய் என்கிறேன். ஒரு செயலைச் செய்வதற்கு முன் சிந்தித்துப் பார். நடப்பது என்னவென்று நன்றாக விளங்கிக்கொள். அவ்வளவுதான் நான் சொல்வது. அந்த டெலேவைப் பார், மற்ற ஆண்களெல்லாம் வேலையில் இருக்கும் நேரத்தில் இவன் கடைக்கு வருகிறான். உடல் முழுக்கத் தங்கமாய் அணிகிறான். நீ பெரியவள். உன் அறிவை பயன்படுத்தி நன்றாக யோசி" என்றாள் மம்மா எகோ.

“நான் நேரடியாக விஷயத்திற்கு வருகிறேன்”, எதிரே இருந்த நாற்காலியை அமாவுக்குக் காட்டிவிட்டு டெலே துவங்கினான். “நீ ஒன்றும் சின்னப் பெண் இல்லை. பெரிய பெண். எனக்கு என்ன தேவை என்பதை நான் சொல்லி விடுகிறேன். எனக்குத் தேவை பெண்கள். உன்னைப் போல அழகழகான பெண்கள். அவர்களை வெளிநாட்டுக்கு வேலைக்கு அனுப்புகிறேன். ஐரோப்பாவுக்கு. பெல்ஜியத்துக்கு.”

“என்ன மாதிரியான வேலை?” அமா கேட்டாள். ஐரோப்பாவுக்கு பெண்களை அனுப்பும்படியாக அப்படியென்ன வகை வேலையது? எல்லோருக்கும் இந்த நாட்டை விட்டு வெளியேற ஆசை. ஆனால் அப்படி பிறரை அனுப்புவதில் இவனுக்கு என்ன ஆசை? பல்கலைக்கழக பட்டப்படிப்போடு, இப்படி வெளிநாட்டுக்குச் செல்லும் ஒரு வாய்ப்புக்காக கை காலைக்கூட கொடுப்பதற்கு எத்தனையோ பேர் தயாராக இருக்கிறார்கள் என்று அமாவுக்குத் தெரியும். ஆனால், அமாவிடம் அதெல்லாம் கிடையாதே. மம்மா எகோ சொன்னதெல்லாம் மெல்ல அவளது சிந்தையின் ஓரங்களைப் பிளந்துகொண்டு எட்டிப் பார்த்தன. டெலேவைப் பார்த்தால் வெட்டி வீசப்பட்ட தலைகளுக்கு மத்தியில் உட்கார்ந்து மந்திரங்கள் ஓதும் மாயாவியின் மருள் தோற்றம் இல்லை என்றாலும், அவளது தலைமுறையின் பெண்களைப் போன்றே பீதி கிளப்புகிறவளாகத்தான் மம்மா எகோவும் இருப்பாள் என்று அமா முடிவுகட்டி இருந்தபடியால் மம்மா எகோவின் பேச்சை அவள் பெரிதாகக் கவனித்திருக்கவில்லை என்றுதான் நினைத்துக்கொண்டிருந்தாள். ஆனால் வியத்தகு வகையில் அவள் சொன்னதெல்லாம் மிகத்தெளிவாக நினைவில் வந்தது.

ஆழ்ந்து சிரித்தான் டெலே. அவளைச் சேர்ந்து சிரிக்க அழைக்கும் சிரிப்பு, அமா சேர்ந்துகொள்ளவில்லை.

“அழகழகான பெண்களை வைத்து என்ன வகையான வேலை வாங்குவேன்? துணி துவைப்பதா? குரூபிகள் போதுமதற்கு! எனக்கு அழகியர் வேண்டும். உன்னை விவரமறிந்த முதிர்ந்த பெண் என்று நினைக்கிறேன். என்னை ஏமாற்றப் பார்க்கிறாயே?”

வெள்ளி நிரப்பல்களோடு தெரிந்த பொருத்தமற்ற சிறு பற்களும் கருப்பு ஈறுகளும் தெரிய சத்தமாகச் சிரித்தான் அவன்.

அமா அவனைப் பார்த்தாள். “கேடு கெட்டவனே! என்னை யாரென்று நினைத்தாய்? என்னைப் பார்த்தால் வேசி மாதிரி தெரிகிறதா உனக்கு?”

டெலே சிரித்தான். “நான் உனக்கு உதவத்தான் நினைக்கிறேன். நீ என்னைத் திட்டுகிறாய். உனக்கு நல்ல வாழ்வு கிடைக்கும். இந்தக் குரலுக்கு இவ்வளவு கோபம் ஆகாது. சத்தியமாகச் சொல்கிறேன்!”

அவன் சிரிப்பதை வேடிக்கை பார்த்துக்கொண்டிருந்த அமாவின் செவிகளில் அவள் எதற்கும் உதவாத சோம்பேறி என்று பழித்த பாதிரியார் சிரிலின் குரல் ஒலித்தது. எச்சில் கூட்டி டெலேவின் முகத்தைக் குறிவைத்துத் துப்பினாள். அது குறி தவறி அவனுக்கு முன்னே இருந்த வெள்ளைத்தாளில் சொத்தென்று விழுந்தது. கண்கள் தீ உமிழ, வயிறு குலுங்க, தன் பெரும் கரத்தால் மேஜையை ஓங்கித் தட்டியபடி டெலே எழுந்து நின்றான்.

“இன்னொரு முறை... இன்னொரு முறை இப்படிச் செய்யாதே. என்னைப் பற்றி உனக்கு நன்றாகத் தெரியும். இதுபோல் இன்னொரு முறை நடந்துகொள்ளாதே. உன்னை எச்சரிக்கிறேன்.”

அமா சீறிவிட்டுத் திரும்பி நடந்தாள்.

அவளை என்னவென்று நினைத்துக்கொண்டான்? வளமான வாழ்வுக்கு அவள் ஆசைப்படுகிறாள்தான். ஆனால் அதற்காக இப்படி வாழ்க்கை நடத்தி வளம்பெற வேண்டாம்.

ஆனால்...

பொறு...

ஒருவேளை...

அப்படி இருந்தால்?

அதனால்?

அன்று இரவு அவள் உறங்க முயல்கையில் கொசுக்கள் காதுகளில் ரீங்காரமிட்டு அவளைத் தூங்கவிடாமல் வைத்திருந்தன. அவளால் உறங்க முடியவில்லை அதனால் சிந்தித்துக்கொண்டிருந்தாள்.

ஆனால். ஒருவேளை. அப்படி இருந்தால்? அதனால்? ஒரு இரவு முழுவதும் அவள் சிந்தித்துச் சிந்தித்து பின் சிரித்தாள். அனேகமாக அவள் பைத்தியமாகிக்கொண்டிருந்தாள்.

பாதிரியார் சிரில் அவருக்குத் தேவையானதை எடுத்துக் கொண்டார். எந்தக் கேள்வியும் இல்லை. தயவுசெய்து, இதை நான் செய்யலாமா? செய்யக்கூடுமா? எதுவும் இல்லை. அவள் தேவையில்லை என்றானபின் தூக்கி எறியப்பட்டாள். இனி முகமறியா மனிதர்கள் அவளை எடுத்துக்கொண்டு அவளது சேவைக்குப் பணம் தரப்போகிறார்கள். அது லாகோஸில் கூட இல்லை. எங்கோ கடல் கடந்த நாட்டில். அங்கே வசிப்பதே ஒரு மரியாதையைப் பெற்றுத்தரும். எப்படியும் லாகோஸின் இரவு விடுதிகள் வாசலில் நின்றுகொண்டு தெரிந்தவர் கண்ணில் மாட்டிவிடுவோம் என்கிற நிலை இல்லைதானே. பிறகென்ன?

மம்மா எகோ நல்லவள்தான். ஏறத்தாழ உண்மையான அன்னையைப் போல். ஒரு ஒழுங்கான வேலைக்குச் செல்லும் அன்னை. ஆனால் மம்மா எகோவால் அவள் கனவு கண்ட வாழ்வைக் கொடுக்க முடியாது. இந்த உணவு விடுதியில் வேலை செய்து சேர்த்து வைத்து அவள் தனியாகத் தொழில் தொடங்குவது எல்லாம் ஒருபோதும் முடியாது. பிறகென்ன?

இரண்டு நாட்கள் எடுத்துக்கொண்டாள். இரண்டு முழு நாட்கள். அதன் பிறகு டெலேவைப் பார்க்கச் சென்றாள். “நான் தயார்” தனது தேர்வு விருப்பத்தினால் நிம்மதியடைந்தாள்.

“என்ன?” டெலே குழப்பமாய்த் தலையசைத்துக் கேட்டான்.

“சரி என்கிறேன். நான் போகத் தயார் என்கிறேன்.”

“நீ போய் என்ன செய்வாய்? டெலே ஒரு வாய்ப்புக் கொடுத்தேன். நீ என்னை அவமானப்படுத்தினாய். நீ உன்னை என்னவென்று நினைத்துக்கொண்டிருக்கிறாய்?” ஒரு பத்திரிகையை எடுத்துப் பிரித்தான். அவன் முகம் அதன் பின்னே மறைந்தது.

“மன்னிப்புக் கேட்டுக் கொள்கிறேன் டெலே” கிடைத்த வாய்ப்பு நழுவிப் போகிறது என்ற தவிப்பில் அவளது குரல் கிசுகிசுப்பாய் வெளிப்பட்டது.

அவன் பக்கங்களைப் புரட்டினான். ஒருவேளை அவனுக்குக் கேட்கவில்லையோ. அதனால் மீண்டும் சொன்னாள். “மன்னிப்புக் கேட்கிறேன் டெலே ஐயா.”

“அதை நீயே வைத்துக்கொள். என்னைத் தொந்தரவு செய்யாதே. தயவு செய், இன்றைக்கும் அவமானப்பட நான் தயாரில்லை. என் அலுவலகத்தை விட்டு வெளியே போ.”

மறுமுறையும் மன்னிப்புக் கேட்டு விட்டாள். இன்னும் என்ன? முட்டி போட்டுக் கெஞ்ச வேண்டும் என்று எதிர்பார்க்கிறானா? அன்று அவளுக்கு என்ன வந்ததோ. மன்னித்துக்கொள். மன்னித்துக்கொள். மன்னித்துக்கொள்.மன்னித்துக்கொள். மிக எளிதாக எவ்வளவு முறை வேண்டுமானாலும் கேட்பாள். அவன் மனமிரங்கும் வரை கேட்பாள்.

ஆனால் இரு. அவளுக்கென்ன மான ரோஷம் இல்லையா? இல்லை. இன்றைக்கு இல்லை. அதனால்.

“மன்னித்துக்கொள்ளுங்கள் டெலே சார்.”

அவன் பத்திரிகையைக் கீழே வைத்தான். இரண்டு நாட்களுக்கு முன் அவன் அவளுக்குக் கொடுத்த வாய்ப்புத் தேடி எத்தனை பெண்கள் வரிசையில் நிற்கிறார்கள் என்று அவளுக்குத் தெரியுமா என்று கேட்டான்.

“மன்னித்துக்கொள்ளுங்கள் டெலே சார்.”

அவனது பெண்களில் ஒருத்தியாகக் கேட்டுக் கெஞ்சி எத்தனை பெண்கள் வருகிறார்கள் என்று அவளுக்குத் தெரியுமா என்று கேட்டான்.

“மன்னித்துக்கொள்ளுங்கள் டெலே சார். மன்னித்துக் கொள்ளுங்கள் சார்.”

அவன் நாற்காலியில் இருந்து எழுந்து மெல்ல நடந்து வந்து அவளைக் கட்டிக் கொண்டான்.

“நான் உன்னை மன்னிக்கிறேன். எனக்கு உன்னைப் பிடிக்கும். சத்தியமாகச் சொல்கிறேன். அதனால்தான் நீ அன்று என்னை அவ்வளவு அவமதித்தும் நான் உன்னை மன்னிக்கிறேன். நீ நெருப்பு.”

அவன் அவளை இன்னும் அருகில் இழுத்து அணைத்தான். அவனது காற்சட்டைக்குள் ஆண்குறி விறைப்பதை அவளால் உணர முடிந்தது.

“நீ போவதற்குள் நான் உன்னை ருசி பார்த்துவிடுகிறேன்!” அவன் சிரித்தான். அந்தச் சிரிப்பொலி அவனைப் பாதுகாப்பாக வைத்திருக்கும் அந்தச் சதுரமான அறையில் பரவியது. லாகோஸ் நகரமே இத்தகைய சிரிப்புகளால் நிரம்பியிருந்தது. சிரிப்பவரை எஃகு கூட்டுக்குள் பத்திரப்படுத்திவிட்டு கேட்பவரைக் காரணமற்று கீழ்மைப்படுத்தும் சிரிப்பு. அது கற்றுக்கொள்ளக்கூடிய சிரிப்பல்ல. முயன்று பெற்றுக்கொள்ள வேண்டிய சிரிப்பு. பணம், பதவி, புகழ் இவைதான் இத்தகைய சிரிப்பை உருவாக்குகின்றன.

“எனக்கு உன்னைப் பிடிக்கும். நான் ஒரு முஸ்லிமாக இருந்தால் உன்னை மணந்து கொள்ளலாம். ஆனால் நான் கிறிஸ்தவன். ஒருவனுக்கு ஒருத்தி” வருத்தத்தோடு அறிவித்தான். “ஆனால் நான் உன்னை ஒருமுறை ருசி பார்க்க வேண்டும். கண்டிப்பாக. சத்தியமாக” மீண்டும் சொல்லிக்கொண்டே ஜன்னலருகே சென்று திரைச்சீலைகளை இழுத்து மூடினான் டெலே. அமா அசையாமல் அவன் மேஜையருகிலேயே நின்றிருந்தாள். அடுத்து வருவதை அவள் உணர்ந்துகொண்டிருந்தாள். அவன் அவளது கையை இழுத்து அவனது காற்கவட்டில் வைத்து அழுத்திய போது அவள் கையை உதறவில்லை. பிடித்து அழுத்தினாள். டெலே நெடுமூச்செறிந்தான். அவள் கையை எடுத்தாள். அவன்

அவசரமாகத் தனது டகிஷி காற்சட்டையின் முடிச்சுகளை அவிழ்க்க அது கழன்று விழுந்து அவனது முட்டியில் தேங்கி நின்றது. "பார்! என்னை எப்படி நடுங்க வைத்திருக்கிறாய் பார். நீ நெருப்பு. பற்றிக்கொள்கிறாய். குட்டி டெலே உன் கவனம் வேண்டி எழுந்து நிற்பதைப் பார். சல்யூட் அடிக்கிறான்" அவன் உள்ளாடை அணிந்திருக்கவில்லை. அவன் அவளது கைகளை மீண்டும் எடுத்து காலிடுக்கில் வைக்கவும் அவள் பேசாமல் அவனது குறியைப் பிடித்து மெல்ல இழுத்துவிடத் தொடங்கினாள். வேகமும் அழுத்தமும் மெல்ல அதிகரித்தாள். டெலே தலையைப் பின்னுக்கு சாய்த்து நடுங்கும் குரலில் சொன்னான். "கெஞ்சிக் கேட்கிறேன். இப்போதே வரும்படி செய்துவிடாதே. கொஞ்சம் பொறு" அமா தனக்குள் மெல்ல சிரித்தபடி ஆண்குறியின் நுனியை மெலிதாய் கிள்ளிவிட்டாள். அவன் முனகியபடி கைகளால் அவளது மேலாடைக்குள் அலைய முயன்றான். அவள் மேலாடையைக் கழற்றினாள். அவன் ஒற்றைக் கையால் அவளது உள்ளாடையின் கொக்கிகளை நீக்கி முகத்தை அவள் முலைகளுக்கிடையில் புதைத்துக்கொண்டான். முனகியபடி அவளது பாவாடை நோக்கிக் கைகளை நீட்டினான். அமா இன்னும் அவனது குறியை விடவில்லை. ஒரு நீண்ட பெருமூச்சின் பின்னோடு அவளது கையிலேயே பீறிட்டுத்தெறிக்கும் வரை அவள் விடவில்லை. அவன் அவளது பாவாடையைக் கழற்றக்கூட அவகாசம் இருக்கவில்லை.

"நெருப்பு தான் நீ" இழுத்துச் சொன்னபடி புன்னகைத்தான் அவன். அவளும் புன்னகைத்தாள். அவளது எண்ணங்கள் ஏற்கனவே இங்கிருந்து வெகு தொலைவில்-அவளுக்கு அதிகப் பொருள் ஈட்டித் தரப்போகும், அவளது புதிய வாழ்வு நோக்கிச் சென்றிருந்தன. அதைக்கொண்டு தனக்கென ஒரு தொழில் சாம்ராஜ்யத்தை அவள் உருவாக்க முடியும். அவள் சமூகத்தில் பெரிய மனுஷியானதும் மக்கள் அவளுக்கு மரியாதை செலுத்துவார்கள், பாதிரியார் சிரில் உட்பட.

இந்தக் கனவுதான் ஆண்ட்வெர்ப்பில் அவளுக்குத் தூண்டுதலாக இருந்தது. அவளைப் பொறுத்தவரை அவளுடன் படுத்த

ஆண்கள் எல்லோரும், டெலேவைப்போல, அவளது கனவு நோக்கி அவளைச் செலுத்த உதவும் கருவிகளே. அவளது கனவு எல்லோரையும் ஏற்றுக்கொள்ளும்படி விசாலமானதாக இருந்தது.

ஒரு யூத குடும்பத்தின் மூன்று வயதுப் பெண் குழந்தையைப் பார்த்துக்கொள்ளும் ஆயா வேலைக்காக, அவளை டெலே ஐரோப்பாவுக்கு அனுப்புவதாக அமா சொன்ன கதையை மம்மா எகோ கொஞ்சமும் நம்பவில்லை. அதைச் சொல்லவும் செய்தாள். “நான் வெள்ளைக்காரர்கள் தேசத்துக்குப் போனதேயில்லை. ஆனால் உறுதியாகச் சொல்கிறேன். அங்கே குழந்தைகளைப் பார்த்துக்கொள்ளத் தேவையான தாதிகள் கிடைப்பார்கள் ஆப்பிரிக்காவிலிருந்து தருவிக்க வேண்டிய அவசியம் இருக்காது. சிந்தித்துச் செயல்படு. நான் சொல்லிவிட்டேன். அவ்வளவு தான்.”

“ஆப்பிரிக்காவிலிருந்து செல்லும் தாதிகள் விலை மலிவு மம்மா எகோ. வெள்ளைக்கார தாதிகள் அளவுக்கு அவர்கள் அதிகம் கேட்பதில்லை” அமா பதில் கொடுத்தாள். உடனே மம்மா எகோ அவளது பொய்யைக் கண்டுபிடித்து விடுவாளோ என்று கவலைப்பட்டாள்.

“அந்த டெலே மீது எனக்கு நம்பிக்கையே இல்லை. கொஞ்சம் கூட இல்லை. அவனுடன் பேசுவேன் சிரிப்பேன் அவன் கடையின் வாடிக்கையாளர். ஆனால் நம்பமாட்டேன். உன்னைப் போக விடாமல் தடுத்துவிடவே விரும்புகிறேன். ஆனால் நீ மன உறுதியோடு தயாராகி நிற்கிறாய். உன்னைத் தடுக்க முடியாதாகையால் எனக்கு ஒரு உறுதி செய்து கொடுத்து விட்டுப் போ. உன்னை நீ நன்றாகப் பார்த்துக்கொள்ள வேண்டும்.”

“பார்த்துக்கொள்வேன் மம்மா எகோ. நான் பெரிய பெண் மம்மா எகோ. என்னைப் பற்றிக் கவலை கொள்ளாதே.” இறுக்கமாய் சில அணைப்புகள் சில துளிக் கண்ணீரும் கூட. விமான நிலையம் நோக்கி அவள் கிளம்பும் தருவாயில் அவளது

கையில் சிறியதொரு தங்கச் சிலுவையை வைத்து அழுத்தினாள் மம்மா எகோ.

“கர்த்தர் எப்போதும் உன்னை வழிநடத்தட்டும்.” அமா மனம் நெகிழ்ந்தாள். இதுவரை யாருமே இப்படியானதொரு அக்கறையை அவள் மீது செலுத்தியதில்லை. தனக்கு நெருக்கமானவள் என்ற உணர்வைத் தந்ததில்லை. ஆனால் இந்த நெகிழ்வும் கூட அவளது புதிய வாழ்வு நோக்கிய ஊக்கம் நிரம்பிய எதிர்பார்ப்பைத் தடுத்து நிறுத்தப் போதுமானதாக இல்லை.

அவள் வந்து இறங்கியபோது ஆண்ட்வெர்ப் தன் வெதுவெதுப்பான கோடையின் கரங்களால் அவளை அணைத்து வரவேற்றது. அமா அதை எதிர்பார்க்கவில்லை. ஐரோப்பாவில் எப்போதும் குளிர்காலம் என்று நினைத்திருந்தாள். பிற்காலத்தில் அந்த 2000 ஆம் ஆண்டு கோடை காலம்தான் பெல்ஜியம் கண்ட மிகச் சூடான கோடைகளுள் ஒன்று என்று அறிந்துகொள்வாள். நீண்ட போலி மயிர்ப்பின்னல்களுக்கடியில் தலைமயிர் அரித்தது. கார்டுராய் கால்சட்டையும் அதற்குச் சரியான மேல் சட்டையும் அணிந்து வந்தது நினைத்து வருந்தினாள். அவை டெலேவின் பிரிவுஉபசாரப் பரிசுகள். விமானத்தில் அதிகம் குளிரும் என்றும் கார்டுராய் போல குளிர் தாங்கும் துணி வேறில்லை என்றும் சொல்லியிருந்தான். குளிரத்தான் செய்தது, அப்போது இந்தத் துணி தந்த வெதுவெதுப்பு நன்றாகத்தான் இருந்தது. ஆனால் இறங்கும் இடத்தில் சூடு இப்படி இருக்கும் என்று யாரும் அவளிடம் சொல்லியிருக்கவில்லை. இதுவரை கேட்ட எந்தக் கதையிலும் வெளிநாடு சூடு நிரம்பியதாக இருக்கும் என்று யாரும் சொன்னதில்லை. முன்பே தெரிந்திருந்தால் கையற்ற ஆடை அணிந்து வந்திருக்கலாம்.

இலகுவாக அவள் எதுவும் எடுத்து வந்திருக்கவும் இல்லை. எடுத்து வந்திருந்த ஆடைகள் எல்லாமே ஐரோப்பிய குளிருக்கு என்று சந்தையில் இரண்டாம் கையாக வாங்கிய கம்பளிச் சட்டைகளும் துண்டுகளும்தான். லாகோஸின் வெயில் போலவே தோலுக்கும் துணிக்கும் இடையில் தகித்த இந்தச்சூட்டுக்கு

அவள் கொஞ்சம் கூடத் தயாராக இல்லை.

“இப்போதைக்கு நான் ஏதாவது தருகிறேன்.” அவளுக்கு மதிய உணவு கொண்டு வந்த எஃபே என்ற பெண் முன்வந்தாள். “நாம் இருவரும் கிட்டத்தட்ட ஒரே அளவு தானே” நெற்றி வியர்வையைத் துடைத்தபடி அவள் சொன்னாள். சென்று மறைந்து பின்னர் ஒரு ஆடையோடு வந்தாள். “இந்த நீளம் சரியாக இருக்க வேண்டும். நீ என்னைவிட அதிகம் உயரம் இல்லை.”

“நன்றி” அமா அவள் தந்த தீற்றலாய்ச் சாயமேற்றிய நீள ஆடையைப் பெற்றுக்கொண்டபடி சொன்னாள். வண்ணங்கள் ஒன்றோடொன்று சிதறியோடிய அந்த ஆடை உண்மையில் அமாவின் பார்வையில் அழகற்றதாகத் தெரிந்தது.

அவளோடு அந்த வீட்டில் தங்கியிருந்த இன்னொரு பெண் அவளது பெற்றோர் பற்றிக் கேட்டபோது அவர்கள் இருவரும் வெகு காலம் முன்பே இறந்துவிட்டதாகச் சொன்னாள். தன்னைப் பிரசவிக்கும்போது அன்னை இறந்துவிட்டதாகவும் கொஞ்ச காலத்திலேயே வாகன விபத்தொன்றில் தந்தை இறந்து விட்டதாகவும் அதனால் இருவரையுமே அவள் அதிகம் அறிந்திருக்கவில்லை என்றும் சொன்னாள். ஒரு தாராள குணம் உள்ள சித்தி தன்னை வளர்த்ததாகச் சொன்னாள். இப்படிச் சொல்வதால் அவளது அன்னை பற்றியும் பாதிரியார் சிரில் பற்றியுமான தனது ஆழ்மன எண்ணத்தை வெளிப்படுத்தி இருக்கிறோமோ என்று பிற்பாடு வியந்து கொண்டாள். கட்டிலில் கிடந்தபடி, அவளது உண்மையான தந்தை குறித்து நினைத்துப் பார்த்தாள். கண்ணாடியில் தன் முகத்தை உற்று நோக்கியபடி அவளது அன்னையிடமிருந்து பெற்ற அம்சங்களாக அவள் எண்ணியவற்றைக் கழித்துக் கட்டிவிட்டு அவளது தந்தையின் முகம் எப்படி இருக்கும் என்று ஒவ்வொன்றாகப் பொருத்திப்பார்த்தாள். கிட்டத்தட்ட ஒட்டி ஒன்றாகக் கிடந்த புருவங்கள், ஐரோப்பியர்களை ஒத்த மூக்கு, மாதம் இருமுறையேனும் மயிர் வழிக்க வேண்டியிருந்த கால்கள் இவை யாவும் சந்தேகத்துக்கிடமின்றி அவள் அன்னையினுடையவை.

அப்படியென்றால் அவளது தந்தைக்கு: 1. சற்றே வளைந்த கால்கள். 2. வெளுத்த தோல், 3. நீண்ட கண் இமைகள்.

இது எந்த வகையிலும் அவளுடைய ஏக்கத்துக்கு வடிகாலாக இருக்கவில்லை. முகமறியா மனிதர்களின் முகங்களை தன் முகத்தோடு ஒப்புநோக்கிப் பார்ப்பதையும் நிறுத்தவில்லை. எட்டிப் பார்க்கும் வழக்கத்துக்கு வடிகாலாக இருக்கவில்லை. ஜாய்ஸ் அவளது தந்தை தனது லத்தியை அவளுக்கு விளையாட கொடுப்பார் என்று சொன்னதும், தன்னையும் தன் உண்மைத் தந்தை வளர்த்திருக்கலாமே என்று ஏங்கி வருந்தினாள். ஒருவேளை அவளுடைய வாழ்வு வேறுவிதமாக அமைந்திருக்கக்கூடும். ஒருவேளை அவள் அவரைக் கண்டுபிடித்திருந்தால் அவளது வாழ்க்கை மாறி இருக்கக்கூடும். ஆனால் அதை எப்படிச் செய்வது என்று அவளுக்குத் தெரியவில்லை.

பின்னாளில், சிஸி இறந்த பிறகு, அவளால் கண்டுபிடிக்க முடியும் என்ற நிலை வந்தாலும், யாராவது அவளுக்காக அவரைக் கண்டுபிடித்துக் கொடுக்க முடிந்தாலும், அவரைத் தேடக்கூடாது என்ற முடிவுக்கு அவள் வருவாள்.

ஒரு அன்னையின் அன்போடு மம்மா எகோ அவளை நேசித்தாள். அவளுக்கு அது போதும். பாதிரியார் சிரிலைப் பொறுத்தவரை அவள் தாயையும் ஏதாவது பாலத்தில் இருந்து இழுத்துக்கொண்டு குதித்துத் தொலைக்கட்டும், அவளுக்கு என்ன வந்தது?

சிஸி

வெளியுறவுத்துறை அமைச்சகம் இருந்த கட்டிடம், காலத்தின் துவக்கம் முதலே இருந்துவருகிற மாளிகை போலிருந்தது. அதைக் கண்டதும் சரவிளக்குகளும் கனமான திரைச்சீலைகளும் சீருடையணிந்த வேலையாட்களும் சிஸோமின் மனதில் தோன்றின. வெளியே பெரும் இரும்புக் கதவுகளுக்கு-லாகோஸில் பெருந்தட்டு மக்கள் வாழும் பகுதிகளில் பணக்காரர்களின் மாளிகைகளைக் காத்து நிற்கும் வகை இரும்புக் கதவுகளுக்கு-முன்னே சாரை சாரையாக எறும்புகள் போல வரிசையில் நின்றனர் மக்கள். அதிகமானோர் தம் ஜாக்கெட்டுகளுக்குள் புதைந்துகொண்டு காலருக்குப் பின் முகத்தை மறைத்துக் கொண்டு உளவாளிகளைப் போல நின்றுகொண்டிருந்தனர். வாகன நிறுத்துமிடத்தில் எங்கோ பயணம் செல்லத் தயாராக இருப்பவர்களைப்போல சிலர் பெட்டிகளோடு நின்றிருந்தனர், இன்னும் பலர் பெரிய பயணப் பைகளோடு இருந்தனர்.

தன் தலைக்குள் புக முயன்ற குரல்களைத் தடுத்து நிறுத்த முயன்றாள் அவள். முக்கியமாக அவளுடைய அன்னையின் குரல். தன்னால் ஏமாற்றமடைந்துவிட்டதாகச் சொல்லும்,

உண்மையிலேயே பணத்துக்காக உடலை விற்கத் தயாராகி விட்டாயா என்று அவளைக் கேட்கும் அந்தக் குரல். அதற்கு மாற்றாக தன் எதிர்காலத்தின் காட்சிகளைத் தலைக்குள் நிரப்ப முயன்றாள். அவளது தந்தைக்கு விலை உயர்ந்த வாகனம், இகோயியில் அவளது அன்னைக்கு ஒரு வீடு, அவளுக்கு குழந்தைகள். அவளது பெற்றோருக்கு இன்னும் வயதாகிவிடும் முன் அவர்கள் பெரிதும் கனவு காணும் பேரக் குழந்தைகள். அதைத் தருவதற்கு ஒரு நல்ல மனிதன், இத்தனையும் வாங்குவதற்குத் தேவையான அளவு பொருளீட்டிவிடக்கூடிய அவளது எதிர்காலம். அவள் சம்பாதிக்கக் கூடியதென்று அவள் கற்பனை செய்து வைத்திருந்த பணத்தின் அளவு, அவளது வாங்கும் திறனை எல்லையற்றதாகிவிடும். அவளது தந்தைக்கு அவர்களின் கிராமத்துக் குடித்தலைவர் பதவியைக் கூட வாங்க முடியும். அவரது வயதுக்குத் தேவையான மதிப்பையும் மரியாதையையும் அது பெற்றுத்தரும். ஊரில்தான் எல்லாமே விலைக்குக் கிடைக்குமே!

அவளும் வரிசையில் இணைந்தாள். நெஞ்சோடு ஒரு தோல் பையை இறுக்கிப் பிடித்தபடி நின்றிருந்த ஒரு நெடிய கருப்பு மனிதனுக்குப் பின்னே போய் நின்று கொண்டாள். அந்தத் தோல் பைக்குள் இருப்பதை உயிரைக் கொடுத்தாவது பாதுகாக்கத் தயாராக இருப்பான் போலிருந்தான் அவன். அவனது முகம் நாள்பட்ட தோல் வார் போலிருந்த போதிலும் என்றோ இருந்த அழகின் மிச்சம் இன்னும் அதில் தெரிந்தது. அது ஏதோவொரு ஆங்கிலத் திரைப்பட நாயகனை நினைவூட்டியது. அவள் பார்த்த ஒரு திரைப்படத்தில் வந்த ஏதோ ஒரு ஆப்பிரிக்க அமெரிக்க நடிகர். போய்டியர். சிட்னி போய்டியர்! அப்படித்தான் இருந்தான் அந்த மனிதன். அவனது கதை என்னவாக இருக்கும் என்று எண்ணி வியந்தாள். அவனிடம் கேட்க விரும்பினாள். ஆனால் அவனுக்கு ஆங்கிலம் தெரியுமா என்று தெரியாதே. அப்படியே தெரிந்தாலும் அவள் என்ன கேட்கக்கூடும்?

'நீங்கள் உண்மையானவரா? உங்கள் கதை என்ன? என் கதையைக்

கேட்கிறீர்களா? நாம் கதைகளை மாற்றிக்கொள்ளலாமா? என்னுடைய கதையையும் உங்களுடைய கதையையும்?'

நாவினால் பற்களைத் துழாவி சிறு துணுக்கு இறைச்சியை வெளியே தள்ளினாள். அது - முடிந்தால் அம்மாவுக்குப் பார்சல் அனுப்ப விரும்பிய, அவளது சுவையான காலை உணவை நினைவுபடுத்தியது.

வாய்க்குள் வழுக்கிக்கொண்டு ஓடிய வெள்ளை ரொட்டிகள், ஜாம், பன்றித் தொடைக்கறி, இரண்டு வேகவைத்த முட்டைகள், ரேஷனின் பால் இல்லாது நல்ல பால் கொண்டு தயாரித்த தேநீர்.

வரிசை மந்தகதியில் நகர்ந்தது. மக்கள் அமைச்சகத்தின் வாய்க்குள் நுழைந்து காணாமல் போவதைப் பார்த்துக் கொண்டிருந்தாள் சிஸி. இறுதியாக அவளது முறை. ஒரு புன்னகையோடு காவலாளி- நகரும் கண்ணாடிக் கதவுகளும் மர இருக்கைகளும் கொண்டு, லாகோஸின் புனித ஆக்னஸ் தேவாலயத்தை நினைவூட்டிய - ஒரு அறை நோக்கி அவளை அழைத்துச் சென்றார். அந்தக்காவலாளியின் புன்னகை அவளைப் பார்த்து எள்ளி நகைக்கிறதோ என்று வியந்தபடி அறைக்குள் நுழைந்தாள். அங்கே ஏறத்தாழ இருபது பேர் காத்திருந்தனர், அவர்களில் பெரும்பான்மையானோர் களைத்த முகங்களோடு காணப்பட்டனர். ஒரு இளம் வெள்ளைத் தம்பதிகளின் அருகே அமர முயன்றபடி அவர்களைப் பார்த்துப் புன்னகைத்தாள். அந்தப் பெண்மணி கட்டமிட்ட குளிர் சட்டையும் கருப்பு நிற டெனிம் காற்சட்டையும் அணிந்த ஒரு சிறுவனை, தன் காலருகே வைத்துக்கொண்டிருந்தாள். அவன் மூக்கொழுக சிணுங்கியபடி நின்றிருந்தான். அந்த அன்னை அவனிடம் ஏதோ சொல்லி தலையில் மென்மையாக முத்தமிட்டு கைப்பைக்குள் தோண்டி ஒரு பிஸ்கட் பொட்டலத்தை எடுத்துக் கொடுத்தாள். குழந்தை சிரித்துவிட்டு அவசர அவசரமாக பொட்டலத்தைப் பிரித்தான். தந்தை என்று சிஸி கணக்கிட்ட மனிதன் தன்னைச் சுற்றி நடப்பவற்றிலிருந்து தன்னை

விடுவித்துக் கொண்டவனைப்போல், நேரே வெறித்தபடி தனியொரு உலகத்தில் இருந்தான். அந்தச் சிறுவன் அவனது செந்நிற ஜாக்கெட் காலரை பிடித்து இழுத்த போது, திரும்பிப் பார்த்து ஒரு புன்னகை கூட செய்ய முடியாத அளவுக்கு அவனைப் பிடித்து இறுக்கி வைத்திருக்கும் அப்படியென்ன கனத்தை அவன் கழுத்தில் மாட்டிக்கொண்டு அலைகிறான் என்று வியந்தாள் சிஸி. அந்தச் சிறுவன் பிஸ்கட்டுகளை ஒன்றன் பின் ஒன்றாக வாய்க்குள் திணிப்பதையும், துண்டுச் சிதறல்கள் அவன் அன்னையின் மடியில் விழுவதையும் பார்த்துக்கொண்டிருந்தாள் சிஸி. அந்த அன்னை அவற்றைத் தட்டிவிடவில்லை. தனது சாம்பல் நிறப் பாவாடையில் அவை சேகரமாக விட்டுக்கொண்டிருந்தாள்: சாம்பல் நிற பாலியஸ்டர் மேகத்தில் பால் வண்ண துணுக்குகள்.

சிஸி தனது சிந்தனை முழுவதையும் அந்தச் சிறுவனின் சேட்டைகளைக் கவனிப்பதற்கு ஒப்புக்கொடுத்திருந்தாள். அப்போதுதான் அவளது குடும்பம் பற்றியோ பீட்டர் பற்றியோ நினைக்காமல் இருக்கலாம். அவனை விட்டு விலகி வருவது எளிதாக இருக்கும் என்று நினைத்திருந்தாள் - எப்படியும் அவர்கள் இணைந்ததொரு வாழ்க்கை இல்லைதானே - ஆனால் அவளது எண்ணம் எத்தனை தவறு என்பதை மெல்ல உணர்ந்து கொள்ளத் தொடங்கியிருந்தாள். கண்களை மூடியபோதெல்லாம் அவனைக் கண்டாள். பருக்களுக்கும் வெயிலுக்கும் என்று எப்போதும் அவன் பின் முதுகில் போட்டுக்கொள்ளும் பச்சைக் கற்பூர மணம் கமழும் பவுடர் வாசனையை, இப்போதும், இந்த அறையிலும் கூட அவளால் முகர முடிந்தது. அவர்களின் நெருக்கமான பொழுதுகளை எண்ணி பெரிதும் ஏங்கினாள். எண்ணம் சற்றுத் தடுமாறி அலைகையில் அவனைத் தவறவிட்டது தவறோ என்று தோன்றத்தொடங்கியது. கைக்கடிகாரத்தில் பார்வையை ஓட்டினாள். அதன் தோல்பட்டி தேய்ந்து வழன்று பல இடங்களில் கரைபடிந்து இருந்தது. வாங்க முடிந்த உடன் முதலில் ஒரு நல்ல கைக்கடிகாரத்தை வாங்க வேண்டும். அநேகமாக மெல்லிய தங்கப் பட்டியோடு கூடிய கைக்கடிகாரமாக அது இருக்கலாம். அவள் ஐரோப்பாவில்

இருக்கிறாள். எல்லாமே சாத்தியம்தான். அவள் தனக்குத் தானே சொல்லிக்கொண்டாள். அவள் ஒன்று அதிகமாக வாங்கி அவளது அன்னைக்கும் அனுப்பிவைக்கலாம். தங்கப் பிடி போட்ட கைக்கடிகாரத்தைச் சொந்தமாக்கிய அன்னையின் முகத்துப் பூரிப்பை கற்பனை செய்து பார்த்தாள்.

சிஸி ஒருபோதும் தங்கக் கைக்கடிகாரம் வாங்க மாட்டாள். அவளுக்காக. அவளது அன்னைக்காகவும் கூட. அவள் கடைகளுக்குச் சென்று தங்கக் கைக்கடிகாரங்களைக் காட்டச் சொல்லிக் கேட்பாள். அது. அடுத்தது. போட்டுப்பார்த்து அவை தனக்கு எடுப்பாக இல்லை என்று சொல்லி வைத்து விடுவாள். அவளது மணிக்கட்டைப் பெரிதாகக் காட்டுகிறது அது. அடுத்தது மிகவும் மெலிதாகக் காட்டுகிறது. அவளுக்கு நன்றாகப் பொருந்துவதாக புன்னகையோடு உறுதி தரும் விற்பனை பெண்ணின் குரலைக் கையசைத்து மறுதலிப்பாள். ஆனால் அது எதுவும் இப்போது அவளுக்குத் தெரியப்போவதில்லை.

சிஸி கண்களை மூடி முந்தைய இரண்டு நாட்களை மனதில் ஓட்டிப்பார்த்தாள். இதை எப்படியாவது செய்தே ஆக வேண்டும், தனக்குள் சொல்லிக்கொண்டாள். இனி திரும்பிப் போக வழியில்லை. வருத்தங்களுக்கு இடமில்லை. லாகோஸ் விமான நிலையத்தின் குப்பைத்தொட்டியில் பூசணிக்காயோடு சேர்த்து அவள் வீசிவிட்டு வந்த அவளது ஐயங்கள் யாவும் அவளைத் தேடிக் கண்டடைந்திருந்தன. அவள் அவற்றைப் புறக்கணித்தாள். அவளது எண் அழைக்கப்படுவது கேட்டு எழுந்தாள். சிறியதொரு அறைக்கு அனுப்பப்பட்டாள். எஃகு போல் இறுகிய பார்வை கொண்ட காவலதிகாரி காத்து நின்ற கதவைத்தாண்டிப் போகவேண்டி இருந்தது. அவனுக்கு நல்ல சுருள் கேசம். இமைப்பீலிகள் வரை அடர்ந்து தொங்கின. நீண்ட சோதனைக் கருவி கொண்டு அவளை சோதனை செய்யும் முன் முடியைப் பின்னுக்குத் தள்ளிவிட வேண்டியிருந்தது. கிளர்ச்சி அடையாத சலிப்படைந்த முகம் அவனுக்கு. சோதனையில் திருப்தியடைந்தவனாய் அவளைப் போக அனுமதித்தான்.

“வணக்கம் மேடம்”

“வணக்கம்”

அடுத்து அவளுக்கு முன் நின்ற மனிதன் அவளைப் பார்த்து மகிழ்ச்சியடைந்தவன் போல அகலப் புன்னகைத்தான்.

“முதலில் உங்களை ஒரு புகைப்படம் எடுக்க வேண்டும்.” அவளை ஒளிப்படக் கருவியின் முன் நிறுத்தியபடி சொன்னான். முன்புறம். பக்கவாட்டில். பின்னர் அவளது வலது கையைப் பிடித்து கைரேகைகளை எடுத்துக்கொண்டான். ஒவ்வொரு விரலாக, ஏதோ வரவேற்புச் சடங்கு போல ஒவ்வொரு விரலிலும் மை வைத்து, பின் ஒரு காகிதத்தில் விரல்களைப் பதித்து எடுத்துக்கொண்டான்.

கருத்த முடி கொண்ட இன்னொரு மனிதன் அவளை மற்றொரு அலுவலறைக்கு அழைத்துச் சென்று அவள் சொல்லச் சொல்ல அவளுடைய லைபீரியக் கதையைக் கேட்டுக்கொண்டான். அவள் எந்தச் சிறு தகவலையும் கூட விட்டுவிடாமல் பார்த்துக்கொண்டாள். ஆம். அவளது பெயர் மேரி ஃபெதர்வில் தான். ஆம், அவள் ஒரு மண்டிங்கோ. அவளது குடும்பம் கொல்லப்பட்டு அவளது தலைக்கும் விலை பேசப்பட்டிருக்கிறது. அவளுக்கு ஒரு டிஷ்யூ பேப்பர் கிடைக்குமா? அழுவதற்காக அவளை அவன் மன்னிக்க வேண்டும். ஆம், அவளது உயிர் ஆபத்தில் இருக்கிறது. இல்லை, ஒரு நாள் கூட லைபீரியாவில் உயிர் வாழ முடியுமென அவள் நினைக்கவில்லை. இல்லை, வேறு எந்த உயிருள்ள உறவும் அவளுக்கு இல்லை. இல்லை, அவளுக்கு பெல்ஜியத்தில் யாரையும் தெரியாது. அவள் சொல்லச் சொல்ல குனிந்து கணினியில் தட்டச்சு செய்து கொண்டிருந்த மனிதன் அவ்வப்போது இடைநிறுத்தி ஒரு தகவலோ உண்மையோ கேட்டுத் தெளிந்துகொண்டான். அவனது குரலில் பொறுமையிருந்தது. ஒரு முறை அவர்களது கண்கள் சந்திக்கையில் அவள் அவனது கண்களில் கண்ட ஏதோ ஒன்று, அவள் சொல்வதெல்லாம் பொய் என்று அவன் அறிந்திருக்கிறான் என்று அவளை நம்பச்செய்தது. இருந்தாலும்

அவள் நிறுத்தவில்லை. அவள் தன் கதையை உறுதியோடு பற்றிக் கொண்டிருந்தாள். ஆம். ஆம், அவள் மொன்ரொவியாவில் தான் பிறந்தாள். இல்லை, அவளது உயிருக்கு பயந்து அவள் அவசர அவசரமாக ஓடிவந்ததால் அவளிடம் பாஸ்போர்ட் இல்லை. அவளை கப்பலில் யாரோ ஒளித்து வைத்துக் கொண்டு வந்தனர். இல்லை, எந்தவிதமான அடையாளப் பத்திரமும் அவளிடம் இல்லை. இல்லை இல்லை, அவளிடம் ஓட்டுநர் உரிமச்சீட்டு இல்லை. அவளுக்கு வாகனம் ஓட்டவே தெரியாது. இல்லை, அவளிடம் பிறப்புச் சான்றிதழ் இல்லை. அவள் வீட்டில் இருந்து எதுவுமே எடுத்து வரவில்லை. அவள் உயிரைக் காப்பாற்ற ஓடிக்கொண்டிருந்தாள். இல்லை, குடும்பப் புகைப்படங்கள் இல்லை. அவளைத் தவிர வேறொன்றையும் வீட்டில் இருந்து எடுத்து வர அவளுக்குத் தோன்றவில்லை. அவளது பாதுகாப்பு பற்றி மட்டுமே அவள் சிந்தித்துக்கொண்டிருந்தாள். இல்லை, எந்தத் தேதியும் இல்லை. எந்தத் தேதிகளில் கொலை நடந்தது என்று சரியாகத் தெரியவில்லை.

இறுதியாக அவன் கணினியில் இருந்து நிமிர்ந்தான். தனது தலைமுடியைக் கோதிக் கொண்டான். ஒரு வாக்குமூலத்தை அச்செடுத்து அவளை அதில் கையொப்பமிடச் சொன்னான். அவளுக்கு ஒரு எண் தந்தான்.

“அறையில் சென்று காத்திருங்கள்” என்றான்.

ஸ்வார்டசுஸ்டர்ஸ்ட்ராட்

அமா இன்னும் பேசிக்கொண்டிருந்தாள்.

“நான் ஐரோப்பாவில் இருக்கிறேன். எனக்கான பணத்தை நானே சம்பாதிக்கிறேன். கொஞ்சம் சேர்த்துக் கூட வைத்திருக்கிறேன். என் மகிழ்ச்சிக்கு அது போதும். அங்கே பெரிதாக எந்த விதமான வாழ்வையும் நான் துறந்துவிட்டு இங்கே வரவில்லை. மம்மா எகோ ஒருத்தியை மட்டுமே நான் நினைத்து ஏங்கி உண்மையாகவே வருந்துகிறேன். நான் பொருளீட்டிய பிறகு, ஒரு நாள் திரும்பிச் சென்று அவளுக்கு ஒரு மாளிகை கட்டித் தருவேன். எனக்கு உன்னைப் போல குழந்தை இல்லை எஃபே. வரைமுறை இல்லாமல் நான் யாரையும் நேசிக்கவுமில்லை. அல்லது என்னை யாரும் அப்படி நேசித்திருக்கவும் இல்லை. மம்மா எகோவை ஓரளவுக்குச் சொல்லலாம்.” சிலுவையைப் பிடித்து இழுத்துக் கொண்டாள். அந்த இழுப்பில் ஒரு மென்மை தெரிந்தது.

“எனக்கென்று யாருமே இல்லை” ஜாய்ஸ் சொன்னாள். “இங்கே நான் ஜெயித்தால் அது எனக்காகத்தான்.”

“நாம் எல்லோரும் ஜெயிப்போம். அதில் எந்தச் சந்தேகமும் இல்லை. ஐரோப்பாவுக்கு வந்து விட்டு வெறும் கையோடு எப்படித் திரும்பிப் போவோம்? மோசமாக ஏதும் நடக்காமல்

கடவுள் பார்த்துக்கொள்வார்” எஃபே சொன்னாள். அவள் மீண்டும் சிஸி பற்றி நினைத்தாள்.

“பாவம் சிஸி, அப்படியொன்றும் அதிக காலம் இங்கே அவள் இருந்துவிடவில்லை’. அந்த எண்ணம் அனைவரையும் அடக்கிப்போட்டது. இந்த ஒன்பது மாதங்கள் என்பது, அவர்கள் ஐரோப்பாவுக்குக் கொண்டு வந்த கனவுகளில் எதையுமே நிறைவேற்றிவிட போதுமானதில்லை. சிஸியின் கனவுகளைப் பற்றிய அறிதல் பெரிதாக அவர்களுக்கு இல்லை என்ற போதிலும் அவளும் அவர்கள் அனைவரோடும் ஒத்த வேகமும் இலக்கும் கொண்டவள்தான் என்பதை அவர்கள் அறிவார்கள். சிஸி என்னென்ன திட்டங்கள் வைத்து எப்படியெல்லாம் அசகாய கோட்டை கட்டினாளோ? எதுவும் நடக்காமல் போய்விட்டது.

மேடம் எதுவும் சொல்லவில்லை என்றாலும் இன்று அவர்கள் வேலைக்குப் போக வேண்டும் என்ற எதிர்பார்ப்பில்லை என்பதை அவர்கள் அறிவார்கள்.

யாரும் இப்போது விங்கர்லிங்ஸ்ட்ராட்டுக்குச் சென்று கண்ணாடிக் காட்சிப் பெட்டி முன் நின்று, வாடிக்கையாளர்களைக் கவர - லேஸ் மேலாடைகளும் கிளர்ச்சியூட்டும் அரையாடையுமாக கவர்ச்சியான உள்ளாடை அணிந்து- நடைபயிலப் போவதில்லை. அவர்களின் அந்த வேலை மிகவும் கடினமான வேலை. துயரத்தை வைத்துக்கொண்டு செய்ய முடியாது. சிஸியின் மரணம் அவர்களின் ஆற்றலை எல்லாம் உறிஞ்சிக்கொண்டு அவர்களைத் துவண்டு விழும் பஞ்சு பொம்மைகளைப் போல் போட்டு வைத்திருந்தது.

கடந்து செல்லும் ஆண்கள் காண வேண்டும் என காத்துக் கொண்டு, அவர்களில் யாரெல்லாம் அதிக பணம் கொடுப்பார்கள், யார் யார் கொடுக்க மாட்டார்கள் என்று சிந்தித்தபடி நிற்பது பற்றி அவர்கள் அடிக்கடி பேசுவதுண்டு. கண்ணாடிச் சாளரங்களின் வழியாக அவர்கள் வெளியுலகின், குறிப்பான ஆண்களின் வாழ்வை கவனிப்பார்கள். தெரியாமல்

வழிதவறி இந்த ஸ்கிப்பர்ஸ்க்வார்டியெர் பகுதிக்குள் நுழைந்து விட்டவர்களை எளிதாக அடையாளம் கண்டுவிடலாம். கழுத்தில் புகைப்படக் கருவியைத் தொங்கவிட்டபடி அலையும் சுற்றுலாப் பயணியர், பெரும்பாலும் ஜப்பானியச் சுற்றுலாப் பயணியர். ஆண்ட்வெர்ப்பை அறியாமல், பழமையூறிய அதன் அழகில் மயங்கி, பெரும் தேவாலயத்தைக் கண்டு ஏமாந்து அலைந்துகொண்டிருந்துவிட்டு திடீரென்று அரைகுறை ஆடை அணிந்த பல நிறப் பெண்களின், ஒவ்வொரு நிறத்திலும் பல திண்மைகளில் இருந்த பெண்களின் அணிவகுப்பை முகத்துக்கு நேராகக் காண்பவர்கள். ஒரு முறை பார்த்து நம்பமுடியாமல் மறுமுறையும் பார்ப்பார்கள். வேகமாக. பின்னர் அந்தச் சாளரங்களின் பின்னிருக்கும் வாழ்வினால் தாம் கறைபட்டு விடக் கூடாதெனும் எண்ணத்தில் சங்கடத்தோடு நடந்து கடப்பார்கள்.

அங்கே ஏன் வந்திருக்கிறோம் எதற்காக வந்திருக்கிறோம் என்று நன்கு அறிந்தவர்களின் நடையில் ஒரு திமிர் துள்ளல் இருக்கும், கண்களில் ஒரு மினுக்கிடல் இருக்கும். அவர்கள் ஒவ்வொரு சாளரமாக நகர்ந்து மனதில் ஒரு முடிவெடுத்து, பின் இறுதிக்கட்ட விலை பேச வருவார்கள். தெரு ஒன்பது மணி சுமாருக்கு நிறையத் தொடங்கும். குழந்தைகளின் பிட்டம் போல மென்மையான மோவாய் கொண்ட முப்பதுகளில் உள்ள இளைஞர்கள் தம் அழகிய மனைவியரின் புகைப்படங்களை பர்ஸில் வைத்துக்கொண்டு ஆப்பிரிக்கப் பெண்களின் தொடைகளுக்கிடையில் சாகசம் தேடி வருவார்கள். இளம் சிறுவர்கள் வேகமாக வளர்ந்துவிட வேண்டுமென்கிற துடிப்பில் தமது கன்னிமையைத் தொலைக்க பெண் தேடி வருவார்கள். உறவுகளுக்கிடையில் இருக்கும் பிரம்மச்சாரிகள் பொறுப்பு தொல்லைகளற்ற பெண்ணின் இதம் தேடி வருவார்கள். புள்ளி விழுந்த தோலும் தொங்கிப்போன கன்னமும் உடைய முதிய ஆண்கள் காலம் தம் மீது கவிழ்த்திய தளர்ச்சியை மறக்க இளமையாக ஏதாவது கிடைக்குமா என்று எண்ணி வருவார்கள். விங்கர்லிங்ஸ்ட்ராட் எல்லா விதமான ஆண்களுக்குமான சாட்சியாக இருக்கும்.

பெண்கள் தங்கள் வாடிக்கையாளர்களைப் பற்றி அடிக்கடி விவாதித்துக்கொள்வார்கள். அவர்களை நல்லவர்கள் கஞ்சர்கள் என்று இரண்டு வகைமைகளில் ஏதாவதொன்றில் வகைப்படுத்திக் கொள்வார்கள். நல்லவர்களாகவும் இல்லாமல் கஞ்சர்களாகவும் இல்லாமல் இடைப்பட்ட ஆண்களைக் கண்டறிய அவர்களுக்குப் பொறுமையோ, உந்துதலோ அல்லது கற்பனையோ இருப்பதில்லை. எதியன் அப்படி ஒரு வாடிக்கையாளர்தான். எத்தனை ஜாடிகள் ஜெல் பயன்படுத்துவான் என்று இவர்கள் சதா ஊகித்தபடி இருக்க வசதியாக, ஜெல்லின் ஈரம் மினுமினுக்க பின்னுக்கு இழுத்து படிய வாரிய கேசமும் பூண்டு நாற்றம் கொண்ட புன்னகையும் கொண்ட எதியன்.

எதியன் தாராளமாகப் பணத்தைத் தருபவன். ஆனால் பார்த்தால் அப்படித் தெரியாது. காண்பதெல்லாம் உண்மையல்ல என்பதற்கு அவன் மிகச்சிறந்த உதாரணம். எதியன் அளவில் சிறியவன், அவனுக்குப் போதாத அளவில் இறுக்கமான காற்சட்டை அணிந்திருப்பான். அவனது பதினாலாவது வயதில் அணிந்த காற்சட்டை என்று எண்ணத் தோன்றுமளவு இறுக்கமான கால்சட்டை. அதை வைத்துப் பெண்கள் அவனது ஆணுறுப்பின் நிலை குறித்து கேலி பேசுவதுண்டு.

வளர்ப்புக் கோழிக்கு இரை போடுவது போல பணத்தை இடமும் வலமும் நடுவிலுமாய் விசிறியடிப்பவனிடம் இப்படியொன்றை எதிர்பார்க்க மாட்டோம். அவன் ஜாய்ஸின் வழக்கமான வாடிக்கையாளர்களுள் ஒருவன். அவன் அவளை ‘எதியனின் நுபியன் இளவரசி’ என்று அழைப்பான். ஜாய்ஸ்க்கு அவனைக் கண்டாலே ஆகாது. வரும்போதே அவளை ‘மம்மா’ என்று கத்தி அழைத்துக்கொண்டே வருவதும், பூண்டு நாற்றம் பிடித்த மூச்சோடு விரல்நகம் பதிய இடையைப் பிடிப்பதும் அவளால் பொறுக்கவே முடியாது. அவனது தலைமுடி ஜெல் அவளது தலையணையைக் கறையாக்கிவிடுவதால் ஒவ்வொரு முறை அவன் வந்து போனதும் அவள் அதைத் துவைத்து வைக்க வேண்டியதும் அவளால் பொறுத்துக்கொள்ள

முடியாது. இருந்தாலும் அவனைப் பார்க்கும்போதெல்லாம் புன்னகைப்பாள். அவள் வாழ்க்கை மாறிவிட்டதென்பதன் நினைவூட்டல் அது. அவளது நேசம் விற்பனைக்குரியது என்பதன் அடையாளம். எதியன் மற்ற வாடிக்கையாளர்களை விடவும் தனிதான். அவன்தான் அவள் விங்கர்லிங்ஸ்ட்ராட்டிலிருந்து வெளியேறவேண்டுமென்கிற அவளது விருப்பத்தின் தூண்டுகோல். முன்பு எத்தகைய மனுஷியாக இருந்தாள் என்று அவள் மறந்துவிட்டதையும் இப்படியே தொடர்ந்து இருந்தால் அந்தப் பழைய மனுஷியை அவள் மீண்டும் கண்டடையவே முடியாதென்பதையும் நினைவூட்டி அவன் அவளை பயங்கொள்ளச் செய்கிறான்.

ஜாய்ஸுக்கு இறந்தகாலத்தைப் பற்றி நினைக்கப் பிடிக்காது. அதற்குப் பதில் வருங்காலத்தில்- மேடத்தின் இந்த ஸ்தாபனத்திலிருந்து விலகிய பிறகு தனது வாழ்வு எப்படி இருக்கும் என்பதில்-கவனத்தைக் குவிக்க விரும்புகிறாள். ஆனால் இறந்தகாலம் ஒருபோதும் தொலைவில் இருப்பதில்லை. அது எப்போதும், நாம் எவ்வளவு முயன்றாலும், நம்மை விட்டு முழுமையாக விட்டுப்போவதில்லை என்பதை அவள் கண்டறிந்திருந்தாள்.

இறந்தகாலம் என்பது முந்திரிச்சாறு போல. பிசுபிசுவென ஒட்டிக்கொள்ளும். எதைக் கறைபடுத்தினாலும் அது நிரந்தரக் கறையாகிவிடும். அது எப்போதும் நம் முதுகுப்பின்னே மூச்சு விட்டபடி காத்துக்கொண்டிருக்கும். ஒரு சம்பவம், ஒரு சிறு நிகழ்வு, அவ்வளவுதான் அதன் தேவை, உடனே முன்னே வந்து நிற்கும். அப்படித்தான் இன்று. இன்னும் புதியதாக நம்பமுடியாததாக இருக்கும் சிஸியின் மரணமும் மற்ற பெண்கள் இதுவரை சொல்லாமல் மறைத்து வைத்திருந்த தம் கதைகளைச் சொல்லத் தொடங்கியதுமாக, ஜாய்ஸின் மனது, இங்கே வருவதற்கு முந்தைய பழைய வாழ்வு நோக்கி அவளைக் கூட்டிச் செல்கிறது. இடுப்பில் செருகிவைத்திருந்த கரித்துணியைப் பிடுங்கிக்கொண்டு சீறிக்கிளர்ந்து அறையைச் சுற்றி நடந்து சுவர்களைத் துடைக்கத் தொடங்குகிறாள்.

“ஜாய்ஸ் என்பது எனக்கு வைக்கப்பட்ட பெயரே இல்லை தெரியுமா? அது என் உண்மைப் பெயரில்லை. மேலும்... மேலும்... நான் நைஜீரியப் பெண்ணே இல்லை.” அமாவுக்கும் எஃபேவுக்கும் முதுகு காட்டியபடி நின்றிருக்கிறாள். கரித்துணி உக்கிர வட்டங்களில் சுழன்றுகொண்டிருக்கிறது. இம்முறை எஃபே அவளைத் தடுக்க முயலவில்லை. அமாவைப்போல அவளும் வெறுமனே வேடிக்கை பார்க்கிறாள்.

“நீ ஒரு நைஜீரியப் பெண் போல இல்லையென்று நான் எப்போதுமே நினைத்ததுண்டு” கடைசியில் அமா சொல்கிறாள்.

எஃபே சிரித்தபடி சொல்கிறாள் “இன்று பாவமன்னிப்புகளுக்கான நாள் போலிருக்கிறது. நீ யார் ஜாய்ஸ்? உண்மையில் நீ எங்கிருந்து வருகிறாய்?”

ஜாய்ஸ் சுவற்றிலிருந்து திரும்புகிறாள். பெண்கள் புறமாய்க் குனிந்து மேசையைத் துடைக்கிறாள். அவள் பேசத் தொடங்கும்போது, அவளது குரலில் அவர்கள் கேட்டுப் பழகிய கடுமை இல்லை. மாறாக ஒரு குழந்தையில் குரல் ஒலிக்கிறது.

“என் உண்மையான பெயர் அலெக்.”

அலெக் பெயரைக் கேட்டால் வீடடைதல் போல, வாழ்வின் துவக்கம் போல இருக்கிறது.

சிஸி

'அப்புறம்? எப்படிப்போனது? என்ன சொன்னார்கள்? ஏதாவது கொடுத்தார்களா?' அவளுக்காக சிகரெட்டும் கையுமாக மேடம் காத்திருந்த வரவேற்பறைக்குள் அவள் நுழைந்த உடனேயே கேள்விகள் வரிசையாக ஒன்றையொன்று விரட்டியபடி உருண்டு வந்து விழுந்தன.

மேடம் அன்று பச்சை நிறத்தில் காலணியும் மஞ்சள் நிறத்தில் தொளதொளத்த காற்சட்டையும் அணிந்து பெரிய மஞ்சள் சூரியனாக இருந்தாள். அவளது மஞ்சள், சுவற்றின் சிவப்போடு மல்லுக்கட்டுவதாக, கொஞ்சம் ரசக்குறைவாக இருப்பதாக சிஸிக்குத் தோன்றியது.

சிஸி களைத்திருந்தாள். அவளது கண்கள் வலித்தன. அது களைப்பினால் வந்த வலியா அல்லது முன்னே இருக்கும் பெண்மணி அணிந்திருந்த மஞ்சள் நிறம் தந்த வலியா என்று சொல்ல முடியவில்லை. உறக்கத்தை இவ்வளவு விரும்பியதில்லை அவள். அவள் வந்த போதிலிருந்து அவளது உலகமாகிவிட்டிருந்த அவளது அறையில் இருந்த கட்டிலுக்காக

ஏங்கத் தொடங்கியது மனது. இப்போது இது வேண்டாமே என்று மேடத்திடம் சொல்லலாமென்று நினைத்தாள். உறக்கம் அவளை ஆரத்தழுவிட அதற்குச் சரணாகதியாகும் சுதந்திரத்தை விரும்பினாள் சிஸி. மஞ்சளைத் தவிர்த்து மேடத்தின் முகத்தில் பார்வையைப் பதித்தாள். அது உணர்ச்சியற்றிருந்தது. அவளது பதில்களைக் கேட்க அவசரம் காட்டாத அதே சமயம் அடிபணியாமைக்குப் பழக்கப்பட்டிராத பெண்ணின் முகம் அது. சிஸி தன் கண்களை மேடம் விட்ட புகையின் வடிவங்களைப் பின்னே மேயவிட்டாள். புகை முகங்களை உருவாக்கி அவளை கேலி செய்தது. முதலில் அவளது அன்னையின் முகம். அடுத்து பீட்டரின் முகம்.

“இல்லை என்றார்கள். எனக்கு புகலிடம் கிடையாது என்றார்கள்.” சிஸி தனது கைப்பையைத்துழாவி ஒரு காகிதத்தை எடுத்துத் தந்தபடி சொன்னதை மீண்டும் மேடத்திடம் திருப்பிச்சொன்னாள். “இல்லை என்றார்கள்.”

“உங்கள் கதை எங்களுக்கு திருப்திகரமானதாக இல்லை. இந்தக் காகிதம் இன்னும் மூன்று நாட்களுக்குள் நீங்கள் இந்த நாட்டை விட்டு வெளியேற வேண்டும் என்று சொல்கிறது” என்று சொல்லி முத்திரையிடப்பட்ட ஒரு ஆவணத்தை அவள் புறம் நகர்த்தியிருந்தான் மேசைக்குப் பின்னிருந்த அதிகாரி. அதை சிஸி மேடத்திடம் கொடுத்தாள். இன்னும் மூன்று நாட்களில் அவள் லாகோஸ் போகவேண்டுமென்று இந்தக் காகிதம் கூறுமானால் அவள் எதற்காக அமைச்சகத்துக்குப் போனாள் என்று கேட்க விரும்பினாள்.

அவள் கையில் இருந்து காகிதத்தை வாங்கும்போது மேடத்தின் கையிலிருந்த தங்க வளையல் மினுங்கிச் சிணுங்கியது. காகிதத்தைப் படிக்காமலேயே மடித்துத் தனது கைப்பைக்குள் வைத்துக்கொண்டாள் மேடம். நிமிர்ந்து அவளைப் பார்த்தவள் சிஸியின் மனதிலிருப்பதைப் படித்ததுப் போலச் சொன்னாள், “இந்தக் கடிதம் இனி உனக்குத் தேவையில்லாதது. நீ தெரிந்து கொள்ளவேண்டியது என்னவென்றால் நீ இந்த நாட்டில் இனி

வேண்டப்பெறாதவர். நீ இங்கே இல்லை." சிகரெட்டில் ஒரு பெரிய இழுவை இழுத்து மேலே பார்த்தவண்ணம் புகையை வெளியிட்டாள். புகை கூரை வரை மிதந்து சென்று மறைந்தது.

மேடம் ஏன் புதிய பெண்களை எப்போதும் மாளிகைக்கு அனுப்பும் வழக்கத்தைச் செய்கிறார் என்று எண்ணி பின்னால் சிஸி வியப்பதுண்டு. அவர்களுக்குப் புகலிடம் கொடுத்துவிடுவார்கள் என்று உண்மையிலேயே எதிர்பார்க்கிறாளா? ஒருவேளை கொடுத்துவிட்டால் பிறகு?

மேடம் அரைக் கண்களை மூடி சிகரெட்டை ஒரு நீண்ட இழுவை இழுத்துப் பின் மெல்ல கண்களைத் திறந்தாள். அவளை மதிப்பீடு செய்வது போல, அவள் ஏதோ விலைக்கு வந்த பொருள் போல, கசாப்புக் கடைக்காரன் மேசையில் கிடக்கும் இறைச்சி அடுக்கு போல சிஸி மீது மெல்லத்தன் பார்வையை ஓட்டினாள். "இனி நீ எனக்குச் சொந்தமானவள். உனக்காக இதையெல்லாம் ஏற்பாடு செய்ய அதிகப்பணம் செலவாகியிருக்கிறது." உள்ளங்கை கவிழ இடதுகை விரித்து அறையிலிருந்த சோஃபாவை வீசிக்காட்டினாள், 'இதெல்லாம்' என்று சொல்வது அந்த சோஃபாவைத்தான் என்பது போல. வலதுகைச் சுட்டுவிரலுக்கும் நடுவிரலுக்கும் இடையே வாகாய்ப் பொருந்தியிருந்தது அவள் சிகரெட்டு. 'இனி, ஒரு கோபோ விடாமல் நீ திருப்பித் தரும்வரை,' சிகரெட்டால் அவள் புறம் சுட்டிக்காட்டி, "எங்களுக்கு நீ தரவேண்டிய ஒவ்வொரு செண்ட்டும் விடாமல் திருப்பித் தரும்வரை, உனது பாஸ்போர்ட்டை நீ திரும்பப் பெறமுடியாது. உன்னிடமிருந்து ஒவ்வொரு மாதமும் ஐநூறு யூரோக்களை எதிர்பார்க்கிறோம். அர்ப்பணிப்போடு வேலையில் கவனம் பதித்தால் இது உனக்கு எளிதுதான். ஆனால் சில சமயம் முடியாமல் போய்விடக்கூடும் என்பதை நாங்கள் புரிந்துகொள்கிறோம். அதனால் திருப்பிச் செலுத்த வேண்டிய குறைந்தபட்சத் தொகை நூறு யூரோ என்று வைத்திருக்கிறோம். ஒவ்வொரு மாதமும் நீ வெஸ்டெர்ன் யூனியனுக்குச் சென்று டெலேவுக்கு அந்தப் பணத்தை அனுப்ப வேண்டும். ஏதாவது ஒரு மாதம் நீ பணத்தைச்

செலுத்தாமல் போவாயானால்...” மிரட்டல் முடிக்கப்படாமல் அச்சுறுத்தியபடி தொக்கி நின்றது. இடதுகை மோவாய்க்கடியில் இருந்த மயிர்ச்சுருளை பிடுங்கிக்கொண்டிருந்தது. திடீரென்று பின்னுக்குக் கைவிட்டு அவள் அமர்ந்திருந்த இருக்கைக்குப் பின்னிருந்து ஒரு நெகிழிப்பையைக் கொணர்ந்து சிஸியின் முன்னால் போட்டாள்.

‘இதோ. உன் பணி உடைகள். இன்று நீ வேலையைத் துவக்குகிறாய்.’ பிறகு ஒரு கை சொடுக்கலில் அவள் முறையாக வெளியேற்றப்பட்டாள்.

அவளது அறையில் துணிப்பையைத் தரையில் கடாசிவிட்டு கட்டிலில் விழுந்தாள் சிஸி. அவளது பணி ஆடை என்னவென்று பார்ப்பதற்குப் போதுமான கால அவகாசம் இருக்கிறது. தற்போது ஆர்வத்துக்கான அவளது செயல்திறனுக்கு களைப்பு தடை போட்டது. சிறிது ஓய்வெடுக்க முடிந்தால் நன்றாக இருக்கும் ஆனால் அவள் விரும்புகிற பொழுதுகளில் உறங்கக் கடினமாக இருப்பது அடிக்கடி நடப்பதுதான். உடலைத் தளர்ந்து போகச் சொல்லி கட்டளையிட்டுப் பார்த்தாள்.

ஓய்வுகொள்ளுங்கள் கால்களே, கட்டளையிட்டாள். கால்கள் துடித்தன. ஓய்வுகொள்ளுங்கள் கைகளே. கைகள் தாமாக மடிந்து தலைக்கடியில் பதுங்கின. ஓய்வெடுங்கள் கண்களே. கண்களை மூடிக்கொண்டாள்.

ஓய்வெடு மனமே. அவள் ஒவ்வொரு மாதமும் கட்ட வேண்டிய தொகை தலைக்குள் எதிரொலித்துக்கொண்டிருந்தது. ஐநூறு யூரோக்கள். ஐநூறு. ஐநூறு.ஐநூறு. ஐநூறு. புரண்டு புரண்டு படுத்தாள். கைகளைத் தொடைக்களுக்கிடையே கொடுத்தபடி ஒருக்களித்துப் படுத்தாள், கண்கள் இன்னும் மூடியிருந்தன. ஐநூறு. ஐநூறு. ஐநூறு. ஐநூறு.

ஐநூறு யூரோ என்பது மிக அதிகமான தொகை. அதை நைராவுக்கு மாற்றிக் கணக்கிட்டால் இன்னும் அதிகமாகத் தெரிந்தது. அவளது முதல் தேர்வாக இருந்த வங்கியில்

வேலை பார்த்திருந்தால் கூட அவ்வளவு பெரிய தொகையை ஒரு மாதத்தில் பெற முடியாது. அவளது தந்தையின் ஊதியத்தைப்போல ஐந்து மடங்கு தொகை. அவ்வளவு தொகையை அவள் திருப்பிச் செலுத்த வேண்டுமென்று எதிர்பார்க்கப்பட்டால் கண்டிப்பாக அதைவிட அதிகமாக அவள் சம்பாதிக்க முடியும் என்றுதானே பொருள்? எவ்வளவு அதிகம்? அவளால் நினைத்துப் பார்க்க முடியவில்லை. அவளது கனவுகள் மெய்ப்பட்டுவிடும் தொலைவுக்கு வந்துவிட்டன. தங்க நகைகள், பெற்றோருக்கு வீடு, சொகுசு வாகனம். அர்ப்பணிப்பு மட்டும்தான் தேவை என்றால் அது அவளிடம் இருக்கிறது.

இன்றிலிருந்து பல மாதங்களுக்குப் பிறகு வெறும் அர்ப்பணிப்பு மட்டும் போதாது, அவளிடம் இல்லாத எதையும் தாங்கும் தன்மை தேவை என்பதை அவள் கண்டறிவாள். ஒருவேளை அவளது முதல் நாள் கனவு அதைப் பற்றியதுதானோ என்று அவள் எண்ணிக்கொள்வாள்.

அலெக்

அவளுக்கு அவளது பாட்டியின் பெயர் சூட்டப்பட்டிருந்தது. அவளைப்போல உயரம். கம்பீரம். மெருகேற்றியது போல பளபளத்த கருமையான தோல். தனக்குப் பெயர் தந்தவளை நேரில் கண்டதில்லை அலெக். அந்தக் கிழவி அலெக் பிறக்கும் முன்னரே வெறிபிடித்த நாய் ஒன்று கடித்து இறந்து போயிருந்தாள். ஆனால் அவளுடைய நினைவுகள் புகைப்படங்கள் வழியாக வீடெங்கும் உயிர்ப்போடு மீந்திருந்தன. அவள் பற்றிச் சொல்லப்பட்ட கதைகளின் வழியாக (ஒவ்வொரு ஆணும் அவளைத் தன் மனைவியாக்கிக்கொள்ள நினைத்தான், அவளுடைய அழகு இணையற்றதாக இருந்தது, அவள் நடந்துகொண்ட விதத்திற்கு அவள் அரசியாக இருந்திருக்கலாம்.) அவளது பேத்திக்கு வைக்கப்பட்ட பெயரின் வழியாக, நாய்கள் மீதான அக்குடும்பத்தின் முழுமையான பயம் மற்றும் வெறுப்பின் வழியாக அவள் நினைவுகள் வாழ்ந்திருந்தன.

அலெக் அந்தப் பளபளக்கும் கருமையைப் பெற்றிருந்தாள். அந்தப் புராண அழகைப் பெற்றிருந்தாள். அந்த உயரத்தை, அடர்நிறங்கொண்ட இதழ்களைப் பெற்றிருந்தாள். ஆனால், அந்தப் பகட்டு நளினம் அவளுக்கு அமைந்திடவில்லை. அவளது பாட்டியின் தோற்றமும் தன்மையும் அவளுக்கு வந்து சேராமல் நழுவிச்சென்றிருந்தன. அதற்கு மாற்றாக ஆணியல்பு அவளுக்கு வாய்த்திருந்தது. அது அவளது

அன்னைக்கு வருத்தமும் ஏமாற்றமும் அளித்தது. ‘கால்பந்து ஆடக்கூடாது அலெக். அது பெண்ணுக்கு லட்சணமல்ல. அவொலெட் விளையாடிக்கொண்டே உட்கார்ந்திருக்காதே. அது ஆண்கள் மட்டும் செய்வது. இப்படிக் காலை விரித்துக்கொண்டு உட்காரக்கூடாது அலெக். கூடாது. கூடாது. கூடாது. கூடாது. சில சமயம் இந்தக் கூடாதுகள் எரிச்சல் மிகுதியோடு அலறலாக அவள் மீது பாயும். சில சமயம் மெல்லிய கிசுகிசுப்பாக; தன் மகளை வேறு விஷயங்களை நோக்கித் திருப்ப முயலும் பாவப்பட்ட அன்னையொருத்தியின் பரிதாபக் கெஞ்சல்களாக வந்தடையும். பசுக்களிடம் பால் கறக்க உடன் அழைத்துப்போவாள். அடுக்களையில் அவளுக்கு வேலை தருவாள். ஆனால் அலெக்கின் கண்கள் வேறெங்கோ இருக்கும். பசுவின் மடி அவளுக்கு சலிப்பைத் தரும். அடுக்களையைப் பொறுத்துக்கொள்ளவே முடியாது.

பனிரெண்டு வயதில் மாதவிடாய் வந்தபோது அவளைத் தனியே அழைத்துச்சென்ற அவளது தாயார், பையன்கள் அவளிடம் செய்யக்கூடாதவை என்று ஒரு பட்டியல் தந்தாள்.

“அவர்களைத் தொட விடக்கூடாது.”

“ஏன்? தொடுவதில் என்ன தப்பு இருக்கிறது அம்மா?” அவளுக்கு வெளியே போக அரிப்பெடுக்கத் தொடங்கியிருந்தது. அந்தப் பொல்லாத அஜக் இந்நேரம் தவ்வாட்டக்கயிற்றில் சாகசம் காட்டத் தொடங்கியிருப்பாள். ஆனால் அலெக் வாரம் முழுக்கப் பயிற்சி எடுத்திருந்தாள். அஜக்கை விட அவளால் நன்றாக குதிக்க முடியும். அஜக்கின் முகத்துக்கேலியைத் துடைத்தெறிய துடித்துக்கொண்டிருந்தாள் அலெக். அவளது ‘அசிடா’ (களி) உண்டு முடிக்கப்படாமல் இருந்தது. அவளுக்குப் பசியே இல்லை. அதை உண்ணப்பிடிக்கவும் இல்லை.

“அப்படித் தொடுவதைச் சொல்லவில்லை” அம்மா முக்காலியில் நெளிந்தாள். இதை எப்படிச்சொல்வது? எப்படித் தெளிவுபடுத்துவது? நெளிந்தாள், “அதாவது வேறு மாதிரித் தொடுவது.”

“வேறு மாதிரி என்றால்?”

“உன்னை அம்மணமாகப் பார்க்கவிட்டுவிடாதே. சரியா?”

“அது ஒருபோதும் நடக்காது!” அவள் ஏன் ஒரு பையன் தன்னை அம்மணமாய்ப் பார்க்க விரும்பப்போகிறாள்? என்ன மாதிரி சிந்தனை இது? ஏன் இந்த அம்மா இப்படியெல்லாம் யோசிக்கிறாள்?

அம்மா சிரித்தாள். அவள் முகத்தில் நிம்மதி வழிந்தோடியது. “ஆண்களைத் தன்னை ஆடையில்லாமல் பார்க்க அனுமதிக்கும் பெண்கள் நல்ல பெண்கள் இல்லை. அவளை மணக்க யாரும் பசு கொடுக்க முன்வர மாட்டார்கள். உன்னை மணக்கப்போகிறவனுக்காக உன்னை நீ பத்திரப்படுத்திக்கொள். முதலில் திருமணம். அதற்குப்பிறகு தான் தொடலாம். என் மகளே, நல்ல பெண்ணாக இரு. சத்தியம் செய்து கொடு.”

“நான் நல்ல பெண்ணாக இருப்பேன் அம்மா. சத்தியம்.” அலெக் சொல்லிவிட்டு எழுந்து கொள்ளப்போனாள். ஆனால் அம்மா தடுத்து அமர்த்தினாள்.

“உன் உணவு. அதை உண்டு முடி.” அலெக் முனகினாள்.

★★★

அது மார்ச் மாதம். நிலம் வறண்டு புழுதியோடிய காலம். குளிரினால் என்னால் உறங்க முடியாமலிருந்த ஒரு இரவு. அத்தோடு நாங்கள் தாருவில் இருந்த அகதிகள் முகாமுக்குக் கிளம்பிக்கொண்டிருந்தோம். அலெக்கின் தந்தை ந்யோக், எப்படியாவது கர்தூம் அருகே குடிபெயர்ந்துவிட நினைத்திருந்தார். அங்கிருந்து எப்படியாவது அமெரிக்காவுக்கோ இங்கிலாந்துக்கோ குடிபெயர்ந்துவிட வேண்டும். எனக்குப் பதினைந்து வயது. எனக்கு ஊரை விட்டு வரப் பிடிக்கவில்லை.

அடுப்பில் இருந்த உணவைப் பொருட்படுத்தாமல், அடுக்களை வகுப்பறையல்ல என்றும் உணவைக் கருகவிடுகிறவளைக் கட்டிக்கொள்ள எவனும் பசு தர மாட்டான் என்றும் அன்னை

பாடிய வசவுகளைப் பொருட்படுத்தாமல் அவள் அடுக்களைச் சுவற்றில் தான் எழுதக் கற்றுக்கொண்டாள்.

பெரும்பான்மையாக தின்கா இன மக்கள் வசித்த அந்த நகரத்தைக் காவல்புரிந்து வந்த சூடான் மக்கள் விடுதலைப்படை பின்வாங்கிக் கொண்டிருந்தது. சூடான் மக்கள் விடுதலைப் படைப்பிரிவினரை அழித்தொழிக்க, நகரத்தில் தின்கா இனத்தினரை துடைத்தெரிய தாரு நோக்கி ஜன்ஜவீத் படைத்துருப்புகள் வருவதாகஃ செய்தி வந்துகொண்டிருந்தது. மக்கள் காணாமல் போகத்தொடங்கியிருந்தனர். அதிகப் பொருட்களில்லாமல் பயணம் செய்ய வேண்டியிருக்கும் என்றார் ந்யோக். அலெக், அவளது தம்பி அடெர், அவளது பெற்றோர் ந்யோக்கும் அபியுவுமாக நான்கு பேர். இத்தனை பேரும் வழியில் யார் வண்டியிலாவது இடம் பிடித்து பயணிப்பதென்பது முடியாது.

எனக்கு கர்தூமுக்குச் செல்லப் பிடித்திருந்தது. அது வேறு உலகம். உயரமான கட்டிடங்கள், நிறைய நிறைய கார்கள், கைகளிலும் கால்களிலும் மருதாணியிட்ட பெண்கள். அந்த நேர்த்தியான வடிவங்கள் அவளை ஈர்த்தன. அவற்றுக்கெனத் தனி உயிர் இருப்பது போலிருக்கும். அவை நகரும். மேலெல்லாம் மருதாணி இட்டுக்கொண்டால் எப்படியிருக்குமென்று அலெக் நினைத்துப்பார்ப்பாள் (ஆனால் நகக்கண்களின் புறத்தோல்களில் மட்டும் பட்டுவிடக்கூடாது. அது மருதாணியின் அழகையே கெடுத்துவிடும். ஏதோ பெண்கள் நெடுநேரம் மண்ணில் பயிர் கிளறிவிட்டு கைகழுவாமல் இருப்பது போன்ற தோற்றம் தரும்.) ஆனால் இது கடைவீதியில் பொருள் வாங்குவது போன்றதோ அல்லது அருங்காட்சியகத்தைச் சுற்றிப்பார்க்க வந்தது போன்றதான பயணமோ அல்ல. இது சொந்த ஊரைவிட்டு வெளியேறுவது.

காலையில் குளியல், பலகாரம் அத்தோடு சண்டை. ந்யோக் வெள்ளை ஜலாபியா அணிந்துகொள்வதை அபியு விரும்பவில்லை. ‘இந்தப்புழுதியில் தெருக்கோடிக்குச்செல்வதற்குள் ஆடை பழுப்பு நிறமாகிவிடும்.’

'நான் வெள்ளை தான் அணிவேன்.' ந்யோக் விட்டுக்கொடுக்காமல் எதிர்பேச்சுப் பேச முடியாத அழுத்தக்குரலில் சொன்னார்.

ஒரு சாதாரணமான நாள். நான் கிளம்புவது குறித்து மனவருத்தத்தோடு இருந்தேன். அப்போது ஓர் அலறல் கேட்டது. 'ஆ... ஆ' வீட்டின் சுவர்களில் விரிசல் விழச்செய்யுமளவுக்கான அதிர்வோடு கூடிய அலறல். 'ஆ... ஆ' பயத்தில் உறைந்துபோன யாரும் நகரக்கூட இலை. நான் அன்னை கொடுத்திருந்த மூட்டையைத் தவறவிட்டிருந்தேன். காதுகளை உள்ளங்கை கொண்டு பொத்திக்கொண்டேன்.

தாமதித்துவிட்டோம். ரொம்பத் தாமதித்து விட்டோம் என்று அவளுக்குத் தோன்றியது.

'நாம் பிழைத்து விடுவோம்,' நியோக் சொன்னார். ஒரு வாக்குறுதி. எதிர் பேச முடியாத குரலில். 'எல்லோரும் படுக்கையறைக்குச் செல்லுங்கள்.'

குழந்தைகள் உடை அலமாரியில். கணவனும் மனைவியும் பூட்டப்பட்ட படுக்கறையைக் கதவின் பக்கத்தில் ஒரு நிம்மதிப்பெருமூச்சு. ஒருவேளை படைவீரர்கள் அவர்கள் வீட்டைக் கடந்து போய்விடக்கூடும். அலெக் சாவியிடுக்கு வழியாகப் பார்த்தாள். தூசி. இருட்டு. சாவித்துவாரத்தினுள் இருந்த சாவி இருந்த கொஞ்ச நஞ்ச வெளிச்சத்தையும் மூடி அவளைப் பார்க்கவிடாமல் செய்திருந்தது. அவளது தந்தையின் குரல். அன்னையோடு பேசுகிறார். எல்லாம் சரியாகிவிடும். பிறகு பூம் என்று சத்தம். கதவுத்தாழ்கள் உடைபட்டன. ஒரு திணறிய மூச்சு, அம்மாவாக இருக்கக்கூடும். உரத்த காலடிச் சத்தம். அது படைவீரர்களுடையதாகத்தான் இருக்க முடியும். கண்ணாடி உடைபடும் சத்தம். கதவருகே இருந்த கண்ணாடி. அது ஒன்றுதான் அந்த அறையில் உடைபடும் அளவில் இருந்த ஒரே பொருள். வீரர்கள் சிரித்தனர்.

"எங்கே இருக்கிறார்கள்?" ஒரு கரகரத்த குரல் கேட்டது. "எங்கே கலகக்காரர்கள்? வெளியே கொண்டுவாருங்கள்.' அலமாரிக் கதவில் ஒரு எத்து. அலெக் மூச்சே விடவில்லை. தம்பியை

நோக்கிக் கைகளை நீட்டினாள். அவனது கரம் வியர்வையில் பிசுபிசுத்து வழுக்கியது.

"இங்கே யாரும் இல்லை ஐயா. நானும் என் மனைவியும் மட்டும்தான்."

பணிவு. பணிவு எப்போதும் ஒருவரைக் கைவிடுவதில்லை. ஒருவேளை, ஒருவேளை அது வந்திருப்பவர்களின் மனதைக் கலைக்கக்கூடும். அலெக் வேண்டிக்கொண்டாள்.

"இங்கே யாரும் இல்லை ஐயா. நானும் என் மனைவியும் மட்டும்தான்." ஒருவன் திருப்பிச் சொல்லி தந்தையை கேலிசெய்தான். அவளது உடலின் ஒவ்வொரு திறப்பின் வழியாகவும் திகில் ஊர்ந்தேறுவதை உணர்ந்தாள் அலெக். அச்சம், திறந்துபோட்டிருந்த விரிசல்களின் வழியாக நிரம்பியது. வீரர்கள் அறையைச் சூறையாட விரும்பினர். ஒவ்வொரு இண்டு இடுக்கையும் சோதனை செய்ய விரும்பினர். கட்டிலுக்கடியில்! அலமாரி! இழுப்பறைகள்! புத்தகங்களுக்கிடையில்! அப்பா அலமாரியில் தேடுவதைத் தடுக்க முயன்றார்.

'நாங்கள் மட்டும்தான் ஐயா. உண்மையாகவே நாங்கள் மட்டும் தான். நானும் என் மனைவியும் மட்டும்தான்.' அன்னை தலையாட்டுவது அலெக் கற்பனையில் தோன்றியது. அந்தத் தலையாட்டலின் அழுத்தம் அவர்களைத் திருப்திப்படுத்தும் என்று நம்பினாள். பிறகு அவளது தந்தையின் குரல். தடுமாற்றத்துடன். புயலில் சிக்கிய இலை போல்.

'தய... தயவுசெய்து எங்களை விட்டுவிடுங்கள்.' அவருடைய குரல் போலவே அல்லாத ஒரு குரல்

இப்படிக் கெஞ்சலும் அச்சமுமாக அவள் தந்தை பேசி அவள் கேட்டதேயில்லை. ஒருவேளை அவர் மண்டியிட்டு?... எத்தனை திறன்வாய்ந்த காவலதிகாரி? அவர் குறித்து அதீத சங்கடமும் வெட்கமும் கொண்டாள். "ஐயா தயவு செய்து..." தடுமாறித் தொடங்கிய குரல் முடிவடையவில்லை. அந்தச் சொற்றொடரின் மிச்சத்தை உடைத்து நிறுத்தியது தோட்டா ஒலி. அமைதி.

அலமாரிக்குள் பயத்தின் வாடை எழுந்துகொண்டிருந்தது. எழுந்துகொண்டே இருந்தது. ஓர் ஓலம். அம்மா உரத்த குரலில் ஓங்கி ஓங்கிப் பெரிதாக ஓலமிட்டாள்.

"வாயை மூடு!" ஒருவன் கிறீச்சிட்டான். மற்றவர்கள் பின்தொடர்ந்தனர்.

ஓலம்.

"வாயை மூடு! வாயை மூடு."

ஓலம்.

"வாயை மூடு! வாயை மூடு தோரா போரா மனைவியே."

ஓலம்.

'நாங்கள் உங்களைப்போல் மக்களில்லையா? இல்லையா?' துயரம் தோய்ந்த ஓலம் பெருகிப் பன்மடங்கானது. அலெக்குக்கு நெஞ்சையடைத்தது. புழுதியைச் சுவாசிப்பது போலுணர்ந்தாள். பயங்கரத்தின் உச்சத்திலிருந்து ஒலித்த அந்த ஓசையைச் செவிக்குள் புகாமல் தடுத்து விட விரும்பினாள். அப்படியே அந்த நாளை துடைத்தெறிந்து விட்டு புதிய நாளைத் தொடங்க முடிந்தால் எவ்வளவு நன்றாக இருக்கும். அவளது மனதைக் கிழித்தெறிந்து கொண்டிருந்த ஓலம் இன்னும் தொடர்ந்துகொண்டிருந்தது. உற்று நோக்கினால், கிழித்தெறியப்பட்டு தரையெங்கும் சிதறிக்கிடக்கும் குருதி தோய்ந்த, திரும்பப்பெற முடியாத அவளது இதயத்தின் துண்டுகளை அவள் பார்க்கக்கூடும். ஒரு குண்டு முழக்கம். அதன்பிறகு திகில் நிறைந்த வெறுமை. அலெக் கண்களை மூடிக்கொண்டாள். ஒருவேளை கண்களை மூடிக்கொண்டால் இந்தக் கனவில் இருந்து அவள் விழித்தெழுந்துவிடக்கூடும். நுரையீரலை அடைத்துக்கொண்டிருக்கும் புழுதி விலகக்கூடும். விரல் நுனிகள் கண்களின் மீதிருந்தன. அவள் மூடித்தான் இருக்க வேண்டும். அசைவற்ற இருள் அவளை இழைத்து வேறு ஒரு உலகத்துக்கு, அவளுடைய இந்த உலகின் யதார்த்தத்தில் இருந்து மாறுபட்ட ஒரு உலகத்துக்கு அவளை இட்டுச் செல்லட்டும். அப்போது தான் வீரனொருவன் இருமியபடி

ஏதோ சொல்ல மற்றவர்கள் அதற்குச் சிரிப்பதைக் கேட்டேன். அந்தக் கடுஞ்சிரிப்பு அவளைக் கிழித்தது. அவளது அன்னையின் ஓலங்கள் காதுகளில் மீண்டும் ஒலித்தன. அந்த ஒலி உள்ளே இருந்த சினத்தை அதிகரித்தது. சினம் பயத்தை மீறியது. அவளது சிந்தனையை மீறியது. பித்துப்பிடித்தது. அலமாரிக் கதவைப் பிளந்துகொண்டு வெளியேறினாள். அவளது தாய் தந்தையரின் சடலங்கள் அவளுக்கும் அந்த வீரர்களுக்கும் மத்தியில் ஒரு தீவைப்போல பரந்து கிடந்தன. தந்தையின் வெள்ளை ஜலாபியா மருத்துவனின் சட்டையைப்போல செந்நிறத்துக்கு மாறிக்கொண்டிருந்தது. அவள் சடலங்களில் இருந்து பார்வையைத் திருப்பினாள். வேகமாக. அந்த மனிதர்கள் மீது கவனம் பதித்தாள். நான் ஆசைப்பட்டதெல்லாம் ஒன்று. ஒரு கைப்பிடி தூசியைப்போல என் வாழ்க்கையைச் சீரழித்து ஊதித் தள்ளிவிட்ட இந்த மனிதர்களைத் தாக்கும் திறன் வேண்டும்.

படைவீரர்கள் அவளைப் பார்த்தனர். ஒட்டடைக்குச்சி போலிருந்தாள். பூப்போட்ட சட்டையை மீறித்தெரிந்த மாம்பிஞ்சு முலைகள். ஒரு வீரன் முகத்தில் புன்னகை. அவளைத் தனது கைகளால் மார்பை மறைக்கத் தூண்டிய கோணல் புன்னகை. அவன் சிரித்தான். கொஞ்சமும் உட்களிப்பற்ற ஆழ்ந்த சிரிப்பு அடங்க நேரம் ஆயிற்று. அவளது கைகளைத் தட்டிவிட்டான் அவன். முலைகளைப்பிடித்தான். பழம் வாங்கும்போது கிள்ளிப்பார்ப்பது போல கிள்ளினான். அவனது விரல்களுக்கிடையில் அகப்பட்ட முலைக்காம்புகள் வலித்தன. ’முட்டாள் ஆப்பிரிக்க அடிமை.’

மேலும் களிப்பற்ற சிரிப்புகள். அவன் ஆடையைக் கிழித்தான். நான் போராடினேன். ஆனால் அவன் கிழித்துவிட்டான். அத்தோடு... அத்தோடு... அத்தோடு என்னைக் கட்டிலில் எறிந்து... அவள் கடிக்க முயற்சித்தாள். விரல்நகங்களால் ஆழப்பதித்தாள். இன்னொரு அறை. அவள் அவன் கண்களைக் குறிவைத்தாள். அவன் அவள் கைகளை கீழே அழுத்திப் பிடித்துக்கொண்டான். நான் அவன் கண்களை

நோண்டிவிட விரும்பினேன். அவனால் வெளிவர முடியாத இருள் நோக்கி அவனைத் துரத்திவிட விரும்பினாள். அவளது தோள்பட்டையில் வலி. வீரர்களில் ஒருவன் துப்பாக்கியின் அடிபாகத்தால் அவளை ஓங்கி அடித்திருந்தான். அவளால் தடுக்க முடியவில்லை. அலறல். அது அவளது தம்பியைப் பதுங்கிடத்தில் இருந்து வெளித்தள்ளியது. வீரனொருவன் அவன் மீது குறிவைத்துச் சுட்டான். அவனை அப்படியேத் தூக்கி தரையில் தொப்பென்று வீசினான். தம்பி ஒரு சிறு ஒலிகூட ஏற்படுத்தவில்லை. முன்னும் கூட. பின்னும் கூட. அலெக் அலற முயன்றாள், முடியவில்லை. அவளது குரல் தொலைந்துபோயிருந்தது. மெல்ல உடலும். கால்களுக்கிடையே வெதுவெதுப்பாய் ஒழுகி ஓடி அவளது ஆடையை நனைக்கத் தொடங்கியது. அவள் மீதிருந்தவன் அவளை அறைந்தான். “ஏன் கட்டிலில் மூத்திரம் பேய்கிறாய்?” இன்னொரு அறை. “நிறுத்துடி பெட்டைநாயே!” அறை. அறை. அவன் அவளது கால்களை விரிக்கையில் எதிர்த்துப்போராட ஆற்றலில்லை அவளிடம். அவளது உள்ளாடையைக் கிழித்தெறிந்தான். அவள் மனக்கண்ணில் தோன்றிய அன்னை இதையெல்லாம் பார்க்கக்கூடாதென முகத்தை மூடிக்கொண்டாள். அவன் அவளுக்குள் தனது குறியை நுழைக்கையில், அவளைத் தொடுகையில், இனம்புரியாத பெருந்துயரை உணர்ந்தாள் அலெக். ‘இது நடக்கவில்லை... இல்லை’ என்று தனக்குள் இடைவிடாது சொல்லிக்கொள்வதைத் தாண்டி வேறு எதுவும் செய்ய முடியவில்லை அவளால். சாகப்போகிறவனைப்போல முனகியபடி அவன் அவளுக்குள்ளும் வெளியுமாக அசைந்த போது அடுக்கடுக்காய் அவள் மீது படிந்து கிழித்துக் கொண்டிருந்த வலியிலிருந்து மீள அவளுக்கு அந்த ஒற்றை மந்திரமே இருந்தது. ஒன்றன்பின் ஒன்றாக மற்ற ஆண்களும் வந்தனர். அவளுள் தம் குறியைத் திணித்தனர். பின் அவள் முகத்திலேயே வெளியேற்றினர். அவளைத் தின்னச்சொல்லி வற்புறுத்தினர். புரதம். அவளைப் போன்ற ஆப்பிரிக்க அடிமைகளுக்கு ஏற்றது.

எல்லையற்ற இருளுக்குள் ஏதுமற்ற வெறுமைக்குள் அவள்

மெல்ல மூழ்கும்வரை அவள் தனது மந்திரத்தில் கவனம் பதித்தாள். கால்களுக்கிடையிலான வலி. நாசியிலிருந்து இன்னும் நீங்கிடாத பச்சை மீனின், புழுதியின் வாடை. ஏதோ ஒரு துக்கத்தில், இன்னதென்று அடையாளப்படுத்திவிட முடியாத ஒரு துக்கநிலையில் தான் துயில் கலைந்து எழுந்த நினைவிருந்தது அவளுக்கு. அதன்பிறகு பார்வை தரையில் விழுந்தது. எல்லாம் நினைவுக்கு வந்தது. அலற முயன்று அது வறண்டு போயிருந்த தொண்டைக்குள் அடைபட்டது. கண்ணீர் பெருக்கெடுத்தது. அங்கிருந்து வெளியேற வேண்டும், அது மட்டும் தான் என் மனதில் இருந்தது. அலமாரிக்குள் தோண்டி ஒரு ஆடையை எடுத்தாள். அவளுடைய அன்னையினுடையது. மூக்கினருகே வைத்து அவளை ஆற்றுப்படுத்த முடியாமல் தோற்ற அந்தக் கதகதப்பை நுகர முயன்றாள். உடலோடு அணைத்துக்கொண்டு அதனோடு அழுதாள். மூக்கை உறிஞ்சிக்கொண்டே அணிந்துகொண்டாள். அது அவளை மூடி அவளது இடை மீது வானவில் நிறத்து பாரசூட் போல வழிந்து தொங்கியது. தரையில் கிடந்த உடல்கள் மீது பார்வையைத் திருப்ப மறுத்து வெளியேறினாள். அவர்களைப் பார்க்காமல் இருந்தால் ஒருவேளை... இது எல்லாம்... எப்படிச் சொல்வது? ஒரு கனவாக, ஒரு பிழையாக மறைந்துவிடுமோ என்று நினைத்தேன். தெரியுமா? ஒருவேளை அவர்கள் என்னை மறந்து என்னை விட்டுவிட்டுப் போய்விட்டது போல்...

அவள் மூக்கைக்கூட கழுவிவிடத் துடித்தாள். அந்த வீரர்களின் விந்து வாடையை அந்தப் பச்சை மீன் நாற்றத்தை கழுவிவிட நினைத்தாள். அந்த வலியின் காரணமெல்லாம் மறந்துபோகும்வரை கால்களுக்கிடையே அழுத்தித் தேய்த்துக் கழுவ விரும்பினாள்.

வாசல் கதவருகே அவளது காலணிகள். அவள் உறுதியோடிருக்க வேண்டும். வெளியே தெருவெங்கும் சடலங்கள் சிதறிக்கிடந்தன. அடர்த்தி நிற ஆடைகள் உடுத்திய பெண்கள் வரிசைகளில் நடந்துகொண்டிருந்தனர். அந்தப் பாழ்நிலையில் தெளித்த நிறத்தீற்றல்கள். அந்தக் காட்சி ஏதோவொரு வகையில் நம்பிக்கை அளிப்பதாக இருந்தது. இன்னும் எல்லாம்

போய்விடவில்லை என்ற நம்பிக்கை. ஒருவேளை அவளது குடும்பத்தினர் இன்னும் இருக்கலாம், அவள் ஒரு கொடிய கனவின் பிடியில் இருக்கலாம். சில பெண்கள் குழந்தைகளைத் தங்களுக்குப் பின்னால் கட்டிச் சுமந்துகொண்டு நடந்தனர். சிலர் இளஞ்சிறார்களை அருகே நடத்தி அழைத்துக்கொண்டு சென்றனர். நான் அந்தக் கூட்டத்தோடு இணைந்தேன். யாரும் அவளை யாரென்று கேட்கவில்லை அலெக்கும் சொல்ல முன்வரவில்லை. அவர்களையெல்லாம் ஒரு கூட்டுச்சோகம் கட்டிப்பிணைத்திருந்தது. வாயை அடைத்திருந்தது. எப்போதாவது ஒரு சிறுபிள்ளை மூக்கை உறிஞ்சும். உணவு கேட்கும். தண்ணீர் கேட்கும். மற்றபடி அந்தக் கூட்டம் பாலம் நோக்கி அமைதியாக நடந்துகொண்டிருந்தது. சடலங்களைச்சுற்றி நடந்து போனது. கால்பந்து ஒன்றும் சிறுபிள்ளையின் காலணியும் கண்ணில் பட்டபோது அலெக்குக்கு அடெரின் நினைவு வந்தது. அவன் ஒரு கால்பந்தாட்டப் பிரியன். அவனுக்குப் பிடித்தமான ஹிலால் குழுவில் அல்லது அடுத்த பிடித்தமான குழு மெரெக்கில் தொழில்முறையாக கால்பந்து விளையாட விரும்பினான் தெரியுமா? அவள் அழப்போவதில்லை. அழுவதென்றால் கைவிடுவது; அல்லது தோல்வியை ஒப்புக்கொள்வதாகும். அவள் பிழைத்திருக்க உறுதிகொண்டிருந்தாள். அவளது பெற்றோருக்காக, அவளது சகோதரனுக்காக. அவள் அதையாவது செய்தாகவேண்டும். அவர்கள் அவளுக்காக தங்களையே தியாகம் செய்திருந்தனர். அப்படியே விட்டுவிட முடியாது. அப்படி விட்டுவிட்டால் அது அவள் அனுபவித்ததையெல்லாம் விட மோசமாக இருக்கும்.

கண்ணீரை விழுங்கிப் பசித்த வயிற்றை நிரப்பியபடி ஒவ்வொரு கனமான தப்படியாக எடுத்து வைத்து நகர்ந்தாள். அவள் விழுங்கிய கண்ணீர் இனி அவள் மீண்டும் உண்ணத் தேவையேயில்லை எனும் வண்ணம் அவளது வயிற்றை ஊதி அடைத்தது. பாலத்தை அடைந்தபின்னரே திரும்பிப் பார்த்தாள் அலெக். நகரத்துக்கு ஓர் ஓசையற்ற பிரியாவிடை. அவள் எப்போது திரும்பி வருவாள் என்றோ அல்லது திரும்பி வருவாளா என்றோ தெரியாது. பழைய நினைவுகளைத்

தலைக்குள் ஓட்டிப்பார்த்தாள். கடந்தகாலத்தின் சிலவற்றை திருத்தினாள். சில பயங்கரங்களை வெட்டியெறிந்தாள். புன்னகைகளையும் சிரிப்புகளையும் மட்டும் மிச்சம் வைத்தாள். கேலியும் கிண்டலும் நிறைந்த இரவு உணவு வேளைகளும், வேடிக்கையான குடும்பச் சீண்டல்களும் நிறைந்த கறுப்பு வெள்ளைப்படச் சுருள்களாகியிருந்த அவளது நினைவுகள். ஆனால் திடீரென அவள் தனித்திருப்பதை உணர்ந்தாள். குனிந்து வெடிப்பு நிரம்பிய தூசி அப்பிய தன் பாதங்களைப் பார்த்தாள். தொண்டை வறண்டு கிடந்தது. குவளைத் தண்ணீருக்கு ஏங்கியது. பாதங்களைச் சுற்றிலும் அடியிலும் வியர்வை சேர்ந்து செருப்பு கீச்சிட்டது. ஒரு குளியலிட முடிந்தால் நன்றாக இருக்கும். குளிர்ச்சியான புத்துணர்ச்சி எழுப்பக்கூடிய அவளது அழுக்கைப் போக்கக்கூடிய குளியல். மீன் நாற்றம் தாண்டி அவளால் தன்னை நுகர முடிந்தது. கிட்டத்தட்ட. அவள் வாடை பயம் தாண்டியதொரு அச்சத்தை அவளுள் ஏற்படுத்தியது. அது ஹபூப்பைப் போன்ற (புழுதிப் புயல்) வெஞ்சினத்தை அவளுள் நிறைத்தது.

ஒரு டன் சோளத்தை ஒவ்வொரு கணுக்காலிலும் கட்டிச் சுமந்து கொண்டு நடப்பதாகத் தோன்றியது அலெக்குக்கு. ஒவ்வொரு அடியும் வேதனை. ஆனால் ஓய்வு கண்ணுக்கெட்டியது. நதியின் மறுகரையிலிருந்த அகதிகள் முகாம் ஆறு கிலோமீட்டர் பரப்பளவுக்குக் கூடாரங்களாக, புழுதியாக, மக்களாக விரிந்து கிடந்தது. முகாமைக் காவல் காத்த வீரர்கள் உலகையே சொந்தமாக்கிக் கொண்ட அகங்காரத்தோடு புகைபிடித்தபடி திமிர் நடையிடுவதைக் காண முடிந்தது.

புதிய அகதிகள் பதிவுசெய்து கொள்ள ஒரு அலுவலகம் நோக்கி அனுப்பப்பட்டனர். முதல்முறையாக வேறு ஒருவரிடம் தனது கதையைச் சொன்னாள். கருப்பினப் பெண்ணாக இருந்த போதிலும் ஐரோப்பியர்களைப்போல மூக்கிலேயே பேசிய வெண்கூந்தல் கொண்ட ஐநா பணியாளர். என் கதையைக் கேட்கையில் அந்தப்பெண் கண்ணைச் சிமிட்டக்கூட இல்லை. பெற்றோர் சுடப்பட்ட ஓசையைக் கேட்டதாகச்

சொல்கையில் வேதனையில் அவள் அதிரவில்லை. வீரர்கள் ஒருவர் பின் ஒருவராக அவளை வன்புணர்ந்ததை, பெற்றோரின் அறைச்சுவரெங்கும் மூளை சிதறி வழிய அவளது சகோதரன் சுடப்பட்டு இறந்ததை - எதைச் சொல்லும் போதும், அந்தப் பெண் கண்ணைக்கூடச் சிமிட்டவில்லை! அவளிடம் ஒரு ரேஷன் அட்டையைக் கொடுத்து அது கொண்டு உணவு பெற்றுக்கொள்ளலாம் என்று சொல்லிவிட்டு அவளது கூடாரத்துக்கான நெகிழித்துணியை எடுத்துக்கொடுத்தாள். பிறகு வரிசையில் காத்திருக்கும் அடுத்தவரை அழைத்துக் குரல் கொடுத்தாள்.

தனது கதையால் செவிகள் கருகிவிடும், உலகம் நின்று விடும் என்று அலெக் எண்ணியிருந்ததற்கு மாறாக இருந்தது அந்தப் பெண்ணின் நடவடிக்கை. இந்த முகாம் சோகக் கதைகளால் நிரம்பியிருக்கிறது என்பதைப் புரிந்து கொண்டாள் அலெக். அவளது கதை ஒன்றும் பெரிதல்ல. 'அடுத்து' அந்தப் பெண் குரல் கொடுத்தாள். வரிசையின் இறுதி வரை அவளது குரல் ஒலித்தது. அடுத்து அடுத்து, அவள் அகதிகளை அப்புறப்படுத்தினாள். அவளது பணி அது. அடுத்து...

பதினைந்து வயதில் அலெக் கூடாரத்தை வீடாக்கிக் கொண்டிருந்தாள். பல்கலைக்கழகத்தில் படிக்க வேண்டும். மருத்துவராக வேண்டுமென்ற அவளுடைய கனவுகள் எல்லாம், திரும்பப்பெற முடியாத அவளுடைய கடந்த காலத்தோடு சேர்த்து புதைந்துபோயிருந்தன. ஒரு வேகக்காற்றடித்தால் பாலைப்புழுதி உள்ளே புகாமல் காக்குமா என்று அவள் அஞ்சிய அந்தக் கூடாரம்தான் அவள் வீடு. சந்தர்ப்பம் கிடைத்தவுடன் உடனேயே குளித்தாள். பாதங்களில் இருந்து புழுதியை அழுத்தித் தேய்த்தாள். இன்னும் கொஞ்சம் தேய்த்தால் ரத்தமே வந்துவிடுமெனுமளவுக்குத் தேய்த்தாள். இனி ஆண்ட்வெர்புக்கு செல்லும் வரையிலும் அவள் இப்படித் தேய்த்து குளிக்கப்போவதில்லை. வலி புரட்டிப்போட்டது. அவள் சுமந்திருந்த எடையையெல்லாம் பிரித்துப்போட்டு, அவள் குளித்து முடிக்கையில் புதிதாய்ப் பிறந்தது போல

உணர்ந்தாள். பாதங்கள் இருளில் பளபளத்தன. கணுக்கால்கள் இலகுவாகியிருந்தன.

அந்த இரவு தனது கூடாரத்தின் வெளியே நின்று இரவு வானத்தைப் பார்த்தாள். அது விண்மீன்களால் இறைந்து கிடந்தது. விண்மீன்களைப் பார்த்துப் புன்னகைத்தபடி தந்தையிடம் தனது பள்ளிக்கூடம் குறித்துப் பேசினாள். அவளது அறையில் இருந்த அவளது சகோதரனின் காலணி குறித்து அவனோடு சண்டையிட்டாள். 'உன் காலணிகளால் என் அறையே நாறுகிறது.' அவள் சொல்ல அவன் நாக்கைத் துருத்தி அழகு காட்டினான். அவள் கட்டிலுக்குச் செல்ல பயந்தாள். 'என்னென்ன கனவுகள் வருமோ என்று பயமாக இருந்தது எனக்கு' ஆனால் உறங்கத்தான் செய்தேன். அவள் உறக்கத்தில் கனவு வந்தது அதில் தந்தை வந்தார். உறக்கம் கலைந்து எழுந்தபோது, கன்னங்களில் வழிந்து ஓடிய கண்ணீரைக்கூட துடைக்காமல் முழுமையாக அழுகைக்குத் தன்னை ஒப்புக்கொடுத்தாள். அவள் எதிர்பார்த்திருந்ததுபோல கேவலும் ஊளையுமாய்ச் சில ஆண்டுகளுக்கு முன்பு தாத்தாவின் மரணத்தின்போது அவள் அழுதது போலிருக்கவில்லை இது. சத்தமற்ற அழுகை. உள்ளத்தின் மீதிருந்த பெரும் பாறையை கண்ணீர் நகர்த்தி வைத்தது. பாறை இருந்த இடத்தில் ஆழ்கிடங்காய் பெருங்குழியொன்றை விட்டுச்சென்றது.

முகாமின் வாழ்க்கைமுறைக்குள் அலெக்கால் நிலைகொள்ள முடியவில்லை. சோப்புக்கும் சோற்றுக்கும் வரிசையில் நிற்பதை, தனது முறைக்கு அவசரப்பட்டு வரிசையில் பின்னிருந்து வரும் இடையறாத இடிபாடுகளைப் பொறுத்துக்கொண்டு இருக்க முடியவில்லை. பகல் வேளையில் பெண்களும் குழந்தைகளுமாக அடுப்புக்கு விறகொடிக்கச் செல்வார்கள். அவளும் போவாள். ஐக்கிய ஆப்பிரிக்க அமைதிப்படையின் வீரர்கள் துணைக்கு வருவார்கள். அவளுடைய சராசரி நாளின் நடவடிக்கைகளில் ஏதோவொன்று அவளை மிகவும் கீழ்மைப்படுத்துவதாக இருந்தது.

சில சமயம் அவள் உறக்கத்தில் ஆழும்முன் அவர்கள்

வீட்டுத் தரையில் அவளது பெற்றோர் இறந்து கிடப்பதைப் பார்ப்பாள். சகோதரனோடு அலமாரிக்குள் ஒளிந்திருக்கையில் இருந்த பயத்தை உணர்வாள். அவள் உடையைக் கிழித்து முலையைப் பிசைந்த அந்த வீரர்கள் சிரித்ததைக் கேட்பாள். சில சமயம் அவர்கள் அவளைக் கொன்றிருக்கலாம் என்று எண்ணுவாள். உயிரோடு விட்டு வைக்கப்பட்டிருப்பதால் தான் பிழைத்துக்கிடக்கவேண்டிய நிர்ப்பந்தம் இருப்பதாக அவளுக்குத் தோன்றும். 'ஆனால் இப்படியொரு கூடார வாழ்க்கையில் என்ன பிழைப்பு?' முகாமை நான் வெறுத்தேன். அகதிகளிடையே நட்பை ஏற்படுத்திக்கொள்ள என்னால் முடியவில்லை. அவர்களது சிரிப்பும் பாட்டும் அவளை எரிச்சலடையச் செய்தன. என்னவோ உலகில் எல்லாம் நன்றாக இருப்பது போலொரு பாவனை. அத்தனை இலகுவாக அவர்கள் முகாம் வாழ்க்கைக்குத் தங்களைத் தகவமைத்துக்கொண்டது அவளுக்குப் பிடிக்கவில்லை. சில சமயம் உதவிப்பணியாளர்கள் முகாம் பெண்களை ஏதாவதொரு கூடாரத்தில் கூடி அமரச்செய்து அவர்களுக்கு காஃபி பரிமாறி அவர்களை தங்களுக்குள் பேசிக்கொள்ளச் சொல்லி உந்துவார்கள். தத்தம் கதைகளைப் பகிர்வதால் தாங்கள் பிழைத்து வந்த துயரத்தினால் ஏற்பட்ட மன உளைச்சலில் இருந்து விடுதலை கிடைக்கக்கூடுமென்ற நம்பிக்கையில் பேசுவார்கள். அத்தகைய அமர்வுகளை வெறுத்தாள் அலெக்.

அவர்களுடைய கதைகளைக் கேட்பதில் அவளுக்குக் கொஞ்சமும் விருப்பம் இல்லை. ஜன் ஜவீத் வீரர்களால் வீட்டின் கொல்லையில் இருந்த மரத்துக்கு இழுத்துச் செல்லப்பட்டு, கொடுமையாக வன்புணர்வு செய்யப்பட்ட கியோராவின் (ஆறு மாதங்களாகிவிட்டது இப்போது குருதிக்கசிவு நிற்கவில்லை) கதை. 'நான் அந்த அத்துமீறலை மறப்பதை என் உடல் விரும்பவில்லை.' கண்ணுக்குப் புலப்படாத அந்தப் பகைவனிடமிருந்து காப்பது போல கைகளால் இடையை இறுகக் கட்டிக்கொண்டு தன் கதையின் இறுதியாகச் சொன்னாள் கியோரா. அவளுக்கு ரவோடாவின் கதையைக் கேட்பதிலும் விருப்பம் இல்லை. அவளும், அவளோடு

இன்னும் பதினாறு பேரும் குதிரையில் வந்த வீரர்களால் கடத்தப்பட்டனர். டகடக் டகடக் என்று வந்து அவர்களை அள்ளிச்சென்று செக்ஸ் அடிமைகளாக வைத்திருந்த கதை. ரவோடா தப்பினாள். இரவில். நான்கு மாத கர்ப்பிணியாக. மூன்று மாதங்களுக்குப் பிறகு ஒரு குழந்தை. உலகத்தைக் காணும் அவசரத்தில் பிறந்து உயிர் பிழைக்கமுடியாமல் இறந்து போனது. அலெக் அப்படி உட்கார்ந்து காஃபி அருந்துவதை விரும்பவில்லை. பெயர் மறந்த ஒருத்தி தன் பதினாலு வயது மகனோடு கட்டாய உறவு கொள்ளச்செய்த கதையைக் கேட்க விரும்பவில்லை. அந்தப் பிள்ளையின் தலையில் துப்பாக்கி வைத்து மிரட்டியபடி அவன் காதுக்குள் சொல்லிக்கொண்டே இருந்தனர், 'அவள் முலைகளைத் தொடு.! அவளுக்குள் உன் குறியைச் செலுத்து!' வெஞ்சினத்தில் உடல் அதிர்ந்து துடித்தாள் அலெக். இதனால் இப்படிப்பேசிப் பேசி செத்த கதைகளைத் தோண்டியெடுத்து நினைவு கூர்வதால் என்ன நன்மை? அந்த உதவிப்பணியாளர்களுக்கு எங்களுடைய இந்த மோசமான கதைகளைக் கேட்பதில் ஒரு குரூர இன்பம் இருந்திருக்க வேண்டுமென்று நினைக்கிறேன்? அவள் தன் கதையைச் சொல்ல மறுத்துவிட்டாள். அறிமுகமற்றவர்களின் முன்னே இன்னும் குருதி கசிய, பச்சை வலியுடன் இருக்கும் தன் மனதைத் திறந்து காட்ட அவள் விரும்பவில்லை. சட்டைப்பைக்குள் கைகளை நுழைத்தபடி, கலாஷ்னிகோவை(ஏகே47) இசைக்கருவியைப்போல கழுத்தில் மாட்டிக்கொண்டு முகாமில் சுற்றி வந்த ஆப்பிரிக்க அமைதிப்படையினரை அவள் பெரிதும் வெறுத்தாள்.

மூன்று மாதங்களுக்குப் பிறகு அவள் பதினாறு வயதாவதற்கு ஒரு மாதம் முன்பு அவள் பாலிகார்ப்பைச் சந்தித்தாள். அவன் ஒரு நைஜீரியப் படைவீரன். அவர்கள் விறகொடிக்கச் செல்லும்போது உடன் வந்தான். இடது கண்ணுக்குக் கீழே மெலிதாக அவளது சிறு விரல் நீளத்துக்கு ஒரு தழும்பு. அதைத் தொட்டு உணர வேண்டுமென்று அவள் மனது விரும்பியது. பாலிகார்ப் மற்றவர்களிடமிருந்து வேறுபட்டவன். அவளையும் மற்ற அகதிகளையும் அவன் பார்த்த பார்வையில் ஆர்வம் இல்லை. பரிதாபம் இல்லை. பரிகாசம் என்று சொல்லக்கூடிய

அளவில் கூட ஏதும் இல்லை. அவன் கண்களில் இதம் இருந்தது. அவனது நடையில் அடக்கமும் உறுதியும் தெரிந்தன. அவன் பாதுகாக்கின்ற இந்த மக்களுக்கும் அவனுக்கும் பெரிதாக ஏதும் வேறுபாடில்லை என்று புரிந்துகொண்டவனைப் போலிருந்தான். குழந்தைகளோடு விளையாடினான். அவனது சீருடையைத் தொட்டுப்பார்க்க, அவனது துப்பாக்கியைத் தடவிப்பார்க்க அனுமதித்தான். கன்னங்கிள்ளினான். சிரித்து மகிழ வைத்தான். அவன் அருகில் இருக்கும்போது எப்படி ஒருவரால் மகிழ்ச்சியோடு இருக்க முடியும் என்ற கேள்வி அவளுக்குள் எழும்பவில்லை. அவன் அருகே இருக்கும் யாருமே மகிழ்ச்சியோடு சிரித்துக்கொண்டிருப்பதுதான் இயல்பு. அவளும் விரும்பினாள். குழந்தைகளைப்போல அவன் தன்னையும் தொட வேண்டும், உற்சாகமாய்க் கத்திச்சிரிக்க வைக்க வேண்டுமென்று விரும்பினாள். பாலிகார்ப்பும் அலெக்கை கவனித்தான். ஏதாவதொரு காரணம் வைத்து அவள் விறகொடிக்கும் இடத்தில் இருந்தான். விறகுப்பொதிகளைக் கட்ட உதவுவதாக முன்வந்தான். கைகள் தொட்டுக்கொள்கையில் அவன் சற்று அழுத்தமாகப் படித்தான். தலையில் பொதியை வைக்கும்போது மிகவும் லேசாக அவன் விரல்கள் அவளது கழுத்தில் பட்டு மீண்டன. ரகசியமாக அவளுக்குப் பரிசுகள் வாங்கி வந்தான். ஒரு டின் மீன். தலைவாறும் சீப்பு. கண்ணாடி. இனிப்புப் பண்டங்கள். தனது கூடாரத்தின் மூலையொன்றில் அப் பரிசுகளை ஒளித்துப் பத்திரப்படுத்தி வைத்தாள் அலெக். சில சமயம் கண்ணாடியை எடுத்து தன் முகத்தை உற்று நோக்கினாள். அவள் அப்படிப் பார்க்கும்போதெல்லாம் கண்ணாடிக்கு அப்புறம் இருந்து அவளைப் பார்த்தவள் முற்றிலும் அறிமுகமற்ற புதியவளாக இருந்தாள். இதழோரம் சிறுத்து, கண்களுக்குக் கீழே வரியோடி வயது முதிர்ந்த அந்நியள். இருபத்தைந்து வயதாவது இருக்கும் போலிருந்தாள். இதைவிட வயதானவளாகத் தான் தோன்றக்கூடுமென்று அவள் எண்ணவில்லை. அவளிடம் என்னத்தைக் கண்டான் பாலிகார்ப்?

‘தலைமுடியைக் கட்டிக் கொண்டை போடு. உன் கழுத்தை நான் பார்க்கவேண்டும்.’ அவன் சொல்ல அவள் கிளுக்கிச் சிரித்தாள்.

இரவில் கனவில் அவனைக் கண்டாள். அவனுக்காக அவள் பெற்றுத்தரப்போகும் பிள்ளைகளைக் கண்டாள். முகாமிலிருந்து விலகியதொரு வாழ்வைக்கண்டாள். முகம் முழுக்க சிரிப்போடு கண்விழித்தாள். ஒவ்வொரு நாளையும் கடனேயென்று கஷ்டப்பட்டு ஓட்டிய வாழ்க்கை இனி இல்லை. வாழ்க்கை இப்போது வடுவுடன் கூடிய அழகு முகம். தண்டுவடத்தில் சிலிர்ப்பூட்டியபடி ஊர்ந்த விரல்கள். இப்போதெல்லாம் விண்மீன்களோடு பேசும்போது அவள் பாலிகார்ப்பைப் பற்றியும் பேசினாள். அம்மாவிடம் அவனைப்பற்றி வர்ணித்தாள். எவ்வளவு உயரமானவனென்றால், எட்டி நின்று வானத்தைத் தொட்டுவிடுவான். சோளத்தின் மஞ்சள் நிறம் அவன். அத்தனை மஞ்சளாக ஒருவர் இருக்கக்கூடுமென்று நினைத்திருக்கிறாளா? எப்போதும் இருமிக்கொண்டிருப்பவனைப் போல கரகரத்த குரல் அவனுக்கு. அவனது மூக்கு கிட்டத்தட்ட அலகு போல நீண்டு, ஏதாவதொரு பறவையை நினைவூட்டும். அவன் எவ்வளவு ஒல்லி என்று எண்ணிச் சிரித்தாள். குச்சி மனிதனைப் பென்சிலில் வரைந்தது போல ஒல்லி பாலிகார்ப். அவன் அவளுக்கு உணவு அதிகம் கிடைக்குமாறு பார்த்துக்கொள்வதை அப்பாவிடம் சொன்னாள். பாலிகார்ப் சகோதரனை நினைவூட்டுவதாக சகோதரனிடம் சொன்னாள். இருவருக்குமே ஒரேமாதிரியான, கண்ணின் மணி முழுமையாக அடர் நிறத்திலில்லாமல் சற்றே சாம்பல் பூசிய கண்கள். இப்போதெல்லாம் அடிக்கடி திருமணம் குறித்து நினைப்பதை அவர்களிடம் சொன்னாள். தான் நெடுங்காலம் பயன்படாமல் புதைந்து கிடந்த பொருள்போலவும் இப்போது அகழ்ந்தெடுக்கப்பட்டிருப்பது போலவும் உணர்ந்தாள்.

ஒருநாள் பாலிகார்ப் அவளிடம் ஒரு துண்டு சீட்டுத் தந்தான். அவளை கூடாரத்தின் வெளியே வந்து சந்திக்கச்சொல்லியிருந்தது அது.

அந்த இரவு அவள் பாலிகார்ப்போடு அவனது இருப்பிடத்துக்குச் சென்றாள். வினோதமான வாசனையோடிருந்தது அறை. தந்தைக்குப் பிறகு அவள் பழக்கப்பட்டிராத ஆண் வாடை. இப்போது தந்தை பற்றிச் சிந்திக்கக்கூடாது. எண்ணத்தைத்

தள்ளிவை. பாலிகார்ப் அவளை படுக்கைக்கு அழைத்துச் சென்றான். அவளது ஆடைகளை அகற்றினான். எளிதில் உடைந்துவிடக்கூடிய பீங்கானைப்போல அவளை மிக மென்மையாகக் கையாண்டான். தலை வழியாக ஆடையைக் கழற்றி வீசிவிட்டுக் குனிந்து முலைக்காம்புகளைச் சுவைத்தான். தனது சட்டையைக் கழற்றிவிட்டு தன் காற்சட்டையை அவளைக் கழற்றச் சொன்னான். மென்மையாக அவளைக் கட்டிலில் தள்ளினான். கனமான ராணுவ கம்பளி முதுகை அழுத்தியது. அவள் கண்டுகொள்ளவில்லை. அவள் மிதந்து கொண்டிருந்தாள். பறந்துகொண்டிருந்தாள். ஒரு பட்டாம்பூச்சி சிறகடித்துக்கொண்டிருந்தது. அவனை தொடைகளுக்கிடையே உணர்ந்தாள். வலியில்லை. வேதனையில்லை. நெஞ்சிலிருந்த வெறுமையையெல்லாம் மகிழ்ச்சியால் நிரப்பிய, நீண்ட, மிக நீண்டதொரு பெருமூச்சு. அவளது அகழ்வு முழுமையடைந்திருந்தது. மிக ஆழத்திலிருந்து அவள் அகழ்ந்தெடுக்கப்பட்டிருந்தாள். இரவின் மோனத்தில் அவள் தாயிடம் கிசுகிசுத்தாள், 'நான் இப்போது ஒரு முழுமையான பெண்ணாகிவிட்டேன் அம்மா.' அவளது அன்னை அவளை மன்னிப்பாள். மன்னிப்பாள்தானே? இப்போது தான் சட்டங்கள் எல்லாம் மாறிவிட்டனவே. ஒருவனை மணக்காமலேயே அவனுடன் உறவு கொண்டுவிட்டாள். அன்னையின் முகத்தை மனக்கண்ணில் நிறுத்தினாள். அதில் நீண்ட நெடும் புன்னகை தெரிந்தது. அதில் பாலிகார்ப்பும் அடங்கியிருப்பது தெரிந்தது. அவளை முழுமையாக ஆட்கொண்டது அப்புன்னகை.

முடிந்தபோதெல்லாம் கூடாரத்திலிருந்து வெளியேறி அவள் பாலிகார்ப்பின் இருப்பிடம் சென்றாள். அவளது உடலின் பிற அங்கங்களைப் போன்று அவனும் ஓர் அங்கமானான். அவளைச் சிரிக்க வைத்தான். அவளது பெற்றோரையும் சகோதரனையும் காண்பது கனவில் மட்டும்தான் என்பதைக்கூட சில சமயம் மறக்க வைத்தான். பாலிகார்ப் அவளது உள்ளத்துக்குள் ஊடுருவிக் குடைந்து தனக்கென சௌகரியமான ஓர் இடத்தைச் செய்துகொண்டிருந்தான். அவனது வாழ்வு குறித்த கதைகளை அவள் கேட்டாள். அவர்கள் சந்திப்புக்கு முன்பான அவனது

வாழ்க்கையை மனதில் வரைந்து பார்த்தாள். அந்தத் தழும்பு - அது பதினேழு வயதில் ஒரு சவுக்கடியில் விழுந்த தழும்பு. அவன் கஞ்சா புகைப்பதை அவனது தந்தை பார்த்துவிட்டார். அவனது தந்தையின் தோல் பட்டியின் கொக்கி தந்த தழும்பு அது. அதனால் பல நாட்கள் கண்களை மூடிக்கொண்டு அலைந்திருக்கிறான். அவன் வாழ்க்கையை வாழ்ந்து பார்த்து அவனது வலியை அனுபவித்தாள் அவள். ஐந்து பிள்ளைகளில் மூத்தவன் அவன். அம்மா ரொட்டிக்கடை வைத்திருந்தாள். அப்பா அச்சகம் நடத்திக்கொண்டிருந்தார். சூடானுக்கு வருவதற்கு முன்பு லாகோஸில் வாழ்ந்திருந்தான். லாகோஸ் தான் உலகின் மக்கள் நெருக்கடி மிகுந்த நகரம். மூச்சுக்கூட விடமுடியாத அளவுக்கு நெருக்கடி. சந்தைகள் அவ்வளவு அழகாக இருக்கும் என்றான். புழுதியற்ற கர்தூமைப்போல இருக்கிறது கேட்பதற்கு என்றாள் அவள். 'ஒரு நாள் உன்னை லாகோஸுக்கு அழைத்துச்செல்வேன். ராணி, உன்னை ராணியாகவே நடத்துவேன்.' தான் ராணியாகப் போவதை எண்ணிச் சிரித்தாள் அவள். மணிகள் உருளுவது போல அவள் சிரிப்பு இருப்பதாகச் சொல்லி முத்தமிட்டான். அவள் அதற்கும் சிரித்தாள் அவன் முத்தமிட்டான். அவர்கள் எப்போதும் அப்படியே இருக்கவேண்டும் என்று அவள் விரும்பினாள்.

இரண்டு மாதங்கள் கழித்து பாலிகார்ப் லாகோஸுக்குச் செல்ல அறிவுறுத்தப்பட்டான். அவன் அலெக்கையும் உடன் அழைத்துச் சென்றான். வேளை வந்துவிட்டதென்று அவள் எண்ணிக்கொண்டாள். அகதிகள் முகாமில் ஏழு திங்கள் அவளுக்குப் போதும் போதுமென்றாகிவிட்டது. அந்த நெகிழித் தார்ப்பாய்களால் புழுதிப்புயலை தடுத்து நிறுத்தி வைக்க முடியவில்லை.

சிஸி

அன்றிரவு மேடம் அவளை உலுக்கி எழுப்புவதற்குச் சற்று முன்புதான் சிஸி தன்னுடைய காரைப் பார்த்தாள். லெக்சஸ், பார்க்கமுடியாமல் கண்கூசுமளவுக்குப் பளிச்சென்று ஜொலித்தது. ஆனால் வண்டி ஓட்டுநரைப் பார்க்க முடிந்தது. அது அவளல்ல. மெழுகுத்திரிபோல் தலையிருந்த உருவமொன்று இருந்தது. விழித்தெழுந்த உடனே கனவின் வழியாக இவ்வுலகிற்குள் வந்துவிட்டிருக்கக்கூடிய தீய சக்திகளை விரட்டும் விதமாக தலைக்குமேல் சுண்டிவிட்டுக் கொண்டாள். மேடம் பார்த்துக்கொண்டிருக்க அவள் ஏற்கனவே தந்திருந்த பையை எடுத்துப் பிரித்தாள். வண்டியும் திரி போன்ற தலையிருந்த உருவமும் தலையின் மூலையில் மினுமினுத்துக்கொண்டே இருந்தன. ஆடை மாற்றும்போது மீண்டும் மெல்ல தலைக்குள் நிறைந்து சலனப்படுத்தின. திரும்பி ஓடிவிடக்கூடாதென உறுதியோடு (எங்கே ஓடுவாள்? தன்னைத்தானே சமாதானப்படுத்தி, இல்லாத உற்சாகத்தை இழுத்துவைத்துக்கொண்டு தயாரானாள். மேடம் தேர்ந்தெடுத்துக் கொடுத்த பாவாடையை அணிந்தாள். பல்லைக் கடித்துக்கொண்டு ஜிப்பை மேலே இழுத்தாள்.

'ட்ர்ரப்ப்...' மேற்சட்டையைப் பார்த்தாள். சிரித்தாள். முலைகளை அதற்குள் வலிந்து திணித்தாள். உதடை மடித்துச் சாயம் தீட்டிக் கொண்டாள். சிவப்பு. சிவப்பு. அவளது எண்ணங்களைப்போல. எதையாவது போட்டு உடைத்து விடத் தோன்றிய கொலைகார எண்ணங்களைப்போல. அவளொரு பட்டதாரி, கடவுளே! கைகள் நடுங்கின. அவளால் இதைச் செய்ய முடியுமென்று தோன்றவில்லை. அவள் பார்க்க பயந்த அவளது சோகத்தை மறைக்கும் விதமாக அடர் கண் மை. ஒபசஞ்ஜோவின் குழந்தைகள், பிழைப்பிற்காக சிலவற்றைச் செய்ய நிர்ப்பந்திக்கப்பட்டார்களா? அவர்கள் அமெரிக்காவின் தலைசிறந்த கல்லூரிகளில் இருப்பதாகக் கேள்விப்பட்டிருந்தாள். மிகைப்பட்ட கண் மையை எச்சில் விரலால் துடைத்தெடுத்தாள். அவள் எதற்குக் கஷ்டப்பட்டு பள்ளிக்குச் சென்றாள்? ஓக்பாவின் வீடு நினைவுக்கு வந்தது. ஒரே இடத்தில் தேங்கிப்போன பீட்டர், தன்னையே வருத்திக்கொள்ளும் தந்தை, அவள் இனி ஈட்டக்கூடிய பொருள் எல்லாம் நினைவுக்கு வந்தன. கண் இமைகளை பூமியின் நிறத்துக்குச் சாயமேற்றினாள். தயாரா என்று கேட்டு மேடம் கதவருகே வந்து நின்றாள். 'தயார்' என்றாள் இவள். தயாராக இருந்தாள்.

வெள்ளியும் தங்கமுமாய் கனவுகளை உருவாக்குபவளாக நின்றாள் சிஸி. தனக்கென எப்போதும் அவள் இப்படியொரு ஆடையை இந்தத் தொழிலுக்காகக் கூட தேர்வு செய்து விட மாட்டாள். அப்படியொரு ஆடை அது. உடலைக் கவ்விய சட்டையில் வெள்ளி சம்கிகள் மின்னின. தங்க நிறத்தில் நைலான் பாவாடை. குனிந்தால் பிட்டங்கள் தெரிந்தன. இன்னும் கொஞ்சம் இறக்கமான பாவாடை கேட்க நினைத்தாள். அம்மணமாக இருப்பது போல- வெள்ளியும் தங்கமும் அம்மணமுமாக இருப்பது போல - உணர்ந்தாள். அந்திச்சூரியனின் மெல்லிய ரேகைகள் போல நீண்டு தொங்கித் தோள் தொட்ட தங்க முலாம் பூசிய காதணிகள். உதட்டில், உதட்டுச்சாயம் நல்ல தக்காளி நிறத்தில். உணர்ச்சி மேலிட(முடிய வேண்டும்) உதடுகளைக் குவித்தால் செந்நிறம் மிளிர்ந்தது. விமானநிலையம் செல்லும் வழியில் தன்னை

இறப்பற்றவளாக உணரச்செய்த அந்த ஆற்றலை மீண்டும் கொண்டு வர முயற்சித்துத் தோற்றாள்.

அந்த ஆற்றலை இனி வாழ்வில் ஒரே ஒருமுறை தான் மீண்டும் உணர்வாள்.

மேடம் கபாப் கடைக்கு அருகே இருந்த வாகன நிறுத்துமிடத்தில் வண்டியை நிறுத்தினாள். கடை திறந்திருந்தது. வாடிக்கையாளர்கள் வெளியே வரிசையில் காத்திருந்தனர். 'இது வரைதான் வண்டி போகும்.' மேடம் அவளிடம் சொன்னாள். இருவரும் வண்டியில் இருந்து இறங்கினர். இப்படித் தங்கமும் வெள்ளியுமாய் மினுக்கிக்கொண்டு உணவுக்காகக் காத்திருக்கும் இத்தனை வாடிக்கையாளர்களையும் தாண்டி கடையைக் கடந்து எப்படிப் போவது என்று சிஸி சிந்தித்தாள். அவள் நடக்க நடக்க பாவாடை மேலேறியது கண்டிப்பாக பிட்டம் தெரியும் என்றே தோன்றியது. இது பாவாடைதானா? கீழே இழுத்துவிட்டு அவமானத்தை மறைக்க முயன்றாள். அவர்கள் விடுதியைக் கடந்து நடந்தார்கள். அவள் எதிர்பார்த்தபடி சீழ்க்கை ஒலியோ கிண்டலோ வசைகளோ அவள் மீது பாயவில்லை. இப்படியெல்லாம் லாகோஸில் நடக்கவே முடியாது, ஆனால் இது லாகோஸ் அல்லவே, நினைத்து நிம்மதி கொண்டாள். உருளைக் கல் கொண்டு பாவிய தெருவில் நடக்க சிரமமாக இருந்தது. காலணியின் நீண்ட மெல்லிய குதிமுனை பாதையின் இடுக்குகளில் சிக்கிக்கொண்டே இருந்தது. ஒவ்வொரு அடியும் கவனமாக எடுத்து வைக்க வேண்டியிருந்தது. சமதளமற்ற தரை நிலைதடுமாறச் செய்தது. அவள் எதிர்பார்த்திருந்த நளினத்தோடு நடப்பதென்பது நடக்காத காரியம். சிறு சந்தில் நடந்து இருபுறமும் குடியிருப்புக் கட்டிடங்கள் கொண்ட அகன்ற சாலையொன்றை அடைந்தனர். தரைத்தளங்கள் அவள் கவனத்தை ஈர்த்தன.ஷோகேஸ் போல பெரிய பெரிய கண்ணாடிப் பெட்டிகள், அதன் ஓரமெல்லாம் நீலநிறத்திலும் சிவப்பு நிறத்திலுமாக நியான் விளக்குகள் ஒளிர்ந்தன. சாளரங்களுக்குப் பின்னே விதவிதமான தோரணையில், இளம்பெண்கள். பெரும்பான்மையானவர்கள் மார்பை

வெளிக்காட்டிக்கொண்டும், கண்களைச் சிமிட்டியும் விரல்நீட்டி அழைக்கும்படியாக இருந்தனர்... அழகிய பெண்கள், எல்லாம் ஒரே வரிசையில். உடலில் தோலாடையோ அல்லது அரைகுறை உள்ளாடையோ இருந்தன. பூட்ஸ் தொடை வரை நீண்டிருந்தன. அந்தத் தெரு ஆண்களால் நிறைந்திருந்தது. அவள் கண்ட வரையில் பெண்கள் ஆண்களை இடையோடு அணைத்து அல்லது கைபிடித்து இழுத்து தங்களின் உடைமைகள் போல வேகமாக நடத்திச்சென்றனர். ஆண்களில்லாத பெண்கள், தெருவில் தங்களின் இருப்பு நிலையற்றதென்பவர்களைப் போன்ற பாவனையில் தீவிர சிந்தனையில் இருப்பவர்களைப்போல மெல்ல நடந்தனர்.

படபடக்கும் நிழல்கள். பகல் வெளிச்சத்தில் கரைந்துவிடக்கூடிய தோற்றங்கள். அவர்களின் தற்காலிக இருப்பைக் கவனித்துக் கொள்ளும் சாளரத்தின் பின்னிருக்கும் தொழிலாளிகள். ஒவ்வொரு சாளரமாக நின்று உற்றுப் பார்ப்பார்கள். அவர்கள் தலைக்குள் இருக்கும் எண்ணத்தோடு கண்ணாடிக்குப் பின்னிருந்து கண்ணடித்துக் கைகாட்டி அழைக்கும் பெண்ணின் வடிவம் ஒத்துப்போகிறதா என்று பார்ப்பார்கள். சிலசமயம் சாளரத்தின் அருகே சென்று சிறிது திறந்திருக்கும் கதவு வழியாக பெண்களோடு பேசுவார்கள். ஒன்றிரண்டு பேர் அவர்களின் அன்றைய தேர்வுகளோடு உள்ளே சென்று மறைவதைப் பார்த்தாள். எழுத்துகள் சிவப்பு நியானில் ஒளிர, பெண்ணின் நிழலுருவம் ஒன்று நீண்ட, நீண்ட கால்களோடு அந்த எழுத்துகளின் மேலே அமர்ந்திருப்பது போல பெயர்ப்பலகை கொண்ட பெரியதொரு கட்டிடத்தைக் கடந்தார்கள். அந்தக் கட்டிடத்திடம் ஏதோ ஒரு திமிர் தெரிந்தது. சிஸி அதைப் பார்ப்பதைக் கவனித்த மேடம் ‘அதுதான் வில்லா டிண்டோ. பரத்தையர் விடுதிகளின் ராணி. அதற்கென தனி காவல் நிலையம் கூட உண்டு. சில மாதங்களுக்கு முன்பு தான் திறக்கப்பட்டது. ஜனவரி அல்லது பிப்ரவரி என்று நினைக்கிறேன். இதற்கு முன்பு இது பண்டகக் கிடங்காக இருந்தது. இப்படி மாற்றுவதற்கு நிறைய செலவாகியிருக்கிறது. செலவாகும்தான். உள்ளே இருப்பது சொர்க்கம். எல்லாம்

புதிய தொழில்நுட்பம். பெரிய பெயர்பெற்ற கட்டிட வடிவமைப்பாளரால் வடிவமைக்கப்பட்டிருக்கிறது. அங்கே பணிபுரியும் பெண்களுக்கு, வாடிக்கையாளர் கைமீறிப்போனால் அழுத்தி உதவி கோர வசதியாக கட்டிலுக்கருகிலேயே அபாய விசை கூட இருக்கிறதாம். ஜக்குஸி குளியல் தொட்டி, நீராவிக் குளியலறை. அந்த மாதிரி இடம். ரொம்ப விலை அதிகம். நமக்கெல்லாம் சரி வராது. அங்கே கருப்பினப் பெண்களும் அதிகம் கிடையாது. ஒன்றிரண்டு பேர் இருப்பார்கள். மந்திரிகளுக்குப் பெண்கள் போவதெல்லாம் இங்கிருந்துதான். உயர்தரப் பெண்கள். நாம் 'தீ பாட்ஜே'வுக்குப் போகிறோம். அங்கே மந்திரிகள் கிடையாது ஆனால் காசு கொடுக்கும் வாடிக்கையாளர்கள் எல்லாம் நமக்கு ஒன்றுதான்.

வாசலில் ஒரு கருத்த உயரமான காவலாளி நின்றிருந்தான். கறுப்புத் தொப்பியும் 'ஸ்டோன்வாஷ்' ஜீன்ஸூம் அணிந்திருந்தான். அவனது கருத்த தோல் நைஜீரியனுடையதைப்போல இல்லை அதில் கானாக்காரனின் பளபளப்பும் இல்லை. யாரோ அவன் மீது சாம்பலைத் தெளித்தது போலிருந்தது. செனகல்காரனாயிருக்கும். அல்லது காம்பியாக்காரன். அல்லது புருண்டி ருவாண்டா மாதிரி இடங்களில் இருந்து வந்தவனாயிருக்கும். அவளால் முடிவுசெய்ய முடியவில்லை.

அவன் நகர்ந்து கைநீட்டி உடல் வளைத்து அவர்களை உள்ளே வருமாறு அழைத்தான். 'அழகின் தேவியரே!' குரலில் ஒரு இழுவை. அது மேடத்தை நகைப்புக்குள்ளாக்கியது. மேடத்தை முந்திக்கொண்டு நடந்த சிஸி வியத்தகு வகையில் அடக்கமாகத் தெரிந்த அந்த அறைக்குள் நுழைந்தாள். அவள் கண்ணைப் பறிக்கும் விளக்குகளை எதிர்பார்த்திருந்தாள். பளபளப்பும் மினுமினுப்பும் மேலோங்கியிருக்கும் என்று எண்ணியிருந்தாள். சிந்தை மயக்கும் கண்ணாடியிழைத்த பந்துகள் தொங்குமென்று நினைத்திருந்தாள். ஆனால் அந்த மதுவிடுதி மந்தமாக ஒளியேற்றப்பட்டிருந்தது. அதற்குப் பழக்கப்பட சிஸிக்குச் சிறிது நேரம் எடுத்தது. அடர்நிறத்தில் மரவேலைப்பாடு செய்யப்பட்ட அறை, மரத்தால் வேயப்பட்ட கூரையில் நட்சத்திர வடிவில்

மொத்த அறையையும் நிரப்பும் நீலம் சிவப்பு செஞ்சிவப்பு நிறத்து விளக்குகள் என விதவிதமாக பொருத்தப்பட்டிருந்தன. அதற்குள் ஆறு குட்டி நட்சத்திரங்கள் வேறு.

முதலில் சிஸி கண்ணில் பட்டது தரையிலிருந்து கூரை விளக்குகள் நோக்கி எழும்பிய புகை மேகம்தான். ஏதோ பூவுலகில் இருந்து மீண்டு மேகங்களுக்கிடையே, எண்ணமுடியாத வண்ணங்களில் இருந்த நட்சத்திரங்களின் நடுவே நடப்பது போலிருந்தது. அவளுக்கு இடதுபுறம் மதுமேடை. அதன்பின்னே ஏப்ரன் அணிந்த வாட்டசாட்டமான ஒரு மனிதன் பெரிய பியர் கோப்பைகளைக் கழுவிக்கொண்டிருந்தான். மேடத்தை நோக்கி அவன் கட்டை விரலை உயர்த்திக்காட்ட மேடம் தலையாட்டிப் புன்னகைத்தாள். சிஸி அவளைப் பின்தொடர்ந்து பார் மேடைக்கருகே சென்றாள். தடுப்புமேடையின் முன்னே பதினாறு முக்காலிகள் வரிசையாகப் போடப்பட்டிருந்தன. ஒவ்வொன்றிலும் ஒரு இளம் கருப்பினப் பெண் அமர்ந்திருந்தாள். எல்லோரும் ஒன்றுபோல உடல் தெரியும் (கொஞ்சம் வயிறு, கொஞ்சம் மார்பு) இறுக்கமான டீசர்டும் அதற்கடியில் உடலொட்டிய காற்சட்டையோ அல்லது குட்டைப் பாவாடையோ அணிந்திருந்தனர். தங்கம் பழுப்பு சிவப்பு என்று பலதரப்பட்ட நிறங்களில் நீளக்கூந்தல்கள் ஒவ்வொரு தலைதிருப்பலுக்கும் துள்ளி விழுந்துகொண்டிருந்தன. மூன்றே இருக்கைகளில்தான் ஆண்கள் இருந்தனர், பியர் அருந்தியபடி. அவர்களில் ஒருவனின் தொடைகளுக்கிடையே - கருப்பு கையற்ற கறுப்புச் சட்டையும் டெனிம் காற்சட்டையும் அணிந்த- பெண்ணொருத்தி அமர்ந்திருந்தாள். சிஸியைப் பார்த்த அவள் திரும்பி தன் துணையிடம் ஏதோ சொல்ல அவன் சிரித்தபடி தலையாட்டினான். பார் மேடைக்குப் பின்னிருந்தவன் மேடத்திடம் ஏதோ சொல்ல அவள் கைகளைக் காதின் பின் வைத்து 'நீ பேசுவது கேட்கவில்லை' என்றாள்.

'ஒரு நிமிடம் காத்திருங்கள். இதோ வந்துவிடுகிறேன். ஒரே ஒரு நிமிடம்,' என்று ஆள்காட்டி விரலைக் காட்டி இசையின் அதிர்வைத் தாண்டி இரைந்து சொன்னவன் ஒரு விரல்

காட்டி ஒன்று என்று உறுதிப்படுத்தியபடி மேடத்தைப் பார்த்து புன்னகைத்தான்.

‘சரி.’ மேடம் பதிலுக்குப் புன்னகைத்தபடி பார் மேடை மேல் சாய்ந்தபடி டச்சுமொழியில் ஏதோ சொன்னாள். அவன் சிரித்தான். சிஸி காத்திருந்தபடி அறையை நோட்டம் விட்டாள். அறையின் பின்பகுதியில் இறுக்கமான காற்சட்டையும் கச்சையும் அணிந்த பெண்ணொருத்தி இசைப்பெட்டியின் முன்னே முக்காலியில் அமர்ந்து அறையை அதிர்வித்த இசைக்குத் தலையாட்டிக் கொண்டிருந்தாள்.

பொம்மை அலைபேசி போல ஒரு சின்ன கறுப்பு நிற அலைபேசியை ஒரு கையிலும் சிகரெட்டை மறு கையிலும் பிடித்திருந்தாள். அவளது கூந்தல் சவுரி தோள் தாண்டி வழிந்தோடியது. அவள் ஏன் தனியாக இருக்கிறாள் என்றெண்ணி வியந்தாள் சிஸி. ஒருவேளை அவளும் ஒரு மேடம் தானோ? அவளது பெண்களைப் பார்த்துக்கொண்டு அவர்கள் சரியாக நடந்துகொள்கிறார்களா என்று கண்காணித்துக்கொண்டு அவளது முதலீடுகளின் மீது கண்வைத்தபடி அமர்ந்திருக்கிறாளோ? பார்வைக்கு இளமையாகத் தெரிந்தாள். தனக்கென தொழில் பெண்கள் வைத்திருக்க இது மிகவும் இளைய வயது. ஆனால் அடுத்தவரிடம் பணிசெய்பவளை விடவும் பணக்காரத் தன்மை.

இந்த மதுக்கடையே முரண்களின் அடையாளமாகத் தோன்றியது சிஸிக்கு. ஆண்கள்/பெண்கள். வெள்ளை/கறுப்பு. ஐந்து ஆண்களைத் தவிர வேறு யாருமே நாற்பது வயதுக்கு ஒரு நாள் கூட இளைய வயதுடையவராகத் தோன்றவில்லை. வயதான ஆண்கள்தான் நல்ல வாடிக்கையாளர்களாக இருப்பார்கள் என்று சிஸி பிற்பாடு அறிந்துகொள்வாள். ‘இளைஞர்கள் காதலிகளைத் தேடுவார்கள். ஒன்றுமேயில்லாமல் காதலியாக யார் முன்வருவார்கள்? வயதான ஆண்கள் தேவைக்காக மட்டும் வருவார்கள். அவர்களுக்குக் காதல் தேவையில்லை. அவர்களுக்குத் தேவையானது கிடைக்க அவர்கள் பணம் கொடுப்பார்கள். சிலர் மனைவியிழந்தவர்கள். சிலருக்கு

மனைவி வேண்டிய செயலைத் தர விருப்பமில்லாதவர்களாக இருப்பார்கள். அவர்கள் இங்கே வருவார்கள். அவர்கள் உலகை மீண்டும் காணத் தேவையான வயகரா நாம்தான். இளைஞர்கள், அவர்களிடம் ஆற்றல் இருந்தது. கனவுகள் இருந்தன. அவர்கள் யாசித்ததெல்லாம் காதல்தான். ஆனால் காதல் நம் பணிப்பட்டியலில் வருவதில்லை.' இப்படிச் சொல்லி தொடைதட்டிச் சிரிப்பாள் அமா. வெற்றுச்சங்கின் ஒலி போல ரீங்கரிக்கும் அந்தச் சிரிப்பில் சிஸிக்கு கண்ணீரே வந்து விடும்.

மேடம் சிஸியின் தோள் தட்டினாள். லேசாக ஆனால் ஒரு வித அவசரமும் அதிகாரமுமாக. தடுப்புக்குப் பின்னிருந்த அந்த மனிதன் வெளியே வந்திருந்தான். அவன் மேடைக்குப் பின்னிருந்து பார்த்தபோதிருந்த அளவுக்கு பருமனாக இல்லை என்று வியப்புடன் உணர்ந்தாள் சிஸி. அவன் கிட்டத்தட்ட செகுன் அளவுக்கு ஒல்லியாக இருந்தான். அவனைப் பெரிதாகக் காட்டியது அவனது வயிறுதான். நிறைமாத கர்ப்பிணியின் வயிறு போல பெருத்த 'பியர்' தொப்பையைத் தவிர அவன் மற்றபடி ஒல்லியாக இருந்தான். அவர்களுக்கு முன்னே நடந்து மதுமேடைக்குப் பின்புறம் இருந்த அலுவலறை (கழிவறை அருகே ஒரு கதவிருந்ததை சிஸி கவனித்திருக்கவில்லை) ஒன்றுக்குள் நுழைந்தான். அந்த ஒளிரும் விளக்குகளின் பளிச்சிடலில் அவனது மீசையில் பழுப்பு நிறத்தில் சிறு துணுக்குகள் ஒட்டிக்கொண்டிருப்பது தெரிந்தது. என்ன தின்று கொண்டிருந்திருப்பான் என்று எண்ணி வியந்தாள் சிஸி. ரொட்டியாக இருக்குமோ? அவன் இரண்டு பெண்களையும் பார்த்து பற்கள் மின்னப் புன்னகைத்தான். கருகருவென சீராக இருந்த சிகையை விரல்களால் கோதிப் பின் அதே விரல்களால் சிஸியின் உருவத்தைக் காற்றில் வடிவெடுத்தான்.

'சிறப்பு மேடம். ரொம்பச் சிறப்பு. அவளுக்கு எல்லாம் தெரியும் தானே? இங்கே க்ளாந்தான். களாந்தானை எப்படிச் சொல்வது?' அவன் மேடத்திடம் திரும்ப அவள் அவன் தேடிய சொல்லை எடுத்துக் கொடுத்தாள். 'வாடிக்கையாளர்கள்.'

'ஆம், வாடிக்கையாளர்கள். நன்றி. வாடிக்கையாளர்கள், அவர்கள்தான் முக்கியம். என்ன? அவர்களைக் குடிக்கவைத்து, நிறைய மது வாங்க வைத்து, நிறைய நிறைய வாங்க வைத்து, விலை அதிகமுள்ள மதுவகைகளை வாங்க வைத்து எனக்கு வியாபாரம் தர வேண்டும். நான் உனக்கு வியாபாரம் தருகிறேன் இல்லையா?' அவன் மேடத்தை நோக்கிக் கண்ணடித்துவிட்டு அவளது இடை பற்றி மீண்டும் மதுவறை நோக்கி சிஸியை அழைத்துச்சென்றான். 'நீ இங்கே காத்திரு. உன் மேடம் விரைவில் வெளியே வந்துவிடுவாள். நாங்கள் இன்னும் பேசவேண்டியது இருக்கிறது.' சிஸிக்கு ஒரு நாற்காலியைக் காட்டிவிட்டுச் சென்றான். உயரக்குதிகால் செருப்புகள் அணிந்து பழக்கப்பட்டிராத சிஸி வெள்ளியாய் மின்னிய குதிகால் செருப்பில் தடுமாறி நடந்தாள். தான் நினைத்தது போலில்லாமல் மிகவும் சங்கடமாக உணர்ந்தாள். தொலைக்காட்சியில் கண்ட மாடல்களைப்போல இடைவளைத்து நடந்தாள். அறைக்கு முதுகுகாட்டியபடி அவன் உட்காரச்சொன்ன இடத்தில் உட்கார்ந்து மேடத்துக்காகக் காத்திருந்தாள். அவள் வர இன்னும் பத்து நிமிடங்கள் ஆயின. 'இப்படி உட்கார்ந்திருந்தால் உன்னை யார் விரும்புவார்கள்?' சுவரிடமிருந்து அறை நோக்கித் திரும்பினாள் சிஸி. 'சிரி' மேடம் கோபமாக கிசுகிசுத்தாள். சிஸி ஒரு வேக மூச்செடுத்து வயிற்றை உள்ளிழுத்து புன்னகைத்தாள். அந்தப் புன்னகைதான் அவளது அடையாளமாகிப்போகும். கோடுபோட்ட சட்டையணிந்த ஒருவன் அவளைப் பார்த்து பதிலுக்குப் புன்னகைத்தான். அவன் ஒரு கையில் பியர்புட்டியேந்தியபடி சுவற்றில் சாய்ந்திருந்தான். அவனது புன்னகையில் அவசரம் இருந்தது. மேடம் அவளை பாதி பிடித்துத் தள்ளியபடி அவனது மேசை நோக்கி நகர்த்தினாள். பின் மதுக்கூடத்திலிருந்து உருண்டு இரவில் காணாமல் போனாள். அவளுக்கு வேலையிருக்கிறதென்றும் சிஸி சரியாக நடந்து கொள்ள வேண்டுமென்றும் சொல்லிச் சென்றிருந்தாள். சிஸி பாவாடையைத் தொடைக்குக் கீழே இழுத்து மூட ஒரு வீண் முயற்சி மேற்கொண்டாள். அது நகரவேயில்லை.

'வணக்கம், அழகியே.' கோடு போட்ட சட்டைக்காரன்

அவளைப் பார்த்து இளித்தான், அருகிருந்த நாற்காலியை அவளுக்குக் காட்டினான். ‘உன் பெயரென்ன?’

‘ஆங்?’

‘பெயர்? உன் பெயர்?’ அவன் காதுக்குள் கிசுகிசுத்தான்.

‘சிஸி.’

சிஸி அமர்ந்து தன் புன்னகையை மீட்டுக்கொள்ள முயன்றாள். இதழ்களைப் பிரித்து சிரிக்க முயன்றாள். மெல்லிய சுடர் போல அது எழுந்து படபடத்து அணைந்து போனது. அவள் மூழ்கிக்கொண்டிருந்தாள். மூழ்கிக்கொண்டிருக்கும்போது எப்படி சிரிக்க முடியும்? யாரென்றறியாத அவன்பால் உணர்ச்சி ஏதும் தோன்றாத; ஆனால் அவளை அன்றிரவு அடையப்போகும் ஒருவனைப்பார்த்துச் சிரிக்க வேண்டும். அவள் இதுவரை தன் வாழ்நாளிலேயே இருவருடன்தான் உடலுறவு வைத்திருக்கிறாள். பதினாறு வயதில் புதிதாய் அவள் சோதனையிலிறங்கிய போதிருந்த காதலன் குன்லே, பீட்டருக்கு முந்தைய அவளது காதலன். அதன்பிறகு பீட்டர். இப்போது அவளைப் பீட்டர் பார்த்தால் என்ன நினைப்பான்? கண்ணீர் நிறைந்தது. அவளுக்குப்பிடித்து இதைச் செய்யவில்லை என்று தனக்குத்தானே நினைவுறுத்திக் கொண்டாள். இப்போது அவள் இங்கே இருக்கிறாள். இனி திரும்பிப் போவதற்கில்லை. பல்லைக் கடித்தபடி மீண்டும் புன்னகைக்க முயன்றாள். வைக்கோலில் செய்யப்பட்டது போல அவளது இதழ்கள் வெடித்தன. புன்னகை சில்லுகளாய் உடைந்து சிதறியது. ‘சீ... ஸீ...அழகான பெயர்.’ அவன் சிரித்துக்கொண்டான். ‘அழகான பெண்ணுக்கேற்ற அழகான பெயர். குடிக்கிறாயா சீ...ஸீ...’ அவளது பெயர் அவன் நாவிலிருந்த சுவையான தின்பண்டம் போலவும் அதைத் தவறவிட விரும்பாதவன் போலவும் அதை உச்சரித்தான். சிஸி தலையசைத்தாள்.

‘ஆமாம். குடித்தால் நன்றாக இருக்கும். ஏதாவது குளிர்ச்சியாக. நன்றி.’

வெளியே தெருக்களில் குளிராக, ஆனால் அதிகக் குளிரில்லாமல் செப்டம்பர் துவங்கிவிட்டது என்று சொல்லக்கூடிய அளவுக்கு இருந்தது. ஆனால் இங்கே மதுக்கூடத்தின் உள்ளே வெப்பமாக இருந்தது. 'நீ அக்டோபர் மாதம் பார்க்கவேண்டும்,' அமா ஏற்கனவே எச்சரித்திருந்தாள். 'அப்போதுதான் குளிர் முழுமையாக மூடிக்கொள்ளும் அடுத்த கோடை வரை விடாது. நீ பேசினால் தீயைத் தின்றது போல வாயிலிருந்து புகை வரும். எவ்வளவு நெருப்பெரித்தாலும் சூடு போதாது.' அப்படியென்றால் டிசம்பரில் பனி வந்தால் அது தொலைக்காட்சியில் பார்ப்பது போல அழகாக இருக்குமா என்று கேட்க நினைத்தாள் சிஸி. சீத்தாப்பழம் போல மென்மையாக உண்ணக்கூடியதாக? ஆனால் கேட்கவில்லை. எப்படியும் அது நடக்கும்போது அவள் ஆண்ட்வெர்பில்தானே இருக்கப்போகிறாள். அவளே பனியையும் குளிர்காலத்தையும் அவளது எதிர்காலத்தையும் சந்திப்பாள். அவளுக்கு அந்த மன உறுதி இருந்தது. அந்த மனிதன் திரும்பிவரும்போது சில்லுகளைப் பொறுக்கி எடுத்து முழுமையானதொரு புன்னகையை ஒட்ட வைத்திருப்பாள்.

அவன் பாரை நோக்கி நடப்பதைப் பார்த்திருந்தாள். அவன் முதுகு காட்டி நிற்கும்போது பார்த்தால் டயபர் அணிந்தது போலத் தெரிந்தது அவனது பின்புறம். டயபர் அணிந்த ஆண் கற்பனையில் வரவும் தற்காலிகமாகத் தன் சங்கடத்திலிருந்து மீண்டவளாய் கிளுக்கிச் சிரித்தாள். அவளுக்குப் பீட்டர் கிடைக்காமல் போயிருந்தாலும் கூட அவள் இப்படிப்பட்ட ஒருவனோடு உறவு கொள்ள வாய்ப்பேயில்லை என்று தனக்குத்தானே சொல்லிக்கொண்டாள். அகலமான முகம் கண்களுக்கிடையே பெரிய இடைவெளி என்று, அவன் அவளைக் கொஞ்சம் கூட ஈர்க்கவில்லை. எந்த மாதிரி ஆண் பரத்தையை நாடி வருவான்? அவனுக்குப் பெண்ணே கிடைக்கவில்லையா? அவளாவது பணத்துக்காக இதைச் செய்கிறாள் வேறு போக்கில்லை. இந்த அறை தாண்டி வெளியே போனால் அடையாளம் தெரியாத பெண்ணொருத்தியின் தொடைகளுக்கிடையே சுகம் தேடி உந்தியது எதுவாக இருக்கும்? சோம்பேறித்தனமா? ஒரு பெண்ணை அடைய முடியாதளவு

அழகற்றவன் என்பதா? எது?

கறுப்பு உள்பனியனின் மேல் பழுப்பு நிறத்தில் சட்டையணிந்து அதைத் திறந்துவிட்டிருந்த ஒருவன் அவளைக் கடந்து கழிவறை நோக்கிப் போனான். அவனது இணை அவனுக்குப் பின்னே ஆடிக்கொண்டு போனாள். மேசைகளில் ஒன்றில் அமர்ந்திருந்த கண்ணாடியணிந்த ஒருவனின் முகத்தின் முன்னே இடுப்பை ஒடித்துக்காட்ட அவன் சிரித்தான். அவளும் சிரித்து உதட்டை நாவால் தடவினாள். 'நான் இங்கே காத்திருக்கிறேன்.' உடன் வந்தவனிடம் அவள் இரைந்து சொல்வது கேட்டது சிஸிக்கு. இடுப்பை வளைத்து முழங்கால் தரை தொடக்குனிந்தாள். யாரோ கைதட்டினார்கள். இசையால் உந்தப்பட்டவளாய் கண்களை மூடிக்கொண்டு மாரை முன் நீட்டிக் குலுக்கினாள். சீழ்க்கையொலி பறந்தது. உடன் வந்தவன் திரும்பிப் பார்த்து இளித்துவிட்டு கழிவறைக்குள் சென்று மறைந்தான். அவனுடைய முன்பற்கள் சில காணாமல் போயிருந்தன. பின்னிருந்து பார்க்கையில் அவனது குதிரைவாலின் சாம்பல் நிறம் சட்டையில் சாம்பல் நிறத்தோடு கரைந்துபோவது போலிருந்தது. அவனால் சரியாக நடக்கக்கூட முடியவில்லை. நடையின் தளர்வு வயதால் வந்ததா அல்லது மதுவால் வந்ததா என்று தெரியவில்லை அவளுக்கு.

கோடுபோட்ட சட்டை அணிந்தவன் இரண்டு புட்டி ஸ்டெல்லா அர்துவாவுடன் திரும்பி வந்தான். 'வா மேசையில் அமர்வோம்.'

சிஸி பொதுவாக பியர் அருந்துவதில்லை. அங்கே லாகோஸைப் பொறுத்தவரை அது சற்றே பெருஞ்செலவெடுக்கும் பழக்கம் என்பதால் அதை வளர்த்துக்கொள்ளவில்லை என்பது தாண்டி அவள் அதன் உப்பும் கசப்புமான தன்மையை விரும்பவில்லை. அது அவளை எந்த உயரத்துக்கும் அழைத்துச் செல்லவில்லை. இதை ஏன் மக்கள் புட்டி புட்டியாக வாங்கி அருந்துகிறார்கள் என்று அவள் வியந்ததுண்டு. இனி அவளும் புட்டி புட்டியாக குடிக்கத்தொடங்கிவிடுவாளோ மறப்பதற்காக? ஆனால்

எதை மறக்க? அவள் கொள்ளையடிக்கவில்லை, யாரையும் ஏமாற்றவில்லை. ஏமாளி மேற்கத்தியர்களை நம்ப வைத்து மின்னஞ்சல் அனுப்பி காசடிக்கும் 419 வகை இல்லை. அவள் தனது பொருளை நியாயமான வகையில் ஈட்டப்போகிறாள். ஒவ்வொரு சென்ட்டும் அவளது வியர்வையால் விளைந்ததாக இருக்கும். செய்யும் பணியைப் பிடித்துதான் வேண்டுமென்பதில்லை; ஆனால் அவள் அதை சிறப்பாகச் செய்வாள். வாங்கி வந்த பியரை அவளது கோப்பையில் அவன் ஊற்றிக்கொடுக்கவும் அவள் நன்றி சொன்னாள். ஒரே மடக்கில் அதைக் குடித்து முடித்தாள். அப்படியாவது அது தனக்கு முன்னே இருப்பவனை அழகாகக் காட்டுமளவுக்கு மூளையை மந்தப்படுத்தும் என்று நம்பினாள். அவன் புன்னகைத்தபடி மீண்டும் கோப்பையை நிரப்பினான், புட்டி காலியாகியிருந்தது.

‘என் பெயர் டைடர்.’சொன்னபடி தனது கோப்பையை எடுத்து ஒரு வாய் சுவைத்தான். நுரை மேலுதட்டின் மீது மீசை வரைந்திருந்தது. சிஸி லேசாக தலையைச் சாய்த்தாள். பின் மீண்டும் ஒரே மடக்கில் கோப்பையைக் காலி செய்தாள். அதன் குளிர்ச்சி கசப்பை மறக்கடித்தது. அவன் இன்னும் விரும்பக்கூடியவனாக இல்லை. டைடர் எழுந்துபோய் மீண்டும் ஒரு புட்டி பியரோடு திரும்பி வந்தான். ‘நீ அதிகம் பேசமாட்டாயா? சீ…ஸீ..?” கேட்டபடி அன்றைக்கு மூன்றாவது முறையாக அவளது கோப்பையை நிரப்பினான்.

‘இல்லை.’ சிஸி புன்னகைக்க முயன்றாள். அவை கரைந்து அறையில் நிறைந்து பரவி இருளில் காணாமல் போயின.

‘உன் குரல் அழகாக இருக்கிறது, உன்னைப்போலவே.’ என்றான் டைடர். மேசை தாண்டிக் கைநீட்டி முகத்தைத் தொட்டான். நசநசத்த அவனது இடது உள்ளங்கை அவளது வலது கன்னத்தில். சிஸியின் இயல்பு அதைத் தட்டி விடுவதாகத்தான் இருந்தது. ஆனால் இந்தப் புதிய உலகில் உள்ளுணர்வை விடவும் பொது அறிவுதான் முக்கியம் என்பதால் அதை அப்படியே விட்டாள். அது பீட்டரின் கை எனவும் அவர்களுக்குத் திருமணமாகி

இருவரும் ஒன்றாக மது அருந்த வந்திருப்பது போலவும் வலிந்து நினைத்துக் கொள்ள முயன்றாள். முடியவில்லை. டைடரின் கை நழுவி கழுத்திற்கு வந்தது. கழுத்தின் வெளிப்புறமாக விரல்களால் தடவினான். அவ்வளவு நேரமும் 'அழகு அழகு' என்று அரற்றியபடி இருந்தான். கண்கள் பிதுங்க நாற்காலியில் நெளிந்தவன் கையை இப்போது முலைகளை நோக்கி நகர்த்தியிருந்தான். ஒவ்வொன்றையும் மாற்றி மாற்றிப் பிடித்தபடி இருந்தான். இது என்னால் முடியாது. சிஸி நினைத்தாள். அவளது முந்தைய கோப்பை பியர் இன்னும் தீண்டப்படாமல் இருந்தது. உள்ளம் சோகத்தில்- மெல்ல வெஞ்சினம் நோக்கி நகர்ந்துகொண்டிருந்த சோகத்தில் - நிரம்பிக்கிடந்தது. கனவில் இருப்பதாக கற்பனை செய்து கொண்டாள். கனவில்கூட இந்த மனிதனை ஏற்றுக்கொள்ள முடியாது அவளால். என்ன இசை ஒலிக்கிறது என்று இனங்காண முடியாத அளவுக்கு அவளது செவிகளில் அருவியின் பேரிரைச்சல்.

இது நானல்ல. நான் இங்கே இல்லை. நான் என் வீட்டில் என் கட்டிலில் தூங்கிக்கொண்டிருக்கிறேன். இது நானல்ல. இது நானல்ல. இது வேறு யாரோ. இது வேறு யாருடைய உடலோ. இது என்னுடையதல்ல். இது நானல்ல. இது வேறு யாரோ. டைடர் எழுந்துகொண்டு அவளைத் தொடர்ந்து வரச்சொல்லிவிட்டு நடந்தான். இது நானல்ல. இது நானல்ல. இது ஒரு கனவு. அவள் அவன் பின்னே தத்தி நடந்தாள். அவனது பின்புறத்தின் மீது பார்வையைப் பாய்ச்சாமல் கண்களை விலக்கிக்கொண்டாள். இது நானல்ல. நான் இங்கே இல்லை. நான் என் வீட்டில் என் கட்டிலில் தூங்கிக்கொண்டிருக்கிறேன். ஒரு நெக்லஸ் அவளது மனக்கண்ணில் மின்னியது. பணத்தை நினைத்துக்கொள். மெழுகுவர்த்தித் திரி தலை கொண்ட மனித உடல். கடவுளே காப்பாற்று.

கழிவறையின் தனியறைக்குள் டைடர் காற்சட்டையைக் கழற்றி கணுக்கால் வரை இறக்கினான். வெள்ளை உள்ளாடை பளிச்சிட்டது. துணியைத் துருத்திக்கொண்டு தெரிந்தது அவனது குறி. பெரிய இளஞ்சிவப்புக் குமிழ். சிஸி மருண்டு

நோக்கினாள். வெள்ளைக்காரனின் குறி தளர்வு பற்றியும் மூக்களவு சிறியதான குறியின் அளவு பற்றியும் (ஒருவரை நோக்கிச் சொல்லும் ஆகப்பெரிய வசையாக இருந்தது அவனுடைய குறி வெள்ளைக்காரனின் குறி போல என்று சொல்வதுதான்) அவள் கேட்ட கதைகள் அத்தனையும் நொறுங்கிச் சிதறின. முக்கலும் முனகலுமாக அவனது ஒரு கை அவனது உள்ளாடையையும் மறு கை அவளது பாவாடையையும் இழுத்தன. அவனது மூச்சு சூடாக அவளது கழுத்திலும், கைகள் அவளைக் பிடித்தபடியும் அவளது மேனியை நக்கினான். சிஸி கண்களை மூடிக்கொண்டாள். தலையைத் தூக்கி காதுக்குள் நக்கினான். உள்ளும் வெளியும் உள்ளும் வெளியும். கண்கள் இன்னும் இறுக மூடியிருக்க அவள் அவனது பிடியிலிருந்து விலக முயற்சித்தாள். இதை இன்னும் தொடர அவளால் முடியாது. 'எனக்கு இது வேண்டாம். நிறுத்துங்கள்!' அவள் சொன்னாள். அவன் அவளை இறுக்கி அணைத்தான். சுவற்றின் மீது அவளைத் தள்ளி கைகளால் அவளது பிட்டத்தை அழுத்திப் பிடித்து முலைகளில் முகம் பதித்தான். 'நிறுத்து'. அவள் கத்தினாள். கண்களைத் திறந்து அவனைப் பார்த்தாள். வாய் பிளந்து உள்ளார்ந்த பசியில் தாடை விரிந்து அவன் நிற்கக் கண்டாள். 'நிறுத்து!'

அவளது குரலை அவனது முனகல்கள் விழுங்கின. அவனது குறி அவளது கால்களுக்கிடையே நுழைய இடம் தேடியது. தேடிய இதம் கண்டடைந்து பெருமூச்செறிந்து விந்தைப்பாய்ச்ச அது சளி போல அவளது கால்களில் வழிந்தோடி அவளது புதிய தொழிலுக்குள் அவளைப் புகுத்தி முறையாகத் தொடங்கி வைத்தது. அவள் கன்னங்களில் சூடாகப் பொங்கி வழிந்த கண்ணீர் கொண்டு தனக்குத்தானே ஞானஸ்நானம் செய்து கொண்டாள். அடுப்பிலிருந்து எடுத்த கத்தி கொண்டு கீறுவது போல அவன் தொட்ட இடமெல்லாம் வலி பிளந்தது. திடீரென அந்த அறையின் நாற்றம் நாசியை நிரப்பியது, அந்த நாற்றம் அவள் உடலை நிரப்பி வயிற்றைப் புரட்டியது. வாந்தியெடுத்தாளா இல்லையா என்று அவளுக்குத் தெரியவில்லை.

ஜாய்ஸ்

அவர்கள் லாகோஸ் வந்தடைந்த அன்று, லாகோஸைப்பற்றி அலெக் என்ன நினைக்கிறாளென்று கேட்டான் பாலிகார்ப். அதிகமான மக்கள். அதிகமான வீடுகள். எல்லாமே அதிகமாக இருப்பதாக அவள் நினைத்தாள். திறன் அதிகமில்லாத ஆனால் ஆர்வம் மிகுதியாகக் கொண்ட குழந்தை வரைந்த படத்தை நினைவூட்டியது லாகோஸ். வீடுகள் இடமில்லாமல் ஒன்றையொன்று இடித்துக்கொண்டு நின்றன, மூச்சு விட்டால் கூட அடுத்த வீட்டில் கேட்குமோ என்று பயந்தாள் அலெக். அவளது வீடு இருந்த கட்டிடம் நீளமாக சிறியதாக இருந்தது. பலகணியில் நின்றால்கூட அவளுக்கு மூச்சு முட்டியது. இருந்தாலும் அவர்களின் நிலைமை இதை விட மோசமாக இருந்திருக்கக்கூடுமென்று அவள் அறிந்திருந்தாள். முதல் வாரத்தில் இசாலே எகோவுக்குச் சென்றாள். அங்கே வீடுகள் யாரோ தொழிலுக்குப் புதிய தச்சன் சேர்த்து அடித்து வைத்த மேசைகளைப்போல ஒன்றுக்கொன்று ஏறுமாறாக நின்றன. உப்பிய வயிறு கொண்ட பிள்ளைகள் அம்மணமாகச் சுற்றி ஓடிக்கொண்டிருந்தனர். சில வீடுகளில் கழிப்பறை வசதி கூட இருக்காது என்று பாலிகார்ப் சொல்லியிருந்தான். ‘இது இருபத்தியோராம் நூற்றாண்டு லாகோஸ்! 2004இல் லாகோஸ்!

நம் அரசாங்கம் அவரவர் பைகளை நிரப்பிக்கொள்ள மட்டும் தான் லாயக்கு. அவர்கள் ஆட்சி செய்ய வேண்டிய மக்களின் நிலைமை பற்றியெல்லாம் கவலையே இல்லை.'

லாகோஸின் தெருக்கள் குண்டும் குழியுமாக கடக்க முடியாமல் இருந்தன. ஆயினும் வண்டிகளால் நிரம்பிக் கிடந்தன. பெரிய குளிர்சாதன வசதி கொண்ட ஜீப்புகள், முன்னிருந்து பின்வரை முழுவதுமாக சிதைந்து அடிபட்ட வண்டிகள்; அதன் பழுதுபட்ட புகைக் கக்கிகளிலிருந்து வெளிப்பட்ட கரும்புகை. அந்தப் புகை காற்றை மாசுபடுத்தி அடர்த்தியாக்கியிருந்தது. அது ஒரு நிலையான புகைப்பனி போர்வையாக நகரை மூடியிருந்தது. காண முடிந்த கொஞ்ச நஞ்ச வானமும் தூசியால் கறைபட்டிருந்தது. பழுதான லாரிகள் புறவழிச்சாலைகளில் பொட்டு பொட்டாய் ஆங்காங்கே நின்றிருந்தன... அவற்றின் பக்கவாட்டிலெல்லாம் அறிவுரைகள், எச்சரிக்கைகள், தகவல்கள் அல்லது வழிபாட்டு வாசகங்கள் பெரிய கொட்டை எழுத்தில் கருப்பிலோ சிவப்பிலோ தூரிகைத் தீற்றல்களாக எழுதப்பட்டிருந்தன. 'ரோமாபுரி ஒரு நாளில் கட்டப்பட்டதல்ல. 'உனக்கான காலம் வரும்வரை கடுமையை உழைத்திடு.' 'வறியவனுக்கும் ஒரு நாள் வாழ்வு வரும்', 'அமைதிக்கு ஒரு வாய்ப்புக் கொடுங்கள், ஸ்டான்லியும் லிவிங்ஸ்டனும் ஒன்றாகத்தானே வாழ வேண்டியிருந்தது', 'இளையோர் முதிர்வர்', 'கடவுளே என்னைச் செல்வந்தனாக்கு', 'கல்வி + அழகு - இயேசு = நரகத்தீ: பாவிகளே மனந்திரும்புங்கள்'.

சில சமயம் எழுத்துப்பிழைகளோடு, சில சமயம் சரியாக வரையப்படாமல், ஆனால் லாகோஸில் சுயமரியாதை கொண்ட எந்த லாரியையும் இப்படியான வாசகங்கள் இல்லாமல் பார்க்கமுடியாதென்று அலெக்குக்குத் தோன்றியது. பாலிகார்ப்போடு வண்டியில் ஊரைச் சுற்றும்போது இப்படியான வாசகங்களை உரக்க வாசிப்பது அவளுக்கு நிரம்பப் பிடிக்கும். '1+1 எப்போதும் இரண்டல்ல', 'இந்த உலகம் எனது சிப்பி, அதை நானே உண்பேன்', 'வணங்குதல் அன்பு செய்தலாகாது.'

ஓடிக்கொண்டிருந்த லாரிகளில் இடையில் ஈ கூட புகமுடியாத அளவுக்கு நெருக்கடியடித்து ஆடுகளும் மாடுகளும் நிற்க வைக்கப்பட்டிருந்தன. நாம் கூட 'கிறிஸ்துமசுக்கு ஆடு வாங்கலாமா என்று கேட்டான் பாலிகார்ப். கிறிஸ்துமசுக்கு இன்னும் மூன்று வாரங்கள்தான் இருந்தன. அலெக் வேண்டாம் என்றாள். அவளுக்கு கோழிதான் விருப்பம். 'இப்போது நீ இருப்பது இக்போக்காரனோடு, ஆட்டை விரும்பக் கற்றுக்கொள்.'என்றான் அவன். அவனது சொற்களை அழுத்திக்கொண்டு சிரிப்பு வெளிப்பட்டது.

என்று வேண்டுமானாலும் ஒரு சடலமாவது தெருவோரம் ஆதரவற்றுக்கிடக்கும். யாராவது வந்து மீட்டுச் செல்லும் வரை அல்லது நகரைச்சுற்றிய வல்லூறுகள் வந்து தின்று விழுங்கும்வரை அப்படியே கிடக்கும். அப்படி இறந்தவர்களில் சிலர் சாலை விபத்தில் மோதிவிட்டு நிற்காமல் செல்லும் வண்டியோட்டிகளிடம் பலியானவர்கள். அப்படியான ஓட்டுநர்கள் பெரும்பாலும் கண்டுபிடிக்கபட்டதுமில்லை. நீதிக்கு முன் நிறுத்தப்பட்டதுமில்லை. இறந்தவர்களில் பலர் வீடற்றவர்கள் என்று பாலிகார்ப் சொன்னான். செல்வம்பெருக்கும் சடங்குகளுக்காக சடலங்களில் இருந்து மனித உறுப்புகளைத் திருடுவோரால் கொல்லப்படுபவர்கள். மனிதக்குருதியால் செய்யப்பட்ட 'ஜுஜு'க்கள்தான் செல்வம் பெருக்க சிறந்த வழி.

லாகோஸில் வாழும் பத்து மில்லியன் சொச்ச மக்களின் போக்குவரத்து நெரிசலைக் குறைக்க நகரெங்கும் பல மேம்பாலங்கள் வளைந்து ஓடின. அந்த மேம்பாலங்களுக்கடியில் பிச்சைக்காரர்கள் காலி சிமெண்ட் மூட்டையையும் அட்டைப்பெட்டிகளையும் கொண்டு படுக்கை அமைத்துக்கொண்டிருந்தனர். பாடுபட்டு வாங்கிய பரிசு போல உடல் ஊனத்தைக்காட்டி வழிப்போக்கர்களை விரட்டிக் காசு பறிக்கத்தான் அவர்கள் தம் படுக்கைகளில் இருந்து எழுவார்கள். இருக்கப்பட்ட அத்தனை நோய்களும் இந்த மேம்பாலங்களுக்கடியில் வாழும் வீடற்ற மனிதர்களுக்கு இருந்தன.

கைகால்கள் வெறும் அடிக்கட்டைகள் போலிருக்க அவற்றைக் கடந்து செல்லும் வாகனங்களின் முன்னும் பாதசாரிகள் முன்னும் நீட்டிக்காட்டிய மனிதர்கள்; வாகனங்களின் கண்ணாடியைத் தட்டி பாட்டுப்பாடும் - பார்வையுள்ள சிறு பிள்ளைகளால் நடத்திச் செல்லப்பட்ட பார்வையற்றவர்கள்; வாய் கோணலாக அல்லது கண் இயல்புக்கதிகமாக பெரிதாகக்கொண்டிருந்த மக்கள்; தோலெல்லாம் சொரசொரப்பான மண்ணால் செய்யப்பட்டதுபோல் தோற்றமளித்த குஷ்டரோகிகள் என்று கிட்டத்தட்ட, வெட்கமற்று காட்சிப்படுத்தப்படும் விநோதமான சர்க்கஸ் போல இருப்பதாக நினைத்தாள் அலெக்.

ஒருமுறை அலெக் நோயாளி போல பலவீனமாகத் தெரிந்த முதியவர் ஒருவர் வெறும் தலையும் முண்டமுமாக ஒரு மனிதனை தள்ளுவண்டியில் வைத்துத் தள்ளியபடி போவதைப் பார்த்தாள். அவர்கள் இருவருமே பரிதாபத்துக்குரியவர்களாகத் தோன்றியது அவளுக்கு. சாளரத்தை இறக்கி கசங்கிய நூறு நைரா நோட்டொன்றை எறிந்தாள்.

பாலிகார்ப் முகத்தைச் சுளித்து உச்சுக்கொட்டினான். 'நீ சோம்பேறித்தனத்தைத்தான் வளர்க்கிறாய். இவர்களில் சிலருக்கு உண்மையில் ஒரு நோயும் இருக்காது. சக்கரவண்டியைத் தள்ள முடிந்த அந்த முதியவரால் வேறு வேலை பார்க்க முடியாதா? மாலியில் ஒரு பார்வையற்ற தம்பதியர் பிரபலமான இசைக்கலைஞர்களாக இருக்கிறார்கள். எங்கு பார்த்தாலும் அவர்களுடைய இசைதான். எனக்குத் தெரிந்த ஒரு கனடிய பேராசிரியர் பார்வையற்றவர். நான் அவரைப் பார்த்துப் பேசி கைகுலுக்கியிருக்கிறேன் அதனால் நான் என்ன பேசுகிறேன் என்று நன்கு அறிவேன்'. சினத்தில் வாகனத்தின் ஸ்டியரிங்கை இறுகப்பற்றினான். 'ஒருமுறை தொலைக்காட்சியில் ஒரு நிகழ்ச்சி பார்த்தேன். லண்டனில் கைகளும் கால்களுமற்ற ஒரு பெண்மணி வாயாலேயே ஓவியம் வரைகிறாள். வண்ணத் தூரிகையை பற்களுக்கிடையில் பிடித்துக் கொள்கிறாள்- ஒன்று, இரண்டு...அவ்வளவுதான்... சட்டென்று அற்புதமான ஓவியத்தை வரைந்து விடுகிறாள். யாரும் சொல்லிக் கேட்கவில்லை.

நானே என் சொந்தக்கண்ணால் அதைப் பார்த்தேன். பணம் சம்பாதிக்கிறாள். நிறைய பணம் சம்பாதிக்கிறாள். லண்டனெங்கும் அவள் ஓவியங்கள் கிடைக்கின்றன. அனைத்துக்கும் அவள் பணம் பெறுகிறாள். இந்த நாட்டில் அது நடக்குமா? ம்ஹ்ம். மூன்றாம் மெயின்லேண்ட் பாலத்துக்கடியில் இடம்பிடித்து போவோர் வருவோர் வீசியெறியும் காசுக்குக் காத்திருப்பார்கள். கண்கொண்டு பார்க்க முடியவில்லை. அரசாங்கம் அவர்களையெல்லாம் அகற்ற வேண்டும். அனினியையும் மற்ற கொள்ளையர்களையும் போல அவர்களையும் கைது செய்து சுட்டுத்தள்ள வேண்டும். கிடைத்த வாழ்க்கையும் ஒழுங்காக வாழ முடியாதவர்கள் வாழவேகூடாது. சுத்தம் செய்யவேண்டும்.'

சில சமயம் பாலிகார்ப்பின் கருத்துகள் அலெக்கை மிகவும் துன்பப்படுத்தின. ஆனாலும் அவள் அவனை விரும்பினாள். எப்படி அவ்வப்போது அவளைத் துன்பப்படுத்தினாலும், திமிரும் இரைச்சல், பகட்டு வண்ணங்கள், அவளை வந்த உடன் தொண்டையைப் பிடித்துக்கொண்டு குடிக்க நீர் தேடி அலைய வைத்த காரமான உணவுகள் என்று எல்லாமுமாக லாகோஸை அவள் விரும்பத் தொடங்கி விட்டாளோ அப்படி அவனையும் விரும்பினாள். பாலிகார்ப் அவளைப் பார்த்துச் சிரித்துவிட்டு 'நீ என் அம்மா செய்யும் ங்வோங்வோவைச் சாப்பிட்டுப் பார்க்கவேண்டும். அதில் ஆட்டுக்கறியை விட மிளகுதான் அதிகமாக இருக்கும்.' என்றான்.

வெறும் மாசும் தூசியும் மட்டும் லாகோஸ் அல்ல. அவளை அழ வைத்துவிடக்கூடிய அளவுக்கு அழகும் இங்கே இருந்தது. முதல் முறையாக பாலிகார்ப் அவளை விக்டோரியா தீவில் இருந்த பார் கடற்கரைக்கு அழைத்துச் சென்றபோது: தெளிந்த வான், கடற்கரை மீது பொழிந்த கதிரவன், பார்ப்பதற்கு கொள்ளை அழகாக இருந்தது. பாலிகார்ப் அவளது கையைப் பிடித்துக்கொள்ள, நம்ப முடியாத அளவுக்கு வெண்ணிறத்தில் இருந்த அந்த ஈரமணலில் நின்றபடி வாழ்க்கை இதைவிட சிறப்பாகிவிட முடியாது என்று தனக்குள் கூறிக்கொண்டாள்.

பின்னர் அவர்கள் கரையோரமாய் நடந்தனர். காலணியை வலது கையிலும் பாலிகார்ப்பின் கரத்தை இடது கையிலும் பற்றியிருந்தாள். கால்களுக்கடியில் இதமாய் ஈரமாய் மணல், அவள் உறங்கும் போது காதருகே வரும் பாலிகார்ப்பின் மூச்சுப்போல. அது ஒரு குறைவற்ற நாள்: தவறாக ஏதும் நடந்துவிடாது என்று மக்களை நம்பவைக்கக்கூடியதான ஒருநாள்.

லாகோஸில் அவள் மகிழ்ச்சியாக இருப்பாள் என்று பெரிதும் நம்பினாள். கண்டிப்பாக தாருவில் இருந்தது போலிருக்காது. ஆனால் இது வேறு வகையில் மகிழ்ச்சி. இதற்கும் பழைய வாழ்க்கைக்கும் எந்தத் தொடர்பும் இல்லை. தாருவில் அவள் வாழ்ந்த வாழ்க்கை இனி திரும்பக் கிடைக்கப்போவதில்லை அதனால் அதைக்கடந்து வாழப் பழகிக்கொண்டிருந்தாள். நுரையீரலை அடைக்கும் தூசி இனி இல்லை. வாழ்வில் இன்னொரு வாய்ப்பு கிடைத்தது அவளது அதிர்ஷ்டம். பாலிகார்ப் அருகே இருக்கும்போது வேறு எதுவும் அவளுக்குப் பெரிதாகத் தேவைப்படவும் இல்லை.

அவர்களுக்காக பாலிகார்ப் வாடகைக்கு எடுத்திருந்த வீடு ஒரு அடுக்ககத்தில் இரண்டு அறைகளும் ஒரு கூடமும் கூடிய ஒரு வீடு. சுவர்களில் மாட்ட படங்கள் சாளரங்களுக்குத் திரைச்சீலை என்று வீட்டைப் பொறுமையாக காலெமெடுத்து அலங்கரித்தாள் அலெக். உள்ளூர்த் தச்சனிடம் உணவு மேசைக்குச் சொல்ல பாலிகார்ப் போனபோது அவளும் உடன் சென்றாள். எப்போதாவது வரக்கூடிய விருந்தினரை மனதில் கொண்டு பாலிகார்ப் மூவர் அமரக்கூடிய அளவுக்கு மேசை செய்யச் சொன்னான். வெட்கப் புன்னகையொன்றை உதிர்த்துவிட்டு அதை ஆறு பேர் அமரும்படியானதாகச் செய்யச் சொன்னாள் அலெக், அவள் அவனைவிட ஒரு படி முன்னதாக யோசித்தாள். அவர்களின் குழந்தைகள் வந்த பிறகு தேவை. அதற்கு முன்பு பாலிகார்ப்பின் உறவுகள் வரும்போது தேவை. அவர்களை நன்றாகக் கவனித்துக் கொள்ள வேண்டுமென்று நினைத்திருந்தாள். அவளை அவர்கள் ஒரு சகோதரியாகவோ

அல்லது மகளாகவோ நினைக்கலாம் என்று அவர்களுக்கு உணர்த்திவிட வேண்டுமென்பதில் தெளிவாக இருந்தாள்.

‘ஆனால் அவ்வளவு இடமில்லை, டார்லிங்’ என்றான் பாலிகார்ப். இன்னும் நாற்காலிகள், தொலைக்காட்சிப்பெட்டி, ஸ்பீக்கர்கள் எல்லாம் வைக்க இடம் வேண்டும். இறுதியில் நால்வருக்கான மேசையை இருவருமாக முடிவு செய்தனர். கூடத்துக்கான அறைகலன்களை அலெக்தான் தேர்ந்தெடுத்தாள்; மிருதுவான பழுப்பு நிறத்தில் அமர்ந்தால் பிட்டம் புதைந்துவிடும் இருக்கைகள் கொண்ட நாற்காலிகளை அவள் தேர்ந்தெடுத்தாள். ‘அந்த நாற்காலிகள் மந்திரி நாற்காலிகள்! உட்கார்ந்தால் நீங்களும் முதல் மந்திரிதான்’ என்று நாற்காலியின் கைப்பிடியைத் தட்டியபடி விற்பனையாளர் சொல்ல அலெக் சிரித்தபடி நான்கு நாற்காலிகளுக்கு உத்தரவு கொடுத்தாள்.

இருவரும் சேர்ந்து படுக்கையைத் தேர்வு செய்தனர். நல்ல தரமான டன்லப் வகை திண்மையான மெத்தையைத் தேர்வு செய்திருப்பதாகச் சொல்லி, ஒரே முயற்சி போதும் குழந்தைகள் உறுதி என்று அவன் சொன்னபோது அலெக் புன்னகைத்தாள், பாலிகார்ப் சங்கடத்தோடு எங்கோ பார்த்தான். அவர்களின் குழந்தைகளுக்கு அப்பாவின் கண்கள் வாய்த்தால் நன்றாக இருக்குமென்று நினைத்தாள் அவள்.

வீட்டை அலங்கரிப்பதும் புதிய வாழ்வுக்குப் பழகுவதுமாக இருந்த அலெக் பாலிகார்ப் வந்து இத்தனை நாட்களில் குடும்பத்தைச் சென்று பார்த்து வரவில்லை என்பதைச் சில காலம் கழித்தே உணர்ந்தாள். அல்லது அவர்களில் யாரும் வந்து அவர்களைப் பார்ப்பதும் இல்லை. அவனது குடும்பத்தை எப்போது சந்திப்பது என்றும் அதற்குத் தான் ஆவலாக இருப்பதாகவும் அலெக் அவனிடம் சொன்னாள். அவனது தாயுடன் மணிக்கணக்கில் ஊர்க்கதைகள் பேசவேண்டுமென்று விரும்பினாள். இந்த உலகில் உயிரோடிப்பவர்களில் அவள் விரும்பிய அந்த ஒரு மனிதனைப் பெற்றெடுத்தவளோடு நட்பு பேண ஆசைகொண்டிருந்தாள். அவர்கள் தெற்கே

ஒனிட்ஷாவில் வசிப்பதாகவும் அடிக்கடி லாகோஸ் வந்து போவதில்லை என்றும் சொன்னான் பாலிகார்ப். 'ரொம்ப தூரம். மோசமான சாலைகள். மேலும் பேருந்து ஓட்டுநர்கள் எல்லா நேரமும் கவனமாக ஓட்டுவதில்லை.' விரல்விட்டு அவன் காரணங்களை அடுக்கினான்.

அவர்கள் சென்று பார்த்து வரலாம் என்று அவள் யோசனை சொன்னாள். 'நீ கவனமாக ஓட்டுகிறாய் பாலிகார்ப். எனக்கு தூரம் ஒரு சிக்கலில்லை.'

தான் யோசித்துச் சொல்வதாகச் சொன்னான் பாலிகார்ப். வேலை அதிகமாக இருப்பதாகவும் தொலைவும் அதிகமென்பதால் எப்போது செல்ல முடியும் என்று இப்போதைக்குச் சொல்ல முடியாதென்றும் சொன்னான். 'இதென்ன பதக்ரியா? நினைத்த உடன் எழுந்து கிளம்பிப்போவதற்கு? இதற்கெல்லாம் திட்டமிடவேண்டும் தயாராக வேண்டும்.'

அவள் மற்ற பெண்களுடன் நட்பு பேண முயற்சித்தாள், அக்கம்பக்கத்தில் இருந்த அலுவலர்களின் மனைவியர்களிடம் நட்பாக விரும்பும் நல்ல அண்டை வீட்டுக்காரி கேட்கக்கூடிய கேள்விகளை அவள் கேட்டாள். அவர்களும் பதவிசாக பதிலளித்தார்கள். ஆம், நன்றாக இருக்கிறார்கள். ஆமாம், அதிகாரியின் மனைவியாக இருப்பது கஷ்டம்தான். ஆமாம், இந்த வெப்பத்தில் தூங்கக்கடினமாக இருக்கிறது. ஆமாம், லாகோஸில் வாகனங்கள் அளவுக்கதிகமாகத்தான் இருக்கின்றன. ஆனால் எப்போதும் பதிலுக்குப் பிறகு மவுனமே தந்தார்கள். யாரும் அவளை அவர்கள் வீட்டுக்கு அழைக்கவில்லை. அவளுக்கு அவர்களை வீட்டுக்கு அழைக்கும் துணிவு இல்லை. ஒருவேளை அவர்களுக்கு அவள் மிகவும் இளையவளாக இருக்கலாம். அங்கே இருந்த பெரும்பான்மைப் பெண்மணிகளுக்கு வயது வந்த பிள்ளைகள் இருந்தனர், கிட்டத்தட்ட அவள் வயதில். ஆனால் அவளுக்கும் இன்னும் பெற்றோர் வீட்டோடு இருந்த அந்தப் பிள்ளைகளுக்கும் பொதுவாக எதுவுமில்லாததால் அவளாகத் தேடிப் போய் அவர்களிடம் பேசமுயற்சிக்கவில்லை.

எதைப் பற்றி பேசுவார்கள்? பள்ளி? தோழர்கள்? விருந்துகள்? அவள் கடந்து வந்த யாவும் அவளை அவர்களை விடவும் வயது முதிர்ந்தவளாக்கியிருந்தன. அதனால் அவர்களோடு பேசுவதற்கு பதிலாக, மூச்சுமுட்டுவதையும் தூசியையும் தவிர்க்க பலகணியில் நின்றுகொண்டு வானத்தில் மருதோன்றிக் கோலங்கள் வரைந்தபடி அவளுக்கு யாரும் தேவையில்லை பாலிகார்ப் மட்டும் போதும் என்று தனக்குத்தானே சமாதானப்படுத்திக் கொள்ள முயன்றாள்.

சில சமயம் அவர்கள் ஓஜேவுக்குச் சென்று பாலிகார்ப்பின் சிறு வயதை நினைவுபடுத்திய ரோலிங் டாலரின் இசையைக்கேட்பார்கள். சிறுவயதில் அவனது பெற்றோர் எப்படி 'ஹைலைஃப்' இசையை விரும்பிக் கேட்பார்கள் என்று அவன் சொல்வான். சில சமயம் இரவெலாம் நடக்கும் 'ஓவாம்பே' பார்ட்டிகளுக்குச் செல்வார்கள். தெருவில் வாகனம் போகாமல் தடுப்பு வைத்து இசைக்குழுக்கள் பாடல்கள் பாடிக் கொண்டிருப்பார்கள். உணவும் பானமும் கணக்கு வழக்கின்றி ஓடிக்கொண்டிருக்கும். முதலில் அது அலெக்குக்கு விநோதமாக இருந்தது. பெரும்பான்மை நேரம் விருந்து யாருக்காக எதற்காக என்றே அவர்களுக்குத் தெரியாது. அந்த இசை பாலிகார்ப்பை ஈர்த்திருக்கும். உடனே அலெக்கை அலங்கரித்துக்கொண்டு கிளம்பச் சொல்லிவிடுவான். காதைச் செவிடாக்கும் இசையும், பாலிகார்ப்பை ஒட்டிக்கொண்டே கால்கள் துவண்டுபோகும்வரை ஆடிக் களைத்து ஒருவர் கைகளில் ஒருவர் அடங்கி மீண்டும் கண்டுணர்ந்து கொள்ளும் அந்த விருந்துகளுக்கு விரைவிலேயே பழகிப்போனாள்.

ஒனிட்ஷாவில் இருக்கும் குடும்பத்தினரை சென்று சந்தித்துவிட்டு வரலாம் என்று அலெக் கேட்கும் போது 'நான் யோசித்துச்சொல்கிறேன்' என்று சொல்வதை பாலிகார்ப் நிறுத்தியபோது ஏதோ சரியில்லை என்பதைக் கண்டுகொண்டாள் அலெக். அதற்குப் பதில் 'இப்போதைக்கு நடக்கிற காரியமில்லை' என்று முனகிவிட்டு செய்தித்தாளைப் படிக்கத் தொடங்கினாள். அலெக்கின் சந்தோஷம் சற்றே மட்டுப்பட்டது என்றாலும்

முற்றிலும் அவள் மனம் தளர்ந்துவிடவில்லை. காற்றிறங்கி சப்பென்று ஆனாலும் குடிக்க முடிந்த கோக்க-கோலா போல. சில பல முறைகள் கேட்டும் முன்பைப் போலவே பதில் வரவும் கொஞ்ச காலம் ஆறப்போட்டாள். அவளது அன்னை அவளது தந்தையிடம் அவ்வப்போது இப்படிச் செய்வதுண்டு. 'ஒரு மனிதனை ரொம்பவும் நச்சரிப்பதில் எந்தப் பயனும் இல்லை. அவர்கள் சிறுபிள்ளைகளைப்போல. எவ்வளவுக்கெவ்வளவு நச்சரிக்கிறோமோ அவ்வளவுக்கவ்வளவு உறுதியாக நிற்பார்கள். தந்திரமாகக் கையாள வேண்டும்' அன்னை சொல்வாள்.

அவனோடு ஒரு வருடமாக வாழ்ந்திருந்தும் அதுவரை அவனது குடும்பத்தாரைச் சந்திக்கவில்லை. அது எனக்குச் சரியாகப் படவில்லை. அதனால் அவனுக்குச் சற்று இடைவெளி கொடுத்து பிறகு மீண்டும் கேட்க ஆரம்பித்தேன்.

அவன் அதிகம் பேசாமலிருந்த அமைதியற்ற ஒரு வாரத்துக்குப் பின்னான ஒரு சனிக்கிழமை காலையில், தான் ஒனிட்ஷா சென்று பெற்றோரைப் பார்த்து வரப்போவதாக அறிவித்தான் பாலிகார்ப். தனியாக. தூசி மெல்ல நாசி நுழைந்து நெஞ்சுக்கூடு தேடிப் பரவத் தொடங்கியது. வலி இரண்டு மடங்காகியிருந்தது.

'ஏன்?'

பித்துப் பிடித்தவளைப் பார்ப்பது போல அவளைப் பார்த்தான் பாலிகார்ப். 'ஏனா? ஏனென்றால் என்ன அர்த்தம்? என் பெற்றோரைப் பார்த்து வர எனக்கு எதற்குக் காரணம்? எப்போது போகிறாய் பாலிகார்ப், அவர்கள் எப்போது வருவார்கள் பாலிகார்ப் என்று நீயும் பல மாதங்களாக நச்சரித்துக் கொண்டிருக்கிறாய். இதோ இப்போது போகிறேன்!' அவன் அவளை விட்டுவிட்டு ஏன் போகிறான் என்று தான் கேட்கிறாள் என்பது அவனுக்குத் தெரியும் என்பது அவளுக்கும் தெரியும். அவளும் உடன் வர விரும்புகிறாள் என்பது அவனுக்குத் தெரியும். உள்ளுக்குள் திருகியது அவளுக்கு. அவனைப் பார்த்தாள். அவள் மிகவும் நேசித்த அந்த மனிதனை ஏதாவது காயப்படுத்திவிடவேண்டுமென்று முதல் முறையாகத்

தோன்றியது. ஏதும் பேசாமல் திரும்பி அடுக்களையில் இருந்து விலகி மீண்டும் படுக்கையறைக்குள் புகுந்து கொண்டாள். அவன் கிளம்புவதாகக் குரல் கொடுத்தபோது அவனுக்கு விடைகொடுக்கக் கூட அவள் வெளியே வரவில்லை. முகத்தைத் தலையணைக்குள் புதைத்து அவனது வாசனையைச் சுவாசித்துவிடாமல் இருக்க முயன்றாள்.

இரவில், வீட்டில் தனியாக, பலகணியில் நின்று வானில் மருதோன்றிக் கோலங்கள் வரைந்து பார்த்தாள். ஆனால் வெறும் சிவுப்பும் பழுப்பும் கதம்பமாகக் குழம்பி வழிந்தன.

இரண்டு நாட்களுக்குப்பிறகு வீடுதிரும்பினான் பாலிகார்ப். அப்படிக் கிளம்பிப் போனதற்கு மிகவும் வருந்துவதாகச் சொன்னான். அந்நேரம் அவனுக்கு என்னவோ வந்துவிட்டது என்றான். ஆறு மாதங்களுக்குப்பிறகு, ஜூன் மாதம், மீண்டும் போனான். தனியாகத்தான். இடைப்பட்ட காலத்தில் அவன் பழைய பாலிகார்ப்பாகத்தான் இருந்தான். அவளை காதலித்தபடி. வார இறுதிகளில் அவளை பார் கடற்கரைக்கு அழைத்துச் சென்று, குதிரை சவாரிகளில் காசிறைத்து, சுயாவும் ஸ்ப்ரைட்டும் வாங்கிக் கொடுத்து பழையபடி இருந்தான். கழுத்தில் இதழ் பதிப்பதற்கும் குதிரை சவாரிகளுக்கும், காதல் ஒழுக கைப்பிடித்துக்கொள்வதற்கும் இடையில் அவர்களுக்குள் உருவாகிக் கொண்டிருந்த பிளவுகள் ஒளிந்து கொள்ள ஏகப்பட்ட இடமிருந்தது. ஒருவேளை அதனால்தான் என்னால் தவறு நேர்ந்துகொண்டிருப்பதை உணர்ந்துகொள்ள முடியவில்லை போலும். பின்னோக்கிப் பார்க்கையில்தான் அவனது அமைதியின்மையை அவளால் உணர்ந்துகொள்ள முடிந்தது.

இரண்டாவது முறை சென்றுவிட்டு, ஒரு செவ்வாய்க்கிழமை மதிய வேளையில் அவன் வீடுதிரும்பும்போது கூடவே அவனது பெண் வடிவத்தில் இருந்த ஒரு வயதானவரையும் உடன் அழைத்து வந்திருந்தான். மகனது இடது கண்ணுக்கடியில் வடு இருந்தால் அந்த அம்மாவுக்கு கண்ணின் மேல் மச்சம் இருந்தது. கைகளில், பாவாடைக்கடியில் கொஞ்சமாய்த்

தெரிந்த கால்களில், கன்னங்களில் என்று தேவையான இடங்களிலெல்லாம் தாராளமாக சதை போட்டிருந்தாள். ஆனால் கண்கள் உணர்ச்சியற்றதாக இருந்தன. 'என் அம்மா, அம்மா இது அலெக்' என்று பாலிகார்ப் அறிமுகப்படுத்தி வைத்து ஒருவருக்கொருவர் தலையசைத்துக் கொள்ளும்பொழுது அது இன்னும் கடுமையானது. வரவேற்கும் விதமாய் அலெக் அவளைக் கட்டியணைக்க முற்படுகையில் அந்தக் கண்கள் அப்படியே உறைந்துபோயின.

வெறுப்புப் பார்வையும் சீறும் சொற்களுமாய் அவளது அரவணைப்பு ஆங்காரத்தோடு நிராகரிக்கபட்டதன் முடிவில் அலெக் தரையில் கிடந்தாள். ப்பா! என்ன அவமானம்? என்ன அதிர்ச்சி? அவள் பாலிகார்ப்பை ஏறெடுத்துப் பார்த்தால் அவன் வேறு எங்கோ பார்த்துக்கொண்டு இக்போவில் அவனது தாயிடம் ஏதோ சொல்லிக்கொண்டிருந்தான். அன்னையும் புதல்வனும் ஒரு காலி அறைக்குள் சென்று விட, அவள் படத்தில் பார்த்திருந்த காட்சி போல அதிர்ச்சியில் வாய் ஒலியற்ற 'O'வில் குவிந்துகிடக்க அங்கேயே அமர்ந்திருந்தாள் அலெக் .

மதிய வேளையில் உணவு மேஜையில் பாலிகார்ப்பின் அன்னை மகனுடன் மட்டுமே பேசினாள். இக்போவில் பேசிக் கொண்டார்கள் அவ்வப்போது அம்மா சத்தமாக சிரித்துக்கொண்டாள். 'கெ...கெ...கெ...' அது முற்றிலும் போலியாக அலெக்குக்காக அரங்கேறும் நாடகம் போலத் தோன்றியது. ஆனால் ஏன் என்று புரியவில்லை. அங்கே ஒரு மணி நேரமாக அவள் இருந்தும் அவள் இன்னும் ஒரு வார்த்தை கூட அலெக்கோடு பேசியிருக்கவில்லை. அப்படிப் பார்த்தால் பாலிகார்ப் கூட பேசவில்லை. 'என்ன இதெல்லாம்?' என்ற அவளது சீறலை 'எல்லாம் பிறகு பேசுவோம். சத்தியமாகச் சொல்கிறேன்' என்று அடக்கினான். அவனுடைய குரல் அவனுடையது போலவே ஒலிக்கவில்லை.

அலெக் அமைதியாக, தனியாக, அவளுக்கு அவ்வப்போது

துணையாயிருக்கும் அடுக்களை வானொலியைக்கூட நிறுத்திவிட்டு சமைத்திருந்தாள். அவளுக்கு மட்டும் அவள் செய்த தவறு என்னவென்று தெரிந்திருந்தால் வெட்கத்தை விட்டு அந்தப் பெண்மணியின் அவமதிப்பை மறந்து காலில் விழுந்து மன்னிப்புக் கேட்டிருப்பாள். ஆனால் என்னவென்றே தெரியாத ஒன்றுக்கு எப்படித்தான் அவள் மன்னிப்பு கேட்க முடியும்? எங்கிருந்து தொடங்குவது? அவள் என்ன சொல்ல வேண்டுமென்று எதிர்பார்க்கப்படுகிறாள்? இதில் பாலிகார்ப் வேறு ஏதும் பேசாமலிருப்பது எந்த வகையிலும் உதவவில்லை.

பாலிகார்ப்பின் குடும்பத்தின் மீது அவள் அன்பு செலுத்துவதும் அவர்கள் பதிலுக்கு அவள் மீது அன்பாய் இருப்பதும்தான் அவள் எதிர்பார்ப்பாக இருந்தது. இப்படியொரு மாற்றத்துக்கு அவள் சிறிதும் தயாராக இல்லை. அவளது தட்டுச் சோற்றின் மீது பார்வையைப் பதித்துக்கொண்டு பேசாமல் மென்று உள்ளுக்குள் பெருகிக்கொண்டிருந்த ஏமாற்றத்தை விழுங்க முயன்றாள்.

மதிய உணவுக்குப்பிறகு–அலெக் உணவை சரியாக உண்ணக்கூட இல்லை– அவளை சுத்தம் செய்ய விட்டுவிட்டு அம்மாவும் பிள்ளையும் கூடத்து இருக்கையில் சாய்ந்திருந்தார்கள். அவர்கள் பேசியதை அவள் கேட்டாலும் கூட ஒன்றும் ஆகப்போவதில்லை இக்போ அவளுக்குப் புரியாத மொழி என்ற போதும் அவர்கள் அருகருகே அமர்ந்து கூட்டுச் சதிகாரர்களைப்போல குசுகுசுவென தமக்குள் பேசிக்கொண்டார்கள். பாத்திரங்களைத் துலக்கிவிட்டு அவள் கூடத்துக்கு வந்தபோது பாலிகார்ப் மட்டும் தனியே அமர்ந்திருந்தான். கைகள் மடித்து தலைக்கடியில் கொடுத்து, அவன் எப்போதும் உறங்கும் நிலையில் அமர்ந்திருந்தான். ஆனால் உறங்கியிருக்கவில்லை. பார்வை தொலைக்காட்சிப் பெட்டிக்கு மேலிருந்த மலர்க்குடுவையில், நெகிழி மலர்களுக்கு மத்தியில் இடைவெளியில் தெரிந்த பின்புறச் சுவரை மேய்ந்து கொண்டிருந்தது.

‘உன் அம்மா எங்கே?’ அலெக் நகர்ந்து அவனருகே அமர்ந்தாள்.

அவளுக்குப் பின்னே, தங்க முலாம் போட்ட சட்டத்தில் அவளும் பாலிகார்ப்பும் சேர்ந்து இகேஜாவிலுள்ள ஒரு புகைப்படக்கூடத்தில் எடுத்த புகைப்படம் இருந்தது. அந்தப் புகைப்படத்தை எடுத்த புகைப்படக் கலைஞர் அப்படி ஒரு காதலில் விழுந்த ஜோடியை அது வரை பார்த்ததே இல்லை, அவர்கள் சிரிக்க அவர் 'சீஸ்' என்று சொல்லவே தேவையில்லை என்றார்.

'அம்மா தூங்கச் சென்றுவிட்டார்.'

பாலிகார்ப்பின் குரலில் ஏதோ சங்கடம் இருப்பதைப் புரிந்து கொண்டாள் அலெக். தானே பிரிவதைத் தடுக்க முனையும் நூற்கண்டு போல. வெடித்துவிடாமல் இருக்கத் திணறும் மணற்புயல் போல. அவனது கரத்தைத் தன் கைகளுக்கிடையில் பிடித்து வைத்துக்கொண்டாள். அவன் சட்டென்று உருவிக்கொண்டான்.

அப்போது அலெக்குக்குப் புரிந்துபோனது. எல்லாம் ஒரு முடிவுக்கு வந்துவிட்டதென்று அவளுக்குப் புரிந்துபோனது. ஆனால் ஏன் என்று புரியவில்லை.

★★★

'நான்தான் வீட்டுக்குப் பெரியவன்'; அவர்கள் படுக்கைக்கு வந்ததும் பாலிகார்ப் தொடங்கினான். அலெக் சுவரின் மீது சாய்ந்தாள்.'நான்தான் மூத்தவன். அதனால் என் பெற்றோர் நான் ஒரு இக்போக்காரப் பெண்ணைத் திருமணம் செய்து கொள்ளவேண்டும் என்று விரும்புகிறார்கள். அது நீ அல்ல அலெக். நீ வேற்று நாட்டுப்பென். என் பெற்றோர் என்னை ஒருபோதும் மன்னிக்க மாட்டார்கள்.'

அவன் எப்போதுமே அவளது பெயரைத் தவறாகத்தான் உச்சரித்தான். ஆலேக் என்று. அது அலெக் என்று அவள் திருத்துவாள். இந்த முறை அப்படிச் செய்யவில்லை. அவன் அவளை எப்படி அழைக்கிறான் என்பது பற்றி அவள் கவலைப்படவில்லை. அவனே அந்நியன் போல் ஒலித்தான்.

அந்த இரவில் மட்டும் பலமுறை துவங்கி இடையில் நிறுத்தி முடிக்கப்படாமலிருந்த அந்தப் பேச்சினால் அவனது குரல் தேய்ந்து, வலுவிழந்து போயிருந்தது. அவன் பேசுவது பொருளற்றதாக இருந்தது. காதல் என்று, என்றென்றும் என்று, மனதில் இடமிருக்கிறதென்று, பிறகு தந்தையின் நோயென்று, அவருக்கு ஒரு இக்போ மனைவியை பாலிகார்ப் தரமுடியாத பட்சத்தில் அந்தத் துன்பம் அவரை இடித்துப் போட்டுவிடும் என்று, கடமைகள் என்று, முதல் மகன் என்று, கலாச்சாரம் என்று என்னென்னவோ பிதற்றினான். அவனது குரல் சொன்னதையே திரும்பத் திரும்பச் சொல்லி இருளில் விசிறிக்கொண்டு ஓடியது. உன்னைக் காதலிக்கிறேன், நீயில்லாமல் என்னால் வாழ முடியாது. உன்னோடு வாழ முடியாது. கொல். வாழ்.

முட்டி மடித்து கன்னத்துக்கடியில் பதிந்து சுருண்டு கிடந்தாள் அலெக். தலையை தூசி நாற்றமெடுத்த சுவற்றில் சாய்த்திருந்தாள். அது மூக்கை மடக்கி அழுத்தியது. அவளால் என்ன பேச முடியும்? என்ன பேசுவாள்?

‘என்னை மன்னித்துவிடு’ என்றான். ‘என்னை மன்னித்துவிடு. நான் போகாமல் இருக்கத்தான் முயன்றேன். அவர்களைப் புறக்கணிக்க முயன்றேன். ஏனென்றால் இது இப்படித்தான் நடக்குமென்று எனக்குத் தெரியும். நான்...’ அவன் திரும்பி அவள் தோள் தொட்டான். அவள் உதறிவிட்டாள். ‘உன்னால் சூடானுக்குத் திரும்பிப் போக முடியாதென்று எனக்குத் தெரியும். உனக்கு நைஜீரியாவில் இருந்து வெளியேற வேண்டுமா? வெளிநாட்டுக்கு? நீங்களெல்லாம் வெளிநாட்டுக்குப் போகவேண்டும் என்று உன் தந்தை விரும்பியதாக ஒரு முறை நீ சொன்னது நினைவிருக்கிறது. எனக்கு ஒருவரைத் தெரியும். அவர் உனக்கு உதவுவார். நான் அவருக்கு வேண்டிய பணம் தருகிறேன். அவர் உன்னை லண்டன் அமெரிக்கா என்று நீ எங்கே கேட்கிறாயோ அங்கே அனுப்புவார்.’

லண்டன். அமெரிக்கா. லண்டனமெரிக்கா. எளிதாகச்

சொல்ல முடிந்தது. லண்டனமெரிக்கா. அமெரிக்கா லண்டன். திருப்பிப்போட முடிந்தது. அலெக் தான் ஒரு ஆணாக இருந்திருக்கலாமென்று நினைத்தாள். அவனுக்குச் சரியாக நின்று அவனைப் பற்றியும் அவனது கேவலமான திட்டம் பற்றியும் அவள் என்ன நினைக்கிறாள் என்று காட்டியிருப்பாள். அவன் முகத்துத் தழும்பைக் கிழித்திருப்பாள். வெற்றுக் கைகளால் முகத்தைக் கிழித்துப் புதிய வலியைக் காட்டியிருப்பாள்.

காலையில் கூடத்தில் மாட்டியிருந்த அவர்களின் புகைப்படம் காணாமல் போயிருந்தது. அது தொங்கிய இடத்தில், இப்போது புழுதிபடிந்த செவ்வகம் தெரிந்து வலி தந்தது. கரித்துணி ஒன்றையெடுத்து அதை துடைத்துச் சுத்தப்படுத்தினாள்.

தொலைவில் இருந்து கூட அந்த வீடு, உயரமாக காற்றில் எழும்பி, கம்பீரமாகத் தெரிந்தது. லாகோஸுக்குக் கொஞ்சமும் ஒட்டாமல் இருந்தது. ஒருவேளை நகரைவிட்டு வெளியே வந்துவிட்டோமா, தான் தூங்கிவிட்டோமா என்று எண்ண வைத்தது. சிலபல நாட்களாகவே சரியாகத் தூங்காததால், சாலையில் இருந்த குழிகள் வண்டியை ஆட்டி உருட்டி அவளை மயக்கி உறங்க வைத்திருந்தன. 'நீ குறட்டை விட்டாய்.' பாலிகார்ப் சிரித்தான். அவள் அவனைப் புறக்கணித்து சாளரம் வழியாக வெளியே பார்த்தாள். இரண்டு வாரங்களாக அவள் அவனிடம் பேசவில்லை. அவள் வேற்றுநாட்டுக்காரியென்பதால் அவளோடு இனி அவனுக்கு வருங்காலமே இல்லை என்று அவன் சொன்ன நாளில் இருந்து அவள் பேசவில்லை. ஆனால் அவனுக்கு சமைத்துப் போட்டாள். அதில் மாற்றமில்லை. காலைப் பலகாரம், மதிய உணவு. இரவு உணவு, விரல் நக்கி அவனும் அவன் அன்னையும் உண்ட உணவு. குளிப்பதே அதற்குத்தான் எனுமளவு வேண்டுமென்றே நீர் தேங்குமளவு அவனது தாயார் குளித்து முடித்து வந்ததும் குளியலறையைத் துடைப்பது, அவளது படுக்கையறையைக் கூட்டுவது, தலையணைகளைச் சரிசெய்வது, சாளரத்

தடுப்புகளையும் கட்டில் கால்களையும் துடைப்பது என்று அவனது அன்னையின் பின்னே சென்று சுத்தம் செய்தாள் அலெக். அநேகமாக, கடமையுணர்ச்சியுள்ளவளாக நடப்பதன் மூலம் அவர்களின் மனதை அசைத்துவிட முடியுமென்கிற எண்ணம் அவளால் கட்டுப்பட்டுத்த முடியாத மூளையின் ஒரு பகுதிக்குள் எப்படியோ புகுந்துகொண்டிருக்க வேண்டும். ஆனால் அவளைப் பார்க்கும்போது அவனது அன்னையின் முகத்தில் தோன்றும் கடுமையிலோ அல்லது பாலிகார்ப் அவளுக்காக போராட மறுத்ததாலோ அல்ல - மாறாக கள்ளத்தனமாகவும் மேலோட்டமாகவும் அதே சமயத்தில் அழகாகவும் இருந்த அவர்களது காதல் கலவியில் தான் அவர்களின் உறவு விரைந்து மங்கிவருவதைக் கண்டாள் அலெக்.

அந்த வீட்டைச்சுற்றி முள்கம்பியால் வேலியிடப்பட்டிருந்தது. வெள்ளை நிறத்து வெளிக்கதவு விரிந்து திறந்து கிடந்தது. அருகே செல்லச் செல்ல ஆட்கள் இருப்பதை அலெக் கண்டாள். ஆண்களும் நயமற்ற அலங்காரமும் தரமற்ற ஆடைகளுமாகச் சில பெண்களும் குழுமியிருந்தனர். கதவின் ஒரு பக்கத்தில் பெரிய நீர்த்தொட்டி இருந்தது. அதன் முன்னே ஒரு பால்வண்ண கஃப்தான் அங்கி அணிந்த மனிதன் முட்டியை கட்டிக்கொண்டு தனியே அமர்ந்திருந்தான். முதலில் வந்த வாகனத்தை அங்கிருந்த ஆண்கள் அவ்வளவாகக் கவனிக்கவில்லை. ஆனால் கதவருகே வர வர, உள்ளே நுழைந்துவிடு பார்க்கலாம் என்று கேட்பது போல உற்று நோக்கலாயினர். கதவுக்கு மிக அருகே வந்து வண்டியை நிறுத்தினான் பாலிகார்ப். அங்கி அணிந்த அந்த மனிதன் மெல்ல எழுந்தான். சட்டையைச் சரிசெய்து கொண்டு வண்டி நோக்கி நடந்தான். கொட்டாவி விட்டபடி வண்டிக்குள் எட்டிப் பார்த்தான். 'என்ன வேண்டும்?' இழுத்துப் பார்ப்பது போல சொற்கள் ஒவ்வொன்றும் இழுவையோடு வந்து விழுந்தன. 'எ..ன்ன...வே..ண்டும்?'

'நாங்கள் டெலே ஐயாவைப் பார்க்க வேண்டும். இன்றைக்கு சந்திக்க அப்பாயிண்ட்மெண்ட் கொடுத்திருக்கிறார். என் பெயர் பாலிகார்ப்.'

அந்த மனிதன் தலையை வெளியே எடுத்து ஒரு இடத்தைச் சுட்டிக்காட்டி வாகனத்தை அங்கே நிறுத்திக் காத்திருக்கச் சொன்னான். வீட்டினுள் சென்று ஐந்து நிமிடம் கழிந்து வெளியே வந்து தலையசைத்து உள்ளே போகச் சொன்னான். அங்கிருந்த ஆண்களின் பார்வை அவளைத் துளைத்தெடுப்பதை அவளால் உணர முடிந்தது. அவர்களைப் புறக்கணிக்க முயன்றபடி பார்வையைப் பாதங்களில் பதித்தபடி பாலிகார்ப்பின் நீட்டிய கரத்தை மறுதலித்தபடி வேகமாக அடியெடுத்து வைத்து வீட்டுக்குள் நடந்தாள். பதினைந்து அடிகளில் அவளது தாரு வீட்டைவிடப் பெரியதொரு கூடத்தில் நின்றிருந்தாள்.

சாம்பல் நிறத் தோல் இருக்கையில் அமர்ந்திருந்த மனிதன் அவள் பார்த்ததிலேயே பருமனான மனிதன். அவனைப்பார்த்தால் அந்த நாற்காலிக்குள் சிக்கிக் கொண்டவன் போலவும் அவன் எவ்வளவு சிரமப்பட்டாலும் அதிலிருந்து அவன் எழ முடியாது போலவும் தோன்றியது. கருப்பு நிறத்தில் லினென் சட்டையும் அதற்குச் சரியாக காற்சட்டையும் அணிந்திருந்தான். குட்டைக் கைகளில் ஒன்றை நீட்டி பாலிகார்பை வரவேற்றான். அது வியர்வைப் பிசுபிசுப்பாய் இருந்தது. இரண்டு மணிக்கட்டுகளிலும் பெரிய பெரிய தங்கக் கைச்சங்கிலிகள் அணிந்திருந்தான். கையில் ஒரு பழுப்பு நிறக் கைக்குட்டை வைத்திருந்தான். அது கொண்டு எந்நேரமும் முகத்தைத் துடைத்தபடி இருந்தான். இத்தனைக்கும் அது குளிரூட்டப்பட்ட அறை. அங்கே வேறு யாருக்கும் வியர்க்கவில்லை.

‘உட்காருங்கள். உட்காருங்கள்.’

அலெக்கும் பாலிகார்ப்பும் வெளிர் பச்சைநிறச்சுவற்றோடு அடங்கித் தெரிந்த அடர் பச்சைநிற இருக்கைகளில் அமர்ந்து புதைந்தனர்.

‘இன்றைக்கு எனக்கு ஓயாத வேலை. வெளியே காத்திருக்கும் ஆட்களைப் பார்த்திருப்பீர்களே?’

ஆம், வெளியே இருக்கும் எல்லோரையுமே அவர்கள்

பார்த்திருந்தார்கள். பாலிகார்ப் ஆமோதிப்பாய் தலையசைத்தான். அலெக் அந்த மனிதனுக்குப் பின்னிருந்த 'எல்' வடிவ மதுக்கூடத்தைப் பார்வையிட்டாள். அவனைப் பார்த்தால் ஓயாத வேலையிருப்பவன் போலத் தெரியவில்லை. அவனருகே ஒரு மேசையில் பழரசக் கோப்பையும் கிண்ணம் நிறைய வறுத்த கறியும் இருந்தன. அவன் இன்னும் பேசிக்கொண்டிருந்தான். 'எல்லோருக்கும் டெலேயின் உதவி தேவைப்படுகிறது. வாழ்க்கை மிகவும் கடினமாக இருக்கிறது சகோதரா.' அந்தக் கடைசிச் சொற்றொடர் பொதுவாகச் செல்வந்தர்கள் 'பணமில்லாத வாழ்க்கை எவ்வளவோ நிம்மதியாக இருக்கும்' என்று சொல்லப் பயன்படுத்தும் தொனியில் இருந்தது. அதில் தன்னைத்தானே வாழ்த்திக் கொள்ளும்படி ஏதோ இருந்தது. அலெக்கை அது பெரிதாய் ஈர்த்து விடவில்லை. அங்கே மதுக்கூடத்தின் முழு நீளத்துக்கும் அடுக்கி வைக்கப்பட்டிருந்த வித விதமாக மதுப்புட்டிகளை எண்ணத் தொடங்கினாள் அவள். இருபத்தியொன்று எண்ணி முடிக்கையில் பாலிகார்ப் அவளைத் தொட்டான். டெலே அவளிடம் ஏதோ கேட்டிருக்கிறார்.

'குடிக்க ஏதாவது வேண்டுமா? ஃபேண்டா? கோக்? ஸ்ப்ரைட்? ஏதாவது? இங்கே எல்லாம் இருக்கிறது,' அவன் மீண்டும் சொன்னான்.

அலெக் தலையசைத்தாள். இல்லை. அவளுக்குக் குடிக்க எதுவும் வேண்டாம். கேட்டதற்கு நன்றி. பாலிகார்ப் ஒரு பியர் கேட்டான். ஸ்டாராக இருந்தால் தேவலாம், நன்றி என்றான்.

'ஆஹா! என்னிடம் பியர் இருக்குமா என்று தெரியவில்லையே. பேசாமல் நான் ஒரு தேவாலயத்தைத் திறந்து விட வேண்டியதுதான். அங்கேதான் இப்போதெல்லாம் பணம் கொட்டுகிறது. சத்தியமாகச் சொல்கிறேன், நல்ல காசு பார்க்கவேண்டுமென்றால் பாதிரியாகத்தான் போகவேண்டும். இந்த பாதிரிகளைத் தொடர்ந்து போகும் பெரிய வண்டிகளைப் பார்த்திருக்கிறாயா? நேற்றைக்கு நான் பார்த்தது பளபளக்கும் லெக்சஸ்ஸும் ஜாகுவாரும். சிலர் அவர்களுக்கெனத் தனி விமானம் கூட வைத்திருக்கிறார்கள் இந்த நைஜீரியாவில்.

சத்தியமாகச்சொல்கிறேன். நான் பாதிரியாக வேண்டுமானால் பியர் வைத்திருக்க முடியாது. பாஸ்டர் டெலே. அல்லேலூயா!' வெடித்துச் சிரிக்கவும் பாலிகார்ப்பும் சேர்ந்துகொண்டான். 'உங்களைப்போல பணக்காரர் ஏன் இன்னும் போய் சம்பாதிக்கவேண்டும்?' என்று கேலியாகக் கேட்டான்.

'எனக்குப் பணக்கார பாதிரியார்களைப் பிடிப்பதேயில்லை. நான் ஒரு சாதாரண சிறு மனிதன்.' இது இன்னொரு வெடிச்சிரிப்பைக் கிளப்பியது. அலெக் ஒருவர் மாற்றி ஒருவரைப் பார்த்தாள். அதில் அத்தனை வேடிக்கையாக ஏதும் இல்லை என்று உணர்ந்தவளாய் முகத்தைக் கல்லாக்கிக்கொண்டு மீண்டும் புட்டி எண்ணுவதில் முனைந்தாள்.

சிரிப்பொலி அடங்கியதும் டெலே குட்லக்' என்று கத்தினான்.

அவனது குரல் வீடெங்கும் அதிர்ந்து நாற்காலிகளில் முட்டி மோதிச்சென்று ஒரு பதினோறு வயது மதிக்கத்தக்க சிறுவனை இழுத்து வந்து போட்டது. பெரிய தலையும் ஒல்லிக்கால்களுமாய் அலெக்குக்கு அவன் எறும்பை நினைவூட்டினான்.

'சார்?" அவனது குரல் அவனுடைய காலுக்குச் சொந்தமில்லை தலைக்குச் சொந்தமானதாக பெரியதாக இருந்தது. பக்கமேசையில் இருந்த கோப்பையில் மீதமிருந்த திரவத்தை வாயிலூற்றிக்கொண்டு காலிக்கோப்பையை அச்சிறுவனிடம் தந்துவிட்டு, 'இரண்டு புட்டி ஸ்டார் பியரும் ஒரு ஃபேண்டாவும் கொண்டு வா. ஃபேண்டா சீமாட்டிக்கு' அவளைப் பார்த்துக் கண்ணடித்தபடி சொன்னான். கொண்டு வந்து வைக்கப்பட்ட பானத்தைக் குடிக்காமல் அதற்கும் அருகில் அமர்ந்திருந்த பாலிகார்ப்புக்கும் முதுகுகாட்டிப் புறக்கணித்தது போலவே அலெக் அவன் கண்ணடித்ததையும் புறக்கணித்தாள். அவள் கேட்காததை யாரும் அவளை குடிக்குமாறு வற்புறுத்த முடியாது. இவன் தன்னை யாரென்று நினைத்துக்கொண்டு என்னை அதிகாரம் செய்ய நினைக்கிறான்? இந்த பாலிகார்ப்புக்கு ஏன் அவன் பேசுவதெல்லாம் அவ்வளவு வேடிக்கையாக இருக்கிறது? பாலிகார்ப்பைப் பார்த்தாள். அவன் அவளைப் பார்க்கும்

முன் வேகமாகத் தன் பார்வையைத் திருப்பிக்கொண்டாள்.

பாலிகார்ப் ஒரு வாய் பியர் குடித்தான். ‘டெலே! இது அலெக். இவளைப் பற்றித்தான் சென்னேன்.’ கிட்த்தட்ட ஒரு அடிமை பேசுவதைப்போல் பேசினான்.

அந்த பருத்த மனிதன் அவளைப்பார்த்துத் தலையசைத்தபடி, ‘பெயரை மாற்ற வேண்டும். அலெக். அலெக்ஸ் என்பது போல ஆண் பெயரைப்போல இருக்கிறது. நமக்கு ஆண்கள் எதற்கு? பெண் பெயர் வைப்போம். அழகான பெண்ணுக்கேற்ற அழகான பெயர்.’ அவன் சிரிக்க பாலிகார்ப்பும் உடன் சிரித்தான், அவர்கள் இருவரையும் வெறுத்தாள் அலெக்.

‘ம்ம்..என்ன வைக்கலாம்...செசிலியா? நிகோல்? ஜாய்ஸ்? எனக்கு நிக்கோல் பிடித்திருக்கிறது. நீ என்ன நினைக்கிறாய் பாலிகார்ப்? நிக்கோல் நல்ல பெயர் இல்லை?’ பாலிகார்ப் ஆமோதிப்பாய்த் தலையசைத்தான். ஆமாம் நல்ல பெயர். அற்புதமான தேர்வு என்றான்.

டெலே மறுத்தான். ‘இல்லை. நிக்கோல் வேண்டாம். அந்த நிக்கோல் ஹில்டன் ஒல்லிக்குச்சி. உடம்பில் சதையே கிடையாது. குச்சிபூச்சி.இந்த மாதிரி அழகான பெண்ணுக்கு அந்தப் பெயர் சரியாக இருக்காது.’ இன்னொரு வெடிச்சிரிப்பு. பாலிகார்ப்பும் உடன் சேர்ந்து சிரித்தான்.

‘உண்மைதான் டெலே சார். இப்படியான பெண்ணுக்கு நிக்கோல் ஏற்ற பெயர் இல்லை.’

‘ஜாய்ஸ். ஆம். ஜாய்ஸ். அது கேட்கவே இன்பம் தருவதாக இருக்கிறது. ஜா..ய்ஸ்!’ ஹி..ஹி..ஹா..ஹா. என்று தொந்தி குலுங்க சிரித்தான் டெலே. பாலிகார்ப் மீண்டும் இணைந்து கொண்டான். அவனது களிப்பற்ற சிரிப்பு உறுதியற்று ஒலித்தது. ‘ஆமாம். ஆமாம். செங்கோர் டெலே. ஜாய்ஸ் அதைவிட நல்ல பெயர்தான்.’

அலெக் கைகளைக் கட்டிக்கொண்டு அவர்களை மாறி மாறிப் பார்த்தாள். டெலே அவளை நோக்கி கைகாட்டி தொடை தட்டி மீண்டும் புதிதாகச் சிரிக்கத் தொடங்கினான். சிரிப்பின் அதிர்வில் தலை தெறித்து விழுந்துவிடுமோ என்று பயந்தவன் போல தலையைக் கைகளால் பிடித்துக்கொண்டு சிரித்தான். சினம் தொண்டை வரை வந்து விட்டது அலெக்குக்கு கத்திவிடத்தோன்றியது. அடக்கிக்கொண்டாள். ஆத்திரப்படுவதற்கெல்லாம் அவளுக்கு எங்கே ஆற்றல் இருக்கிறது. தாருவில் அன்றிரவு அவளை வன்புணர்வு செய்த வீரர்கள் அவளது ஆற்றலையெல்லாம் எடுத்து விட்டிருந்தனர். அதை மீட்டுக்கொள்ளும் மனவலிமையையும் பாலிகார்ப்பின் துரோகம் துடைத்து எறிந்திருந்தது. அந்த நொடியிலிருந்து அவளுடைய மகிழ்ச்சிக்காக மற்றொருவரை நம்பியிருக்கக்கூடாதென மனதில் தீர்மானித்துக் கொண்டாள். இனி ஒருவர் அவளைக் காயப்படுத்தி விடக்கூடாது. அவள் வாழ்க்கையெனும் விளையாட்டை விளையாடப் போகிறாள், விளையாடி வெற்றி பெறவும் உறுதி கொண்டாள். அந்த தீர்மானம் அவளுக்கு தாகத்தை ஏற்படுத்தியது. ஃபேண்டாவை எடுத்து சுவைக்காமலே குடித்துத் தீர்த்தாள்.

அவர்கள் அங்கே எவ்வளவு நேரம் இருந்தார்கள் என்று அவளுக்கு நினைவில்லை. கால்களை குறுக்கிக்கொண்டு எவ்வளவு நேரம் அவள் அமர்ந்திருந்தாள் என்று தெரியவில்லை. பாலிகார்ப்பும் அந்த பருத்த மனிதனும் பேசிக்கொண்டும் சிரித்துக்கொண்டும் வயிறு முட்ட தின்று கொண்டும் இருப்பதைப் பார்த்தபடி அவள் அங்கே அமர்ந்திருந்தாள். தலையும் வாலும் புரியாத ஏதேதோ ஏற்பாடுகள் செய்யப்பட்டன. பாஸ்போர்ட்டுக்கான புகைப்படங்கள் எடுக்கவேண்டும். பாஸ்போர்ட்டும் வீசாவும் அவர்கள் ஏற்பாடு செய்வார்கள். அதற்குப் பணம் கட்டப்படும். நிறைய பணம் ஆனால் அத்தனையும் இப்போதே கட்டிவிடத் தேவையில்லை. அவள் பெல்ஜியம் அழைத்துச் செல்லப்படுவாள்.

‘அங்கே போய் குழந்தைகளைப் பார்த்துக்கொள்ளும் வேலை பார்க்கப் போகிறாய். ஆயா வேலை.’ கண்கள் பளிச்சென்று மின்ன அவன் அவளிடம் சொன்னான். அந்தப் பளிச்சிடலின்

காரணத்தை அலெக் பிற்பாடுதான் புரிந்துகொள்வாள்.

பாலிகார்ப்பும் இணைந்து சொன்னான், ‘ஆமாம், குழந்தைகளைப் பார்த்துக் கொள்ளும் வேலை.டெலே உனக்கு பெல்ஜியத்தில் குழந்தைகளைப் பார்த்துக் கொள்ளும் வேலை வாங்கித் தருவார்.

அலெக் எதுவும் சொல்லவில்லை. குழந்தைகளைப் பார்த்துக் கொள்ளும் வேலைக்கு ஏன் பெயரை மாற்ற வேண்டும் என்று அவள் கேட்கவில்லை. அவள் கால் மாற்றி அமர்ந்தாள்.

‘ஆஹ். இந்தப் பெண் நன்றி கெட்டவளாக இருக்கிறாளே.’ அந்த பருத்த மனிதன் சொன்னான். ‘இந்த மாதிரி ஒரு வாய்ப்புக்காக எத்தனை பெண்கள் வேண்டிக்கொண்டிருக்கிறார்கள் என்று அவளுக்குப் புரிகிறதா? மடியில் கொண்டு வந்து வாய்ப்பைப் போடுகிறேன். முட்டாள் மாதிரி தரையைப் பார்த்துக்கொண்டு உட்கார்ந்திருக்கிறாள். அவளென்ன மாடா? புல்லையா தின்கிறாள்?’ முகத்துச் சதை குலுங்க ஆட்சேபமாய்த் தலையசைத்தபடி அவன் அலெக்கைப் பார்த்துச் சொன்னான்.

பாலிகார்ப் ஒரு பலவீனப்புன்னகை சிந்தியவனாய் அவள் இப்போது நிறைய விஷயங்கங்களில் மனதில் போட்டுக் குழப்பிக் கொண்டிருப்பதாகவும் மற்றபடி அவளைப்பற்றிய கவலையை விடுமாறும் கூறினான். அந்த மனிதன் தன் உதவியை திரும்பப் பெற்றுக் கொள்வானோ என்ற பயத்தில்,‘அவள் நன்றாக வேலை பார்ப்பாள்.’ என்று கொஞ்சம் மழுப்பலாய் சேர்த்துச் சொன்னான்.

பாஸ்போர்ட்டுக்காக எடுக்கப்பட்ட படங்களில் அலெக்கின் முகம் வெறுமையாக இருந்தது. கண்கள் புகைப்படக் கருவிக்கப்பால் எங்கோ புகைப்படக் கூடத்தின் கூரையில் இருந்த சிலந்தி வலையில் நிலைத்திருந்தது. அவள் வலையைப் பின்னிய சிலந்தியைப்பற்றி நினைத்துக்கொண்டிருந்தாள். அந்த வலையின் நுணுக்கத்தை ரசித்தபடி அதை அப்படியே நகலெடுத்து அதை மருதோன்றிக் கோலமாகத் தன் புறங்கையில் போட்டுப் பார்த்தாள். முதலில் செம்மஞ்சள் நிறத்திலும் பின்பு

செங்கல் நிறத்தில் மாறும் கோலங்கள். பாலிகார்ப் வழியாக டெலே தந்த பாஸ்போர்ட்டைப் பெற்றுக்கொண்டபோது அவள் ஜாய்ஸ் என்று பெயர் மாற்றம் பெற்றிருப்பதை அறிந்தாள். ஆனால் ஏனென்று பாலிகார்ப்பிடம் அவள் கேட்கவேயில்லை.

ஜாய்ஸ் ஜேகப்ஸ்.

நாடு: நைஜீரியா

பிறந்த இடம்: பெனின் நகரம்.

பாலிகார்ப்பிடம் எதையும் விளக்கச் சொல்லும் நிலையைக் கேள்வி கேட்கும் நிலையையெல்லாம் அவள் தாண்டியிருந்தாள். இன்னும் இரண்டு நாட்களில் அவள் நாட்டை விட்டுக் கிளம்பவேண்டும். அந்த இரு நாட்களும், அவர்கள் இருவரும் ஒன்றாக வாழ்ந்த அந்த வீட்டை, பிள்ளைகள் பெற்றுக் கொள்வதாக அவர்கள் உறுதி கொண்டிருந்த அந்தப் படுக்கையை பகிர்ந்து கொள்ளும் அந்நியர்களாகி இருந்தனர். அவளது இடத்தைப் பிடித்து அந்தக்கட்டிலில் அவளுக்குத்தருவதாக வாக்களித்த அந்தப் பிள்ளைகளைப் பெறப் போகும் பெண் பற்றி நினைக்காமல் இருக்க முயன்றாள். தூசி நாசியை அடைத்து விடாமல் பார்த்துக்கொண்டாள். இனி அழவே கூடாது என்று மனதில் உறுதிபூண்டாள். விமான நிலையத்துக்கு அவளை அழைத்துச் சென்றான் பாலிகார்ப். அவள் சோதனைச்சாவடி நோக்கிப் போகும் முன்பு அவன் அவளை முத்தமிட முயன்றான். பளாரென்று அறைந்துவிட்டாள். ஓங்கி அறைந்துவிட்டாள். அவளது உள்ளங்கை அவனது கன்னத்தைப் பதம் பார்த்து சப்பென்று ஒலித்த போதுதான் அறையின் வலிமையை உணர்ந்தவளாய் ‘ஓ’ என்றாள். அவள் ஓங்கி அறையத்தான் நினைத்திருந்தாள், ஆனால் அதற்குத் தேவையான வலிமை அவளிடம் இருக்குமென்று அவள் நினைத்திருக்கவில்லை. அவள் நினைத்தளவுக்கான மனதிருப்தியை அது தரவுமில்லை. அவன் தடுமாறி நடக்கையில் ‘பெண் பித்தன்’,’திருப்பி அடிக்கவேண்டும், ‘நீயெல்லாம் ஒரு ஆண்பிள்ளை தானா?’ என்று வேடிக்கை பார்ப்பவர்களின் வசவுகள் அவனைத் தொடர்ந்தன. அவனது

தாயார் லாகோஸுக்கே வராமல் இருந்திருக்கலாம் என்று நினைத்தாள் அலெக்.

நீண்ட, இருண்ட, தனித்த பயணம். செல்லுமிடம் தெரியாது என்று முத்திரையிடப்பட்ட சரக்குப்பொதி போல உணர்ந்தாள் அலெக். அவள் எங்கே போகிறாள் என்றோ அவள் பார்த்துக் கொள்ளப் போகும் பிள்ளைகள் பற்றியோ அவள் அறிந்திருக்கவில்லை.

ஸ்வார்டசுஸ்டர்ஸ்ட்ராட் வீட்டுக்குள் காலெடுத்து வைத்த உடனேயே, அந்த நீண்ட மெல்லிய ஆளுயரக் கண்ணாடியைக் கண்ட உடனேயே அவளுக்கு தான் பார்க்க வந்திருக்கும் வேலை குறித்து அதீத ஐயங்கள் உண்டாகத் தொடங்கின. முதல் நாள் அவளைப் பார்க்க வந்த மேடத்திடம், 'நான் பார்த்துக் கொள்ளப் போகும் பிள்ளைகள் எங்கே' என்று அவள் கேட்டபோது மேடம் கண்களில் நீர் வரும் அளவுக்குச் சிரித்தாள். 'எந்தப் பிள்ளைகள்? எந்தப் பிள்ளைகளம்மா?' சட்டென்று அவளுக்குள் சூறாவளியொன்று உருவாகி சுழன்று சுவர்களை புழுதியும் அழுக்குப் பழுப்புமாக்கியது. மேடம் அவளுக்கு இரண்டு நாள் அவகாசம் கொடுத்தாள். அதன் பிறகு அவள் வேலையைத் துவங்கியாக வேண்டும்.

'என்ன துவங்க வேண்டும்?' மேடம் அவள் மீது வீசியெறிந்த உள்ளாடைகள் மீது பார்வை பதித்தபடி கேட்டாள்.

'நீ இங்கே இருப்பதற்குத் தேவையான வேலையை. வா வா கடை திறக்க வேண்டும்! வேலை செய்யவேண்டும். வேகம் வேகம்.' கைதட்டிக்கொண்டு சிரித்தபடி மேடம் அவளை வீட்டை விட்டுக் கிளப்பினாள். வண்டியில் ஸ்கிப்பர்ஸ்க்வார்ட்டியர் நோக்கி அழைத்துச் சென்றாள். அவளிடம் பாஸ்போர்ட்டில்லை பணமும் இல்லை, என்ன செய்ய முடியும்?

ஜிகினா தெளித்த நீல நிற ப்ராவும் அதற்குச் சரியான ஜி-ஸ்ட்ரிங்கும் தொடை வரையிலான பூட்ஸும் அணிந்து தன்னை யாரும் கவனித்துவிடக் கூடாதென வேண்டிக்கொண்டே கண்ணாடிக்குப் பின்னால் நின்றிருந்தாள். ஆனால், அவள்

கவனிக்கப்பட்டாள். கவனத்தை ஈர்க்கும் விதமாக நொண்டிவந்த ஒருவனை அவளது ஜிகினா அழைத்தது. அன்று இரவு அவள் கால்கள் இறுக்கப்பட்டு கட்டிலில் கிடந்தாள். யாரென்றே அறியாத ஒருவனுக்கு எப்படிக் கால்களை விரிப்பது? அன்னையின் அழுகையைப் பார்க்க விருப்பமில்லாததால் அவளை நினைக்காமல் இருக்க முயன்றாள். அப்படியே கிடந்து முன்பு கால்களை இறுக்கிப் பிணைத்து அவளை வன்புணர்வு செய்த மனிதர்களை நினைத்துப் பார்த்தாள். நொண்டி வந்தவனின் முகத்தைப் பார்க்க மறுத்தாள். அவன் அதை அவள் தன்னை கவர்வதற்கான நாடகம் என்று நினைத்தான். ‘அருமை, அருமை. அட்டகாசம். கன்னியைப்போல இறுக்கம். இறுக்கம். எத்தனை பெண்கள். எத்தனை பெண்களைப் பார்த்திருப்பேன். யாருமே உன்னைப்போல செய்வதில்லை!’ புணர்ச்சி வேகத்தில் அனற்றினான் ‘அருமை, அருமை, ஆஹா’ அவளைக் குறித்து வைத்துக்கொண்டு வாடிக்கையாக வரத்தொடங்கினான். அவளுக்கு எதியனின் நுபிய இளவரசி என்று பட்டமும் அளித்தான். அவன் வரும்போது அவள் ஏதாவது ஒப்பனை செய்திருந்தால் அதைச் சுத்தமாக துடைத்துவிடச் சொல்லிக் கெஞ்சினான். அவனது நுபிய இளவரசிக்கு எப்போதும் தெளிந்த முகம் இருக்கவேண்டுமென்று நினைத்தான்.

சிஸி வந்து சில நாட்களுக்குப்பிறகு அவள் பெல்ஜியத்துக்கு வந்து சேர்ந்தாள். இரண்டு வாரங்களுக்குப் பிறகு அவர்கள் இருவருமாக ஊர் சுற்றிப் பார்க்கக் கிளம்பினர். ஒன்றாகவே அவர்களின் முதல் ரயில் பயணத்தை மேற்கொண்டனர். கிளுக்கிச் சிரித்தபடி லுவேனின் தெருக்களில் வேடிக்கை பார்த்தனர். பார்க்கவேண்டிய இடம் என்று லுவேனைச் சொல்லியிருந்தாள் மேடம். ’ப்ரஸெல்ஸை விடவும் மேலானது. ப்ரஸெல்ஸில் மூத்திரம் பேயும் சிறுவனைத் தவிர சொல்லிக் கொள்கிற மாதிரி வேறெதுவும் இல்லை.’

ஜாய்ஸுக்கு சிஸிக்கும் நன்றாக ஒத்துப்போனது. சிஸி அவளைத் தன் இளைய சகோதரியாக தத்தெடுத்துக்கொண்டு அவளைப் பார்த்துக்கொண்டாள். சிஸியிடம்தான் அவள்

தனது கதையின் ஒரு பகுதியைச் சொல்லியிருந்தாள். அவளுக்கு ஊக்கம் தேவைப்பட்ட நாட்களில் அதைத் தந்தவளும் சிஸிதான். அவளுக்காக பணம் கட்ட ஒருவர் இருப்பதால் மற்றவர்களைப்போல அல்லாமல் சம்பாதிப்பதன் பெரும்பகுதியை எடுத்துக்கொள்ளும் நிலையில் உள்ள அவள் எவ்வளவு அதிர்ஷ்டசாலி என்று சொன்னவள் சிஸிதான். என்ன தான் அவளது கடன் முடியும் வரை ஜாய்ஸ் அங்கே இருக்க வேண்டுமென்றிருந்தாலும் மேடம் தன் கட்டுப்பாட்டில் இருக்கும் பெண்கள் யாரிடமும் காட்டாத அக்கறையோடு அவளை தனியாகத்தான் பார்த்துக் கொண்டாள். அவளது ஆடைகளை அவளே தேர்ந்தெடுக்க முடிந்தது. மற்றவர்களை விட விரைவாக வேலையில் இருந்து வர முடிந்தது. அவளுக்கு உடல்நிலை சரியில்லை என்றால் மேடம் அதிக கவனம் எடுத்துக்கொண்டாள். அக்கறையோடு பார்த்துப் பார்த்து கவனித்தாள். 'இன்னும் ஒரு கரண்டி ஜாய்ஸ், கோழிச்சாறு குடித்தால் இன்னும் உனக்குத் தெம்பாக இருக்கும்'. பாலிகார்ப் முழுமையாக பணத்தைக் கட்டி முடித்துவிட்டால் (ஒருமுறை கூட அவன் தவணை கட்டத் தவறியதில்லை) ஜாய்ஸ் சுதந்திரமாகி விடுவாள். மேடம் அவளது பாஸ்போர்ட்டைத் திருப்பித் தந்துவிடுவாள். அவளுக்கென்று கொஞ்சம் பணமும் அவள் சேர்த்து வைத்துக்கொண்டிருக்கிறாள். ஆனால் கிடைக்கும் சுதந்திரத்தை வைத்துக்கொண்டு என்ன செய்வது என்பதில் அவளுக்கு இன்னும் தெளிவில்லை. ஸ்வார்டசுஸ்டர்ஸ்ட்ராட் வீட்டில் இருக்கும் பெண்கள் மட்டும்தான் அவளுக்கு இருக்கும் ஒரே உறவு. ஒருவேளை லாகோஸுக்குத் திரும்பச் சென்று ஆலன் அவெனியூவில் கடை திறக்கலாம். அதற்குப்பெயர் கூட தயாராக வைத்திருந்தாள். *TOTT: Talk Of The Town* என்று வைக்கப் போகிறாள். ஊரே இதைப் பற்றித்தான் பேச்சு எனும்படியாக. இந்தக் கனவு பற்றி சிஸியிடம் மட்டும்தான் சொல்லியிருந்தாள். தானும் இங்கிருந்து வெளியேறியதும், அவளோடு வந்து பங்குதாரராக இணைந்துகொள்வதாகச் சொன்ன சிஸி.

அந்த சிஸி இப்போது இல்லை.

சிஸி

சிஸி 'தீ பாட்ஹே'வில் மேலும் சில நாட்கள் பணியாற்றினாள். குதூகலமாக முகத்தை வைத்துக்கொண்டு ஆண்களை ஈர்ப்பது இந்த அரையிருட்டில் கடினமாக இருந்தது. நடிக்கத் தேவையான, இந்த நிலையை ஏற்றுக் கொள்ளத் தேவையான மன உறுதியை உறிஞ்சிக்கொண்டது இருள். ஒரு ஓரத்தில் அமர்ந்து அங்கே சீண்டிக்கொண்டும், கதையடித்துக்கொண்டும், இடுப்பை அப்படியும் இப்படியுமாக ஒடித்துக்கொண்டும், ஆண்களோடு கழிவறைக்குள் மறைந்து கொண்டும், அறையெங்கும் ஓசை வழிந்தோட அதைக் கேட்டுச் சிரித்துக்கொண்டும் இருந்த மற்ற பெண்களை வேடிக்கை பார்த்தாள். அவர்களைப்போல் ஆகவேண்டுமென்ற ஆற்றொணா ஆவல் எழும்பியது. விங்கர்லிங்ஸ்ட்ராட்டில் இருந்த ஸ்கிப்பர்ஸ்குவார்ட்டியரில் அவளுக்காக ஒரு கண்ணாடிச் சாளரம் தயாராக இருக்கிறது என்று மேடம் சொன்னபோது கிட்டத்தட்ட அவளை கட்டியணைத்துக் கொள்ளத் தோன்றியது. சாளரத்தில் இருந்து வேலை பார்ப்பது நல்லது.

சாளரப் பெண்கள் மதுக்கூடப் பெண்களை விட மேன்மையானவர்கள். உள்ளாடைகளும் நீளக்காலணிகளும் அணிந்த ஒருவிதத் தன்னம்பிக்கை மிளிரும் பொம்மைகள்.

சிஸி அதில் முழுமையாக தேர்ச்சி பெற்றுவிடலாம் என்று நம்பினாள். கண்ணாடிச் சாளரம் தரும் தனிமையும் காவலும் அவளது வேலையைச் சுலபமாக்கும். அவளுக்கு அவளுடைய வாழ்க்கை கண்முன்னே தெரிந்தது: பணம். நிறைய பணம். சிஸோமிடம் எப்போதும் இருக்க முடியாத அளவுக்குப் பணத்தோடும் நல்ல மனநிலையோடும் நைஜீரியாவுக்குத் திரும்பிச் செல்லுதல்.

விலைகளை மிக வேகமாகக் கற்றுக்கொண்டாள் சிஸி. அவளுக்கு எப்போதுமே கணக்கில் ஒரு வேகம் இருந்தது. ஒரு ப்ளோ ஜாபிற்கு ஐம்பது யூரோ. ஃப்ரெஞ்சு முத்தம் தேவைப்பட்டால் கூடக் கொஞ்சம். பி.ஜே, ஃப்ரெஞ்சு முத்தம், ஆணுறையோடு முழுப்புணர்வு- எல்லாம் சேர்ந்த அரைமணி நேரத்துக்கு அப்படியே இரட்டிப்புப் பணம். ஆணுறை இல்லையென்றால் வாடிக்கையாளர் முப்பது யூரோ அதிகம் தர வேண்டும். ஆணுறை இல்லாத கலவி அவளுக்குப் பிடிப்பதில்லை. ஆனால் முப்பது யூரோவை அவ்வளவு சுலபமாக வேண்டாமென்று சொல்லிவிட முடியாது.

அவளது சாளரத்தில் உயரக் காலணி அணிந்து விதவிதமான நிலைகளில் நிற்கப் பழகினாள். இரண்டு இஞ்ச் உயரமாக இருந்தாள். பணத்தை மட்டுமே மனதில் வைத்துக்கொண்டு இருக்கவும் சிரிக்கவும் உதட்டைக் குவிக்கவும் கற்றுக்கொண்டாள். வியாபாரம் ஆகாத காலங்களில் தன் மோதிரத்தால் சாளரத்தில் ஓங்கித் தட்டி, விலகி நடப்பவர்களில் கவனத்தை ஈர்க்கப்பழகினாள். அவர்கள் முடிவெடுக்க வசதியாக சுழன்று காட்டப் பழகினாள். அவர்கள் மனம் மயங்கி, அவளைக் கண்டு ஏங்கித் தம் கால்களுக்கிடையிலிருக்கும் வலியிலிருந்து விடுதலை பெற வேண்டும் என தவிக்க வைத்தாள். அவர்களுக்கு சுவர்க்கத்தைக் காட்டுவதாக உறுதிகூறும் காஃபி நிறத்துக் கனவானாள். அவளது கூண்டில் கண்சிமிட்டிக் கொண்டிருந்த கருப்பு சிவப்பு நியான் விளக்குகள் அவளை ஆற்றுப்படுத்தவும் அவளது தீர்க்கதரிசனம் நோக்கி அவளை அழைத்துச்செல்லவும் அனுமதித்தாள்.

வாடிக்கையாளர்கள் வந்து போவதற்கு இடைப்பட்ட நேரத்தில் அவளுக்கு அடுத்த கூண்டை வாடகைக்கு எடுத்திருந்த அல்பேனியப் பெண்ணோடு பேசிக்கொண்டிருந்தாள். அவள் பெரிய உடல் கொண்டவள். டெலேவின் பெண்களையெல்லாம் விடப் பெரிய உடல். டெலேவின் பெண்கள் எல்லாம் ஏறக்குறைய ஒரே அளவில்: ஒல்லி, மெல்லிடை(இருப்பதிலேயே கனமான எஃபே கூட அவ்வளவு பெரிதாக இருக்கவில்லை) எடுப்பான முலைகள் உருண்டு திரண்ட பிட்டங்கள் கொண்ட பெண்கள்.

அவர்கள் தங்களது குழந்தைப் பருவம் பற்றிப் பேசினர். சிஸி தன் கதையை ஜோடித்துச் சொன்னாள். அல்பேனியப் பெண்ணும் அப்படித்தான் சொல்லி இருக்கவேண்டும். அவர்கள் கடந்த காலம் அற்ற, கடந்த காலம் மறந்த மனிதர்கள். அதனால் கதைகளையெல்லாம் காற்றிலிருந்து உருவி எடுத்துத்தான் சொல்லவேண்டும். அது சிக்கலில்லை. பேசப்படும் பொருளை விடப் பேசும் செயலே முக்கியமானது. அது அவர்கள் வெறும் கேளிக்கை நேரத்து விளையாட்டுப் பொம்மையல்ல என்ற உணர்வை அவர்களுக்குத் தந்தது. சில சமயம் அவர்களுக்காக வந்த ஆண்கள் பேச விரும்பினார்கள். தட்பவெப்பம் குறித்து (இந்த வருடம் கோடை மோசமாக இருந்தது. அடுத்த வருடம் குளிர்காலம் நன்றாக இருக்கும்) மனைவிகளைப்பற்றி(அவளது இருபது வயதில் அவளை நான் மணந்து கொண்டேன். நல்லவள், ஆனால் எங்களுக்கிடையே முன்பு இருந்த காதல் இப்போது இல்லை என்று நினைக்கிறேன்.') பெற்றோரைப்பற்றி (என் தந்தை இல்லத்துக்கு, முதியோர் இல்லத்துக்குப்போக வேண்டியதாகிவிட்டது. முதியோர் இல்லம் என்றால் புரிகிறதா? அங்கே ஆப்பிரிக்காவில் அதெல்லாம் இருக்கிறதா? இருக்காதென்று நினைக்கிறேன்.) தங்களின் வருத்தங்கள் பற்றி (வாய்ப்புக் கிடைக்கும்போதே நான் மெக்சிகோ போயிருக்கவேண்டும்) பயணங்கள் பற்றி (போன வருடம் நண்பர்களோடு நான் துனீசியா போயிருந்தேன். துனீயா ஆப்பிரிக்காவில் இருக்கிறது. உனக்கு துனீசியா தெரியுமா?) காதலைப்பற்றி (உன்னைக் காதலிக்கிறேன்

என்று மூர்க்கத்தனமாக கிட்டத்தட்ட பயமூட்டும் விதமாக பல முறை சொல்லப்பட்டது). பெரும்பாலும் அவர்கள் பதில் பேசியதில்லை. இல்லை வேண்டாம் நன்றி. காசை மட்டும் எண்ணி எடுத்துக்கொண்டனர். சில சமயம் பெண்களுக்கு அதிர்ஷ்டமிருந்தால் கூடுதல் ஊக்கத்தொகையும் சேரும். அப்படியான இரவுகளில், சொந்தக் கடை திறக்க இன்னும் எவ்வளவு பணம் தேவை என்று காலாட்டியபடி கணக்குப் பார்க்கத் தொடங்கி விடுவாள் சிஸி. வாகன ஏற்றுமதி இறக்குமதி வியாபாரம். அவளது இணைய விடுதி. தலைகொள்ளாக் கனவுகள். கனவுகள் தவிர வேறேதும் தலைக்குள் இல்லாத அளவுக்கு விரிந்து பரவிக்கொண்டிருந்தன.

ஸ்வார்டசுஸ்டர்ஸ்ட்ராட்

ஜாய்ஸ் தேம்பியழுது கொண்டிருந்தாள். மற்ற பெண்கள் இப்போதுதான் முதன்முறையாக அவள் அழுது பார்க்கிறார்கள்.

அவர்கள் ஏதும் செய்யவில்லை. அவர்களுக்கிடையிலான உறவு பாலேடு போல எப்போதும் மேலோட்டமாகத்தான் இருந்திருக்கிறது. இப்போதிருப்பது அவர்கள் இருந்தறியாத புதிய சூழல். இப்படித் தங்களுக்குள் கிளறிக்கொண்டு அடுத்தவர் வாழ்வின் ஆழம் வரை சென்று பார்ப்பதெல்லாம் அவர்கள் ஒருபோதும் செய்ததில்லை. ஜாய்ஸின் கண்ணீர் அவளுக்கே வியப்பைத் தந்தது, வேகமாக புறங்கை கொண்டு துடைத்துக் கொண்டாள். ஆனால் அது நிற்காமல் வழிந்தோடியது. கால்களை இருக்கையின் மேல் தூக்கி வைத்துக் தாவாக்கட்டையை அதன்மேல் வைத்துக் கொண்டாள். பார்ப்பதற்கு வயிற்றுச் சிசுவின் பெரிய வடிவம் போலத் தெரிந்தாள். மூக்கொழுகியது. அது கண்ணீரோடு கலந்தோடியது. கையுயர்த்தி சட்டையில் மூக்கைத் துடைத்தாள். சற்று நேரம் அவள் மூக்குறிஞ்சும் ஒலியே அந்த அறையை நிரப்பியது. ஒரு ஆழ்ந்த ஒலியாக எல்லாவற்றையும், அமைதியையும் கூடத்தின்று விடுகின்ற ஒலியாக அது நிறைந்தது. அமா பெருமூச்செறிந்தபடி கைநீட்டி ஜாய்ஸின் கன்னம் தொட்டாள். இதமான ஸ்பரிசம். ஜாய்ஸின்

கண்ணீர் வழியாக அலெக் புன்னகைத்தாள். மூக்குறிஞ்சுதல் மெல்ல வடிந்து மடிந்து போனது.

'நான் முகாமில் கேட்ட சில கதைகளை நினைத்தால், என்னைப் பற்றிக் கவலைப்பட்டு அழுவதெல்லாம் பைத்தியக்காரமெனத் தோன்றும். ஒரு பெண் இருந்தாள் தெரியுமா? எந்நேரமும் கையைப் பிசைந்து கொண்டு தனக்குத்தானே பேசிக்கொண்டு திரிவாள். எதிரில் படுகிறவர்களிடமெல்லாம் அவளது கதையைச் சொல்லுவாள். அதை நீ கேட்கிறாயா இல்லையா என்பது பற்றியெல்லாம் அவளுக்குக் கவலையே இல்லை.' சொல்லிவிட்டு ஜாய்ஸ் கீழுதட்டைக் கடித்தாள், ஆழ்ந்த பெருமூச்சொன்றை வெளிவிட்டபடி மீண்டும் தொடர்ந்தாள், 'அவளது கிராமத்தின் மீது தாக்குதல் நடத்தது, ராக்கெட்டுகள் பொழிந்தன. ஆனால் அவளும் அவள் கணவனும் அவர்களின் நிலத்தைவிட்டு நகர மறுத்தனர். அவர்கள் உழவர்கள். பயிர் வளர்ப்பு, கழுதை ஆடு என கால்நடை பராமரிப்பு என்று இருந்தவர்கள். அவர்களின் பிள்ளைகளை, மூத்தவனைத் தவிர மற்றவர்களை மலையுச்சிக்குப் போய் ஒளிந்துகொள்ளுமாறு அனுப்பி வைத்தனர். ஒரு நாள் அவளது கணவன் வெளியே உறவினரைப் பார்க்கச் சென்றிருந்த சமயம் மீண்டும் தாக்குதல் நடந்தது. குதிரைகளின் மீதும் ஒட்டகங்களின் மீதுமாக ஏராளமாக ஜன் ஜவீத் துருப்பினர் வந்து சேரும்போது அவர்கள் கால்நடைகளோடு கிணற்றடியில் இருந்தனர். மக்கள் அவரவர் கால்நடைகளைப் பற்றிக்கொண்டு பாதுகாப்புத் தேடி ஓடலாயினர். அவளும் கழுதைகளோடு மலைக்குன்று நோக்கி ஓடினாள். மகன் ஆடுகளோடு பின்தொடர திட்டம் போடப்பட்டது. ஆனால் அவள் மேலே சென்று திரும்பிப் பார்க்கும் பொழுதுதான் நிலத்தையும் கால்நடைகளையும் பாதுகாக்கும் பொருட்டு ஆண்கள் அத்தனை பேரும் கீழேயே தங்கிவிட்டது தெரிந்தது. அது ஒரு முட்டாள்தனமான முடிவு. ஏனென்றால் எண்ணிக்கையில் ஜன் ஜவீத் துருப்பினருக்கு முன் அவர்கள் மிகவும் சொற்பம். மலைக்குப்பின் ஒளிந்துகொண்டு தொழுதாள். தொழுதாள்.' ஜாய்ஸ் நிறுத்திவிட்டு விட்டத்தைப் பார்க்கிறாள். தலையை லேசாக ஆட்டிக்கொள்கிறாள்.

ஒரு நீளமான சோகப் பெருமூச்சொன்று வெளியேறுகிறது. ‘ஹ்ஹ்ம்ம்ம்…’

‘அவளுக்கு துப்பாக்கி சுடும் ஒலிகளும் அலறல்களும் கேட்டன. அவள் தொழுதாள். அழுதாள். மீண்டும் தொழுதாள். இரவு ஏறியது. துப்பாக்கி சுடும் ஒலிகள் தேய்ந்தன. அந்தப் பெண் மகனைத்தேடி கிணற்றடிக்குச் சென்றாள். அவளோடு இன்னும் சில பெண்களும் தேடிக்கொண்டு வந்தனர். ஆனால் ஒரு ஆணைக்கூட அங்கே பார்க்க முடியவில்லை. விசிறியடிக்கப்பட்ட கால்நடைகளின் உடல்கள்தான் அங்கே நிறைந்திருந்தன. ’ மீண்டும் ஒரு நீளப் பெருமூச்சு. இடைவெளி. ‘சடலங்களெல்லாம் கிணற்றில் கிடந்தன. கண்டந்துண்டமாக வெட்டி வீசப்பட்ட உடல் பாகங்கள். ஒரு தலையின் மீது ஒரு கால். ஒரு தலை மீது இன்னொரு தலை. கிணற்றில் தான், நிலவொளியில் அவள் தனது மகனைப் பார்த்தாள். அவனது தலையை. அவன் கண்கள் திறந்துகிடந்தன. அப்போதுதான் அரும்பத் தொடங்கியிருந்த மீசையைச் சட்டமிட்ட மேலுதடு. அவள் அந்தத் தலையை என்ன செய்தாள் தெரியுமா?’

யாரும் பேசவில்லை.

‘அவள் அந்தத் தலையை எடுத்து..தலையை எடுத்து…’ மூக்கை உறிஞ்சிக்கொண்டு தொடர்ந்தாள். ‘அவள் அந்தத் தலையைத் தானே புதைத்தாள். இதை நினைத்தால் எனக்கு பாலிகார்ப் செய்ததெல்லாம் ஒன்றுமே இல்லை. பாருங்கள். ஒன்றுமே இல்லை. மீண்டும் அமைதி அவர்களை மூடியது. ஆனால் முன்பு போல இந்த முறை மூச்சு முட்டவில்லை. அவர்களை மூடி அழுத்தியிருந்த பெரிய அடர்ந்த கம்பளி விலக்கி வீசப்பட்டது போல காற்று கொஞ்சம் லேசாகியிருந்தது.

‘அவன் உனக்குச் செய்தது எப்படி ஒன்றுமில்லாமல் போகும்? கண்டிப்பாக அதுவும் மோசம்தான்.’ அமா தான் அமைதியைக் கலைத்தாள். ‘ஆண்கள் எல்லோருமே வேசிமகன்கள்தான் தெரியுமா. அவ்வளவு சிரமப்பட்டு நைஜீரியா கூட்டிச் சென்றவன் ஏன் உன்னைக் கைவிட்டான்?’

‘உன் தாயின் கணவன் ஏன் உன்னை வன்புணர்ந்தான்?’ ஜாய்ஸ் பதில் கொடுத்தாள். ‘சிலர் சில செயல்களை ஏன் செய்கிறார்கள்? அதெற்கெல்லாம் காரணமே இல்லை.’ இன்னும் பேச்சு நிலைகொள்ளாத திசையில்தான் போய்க்கொண்டிருந்தது. இப்போதுதான் ஒருவரையொருவர் புரிந்துகொள்ளவே துவங்கினார்கள்.

‘ஒவ்வொரு நாளும் வேலைக்குச் செல்லும்போது இதில் பாலிகார்ப்புக்குத் தொடர்பு இருக்குமா என்று யோசித்துக்கொண்டே தான் இருப்பேன் தெரியுமா? டெலே எனக்கு என்ன யோசித்து வைத்திருக்கிறான் என்பது குறித்து அவனுக்கு முன்கூட்டியே தெரிந்திருக்குமோ என்று தோன்றுகிறது. அவன் அவ்வளவு இரக்கமற்றவன் என்றும் நம்பமுடியவில்லை. ஆனால் ஏன் எப்படி? எல்லாவற்றையும் சிந்தித்துப் பார்த்தால் இரவில் என்னால் உறங்க முடியவில்லை,’

‘பாலிகார்ப்புக்குத் தெரிந்திருக்கலாம். அவனுக்குத் தெரியாமலும் இருந்திருக்கலாம். அதை நீ இறுதிவரை அறிந்துகொள்ளாமலே போகக்கூடும். ஒன்று மட்டும் உறுதி ஜாய்ஸ். இதனாலான வாழ்க்கையை வாழப்போவது நீதான். அதை எப்படிக் கையாள்வது என்பதை நீதான் முடிவு செய்யவேண்டும். அன்று டெலேவின் வீட்டில் என்ன உறுதி எடுத்துக்கொண்டதாகச் சொன்னாய்?’ எஃபே இதமான குரலில் கேட்டாள்.

‘என்னுடைய மகிழ்ச்சி இன்னொருவர் கையில் இல்லையென்று’ ஜாய்ஸ் சொன்னாள்.

‘அவ்வளவுதான். பாலிகார்ப் எப்படியோ நாசமாய்ப் போகட்டும். அவனை நரகத்தின் கொடுந்தீ நோக்கி கடத்திவிடு. நீ கேட்ட வாழ்க்கை இதுவல்ல. ஆனால் கிடைத்தது இதுதான். அது தான் வாழ்க்கை. எந்நேரமும் நாம் விரும்பிக்கேட்கிற எல்லாமும் நமக்குக் கிடைத்து விடுவதில்லை. பாலிகார்ப்பை மறந்துவிடு. சிறந்த வேலைக்காரியாக இரு, பொருளீட்டு. பிறகு நீ நினைத்ததைச் செய்யலாம்.’ இதழ்களுக்கிடையில் சிகரெட்டைத் தொங்கவிட்டபடி பேசினாள் அமா. இப்போது

அதை எடுக்கிறாள். ‘வாழ்க்கையில் இந்தப் புள்ளியில் இருந்து இனி எல்லாம் உன் கையில்தான். பாலிகார்ப்பை மற. உன் கனவில் கவனம் வை. பாலிகார்ப் நாசமாய்ப் போகட்டும்.’

‘பாலிகார்ப் நாசமாய் போகட்டும்.’ அமாவைத் தொடர்ந்து ஜாய்ஸூம் வசை பாடுகிறாள்.

இனி அவனுக்குத் தெரியுமா, எவ்வளவு தெரியும் என்பது பற்றியெல்லாம் எண்ணி உறக்கத்தை தொலைக்கப் போவதில்லை என்று உறுதி கொள்கிறாள். அவனால் இனி ஒருபோதும் அவள் துன்பப்படப் போவதில்லை. பின்னாளில், அமாவுடனும் எஃபேவுடனுமான இந்த உரையாடல்தான் அவளறியாமல் அவளைப் பிணைத்து வைத்திருந்த எதோ ஒன்றிலிருந்து அவளை விடுபடச் செய்தது என்றெண்ணுவாள்.

‘ஆ... ஜாய்ஸ், அமாவைப்போல நீயும் வசைபாடத் தொடங்கிவிடாதே. இந்த வீட்டில் ஒருத்தர் போதும்.’ எஃபேவின் கிண்டலில் மூன்று பேரும் சிரித்தார்கள். சிரிப்பின் முடிவில் சிந்தனை கலந்த அமைதி மீண்டும் அவர்களைக் கவ்விக் கொண்டது. அது அவர்களைத் துப்பி எறியும்போது எஃபே தான் ஒரு எழுத்தாளராக விரும்பியதாகச் சொன்னாள்.

‘அதுதான் எனது பெரும் கனவு. நிறைய புத்தகங்கள் எழுதி பிரபலமாவது.’ அவள் சிரிக்கிறாள். ‘பள்ளியில் எப்போதும் இலக்கியப் புத்தகங்களைத்தான் வாசிப்பேன்.’ எழுந்து நின்று பேசிக் காட்டுகிறாள்.

‘அது காலங்களில் சிறந்த காலம், அது காலங்களில் மோசமான காலம், அது அறிவின் காலம், அது முட்டாற்தனத்தின் காலம், அது நம்பிக்கைகளின் சகாப்தம், அது அவநம்பிக்கைகளின் சகாப்தம், அது வெளிச்சத்துக்கான பருவம், அது இருளின் பருவம், அது எதிர்பார்ப்புகளின் வசந்தகாலம், அது மனக்கசப்புகளின் குளிர்காலம், எம் முன்னே எல்லாம் இருந்தது, எம் முன்னே எதுவுமே இல்லை. நாம் நேரடியாக சுவர்க்கத்துக்குச் செல்கிறோம், நாம் நேரடியாக நேரெதிர்த்

திசையில் செல்கிறோம் - ஒற்றை வரியில் சொல்வதானால் அது அப்படியானதொரு காலம்.'

'அவநம்பிக்கை சகாப்தம் இவ்விரண்டு சொற்களும் வழுக்கி வந்து விழுந்தவிதம் எனக்குப் பிடிக்கிறது. நேரெதிர் கருத்துகளை உப்பும் மிளகும் போல அருகருகே வைத்துச்சொன்னது பிடிக்கிறது.சிறந்த காலம் மோசமான காலம்,வெளிச்சம் இருள். அது என்னை சிந்திக்க வைக்கிறது. இது நடந்தால் எப்படி இருக்குமென்று எண்ண வைக்கிறது. நான் நன்றாக படிக்கத்துவங்கியதும் இது போலெல்லாம் எழுதவேண்டும். பட்டாம்பூச்சிபோல அழகான சொற்கள்; வாசகர்களை மீண்டும் மீண்டும் வாசிக்கத் தூண்டும் சொற்கள்.' அவளது குரல் மெல்லத் தேய்ந்து அணைகிறது. 'ஆனால் அது நடக்கப்போவதில்லை.'

இதற்கு முன்பு இதுபற்றி அவள் சிந்தித்தது கூட இல்லை. அந்த வரிகளை நினைவு வைத்திருந்ததும் அதை மனனமாய் ஒப்பித்ததும் அவளுக்கே வியப்புதான். ஆனால் அது கொண்டு வந்து தந்த மகிழ்ச்சி அவளுக்கு வியப்பளிக்கவில்லை. அது ஒரு தேவை போல அவளுக்குள் பட்டென்று திறந்துகொண்டது.

அமா கைதட்டவும் ஜாய்ஸுும் இணைந்து கொள்கிறாள். எஃபே முகம் பொலிவடைகிறது. கைதட்டல் நின்றதும் போலியாய் குனிந்து வணங்குகிறாள்.' அந்தப் புத்தகத்தைக் கண்டுபிடிக்க வேண்டும். ப்ரசெல்ஸில் ஆங்கிலப் புத்தகக் கடைகள் இருப்பதாகக் கேள்விப்பட்டிருக்கிறேன். மீண்டும் அந்தப் புத்தகத்தை வாங்கிப் படிக்க வேண்டும்.'

உண்மையிலேயே அந்தப் புத்தகத்தைத் தேடி, மூன்று முழுக் காலைப் பொழுதுகள் ப்ரசெல்ஸ் புத்தகக்கடைகளில் அலைந்து திரிந்து தோற்றுப்போவாள் எஃபே. மூன்றாவது நாள் ஒரு கடைப்பணியாளர் வந்து அவளுக்காக அதைச் சொல்லி வைப்பதாகவும் ஆனால் அது வந்து சேர ஒரு வாரமெடுக்கும் என்றும் சொல்லி உதவுவார். 'பரவாயில்லை' என்பாள் எஃபே. அதைப் பெற்றுக்கொண்ட தினம் எஃபே புத்தகத்தோடு தன்னை

அறைக்குள் பூட்டிக்கொண்டு நினைவில் நின்ற கடந்தகாலம் நினைத்துக் கதறி அழுவாள்.

தான் மருத்துவராக விரும்பியதாகச் சொன்னாள் ஜாய்ஸ். ‘மருத்துவர் அலெக், அப்படித்தான் நான் என்னைப் பார்த்தேன். கல்யாணம் செய்து கொண்டு எனது பெற்றோருக்கு பேரப்பிள்ளைகளைப் பெற்றுக் கொடுத்துவிட்டு, அரசு மருத்துவமனையில் வேலை பார்த்துக்கொண்டு இருக்க வேண்டுமென நினைத்தேன். ஆனால், இப்போது ஒரு நல்ல துணிக்கடை வைத்துக்கொண்டால் தீர்ந்தது. அல்லது லாகோஸில் ஒரு பெரிய பல்பொருள் அங்காடி.’

தான் பல்கலைக்கழகம் சென்று பயிலவேண்டுமென்ற கனவைக் கைவிட்டுவிட்டதாகச் சொன்னாள் அமா. இப்போதெல்லாம் பாப் பாடகி ஆகலாமென்று தோன்றுவதாகச் சொன்னாள். அவளது குரல் அத்தனைச் சிறப்பில்லை என்பது அவளுக்கே தெரியுமென்பதால் அமா கனவு காண்பதோடு நிறுத்திக் கொள்வாள். அவள் பாடும்போது அவளது குரல் கோபத்தில் கிறீச்சிடும் பூனைக்குட்டி போல இருப்பதாக ஒருமுறை சண்டையின்போது சிஸி கூறியிருந்தாள்.

‘ஒவ்வொரு முறை நீ பாடும்போதும் பக்கத்துவீட்டு பூனைக்குட்டி நம்மைத் தாக்க வருகிறதோ என்று தோன்றும்.’ ஆனால் அது அமாவின் கனவை நிறுத்தப் போதுமானதாக இல்லை. ‘சில சமயம் நான் சாளரத்தினருகே நிற்கும்போது மேடையில் ரசிகர்களுக்குக் கையாட்டிக்கொண்டு நிற்பது போலக் கற்பனை செய்துகொள்வேன். அவர்கள் என் பெயர் சொல்லிக்கூவுவது போல, எனது கையெழுத்தைக்கேட்டுக் கத்துவது போல, எனது தந்தை, எனது உண்மையான தந்தை பிரபலமாகிவிட்ட அவரது மகளைப் பார்க்க வருவது போலவும் அப்போது நான் நாசமாய்ப்போ என்று சொல்வது போலவும் கற்பனை செய்து கொள்வேன்.’ சொல்லிச் சிரித்தாள். எஃபேவும் ஜாய்ஸூம் உடன் இணைந்துகொண்டார்கள்.

'சிஸியின் கனவுகள் என்னவாயிருந்திருக்கும்?' எஃபே கேட்டாள். அந்தக் கேள்வி சூழ்நிலையை மாற்றி அதுவரை இருந்த சிரிப்பையெல்லாம் துடைத்தெறிந்து போனது.

'அவள் இறந்து விட்டாள் என்பதை நம்பக் கடினமாக இருக்கிறது. ஒரு வேளை அவர்கள் தவறாகப் பார்த்திருந்தால்? அவள் வெறுமனே நடைப்பயிற்சிக்குப் போயிருந்தால்? என்று எனக்குத் தோன்றிக்கொண்டே இருக்கிறது. 'என்றாள் அமா.

'அவள் செத்துப்போகவில்லையென்றால் இந்நேரம் இங்கே இருந்திருப்பாள்.'

'அவள் இங்கே இருப்பது போலத்தான் இருக்கிறது. எனக்கு அப்படித்தான் தோன்றுகிறது' எஃபே சொன்னாள். அவளது குரல் மென்மையாக ஒரு பிரார்த்தனையைப் போலவும், ஒரு விருப்பம் போலவும் ஒலித்தது.

சிஸி

ஒரு புதன்கிழமை இரவு வாடிக்கையாளருக்காகக் காத்திருந்த போதுதான் முதன்முறையாக தேவவாக்கு அவளை வந்தடைந்தது. ஒரு வழியாக தனக்குச் சொல்லப்பட்ட தீர்க்க தரிசனத்தின் இரகசியம் உடைபட்டு விட்டதாக அவள் நம்பியதை குறை சொல்லி விடவே முடியாது. அந்த அளவுக்கு மிகவும் தெளிவாக இருந்தது அது. ஒளி ஊடுருவும் தெள்ளிய காட்சியாக சிறகடித்து வந்து அவள் முகத்தில் மோதியது. அவளை ஆழ்ந்த துயருள் ஆழ்த்தியது. அவளது முதல் வாடிக்கையாளர் - தொப்பியைக் கழற்றப் பிரியமற்ற ஒருவன் - தான் ஏமாற்றப்பட்டு விட்டதாகச் சொல்லிவிட்டுப் போனான். அவளது செயல்திறன் மோசமென்றும் அவளிடம் திரும்பி வரவே போவதில்லை என்றும் சொல்லிவிட்டுப் போனான். 'இதற்கு முன்பு இங்கே இருந்த பெண், வேலை தெரிந்த பெண். நீ என் பணத்துக்கு வந்த கேடு. இன்றைக்கு எனக்கு திருப்தியே இல்லை. நிச்சயமாக இல்லை. சுயமைதுனம்தான் செய்து கொள்ள வேண்டும் போலிருக்கிறது.'

அவ்வளவுதான். அருள்வாக்கு ஒன்றுமில்லாமல் போனது. ஒரு பெயர்சூட்டு விழாவில் பெருந்தீனி தின்ற விருந்தினரின்

அரைகுறை உளறல் அது. தனக்கு அருள்வாக்கு சொன்ன அந்தப் பெண்மணியை ஒரு போதும் மன்னிப்பதற்கில்லை என்று உறுதியாக நினைத்தாள் அவள். 'முட்டாள். முட்டாள் பெண். என்னை ஒளியைத்தேடி ஓட வைத்த முட்டாள். என்னை இந்த நிலைக்குக் கொண்டுவந்த முட்டாள்.'

சிஸோம் பிறந்து ஏழு நாட்களுக்குப் பிறகு அவளது பெயர் சூட்டு விழாவில், பற்களுக்கிடையே இடைவெளிகொண்ட, ஒரு குறி சொல்லும் அண்டை வீட்டுப் பெண்மணி (தொடர்ந்து சரியான கணிப்புகளைச் சொல்வதாக அவளது திறமை ஊர் அறிந்த ஒன்றாக இருந்தது) சிசுவை உயரே வான் நோக்கி உயர்த்திப் பிடித்து, காத்துக்கொண்டிருந்த அவளது பெற்றோரிடம் தன் பற்களுக்கிடையே காற்றை உறிஞ்சியபடி குழந்தையின் வருங்காலத்தைப் பார்த்துச் சொன்னாள். 'இந்தக் குழந்தையின் எதிர்காலம் ஒளி பொருந்தியதாக இருக்கிறது ஓஓஓ. ஆஹா நீங்கள் மிகவும் அதிர்ஷ்டக்காரப் பெற்றோர் ஓஓ.'

இப்போது சிஸிக்குப் புரிந்தது. அந்தப் பெண்மணி ஒளியெனக் கண்டது ஆண்ட்வெர்ப்பின் பிரகாசமான விளக்குகளைத்தான். அது தான் அவளது விதியாக இருந்திருக்கிறது. அவள் முட்டாள்தனமாகக் கற்பனை செய்ததுபோல அவளை முன்னேற்றம் நோக்கி இட்டுச்செல்லும் வழியல்ல அது. கிறிஸ்துமஸ் விளக்குகளைப்போல நீலமும் சிவப்புமாக அவளது சாளரத்தை அலங்கரித்த விளக்குகள். அவற்றின் நடுவே, கண்டு மயங்கி தற்காலிகமாக விலைபேசப்படக் காத்திருக்கும் காட்சிப்பொருளாக அவள். புட்டி பியரை குடித்துவிட்டு அதனூடாக அந்த குறிசொல்லும் பெண்மணி கண்டு சொன்ன பிரகாசமான எதிர்காலம் இதுதான். அன்றைக்கு அந்தப் பெண்மணி ஒரு பெட்டி நிறைய பியரையாவது குடித்திருக்கவேண்டும். உன் வருங்காலம் குறித்து அத்தனை மகிழ்ச்சியாக இருந்தாள். உங்களுக்கு நினைவிருக்கிறதா சிஸோமப்பா? அந்த அம்மாள் சிஸோமின் வாழ்க்கையைப் பார்த்து எத்தனை மகிழ்ந்திருந்தால் ஒரு பெட்டி ஸ்டார் பியரை அருந்தியிருப்பாள்?

அவளது தந்தை எதிர்பார்த்த வகையான எதிர்காலம் அல்ல. அவருக்கு நல்ல எதிர்காலமென்றால் நல்ல கல்வி. ‘படி! வாசி! நீ பட்டதாரியான பிறகு ஓய்வெடுத்துக்கொள்ள தேவையான நேரம் இருக்கும்.’ அவளும் கடுமையாகப் படித்தாள். அவளது தந்தைக்காக அல்ல, அண்டைவீட்டுக்காரி சொன்ன கணிப்புக்காகவும் அல்ல. அவளுக்காக. பல்கலைக்கழகப் படிப்பு என்றால் நல்ல வேலை கிடைக்கும். மின்சாரம் இல்லாத நேரங்களில் மெழுகுவர்த்தி ஏற்றிக்கொண்டு கண் வலிக்கப் படித்தாள். அதெல்லாம் எதற்காக? அத்தனைக் கடின உழைப்பும் தேர்வு முடிவுகள் குறித்த மனஉளைச்சலும் அவளுக்கு என்ன தந்திருக்கின்றன? இறுதியாண்டின் துவக்கத்தில் வகுப்பில் சிஸோம் ஒரு வெற்றிகரமான பெண்மணியாக உருவெடுப்பாள் என்று சொன்ன அவளது கணக்கு ஆசிரியர் கையில் இல்லை, டெலேவின் கையில் இருந்திருக்கிறது அவளுக்கான சாவி.

ராண்டல் அவென்யூவில் பெரிய அலுவலகம் வைத்திருக்கும் அந்தப் பெரிய மனிதன் டெலே, அவன்தான் அவளது விதி நோக்கி அவளைக் கொண்டு வந்திருக்கிறான். அவள்முன் வாய்ப்பை டெலே நீட்டும்போது, தான் அதை இறுகப் பற்றிக் கொள்வதை உணர்ந்தாள் சிஸோம். அந்தக் குறிசொல்லியின் ஆரூடமும் பலிக்கத் துவங்கியது. அவளது நம்பிக்கையும் அவளது தந்தையினதைப்போல ஐயத்துக்கிடமற்ற வகையில் தெளிவானது. டெலே மட்டும் அவளுக்கு ஐரோப்பா செல்லும் வழியைக் காட்டிவிட்டானென்றால் அவனே அந்தக் குறிசொல்லியின் ஆரூடத்தை மெய்ப்பிப்பவன் ஆகிவிடுவான்.

அவளது கல்வி? அதுதான் வீணாய்ப் போனது. பணமும் நேரமும் விரயமானதுதான் மிச்சம். அது அவளுக்குத் தந்ததெல்லாம் துயரமும், வந்து மறைந்த வெற்றுக் கனவுகளும்தான். தனது இப்போதைய வாழ்க்கை குறித்து எண்ணிப் பார்த்தால் அவள் மனதில் தோன்றுவது ஒற்றைச் சொற்றொடர்தான். *omnes errant.* இந்த சொற்றொடரை அவள் எங்கே பிடித்தாள் என்று அவளுக்கே நினைவில்லை. பள்ளியில் பிடித்திருக்கலாம். ஆனால், அந்தச் சொற்றொடர் அவளது மொத்த வாழ்வையும்

சுருக்கமாகச் சொல்லிவிடக் கூடியதாக இருந்தது. 'பிழைகளின் தொடர்ச்சி'. ஒவ்வொரு தப்படியும் தவறான திசையில் எடுத்து வைப்பது. அந்தத் தப்படிகள்தான் இப்படி அவளைக் கண்களில் மையெழுதி கண்ணைப் பறிக்கும் சிவப்பு நிறத்தில் உதட்டுச் சாயம் தீட்டி ஆண்களின் முடிவுகளை எளிதாக்க கண்ணாடியில் தட்டி அழைக்கும் வாடிக்கையான முகமாக விங்கர்லிங்ஸ்ட்ராட்டில் நிற்க வைத்திருக்கின்றன.

அந்தப் புதன்கிழமை இரவோடு அவள் ஆண்ட்வெர்ப் வந்து ஐந்தரை மாதங்கள் முடிவடைகின்றன. அதை உணர்ந்தபோது பொருளீட்டுவதற்கான உற்சாகம் தடம் புரண்டது. அவள் நினைத்துக்கூடப் பார்த்திடாத ஒருவித உயிர்ப்பின்மை வந்து நிரப்பிக்கொண்டது. காலம் வீணானதாகக் குறைகூறியபடி அந்தத் தொப்பி வாடிக்கையாளர் சென்று மறைந்தபின், வாடிக்கையாளர்களற்ற நீண்ட இரவுகள் அவள் முன் நீண்டு கிடப்பதைக் கண்டாள் சிஸி. டெலேவின் குரல் அவள் செவிகளில் அதிர்ந்தன. கண்ணாடி முன் நின்று ஒரு புன்னகையைப் பயின்று பார்த்தாள். மீண்டும் பணிக்குத் திரும்பும்போது அந்தப் புன்னகை நிலை பெற்றிருந்தது. வாடிக்கையாளர்களை வரவேற்றபோது அது அங்கேயே இருந்தது. அவர்கள் டிப்ஸ் தந்தபோது நன்றி சொன்னாள். அவளை பாராட்டியபோது, பேசப்பட்ட தொகையை விட அதிகமாக உறிஞ்ச பார்க்கும் மற்ற கருப்பின பரத்தையரைப்போல அவள் இல்லை என்று அவளைப் பாராட்டும்போது அந்தப் புன்னகை அப்படியே இருந்தது. ஆனால் ஒரு மனக்கசப்பு தோலை ஊடுருவி கழுத்தைச் சுற்றிக்கொண்டு தலை மீதேறி அழுத்தியது. அது அவளை அவமானத்தில் தலைகுனிந்தவள் போல தலைகுனிந்து நடக்கச் செய்தது. பணியில் எப்போதுமே அவள் வசதியாக உணர்ந்ததில்லை. இப்போது அத்தோடு வெறுப்பும் சேர்ந்து கொண்டது. அவளால் தன்னைத்தானே பார்க்கக்கூட முடியவில்லை, தனித்திருக்கும் போதும் குளிக்கும்போதும் கூட உடலைப் பார்க்காமலேயே தேய்த்துக் குளித்தாள். மீளாத்தவறுகள் குறித்த வருத்தம் நாள்முழுவதும் அவளைத் தாக்கிய வண்ணம் இருந்தது. அவள் புன்னகைத்தாள்.

ஆனால் அந்தப் புன்னகைக்குப் பின்னே வருத்தம் பெரிதாகிக்கொண்டே வந்தது. அதன் நிழல் அவள் மீது படிந்து அவளை இருட்டடிப்புச்செய்து கொண்டிருந்தது. வீட்டை விட்டு வந்தது குறித்து, டெலேவைச் சந்தித்த நாள் குறித்து வருந்தத் தொடங்கினாள் அவள். அவனது அலுவலகத்துக்கு அவள் ஏன் போனாள்? பணமும் பகட்டுமென அவனது வாக்குறுதிகளில் ஏன் தொலைந்தாள்? வாடிக்கையாளன் ஒருவன் அவளை காலை அகட்டி விரிக்கச் சொல்லி, அவளை வேசியென அழைத்துக்கொண்டே புணர்ந்தபோது அருவருப்பு போன்றதொன்றை உணர்ந்தாள். ஆண்ட்வெர்ப் நகரக்குள்ளான அவளது நடைப்பயிற்சிகளின் எண்ணிக்கையும் கால அளவும் அதிகரிக்கத்தொடங்கின. அதிகாலை எழுந்து கெய்சர்லேவையும் க்ரோடே மார்க்கெட்டையும் ஒட்டி நடைபயின்றாள். அவளைக் கொஞ்சமும் ஈர்த்திடாத பழைய கட்டிடங்களைக் பார்வையிட்டபடி சிறு சந்துகளில் நுழைந்து அலைந்தாள். அதிகமாக பொருட்களை வாங்கிக் குவித்தாள்: பியர் புட்டி வடிவிலிருந்த புட்டி திறப்பான், இரவு நேர ஆண்ட்வெர்ப்பைக் காட்டும் தபால் அட்டைகள், மெல்லிய இழைப்பின்னல் தட்டிகள்,மேசை விரிப்புகள். கட்டிலுக்கடியில் இருந்த அவளது பெட்டி பெருத்து வீங்கியது. விரைவிலேயே இன்னொரு பெட்டி வாங்க வேண்டியிருக்கும் என்று அவளுக்குத் தோன்றியது.

ஸ்வார்டசுஸ்டர்ஸ்ட்ராட்

வெளியே ஒரு குழந்தை சந்தோஷக் கூச்சலிடுகிறது. எதிர்பார்த்திடாத அந்த ஒலி அறைக்குள் நெளிந்தோடுகிறது.

‘சிஸி இறந்தும் எதுவுமே நடக்காதது போல எல்லாம் இயல்பாக இருக்கிறது. இது விசித்திரமாக இருக்கிறதில்லையா?’ ஜாய்ஸ் சொன்னாள்.

அமா புன்னகைத்தாள். ‘எங்கள் பக்கத்தில் ஒரு சொலவடை இருக்கிறது: அறியாதவரின் பிணம் எடுத்துச் செல்லப்படும்போது அது விறகுக்கட்டையாகத்தான் பார்க்கப்படும் என்று.’

‘உண்மையான பேச்சு,’ எஃபே ஒத்துக்கொண்டாள். ‘எனது தாயார் இறந்தபோது இந்த சூரியன் ஏன் உதிக்கிறது என்று கூட எனக்குக் கோபம் வந்தது நன்றாக நினைவிருக்கிறது. உலகே முடிந்துவிட்டது போல.’

‘ஆனால் இந்த வீட்டுக்குள் எதுவுமே மாறவில்லை. சிஸி ஒன்றும் அந்நிய ஆளில்லை!’ வெடுவெடுத்தாள் ஜாய்ஸ்.

‘நமக்கு அப்படியல்ல. ஆனால், அவர்களுக்கு அவள் அப்படியிருந்திருக்கலாம்.’ அமா மேடம் மற்றும் செகுனின்

அறை நோக்கித் தன் மோவாய் உயர்த்திக் காட்டியபடி சொன்னாள்.

‘அந்த செகுனுக்கு அவனே அந்நியன்தான்’ எஃபே ஏளனமாய்ச் சொன்னாள்.

‘தனக்குத்தானே புணர்ந்துகொள்வானோ என்னவோ!’

‘அமா! நீயும் உன் நாற வாயும்! வாயை சோப்புப் போட்டுத்தான் கழுவவேண்டும்’ சொன்ன எஃபேயின் கண்களிலும் மின்னல் பளிச்சிடுகிறது.

அவனும் அவனது மசமசப்பும் முட்டாள்தனமான தோற்றமுமாக இருந்த செகுன்தான் அவர்களின் விருப்பத்துக்குரிய பேசுபொருள். கீழுதடு வெளித்தள்ள வலக்கரத்தில் சுத்தியலும் இடக்கையில் ஆணியுமாக டொக் டொக்கென்று சப்தமெழுப்ப வேலை செய்துகொண்டிருப்பான். பேசும்போது அவன் கைகளில் இருக்கும் தடுமாற்றம் வேலை செய்யும்போது இருக்காது. பேசும்போது எப்போதும் சொற்களுக்காகத் தேடிக்கொண்டே இருப்பான். வந்து விழப்போகும் வார்த்தைகளைப் பற்றித் தொங்கியபடி கைமுட்டி இறுக நிற்பான். ‘க...தவில்... ஏ..தோ.. வேலை... இரு... இருப்பதாக மே....ட.... ம் சொ... சொன்னார்கள்.’ கால்கள் நிலை கொள்ளாது. கைகள் அசைந்து கொண்டே இருக்கும். சுத்தியலும் ஆணியுமாக செகுன் வேலை பார்க்கும்போது இது எதுவும் இருக்காது. ரசிக்கத் தூண்டும் ஒருவித தடங்கலற்ற துல்லியம் அதில் இருக்கும். மேடம் கேட்டுக்கொண்டபடி ஜாய்ஸின் பிறந்த நாளுக்காக அவளுக்கு இடைமேசை ஒன்று செய்து கொடுத்தபோது பெண்களெல்லாம் ஆச்சரியமாகப் பார்த்துக்கொண்டிருந்தனர். அத்தனை சிறப்பாக அவன் செய்து கொடுத்தது கண்டு தமக்கும் செய்து தரச்சொல்லி மேடத்திடம் கெஞ்சினர்.

‘சுவர்க்கத்திலிருந்து சொற்கள் அவனுக்குக் கேட்கும் போல. அத்தனை துல்லியம். அவை சொல்லச்சொல்ல அவன் செய்கிறான்’ என்று எஃபே ஒரு முறை சொல்லியிருக்கிறாள்.

மற்றபடி வேறெதற்கும் லாயக்கற்ற, எல்லா வகையிலும் தகுதியற்ற ஒருவன் இத்தனை சிறந்த வேலைக்காரனாக எப்படி இருக்க முடியும்?

‘சிஸி ஒன்றும் அந்நிய ஆளல்ல.’ ஜாய்ஸ் வலியுறுத்தினாள்.

‘அதனால்? இப்போதென்ன மேடம் வந்து இங்கே நம்மோடு உட்கார்ந்து கொள்ளவேண்டுமென்று விரும்புகிறாயா?’

‘செகுன்? அவளை அவனது வண்டியில் பார்த்ததாகச் சொன்னாய் தானே?’

‘ஆமாம். ஆனால் அது பற்றிப் பேசியதற்குத்தான் சிஸி என்னைக் கடிந்துகொண்டாள். ஒருவேளை அது ஒரு முறை மட்டும் உறவு, அந்த மாதிரி ஏதாவதாக இருக்கும்.’

‘இருந்தாலும். அவர்கள் –’ ஜாய்ஸ் சரியான சொற்கள் தேடி காற்றைத் துழாவினாள். ஏதும் கிடைக்காமல் போகவே அமைதியானாள். ஒரு சிறு சீற்றம் மட்டும் வெளிப்பட்டது.

வெளியே அந்தக் குழந்தை இப்போது மகிழ்ச்சியில் கத்தவில்லை மாறாக அழத் தொடங்கியிருந்தாள்.

‘பாவம் பிள்ளை. என்னவோ?’ ஜாய்ஸ் ஏறத்தாழ எழுந்து கொள்கிறாள்.

‘எங்கே போகிறாய்?’ அமா அவளைக் கீழே இழுக்கிறாள். ‘அடுத்தவள் குழந்தைக்கு என்ன ஆனதென்று போய்ப் பார்க்கப் போகிறாயா? இங்கே நீ எதுவுமே கற்றுக்கொள்ளவில்லையா? உன் நாசமாய்ப்போன வேலையை மட்டும் பார். மேடத்தையும் செகுனையும் பார். அவர்கள் வேலையை மட்டும் பார்க்கிறார்கள்.’

ஜாய்ஸ் கைகளைப் பிசைந்தாள். ‘மேடமும் செகுனும் அவரவர் வேலையைப் பார்த்துக்கொண்டிருக்கவில்லை. அவர்கள்...’ கரித்துணியை எடுக்கிறாள்.

‘அவர்கள் என்ன?’

வசை ஒன்று ஆச்சரியமாக வந்து விழுகிறது.

'நீயும் அமாவைப்போல பேசத்தொடங்கி விட்டாய்.'

வெளியே குழந்தை இன்னும் அழுது கொண்டிருந்தது.

'அவள் எப்படி இறந்திருப்பாள்? கடைசி நேரத்தில் உதவி தேடி அழுதிருப்பாளோ?' வியந்தாள் ஜாய்ஸ்.

சிஸி

டெலேவுக்குச் செலுத்தி முடித்த பிறகு சிஸியிடம் பெரிதாகப் பணம் மிஞ்சியிருக்கவில்லை. ஸ்வார்ட்சுஸ்டர்ஸ்ட்ராட்டில் அவளது பங்கு வாடகை கட்டவேண்டியிருந்தது. விங்கர்லிங்ஸ்ராட்டில் மேடத்திடம் வாடகைக்கு எடுத்திருந்த அறைக்கான கட்டணம் வேறு மாதம் ஐநூற்று அம்பது யூரோக்கள். இங்கே பணி செய்துகொண்டே போதுமான அளவு சேமிக்க வேண்டுமென்றால் இன்னும் எத்தனை காலம் உழைக்க வேண்டியதிருக்கும் என்று அவளுக்குத் தெரியவில்லை. அது முடியாத காரியமென்று அவள் முடிவெடுக்க இன்னும் இரண்டு மாதங்களாகும். ஆனால் அவள் வேலையை விடுவதற்கு சேமிக்க முடியாமல் போவதென்பது மட்டும் காரணமாக இருக்கவில்லை.

இரவு எட்டு மணியிலிருந்து மறுநாள் காலை ஆறு மணி வரை மற்ற பெண்களைப் போல பளிங்குப் புன்னகையோடு தனது கூண்டுக்குள் நின்றுகொண்டு கொழுத்த மீனுக்காகத் தூண்டில் போட்டாள். அந்தப் புன்னகை உடைந்து கலைந்து விடாமல் இருக்கக் கற்றுக்கொண்டாள். விங்கர்லிங்ஸ்ட்ராட்டில் இருந்து

சற்றுத் தொலைவில் இருந்த ஃபால்கன்ப்லானில் கானாவைச் சேர்ந்த வேசியொருத்தி மீது வாடிக்கையாளர் ஒருவர் காதலில் விழுந்த கதை இன்னும் உலவிக்கொண்டிருந்தது. அவன் சாதாரண வாடிக்கையாளனல்ல பணக்கார வாடிக்கையாளன். சிறந்த கால்பந்தாட்ட வீரனோ என்னவோ, அவன் என்ன தொழில் செய்தான் என்று சிஸிக்குச் சரியாகத் தெரியவில்லை. ஏனென்றால் அது ஒவ்வொருவர் சொல்லும் கதையிலும் ஒவ்வொரு தொழிலாக மாறுபட்டிருக்கும். எது எப்படியோ கதையின் சாரம் ஒன்றே தான்: அது அந்தக் கானாக்காரியின் திறமை.

அவன் அவளது தரகரிடம் விலைபேசி வாங்கி, அவளை மணம் புரிந்து, ப்ரசெல்ஸ் அருகே அவனது மாளிகையில் குடியமர்த்தியிருந்தான். அவளுக்காக அவன் எல்லாமும் செய்தான். அவளது பழைய உறவில் பிறந்த இரண்டு பிள்ளைகளைக்கூட அக்ராவிலிருந்து கூட்டி வந்திருந்தான். அவளிடம் எல்லாம் இருந்தது. சொகுசு கார்கள், நீச்சல் குளம், பிரபல வடிவமைப்பாளர்கள் தயாரித்தளித்த ஆடைகள், தெற்கு ஃப்ரான்ஸில் விடுமுறைக் கொண்டாட்டம், வார இறுதிகளில் ஆர்டென்ஸுக்கு சவாரி, மொராக்கோவிலும் பார்சிலோனாவிலும் வசந்த மாளிகைகள், எல்லாம். சிலர் அவள் அவன் மீது 'தொடு! தொடர்!' எனும் ஒருவகையான வசியம் செய்து வைத்து விட்டாள் என்றனர். 'அந்தரங்க மயிரும் விடியலில் வெட்டப்பட்ட கால்நகமும் கொண்டு ஆண்களைப் பிடித்து வைத்துக் கொள்ள பெண்களுக்கு உதவக்கூடிய, சிறந்த மந்திரவாதிகளால் மட்டுமே செய்ய முடிந்த ஜுஜு அது. அப்படி ஒன்று இல்லெயென்றால் இப்படியொரு கொழுத்த மீன் அவளுக்கு எப்படிச் சிக்கியிருக்க முடியும்? இப்படி அவளது வாழ்வையே மாற்றி முழுமையான அதிகாரத்தை அவளுக்குக் கொடுத்திருக்க முடியும்? எலி முகமும் குதிரை உடலும் கொண்ட அவள்? ஹ..ஹ..ஹா.' அந்த கானாக்காரியின் சாளரத்திலிருந்து சில கதவுகள் தாண்டி பணி செய்த அனிதா எனும் ஸிம்பாப்வேயைச் சேர்ந்த பெண் அது கண்டிப்பாக டொகொலொஷே தான் என்றாள். அதுவும் இந்தத் தொடு

தொடர்போல் ஒரு வசியம்தான் ஆனால் சற்று ஆற்றல் அதிகமுண்டு அதற்கு. குழந்தை உயரத்துக்கு வளரக்கூடிய வேர், அதனிடம் பணம் வேண்டுமென்று சொல்லி அனுப்பினால் போதும். ‘அது பணத்தை எங்கிருந்து வேண்டுமானாலும் கொண்டு வரும். ஆணின் அந்தரங்க உறுப்பிலிருந்து கூட! அவன் தனது கணக்கு வழக்குகளைக்கூட அவளிடம் பார்க்கச் சொல்லிக் கொடுத்துவிட்டதாகக் கேள்விப்பட்டேன்!’ மற்ற சிலர் அவள் வெறுமனே அதிர்ஷ்டசாலி என்றனர். அவனோடு இருக்கும்போது மட்டும் தவறாமல் கட்டிலுக்கடியில் அவள் வைத்திருப்பதாகச் சொல்லப்பட்ட ஆமைக்கும் இதற்கும் எந்தத் தொடர்பும் இல்லை. (வெட்டப்பட்ட மயிர் மற்றும் நகத்தோடு சேர்த்து இந்த வகையான வசிய மந்திரங்களுக்கு ஆமையும் மிகவும் இன்றிமையாதது என்பது எல்லோருக்கும் தெரிந்ததுதான்.) அந்தப் பெண் அதை எப்படிச் செய்தாள் என்பது பற்றியெல்லாம் சிஸிக்கு அக்கறை இல்லை. அவளுக்குக் காதல் தேவையில்லை. கல்யாணமும் தேவையில்லை. மூச்சடைத்து காய்ச்சல் வரச் செய்துகொண்டிருந்த இந்தக் கூண்டில் இருந்து விடுதலை பெற்றுத் தருமளவுக்கு பொருள் தரக்கூடிய, டிப்ஸ் அதிகம் தரக்கூடிய வாடிக்கையாளர்கள் போதும். தனது பெற்றோருக்கென்று அவள் நினைத்திருந்த மாதிரியான வீட்டைக் கட்டவேண்டுமென்றால் அவளுக்கு அதிகமான வாடிக்கையாளர்கள் வரவேண்டும். அந்தக் கனவுகளை நிஜமாக்கும் பொருளைத்தர வேண்டும். ஆனால் வாடிக்கையாளர்கள் எப்போதும் வந்துகொண்டே இருப்பதில்லை.

காலை வேளைகளில் ஸ்கிப்பர்ஸ்குவார்ட்டியர் தன் இயல்பான பொலிவை இழந்துவிடுகிறது. பகலவனின் ஒளிக்கதிர்கள் பரவிக் கிடக்க வெறிச்சோடி காற்றாடிக் கிடந்தது. பகலின் வெளிச்சம் தன்னைக் காட்டக்கூடாத நிலையில் காட்டிவிட்டதாக வெட்கப்படுவதுபோல, கழிவறையில் சத்தமாகக் குசு விட்டதை புதிய காதலன் கேட்டுவிட்டதால் சங்கடப்படும் பெண்போல, அவமானமாய் காட்சியளித்தது. வீடுகள் சோகமாய்க் கிடந்தன. அந்த இடத்துக்கே ஒரு வெறுமையான

துக்கம் நிரம்பிய தோற்றம் இருந்தது. பார்த்த உடன் இறப்பை நினைவூட்டும் இடம் போல. சிஸி காலை வேளைகளில் இங்கே வருவதில்லை. அப்போது வெளிச்சத்தினடியில் பளீரிடும், ஒரு ஆரோக்கியமான குழந்தையின் ஆற்றலோடு சுறுசுறுப்பாக இயங்கும் ஆண்ட்வெர்ப்பின் மற்ற பகுதிகளில் வலம் வந்தாள். எங்கே செல்கிறாளென்று கேட்ட பெண்களிடம் காற்று வாங்கச் செல்வதாகச் சொல்லிவிட்டு அவள் தனியாகத்தான் நடந்தாள்.

தங்கநிறத்து முகப்பு கொண்ட கெய்சர்லே ஹோட்டல், வரிசை வரிசையாய் கடைகள் கொண்டு மினுமினுப்பை வாரி வழங்கும் கெய்சர்லேவை அவளுக்குப் பிடிக்கும். இஸி பாரிஸ், எச்&எம், யுனைட்டட் கலர்ஸ் ஆஃப் பெனட்டன், ஃபேஷன் அவுட்லெட் என்று ஏகப்பட்ட கடைகள். அங்கே சரசரக்கும் மக்கள் கூட்டமும் தெருக்களின் அரவமும் கலந்துபட்ட தோல் நிறமும் அவளுக்குப் பிடிக்கும். அசிடிக் வட்டுகளோடு யூதர்கள், பெரிய சக்கரம் கொண்ட தள்ளு வண்டிகளில் பிள்ளைகளை வைத்துத் தள்ளிச் சென்ற தாய்மார்கள்- இவர்களெல்லாம் அவளது இருதயத்தைச் சீராக ஓடச் செய்தனர். மிகவும் உயிர்ப்போடு, நகரத்தின் ஒரு அங்கமாகவே உணர்ந்தாள் சிஸி.

சாலைகளில் மண்டியிருந்த அழுக்கைப் பற்றி அவள் கவலைப்படவில்லை. அது சென்ட்ரல் ஸ்டேஷனில் அவள் ஒருமுறை பார்த்த *Antwerp is constipated* என்று எழுதப்பட்ட சுவரோவியத்தை அவளுக்கு நினைவூட்டியது. ஒவ்வொரு முறை கெய்சர்லேவை நடந்து கடக்கும்போதெல்லாம் கண்முன்னே மெக்டொனால்ட் வாசலில் இருந்த பெரிய குப்பைத் தொட்டி நிரம்பி வழிவதைப் பார்க்க நேரிடும். அதைக் காணும்போது இப்போதெல்லாம் ஆண்ட்வெர்ப்புக்கு மலச்சிக்கலில்லை, அது இங்கேதான் கழிவுகளை வெளித்தள்ளுகிறது என்று நினைத்துக் கொள்வாள். அது எப்போதுமே அப்படித்தான் இருந்தது. அதுபோல அங்கிகளுக்குள் கைநுழைத்தபடி 'தங்கச்சங்கிலி நானூறு யூரோ மதிப்பு நூறு யூரோவுக்குத் தருகிறேன். எவ்வளவு வைத்திருக்கிறாய்? இப்போதுதான் திருடிவந்தேன். மிகவும் விலை உயர்ந்தது. எவ்வளவு

முடியுமோ அவ்வளவு கொடு. அசலான சரக்கு.' என்று சொல்லிக்கொண்டு உணவுவிடுதிகள் இருந்த தெருக்களில் சுற்றிக்கொண்டிருந்த - தரகர்கள், பெரும்பாலும் இளைஞர்கள். அது போலவே வண்ண வண்ணக் கம்பளிச்சட்டைகளணிந்து சிறுபிள்ளைகளோடு மெட்ரோ நிலையத்தின் வாசல் சுவற்றில் சாய்ந்து அமர்ந்து கொண்டு, போவோர் வருவோரிடம் பசியெடுக்கிறதென்றும் பிள்ளைகளுக்குப் பசிக்கிறதென்றும், கொடுப்பதற்கு ஏதுமில்லையா? முன்னே இருக்கும் நெகிழிக் கோப்பைகளில் போட ஏதுமில்லையா என்றும் கேட்கும் கிழக்கு ஐரோப்பிய பெண் பிச்சைக்காரிகள். அவள் சில சமயம் குறிப்பாக குழந்தைகள் அழுதுகொண்டிருந்தால் ஐம்பது சென்ட் நாணயங்களை கோப்பைகளில் போடுவாள். மற்ற சமயங்களில் வேறு எங்கோ அவசரமாகப்போக வேண்டியிருப்பது போல, போக்குவரத்து விளக்குகளையும் கடந்துசெல்லும் வாகனங்களையும் மதிக்காமல் அவசர அவசரமாகக் கடந்து செல்லும் மற்றவர்களைப்போல அவளும் வேகமாகக் கடந்துவிடுவாள்.

சாளரங்கள் வழியாக தங்க வைர நகைகள், 'என்னைப் பார்! என் அழகைப் பார்! உனக்கு வேண்டாமா?' என்று வாடிக்கையாளர்களைச் சுண்டி இழுக்கும் பெலிகன்ஸ்ட்ராட்டை அவளுக்குப் பிடிக்கும். உருளைக்கல் தளத்தில் குதிரைகள் ஓட, பழைய கருப்பு வெள்ளைத் திரைப்படத்துக்குள் நுழைந்தவிட்ட உணர்வைத் தரும் சென்ட்ரல் சதுக்கத்தைப் பிடிக்கும். விதவிதமான சாக்லெட்டுகளும் அஞ்சல் அட்டைகளும் பூத்தையல் துணிகளுமாக நினைவுப்பொருட்கள் வாங்கும் கடைகளைப் பிடிக்கும். சிஸி தன்னை ஒரு சுற்றுலாப்பயணியாக, விருப்பம் போல உலகைச் சுற்றிப் பார்க்க முடிந்த பணக்காரப் பெண்ணாகக் கற்பனை செய்து கொள்வாள். காட்சிகளை கண்டு களித்து உண்டிகளைச் சுவை பார்த்துக்கொண்டு நடப்பாள். தொப்பி, குளிர்கண்ணாடி, இடுப்பில் தொங்கும் இடைப்பை, கழுத்தில் மாட்டிய புகைப்படக்கருவி, டச்சுமொழிப் புத்தகம் என்று சில சமயம் கற்பனைப் பாத்திரத்துக்குச் சரியாக உடுத்திக் கொள்வாள். அப்படியான நாட்களில் அவள் கடைகளுக்குள்

நுழைந்து விற்பனையாளரைப் பார்த்துப் புன்னகைப்பாள். அவர்களும் வியாபாரம் ஆகவேண்டுமென்கிற மும்முரத்தில் இனிமையாகவே பளீர் புன்னகை செய்வார்கள். அவள் வேறு ஒருத்தியாக இருந்தாள். வேறொரு வாழ்க்கை வாழ்ந்தாள். அவளது கற்பனைகளை வாழ்ந்தாள். ஆண்குறி வடிவிலும் பெண் முலைகளைப் போலவும் இருந்த சாக்லெட்டுகளைப் பார்த்து எச்சில் வடிய 'அடடா அற்புதம்! கண்டிப்பாக இதை ஊருக்கு வாங்கிச்செல்லவேண்டும்' என்று சொல்லுவாள்.

ஒருமுறை அவள் பூத்தையல் லேஸ் காலணியொன்றை வாங்கினாள். அதை விற்ற கடைக்காரப் பெண்ணிடம் அவள் லாகோஸில் இருந்து வந்திருப்பதாகவும் வந்த இடத்தில் ஐந்து ஆண்டுகளாகக் காத்திருந்த தான் கர்ப்பமாக இருப்பது தெரிய வந்ததாகவும் இந்தக் காலுறை அவளது இன்னும் பிறக்காத சிசுவின் ஞானஸ்நானத்தன்று அணிந்துகொள்வதற்கு என்றும் சொன்னாள். அந்தப் பெண்மணியும் ஏதும் பேசாமல் அவ்வப்போது கசிந்த கண்ணீரை பூத்தையல் போட்ட கைக்குட்டையால் ஒற்றியெடுத்துக் கொண்டு சிரத்தையோடு காலணியைப் பொதியிலிட்டுத் தந்தாள். சிஸியும் அவளைப் போலவே காகித டிஷ்யு கொண்டு ஒப்பனை கலைந்துவிடாத வண்ணம் மிக நளினமாக கண்களை ஒற்றியெடுத்துக் கொண்டாள்.

ஒருமுறை தான் ஆண்ட்வெர்ப்பில் இருப்பது குறித்து விற்பனைப்பெண்ணிடம் ஆர்வத்தோடு வளவளத்தபடி இரண்டு கிலோ ப்ராலின் (கடலை பர்ஃபி போன்ற தின்பண்டம்)வாங்கினாள். 'உங்கள் நகரம் ரொம்பவும் அழகாக இருக்கிறது டார்லிங். இங்கே இத்தனை அற்புதமாகக் காலம் கழிகிறது, பாரிஸ் ஏமாற்றமாக இருக்குமோ என்றுதான் இப்போது கவலையாக இருக்கிறது. அடுத்து அங்கேதான் போகிறேன். அதற்கடுத்து லண்டன். லண்டனுக்கு அந்த... அந்த ரயில்..அதன் பெயரென்ன ஆங்... யூரோஸ்டார், ஆமாம் அதில் தான். ஐரோப்பா முழுக்க சுற்றுகிறோம். நாங்கள் அமெரிக்கர்கள் சென்று பார்க்கவேண்டியதில் பாதியளவு

கூட சுற்றிப்பார்ப்பதில்லை தெரியுமா?' என்று சொல்லி பள்ளிச் சிறுமி போல கிளுக்கிச் சிரித்தாள். அதற்கு விற்பனைப் பெண் அமெரிக்கா பெரிய நாடென்பதால் அதைச் சுற்றவே அவர்களுக்கு காலம் போதாதென்று பதிலளித்தாள். அதற்கு இவள், 'நீங்கள் ஐரோப்பியர்கள் மிகுந்த புத்திசாலிகள். உங்கள் ஆங்கிலம் எவ்வளவு அருமையாக இருக்கிறது டார்லிங்! நானும் இன்னொரு மொழி பேசமுடிந்தால் நன்றாக இருக்கும், அது எந்த மொழியாக இருந்தாலும் சரி அந்நிய மொழியாக இருந்தால் போதும்' என்றாள்.

சில சமயம் அவள் ஏதாவது ஒரு சிலையின் முன்பு நின்றுகொண்டு - அவளுக்கு மிகவும் பிடித்தது அரக்கனின் கையை வெட்டி வீசியெறும் சிலை- வழியில் செல்பவரிடம் புகைப்படம் எடுக்கும்படி கேட்பாள். மொழிப் புத்தகத்தைக் கையில் வைத்துக்கொண்டு சிரமப்பட்டு டச்சுமொழிச் சொற்களைச் சொல்லி அவற்றை வேண்டுமென்றே தவறாக உச்சரித்து அந்த வழிப்போக்கர் உங்களுக்கு ஆங்கிலம் தெரியுமா என்று பிழையற்ற ஆங்கிலத்தில் கேட்கும்போது சரியான அளவில் முகத்தில் நிம்மதி காட்டி 'ஓ! நன்றாகத்தெரியும். என்னை ஒரு புகைப்படம் எடுத்துத் தருவீர்களா? நன்றி' என்று சொல்லிப் புன்னகைத்து மொழிப் புத்தகம் காலடியில் கிடக்க அவள் மீட்டெடுக்காத புகைப்படத்துக்காகத் தோரணையாக நிற்பாள். ஒரு முறை ஒரு ஆண்ட்வெர்ப்வாசி அந்தச் சிலையின் பின்னணிக் கதையை விளக்கிச் சொன்னபோது கவனமாக நின்று கேட்டுக்கொண்டாள்.

ஐநூறு ஆண்டுகளுக்கு முன்பு ஒரு கட்டுக்கடங்காத அரக்கனொருவன் இந்தப் பகுதி மக்களின் வாழ்வில் மிகுந்த சிரமத்தைத் தந்து கொண்டிருந்தான். அவனது மாளிகையைக் கடக்கும் ஒவ்வொரு படகுக்காரனும் தரவேண்டியதென அவன் விதித்திருந்த மிகைவரியை கட்டாமல் போகும் படகோட்டிகளின் கரங்களை வெட்டித் தள்ளினான். திடீரென எங்கிருந்து வந்தானென்றே தெரியாத வீரனொருவன் வந்து அந்த அரக்கனின் கரத்தை வெட்டி நகரின் குறுக்கே ஓடும்

ஸ்கெல்டே நதியில் வீசிவிட்டான். அவன் வெட்டி வீசுவதை பார்த்துக்கொண்டிருந்த ஊர் மக்கள் மகிழ்ச்சியடைந்து இவ்வூருக்கு 'ஹாண்ட்வெர்பன்'(*Handwerpen* - கையை வீசிறியெறிந்த என்ற பொருளில்) பெயர் வைத்தனர். அதுவே காலப்போக்கில் மருவி ஆண்ட்வெர்ப் ஆகிவிட்டது.

'ஆஹா! அருமையான கதை!' அவள் கன்னத்தில் கைவைத்து கண்களை அகலவிரித்துப் புன்னகைத்தபின் பேசினாள். 'உண்மையிலேயே அற்புதம். இத்தனை சிறிய நாடென்றாலும் பெல்ஜியத்துக்கு எவ்வளவு வரலாறு இருக்கிறது. கதை சொன்னதற்கு மிகவும் நன்றி. நான் இதை எப்போதும் மறக்க மாட்டேன். நன்றி என்று பெல்ஜியத்தில் எப்படிச் சொல்வது டார்லீன்?'

பெலிகன்ஸ்ட்ராட்டில் நடந்து கடைகளுக்குள் நுழைந்து தங்க வைர மோதிரங்களை அணிந்து பார்ப்பாள். 'என்னை மணந்து கொள்ளப் போகிறவர் நிச்சயத்துக்கான மோதிரத்தைத் தேர்வு செய்யச் சொல்லியிருக்கிறார். அவரால் வந்து தேர்வு செய்யமுடியாத அளவுக்கு வேலை. சிலசமயம் அவரிடம் நேரம் அதிகமாகவும் பணம் குறைவாகவும் இருந்தால் நன்றாக இருக்குமென்று தோன்றும். இன்றைக்கு மெக்சிகோ. நாளை சிங்கப்பூர். ஹ்ம். ஒரு பெண்ணுக்கு எல்லாம் கிடைத்துவிடுமா என்ன? பணமோ நேரமோ இரண்டில் எது எனக்கு வேண்டும்?' சொல்லிவிட்டு சத்தமாகச் சிரிப்பாள். கடைக்காரர்களும் அவளோடு இணைந்து சிரிப்பார்கள். அவர்களுடைய சிரிப்பு அவளுக்கு அடங்கினதாய், கவனம் நிறைந்ததாய் இருக்கும். அவள் ஒரு வாடிக்கையாளர், அதிகப் பணமுள்ள வாடிக்கையாளர். அதனால் அதைக் கெடுத்துக்கொள்ளும் விதமாய் எதையும் செய்துவிடக் கூடாதெனும் கவனத்தோடு இருப்பர்.

பெரும்பாலும் ஒரு புன்னகையைச் சுழலவிட்டபடி, விற்பனையாளர் முன்னிலையில், கைவிரலில் மோதிரத்தை உருட்டியபடி கூரை விளக்கின் ஒளிக்கு நேராய்த் தூக்கிப்

பிடித்து கண்ணைப் பறிக்கும் ஒளிச்சிதறல்களாய், இளஞ்சிவப்பும் வெள்ளையுமாய், மிளிரும் குட்டி அற்புதங்களாய் அவை ஜொலிப்பதைப் பார்த்து ரசித்தபடி தனக்கு அது எவ்வளவு பிடித்திருக்கிறது என்று சொல்லி, இப்படியும் அப்படியுமாகத் திருப்பிப் பார்ப்பாள். பிறகு கல் பெரிதாக இருக்கிறது அல்லது சிறியதாக இருக்கிறது. அல்லது சரியாக இல்லை என்று ஏதாவது சொல்லி நிராகரிப்பாள். விற்பனையாளர் ஏமாற்றத்தை முகத்திலிருந்து மறைக்க முயன்றபடி மெல்ல வடியும் புன்னகையை இழுத்துப் பிடித்துச் சீராக்கி போலியாய்ப் புன்னகைப்பதைப் பார்த்தபடி, தொலைக்காட்சியில் வருகிறவரின் தோரணையோடு கைப்பை அசைய கடையில் இருந்து இறங்கி நடப்பாள்.

அவளைச் சிறிதாக, அரிசியளவுக்குச் சிறியதாக உணர வைத்த அந்தப் பெரிய தேவாலயத்தை அவளுக்குப் பிடிக்கும். உள்ளே சென்று தன் புகைப்படக்கருவியில் அவளைக் கொஞ்சமும் ஈர்க்காத ஆடைகளின் வழியே பிதுங்கி வழியும் பெரிய முலைகள் போன்ற கொச்சையான ஓவியங்களையெல்லாம் படம் பிடிப்பாள். படம் பிடிப்பது போல நடிப்பாள். தேவாலயத்தில் திரண்டிருக்கும் சுற்றுலாப் பயணிகளிடம் இரகசியப் புன்னகையைப் பரிமாறி, கண்கள் அகல பயபக்தியாக 'மிகவும் அழகாக இருக்கிறதில்லையா? ரூபென்ஸ் ஒரு மேதை' என்று கிசுகிசுப்பாள்.

அவள் பெயரற்றவளாய் இருந்தாள். எங்கிருந்தோ வரும் யாரோவாக அவள் இருக்கலாம். பீட்டர் என்பவனின் மனைவியாக இகேஜாவில் ஒரு மிகப்பெரிய வீட்டில், நினைத்த நேரம் வெளிநாடுக்குச் சுற்றுலா செல்லக்கூடிய, உலகின் பெருநகரங்களின் விடுதிகளில் தங்கக்கூடிய, மாஸ்டர் கார்டும் விசா கோல்டும் அசாத்தியமாக புழங்கக்கூடிய ஒரு பெண்ணாக இருக்கலாம்.

அல்லது சுற்றுலாக்களில் இறைக்குமளவுக்கு பணமுள்ள பணிசெய்யும் திருமணமாகாத பெண்ணாகக்கூட இருக்கலாம்.

அவளே தேர்ந்தெடுக்கும் கதையாக அவள் இருந்தாள். அவள் அறிந்த, அவளை அறிந்த மனிதர்களிடமிருந்து வெகு தொலைவில் இருந்தாள்.

ஒரே ஒருமுறை செகுனை ஒரு வறுவல் கடையில் வைத்துப் பார்த்தாள். வீட்டுக்கு அழைத்துச் செல்வதாக செகுன் முன்வந்த போது படபடப்பில் மறுக்கத் தோன்றவில்லை அவளுக்கு. அவள் பேசியதையெல்லாம் கேட்டிருப்பானோ என்று கவலைப்பட்டபடியே வந்தாள். அந்தப் பெண்ணிடம் அவள் என்ன சொல்லிக் கொண்டிருந்தாள்? ஆ!எவ்வளவு உரக்கப் பேசிக் கொண்டிருந்தாள். 'பெல்ஜியன் சிப்ஸை சாப்பிட அவ்வளவு ஆவலாக இருக்கிறேன்! அங்கே யூஎஸ்ஸில் இது எவ்வளவு பிரபலம் தெரியுமா?' என்று உற்சாகமாக சொல்லிக்கொண்டிருந்தாள். அடுத்த வாடிக்கையாளரைப் பார்த்துப் புன்னகைக்கலாமென்று திரும்பினால் செகுன் நின்று கொண்டிருந்தான். அவளைப் பார்த்துப் புன்னகைத்து வீட்டுக்கு அழைத்துச் செல்லவா என்று கேட்டான்.

அமா அவள் செகுனின் வண்டியிலிருந்து திருட்டுத்தனமாக இறங்குவதைப் பார்த்திருந்தாள். அவளுக்குப் பின்னே சென்ற செகுனின் திமிர் நடையில் காமவெறி தெரிந்தது. செகுன் இப்போது அவளது வழக்கமானவனா என்று அமா கேட்டதும் (விளையாட்டாகத்தான் கேட்டாள்) 'தப்பாகப் பேசாதே' என்று சிஸி கத்தியதைப் பார்த்துத்தான் ஏதோ விஷயமிருக்கிறது என்று அமா விளங்கிக்கொண்டாள்.

'செகுனும் சிஸியும், ஆச்சரியமாக இருக்கிறது!' விஷயத்தை கேட்டதும் எஃபே வியந்தாள்.

சில இரவுகளில் இரண்டே வாடிக்கையாளர்கள்தான் இருந்தனர். அதிலும் ஒருவன் மலிவான சேவையைத்தான் கேட்டான். 'காசில்லை. வெறுமனே வாய் சேவை மட்டும் போதும் செல்லம்.' எல்லாமே செய்வதில்தான் பணம் வந்தது: வாய் சேவை, உடலுறவு, ஆணுறை இல்லாமல் கருப்பின ஆண்கள் பெரும்பாலும் அவர்களைத் தவிர்த்தனர். சிஸி

கூட தன் இனப்பெண்கள், சகோதரிகள் இப்படி சதைத் தொழிலில் இருப்பது நினைத்து வெட்கப்படுகிறார்கள் போலுமென்று ஆரம்பகாலத்தில் நினைத்தாள். அமாதான் அதையும் திருத்தினாள். 'நிறைய கருப்பின ஆண்கள் இங்கே வாழ்வாதாரத்துக்கு சிரமப்படுகிறவர்களாகத்தான் இருக்கிறார்கள். அவர்களிடம் கலவிக்குக் கரைக்குமளவெல்லாம் காசிருப்பதில்லை.'

இத்தனை ஆண்டுகளில், அவள் கண்ட கருப்பின ஆண் வாடிக்கையாளர்களை ஒரு கைவிரல்களில் எண்ணி முடித்து விடலாமென்றாள். அவர்களும் லண்டனில் இருந்தோ அமெரிக்காவில் இருந்தோ வந்த சுற்றுலாப் பயணிகள்தாம். அதிலொருவன் முழுமையான கருப்பினன் கூட இல்லை. கரிபியனோ என்னவோ.

தொழில் நன்றாக நடந்தால் சிஸியிடம் தோராயமாக பதினைந்து வாடிக்கையாளர்கள் இருந்தனர். பணத்தைத் திருப்பிச் செலுத்துவதில் மிகவும் தீவிரமாக இருந்தாள் சிஸி. தவறாமல் ஒவ்வொரு மாதத்தில் முதல் வெள்ளிக்கிழமையும் சென்ட்ரல் ஸ்டேஷனுக்கு நடந்து சென்று வெஸ்டர்ன் யூனியன் மூலம் டெலேவுக்குப் பணத்தை அனுப்பினாள். இன்னமும் தனது பெரிய வீடு கட்டும் கனவை அவள் விட்டுவிடவில்லை. ஆனால் அதன் அவசரம் தொலைந்துபோயிருந்தது. அவளது அறையில் கிடந்த ஒற்றைப்படுக்கையிலிருந்து பார்வையை விலக்கி விரலிடுக்கில் இறுகப் பற்றிய சிகரெட்டோடு வீட்டை அழைத்து ஒற்றை வாக்கியங்களில் பேசினாள்.

ஆம், நன்றாக இருக்கிறேன்.

ஆம், படிக்கத் துவங்கிவிட்டேன்.

ஆம், ஒரு மருத்துவமனையில் பகுதி நேரப்பணி செய்கிறேன்.

ஆம், இங்கே எல்லாம் அற்புதமாக இருக்கிறது.

ஆம், சில தோழிகளைச் சம்பாதித்திருக்கிறேன்.

ஆம், அவர்களெல்லாம் அருமையானவர்கள்.

ஆம், பிரார்த்தனை செய்ய மறப்பதில்லை.

விரைவில் வீட்டுக்குக் கொஞ்சம் பணம் அனுப்புகிறேன்.

சில சமயம் தொழில் மந்தமாக இருக்கும்போது அவளது அலைபேசி வழியாகவே அழைப்பாள். பணியாடையில், சாளரத்தின் பின்னே கிடந்த முக்காலியில் அமர்ந்தபடி, இப்படி அழைப்பது எவ்வளவு விலையதிகம் என்று எண்ண மறுத்தபடியே வீட்டுக்கு அழைப்பாள். அழைப்பு அட்டை வாங்கி வைத்து அழைத்தால் மலிவு. தொலைபேசிக் கடைகளில் சென்று அழைத்தால் இன்னும் மலிவு. சில சமயம் அழைக்க வேண்டுமென்ற உந்துதல் மற்ற எல்லாவற்றையும் பின்னுக்குத் தள்ளிவிடும். பொருளாதார நல்லறிவையும் கூட.

பணியிடத்திலிருந்து பேசுகிறேன். அதிக நேரம் பேச முடியாது.

கைப்பை உங்களுக்கு பிடித்திருக்கிறதா. மகிழ்ச்சி அம்மா.

நான் அனுப்பிய சத்து மாத்திரைகளைச் சாப்பிடுகிறீர்கள் தானே அப்பா?

இங்கே குளிர்கிறது, ஆனால், மிக அதிகக் குளிரெல்லாம் இல்லை.

அவளைப் பெற்றோரும் அததற்குத் தகுந்த பதில்களையே தந்தனர். அவளை பிரார்த்திக்கச் சொல்லி நினைவூட்டினர். அவள் சில சமயம் அனுப்பிய பரிசுகளுக்கு நன்றி சொன்னார்கள். ஆனால், அந்தப் பதில்களுக்கடியில் அவர்களது குரல் தட்டையாக ஒலிப்பது போலிருக்கும். அது வேலை முடிந்து வீடு செல்பவளை உறங்கவிடாமல் துரத்தும். ஆனாலும் அவள் தன்னைத்தானே துன்புறுத்திக் கொண்டாள். அழைக்காமல் இருக்க அவளால் முடியவில்லை. அது இன்னும் மோசமாக இருக்கும். அவள் கிளம்பி வந்ததில் இருந்தே பீட்டரிடம் பேசியிருக்கவில்லை. அவளால் தாங்க

முடியாது. வீட்டினரோடு பேசவேண்டுமென்ற கடமை அவளை வீட்டுக்கு அழைக்க வைத்தது. அப்படிப்பட்ட கடமை ஏதும் அவளுக்கு பீட்டரிடம் இருக்கவில்லை. அவளது கவலையின் எல்லையைச் சோதிக்கும் எண்ணமெல்லாம் அவளுக்கு இல்லை. அவனோடு தொடர்பில் இருப்பதால் ஒரு பயனும் இல்லை. முழுமையாக முறித்துக் கொள்வதுதான் நல்லது. அவள் செய்திருக்கும் காரியத்துக்கு அவன் அவளை மீண்டும் ஏற்றுக்கொள்ளவே மாட்டான். அதுவுமில்லாமல் அவள் இப்போது ஆளே மாறியிருந்தாள். பீட்டருக்கு அடையாளம் காண்பதே கடினம்தான். அவள் சிஸோமல்ல. அவள் வேறு யாரோ. கடினமான முரட்டுத்தனமான முடிவற்ற கெடுபிடி கொண்டவளாக மாறி இருந்தாள். அவளை விட்டுவிட்டுச் சென்று விட்ட கடந்த காலத்தின் ஓர் அங்கமாக அவன் இருந்தான்.

ஆண்ட்வெர்பை சகித்துக் கொள்வதாக்கக்கூடிய வெகு சிலரில் லூக்கும் ஒருவன்.

எஃபே அவளுக்கு அறிமுகப்படுத்திய பெந்தகொஸ்தே திருச்சபையில்தான் லூக்கை முதல்முறை சந்தித்தாள் சிஸி. பெரிய கருப்பெழுத்தில் துண்டுப் பிரசுரங்களை விநியோகித்தது அந்த தேவாலயம்.

‘காரணம் தேடுகிறாயா? இயேசுதான் அந்தக் காரணம்!

பதில்களைத் தேடுகிறாயா? இயேசுதான் அந்த பதில்!

வழிபட இடம் தேடுகிறாயா? இயேசுவின் முதல் மீட்கப்பட்ட திருச்சபைதான் அந்த இடம்!

ஒவ்வொரு ஞாயிறும் வந்து எங்களோடு இணைந்துகொள்.

உன் வாழ்க்கைக்கான பொருளைக் கண்டடைவாய்.’

நன்றாக உடுத்திக்கொண்டு ‘இயேசுவைத் துதி! பாடு... ஓ பாடு... இயேசுவை துதி, அவர் நாமமே துதி. பாடு... ஓ பாடு. அவர் நாமத்தை துதி!’ என்று உச்ச ஸ்தாயியில் உணர்ச்சிமிகப் பாடிக்கொண்டிருக்கும் ஆப்பிரிக்கர்கள் (பெரும்பாலும்)

நிறைந்த அந்த தேவாலயச் சூழலை துவக்கத்தில் பெரிதும் ரசித்தாள் சிஸி. அது அவளது குற்றமற்ற குழந்தைப் பருவத்தை நினைவூட்டியது. ஒரு பலூன் பறப்பது கூட அவளை மகிழ்வூட்டப் போதுமானதாக இருந்த காலமது. அவளது தந்தையின் பாவப்பட்ட வாழ்க்கையிலிருந்து வெளியேற கல்வி மட்டுமே போதுமென்று அவள் நம்பிய காலமது.

கானாவைச் சேர்ந்த அந்த பாதிரியார் மென்மையானவராக இருந்தார். அவரது காற்சட்டை எங்கே சுருக்கம் வேண்டுமோ அங்கே சுருங்கி எங்கே சமன்படவேண்டுமோ அங்கே சமன்பட்டிருந்தது. அவரது அங்கி தோள்பட்டையில் கச்சிதமாய்க்கவ்வி நின்றது. பார்வையாளரைப் பற்றி நிறுத்தும் கச்சிதமான குரல் வாய்த்திருந்தது அவருக்கு. அவர் போதிக்கும் போது மனதை மயக்கும் வகையில் ஏறி இறங்கும் அவரது குரல். அது புனித ஆவியின் நெருப்பை அழைத்து பாவச்செயல் புரிந்தவர்களை எரிக்கச்சொல்லும், சுவர்க்கத்தின் தேவதைகளை அழைத்து துப்பாக்கிகளால் எதிரிகளை துவம்சம் செய்யச்சொல்லும், கர்த்தரின் பெயராலே அந்த மாத இறுதிக்குள் அவரவர் பெயரையும் முகவரியையும் பணம் அறிந்துகொண்டு விடும் என்று சபையினரைக் கனிவோடு ஆற்றுப்படுத்தும். முடிவு அருகே வந்து விட்டதென்று அவர்களுக்கு நினைவுறுத்தும். ஆனால் அது ஸ்கிப்பர்ஸ்குவார்ட்டியரின் தொழிலர்கள் குறித்துப் பேசும்போது மட்டும் ‘ ஏவாள் பெற்றெடுத்த பாவிப் பெண்மக்கள். இறுதியில் கண்டிப்பாக எரிந்து சாம்பலாகத்தான் போவார்கள்’ என்று சபித்துக்கொட்டும்.

அவரது திருச்சபையில் இருந்து அவருக்குப் படியளக்கும் பெண் அவையினரில் பாதிப்பேர் தொழில்காரப்பெண்கள் தான் என்பதை அறியாமல் பெரிய புனிதர் போல நடந்து கொள்வதைப் பார்த்துத்தான் இந்த தேவாலயத்தில் உறுப்பினராக இருக்கவேண்டாம் என்று தான் முடிவெடுத்துவிட்டதாக எஃபேவிடம் கூறினாள் சிஸி. ‘ஒவ்வொரு மாதமும் நம்மை பங்குப் பணம் செலுத்தச் சொல்கிறார், ஒவ்வொரு வாரமும் ஏதாவது சிறப்பு நன்கொடைக்குக் கோரிக்கை வைக்கிறார்,

இந்தப் பணமெல்லாம் எங்கிருந்து வருகிறதென்று நினைக்கிறார்? அவரது இத்தாலிய சட்டைகளுக்கும் அவரது மனைவியின் துபாய் பயணங்களுக்கும் யார் பணம் கட்டுகிறார்கள்? டர்ன்ஹௌட்டில் அவர் திறக்கும் புதிய தேவாலயத்துக்கான பணத்தைத் தருவது யார்?'

'வேடிக்கையாகப் பேசுகிறாய் சிஸி' என்று சொல்லி எஃபே சிரித்தாள். 'அவரது வேலையைப் பார்ப்பதற்குத்தானா இந்தப் பேச்சு பேசுகிறாய்? அவர் என்ன தான் பேசவேண்டும் என்கிறாய்? அவர் ஏதோ அவரது வேலையைப் பார்க்கிறார். தயவுசெய்து அவரை அவர் வேலைச் செய்ய விடேன்!'

லூக் முப்பது வயது வங்கி ஊழியன். ஆப்பிரிக்க பெந்தகொஸ்தே திருச்சபை அமர்வுகளுக்கு மிகச் சொற்பமாகவே வரும் வெள்ளைக்கார பெல்ஜியன்களுள் ஒருவன் என்பதால் அவன் தனித்துத் தெரிந்தான். ஆனால் அவளை ஈர்த்தது அதுவல்ல. ஒரு சாதாரணக் காரணம் இருந்தது அதற்கு. அவன் பார்க்க ஹெர்மன் ப்ருசல்மன்ஸைப்போல உயரமாக, மெலிவாக, அவனைப் போலவே நீண்ட வறண்ட கூந்தலோடு, எழுத்தாளரின் அமர்த்தலான தன்னம்பிக்கையும் கவர்ச்சியும் வெளிப்படுத்தும் தோற்றம் கொண்டிருந்தான். சிஸி ப்ருசல்மன்ஸைச் சந்தித்ததே கிடையாது. செய்தித்தாள்களில்தான் பார்த்திருக்கிறாள். ஒரு முறை வாடிக்கையாளர் விட்டுச் சென்ற செய்தித்தாளை வீட்டுக்கு எடுத்துச் சென்றாள். உறக்கம் வந்து சேரும் வரை மெல்ல அதை புரட்டிக்கொண்டிருந்தாள். அவளது டச்சு மொழிப் பரிச்சயம் கொஞ்சம் சுமார்தான். ஆனால் அவளுக்குத் தெரிந்த ஆங்கிலத்தோடு ஒத்திசைந்த வேற்றுமொழிச் சொற்கள் அந்தப் பக்கங்களில் எழுந்தாடுவதைப் பொறுமையாகத் தேடுவதை ரசித்தாள் அவள். ஒரு சொல்லைக் கண்டுபிடித்தாலும் குதூகலித்தாள். எப்போதாவது முழுமையான தேர்ச்சியடைய முடியுமா என்று அவள் பெரிதும் சந்தேகித்த ஒரு மொழியை சின்னதாய் வென்றுவிட்ட சந்தோஷம். 'ப்ளாவு' என்ற சொல்லைக் கண்டுபிடித்த மகிழ்ச்சியில் திளைத்துக் கொண்டிருக்கும் போதுதான் அடுத்த பக்கத்திலிருந்த அந்தப்

புகைப்படம் அவளது கவனத்தை ஈர்த்தது. பார்த்த உடனேயே நெருங்க முடியாதவன், கட்டுப்படுத்த முடியாத அளவுக்குக் கவர்ச்சியுடையவன் என்று எண்ணத் தூண்டிய ஒருவனின் புகைப்படம் அது. படத்தின் அடியிலேயே ஹெர்மன் ப்ருசல்மன்ஸ் என்று பெயர் போட்டிருந்தது. பெயருக்கு முன்னொட்டாக இருந்த 'ஸ்க்ரைவர்' என்ற சொல்லை எழுத்தாளர் என்று பொருள் புரிந்துகொண்டாள். அந்தக் கண்களில் ஒரு வித காந்த சக்தி இருந்தது. அழுத்தமான அந்த உதடுகளை வெற்றிக்கொள்ள விருப்பம் எழுந்தது. அவளது வெறித்தனமான ஈர்ப்பு துவங்கியது அங்கேதான். அவனது பெயரைக் கண்டாலே செய்தித்தாள்களையும் இதழ்களையும் வாங்குவாள். அவனது புகைப்படங்களை வெட்டி தனது அலங்கார மேசையெங்கும் வரிசைப்படுத்தி வைத்தாள். அவளது அழகு சாதனங்களை ஓரமாக நகர்த்தி வைத்தால் மந்திரவாதி செய்த ஜாலம் போல அவனது பல்வேறு முகங்கள் தோன்றி அவளைப் பார்த்துச் சிரிக்கும்.

லூக்கின் பால் உடனடி ஈர்ப்பு ஏற்பட்டுவிட்டது சிஸிக்கு. ஆனால் அவர்களுக்கிடையில் எதையும் வளரவிடவில்லை அவள். அவள் இப்போதும் பீட்டரைப்பற்றி நினைத்தாள். அவளது உள்ளம் வெற்றிடமாக இருந்தாலும் யாரும் அவளை விரும்ப மாட்டார்கள் என்று நம்பினாள்.

லூக் தான் உறவைத் துவக்க முதல் அடி எடுத்து வைத்தான். ஒரு நாள் தேவாலய அமர்வு முடிந்ததும் அவளைக் காஃபி அருந்த அழைத்தான். ஆப்பிரிக்கர்கள் நிறைந்த இந்த திருச்சபைக்கு அவன் ஏன் வருகிறான் என்று சிஸி கேட்டாள். அந்த இசை அவனுக்குப் பிடித்திருப்பதாகச் சொன்னான் அவன். 'பெல்ஜிய தேவாலயங்களின் சூழல் எல்லாம் அடைபோல தட்டையாக இருக்கும். திரும்பிப்போகத் தூண்டும் எதுவும் அங்கே இருப்பதில்லை.' தலைசரித்துச் சிரித்தாள் சிஸி.

பின்னாளில், அவனை நன்கு அறிந்து கொண்ட பிறகு - தவறுதலாக அங்கே வந்துவிட்டதாகவும் உள்ளிருந்து வந்த உரத்த ஜெபங்கள் அவனை உள்ளே இழுத்துப்போட்டுவிட்டன

என்றும் அதன் பிறகு திரும்பத் திரும்ப வரத்தூண்டின என்றும் சொல்வான்.அப்போதுதான் அவனது மனைவி அவனை விட்டுப் பிரிந்து போயிருந்தாள். அசைந்தாடிக்கொண்டே உரத்துப் பாடுவதனால் வரும் மகிழ்ச்சியை அனுபவித்துப் பார்க்க வேண்டும் என்று ஒருவேளை தோன்றிருக்கலாம். தேவாலயத்தில் கண்கள் மூடிப் பிரார்த்தனையில் இருந்த முகங்களில் தோன்றிய மகிழ்ச்சியும் திருப்தியும் கலவி உச்சத்தின் இன்பம் போல அவனுக்குத் தென்பட்டன என்று அவர்கள் நெருக்கமான பிறகு அவன் சொல்வான்.

'என்னோடு மது அருந்துவாயா?' அன்று அவன் கேட்க சிஸி மறுத்தாள். தொடர்ந்த வாரம் மறுபடி கேட்டான் மறுபடி மறுத்தாள் அவள். இரண்டு வாரங்கள் விடுமுறை விட்டுப்பின் மீண்டும் கேட்டான். அப்போதும் வெற்றியில்லை. டிசம்பர் இறுதியில் அவள் அந்த தேவாலயத்தில் இருந்து விடுபட்டு வெளியேறியபோது அவளது தொலைபேசி எண்ணை ஜாய்ஸிடம் இருந்து வாங்கி அழைத்தான். தொல்லை செய்து ஒரு மாலை வேளை சந்திப்புக்கு அவளை ஒப்புக்கொள்ள வைத்தான். க்ரோட்டெ மார்க்கெட்டில் இருந்த ஒரு உணவுவிடுதியில் அவனைச் சந்திக்க ஒப்புக்கொண்டபோதும், வேறு எந்தவித உறுதியும் தந்துவிடவில்லை அவள். என்ன பணி செய்கிறாள் என்று தெரியாததால் கேட்கிறான், தெரிந்தால் அவளைத் தொல்லை செய்ய மாட்டானென்று நினைத்தாள் அவள். என்ன தான் பார்ப்பதற்கு ப்ருசல்மன்ஸ் போல அவன் இருந்தாலும் அவனிடம் ஒரு வெகுளித்தனம் இருந்தது. அக்கறையின்மை போலக் காட்டிக்கொண்டால் அவன் தன் முயற்சியைக் கைவிட்டு விடுவான் என்று நம்பினாள் அவள். ஆனால் அவன் விடாப்பிடியாக இருந்தான். 'அடுத்த வாரம்?'

'நான் வேலையில் இருப்பேன்' என்றாள் சிஸி,

'அப்படியென்றால் அதற்கடுத்த வார இறுதி? ஒரே ஒரு கோப்பை மது?'

அவனிடமிருந்து தப்புவதற்காக சரி சொன்னவள் சொன்ன

நாளில் போகவில்லை. தொலைபேசி அழைப்புகள் நிற்கவில்லை. அவன் கவனச்சிதைவை உண்டாக்கத் துவங்கியிருந்தான். டெலேவின் பணத்தைச் செலுத்தி முடித்து அவளது சுதந்திரத்தை பெறுவதற்கு அவள் கவனம் குவித்து வேலை பார்க்க வேண்டியிருந்தது. அதற்கு அவள் அவனைத் தன் வாழ்விலிருந்து விலக்கிவைக்க வேண்டியிருந்தது. அவளது உடலில் ஒருவித மந்தநிலை ஊறிப் பரவிக்கொண்டிருந்தது. மேடம் கூட கவனித்து 'இன்னும் உழைக்க எத்தனையோ ஆண்டுகள் இருக்கின்றன உனக்கு. அதற்குள் வேகம் குறையத் தொடங்கி விட்டது' என்று எச்சரித்தாள்.

அவள் தனது முதல் அருள்வாக்கை உணர்ந்ததற்கு ஒரு வாரம் முன்புதான் லூக்குடனான சந்திப்பு ஒப்புக் கொள்ளப்பட்டிருந்தது. அவனும் இரண்டு மாதங்களாக அவளை விரட்டிக்கொண்டிருந்தான். அவர்கள் சந்திப்புக்கான அந்த மாலையில் என்ன உடுத்துவதென்று அவளால் முடிவெடுக்க முடியவில்லை. காற்சட்டைகள், குட்டைப்பாவாடைகள், நூல் வார்பட்டை கொண்ட டீசர்டுகள் என்று தேர்ந்தெடுத்தும் மாற்றியுமென அவளது படுக்கை முழுக்க ஆடைகள் குவிந்துகிடந்தன. ஏன் தனக்கு இத்தனை படபடப்பு என்ற சிந்தனைக்குள் மனதைச்செலுத்தாமல் ஒப்பனையில் கவனம் பதித்தாள். தான் லூக்கின் பால் காதல் கொள்ள வாய்ப்பே இல்லை. கண்களுக்கு மையிட்டாள். பழுப்பு நிற உதட்டுச்சாயம் இதழ்களை எடுத்துக்காட்டின. கறுப்பு நிறத்தில் பாதித்தொடை வரை நீண்ட பாவாடையும் பால் வண்ண அரைக்கை டீசர்ட்டும் அணிந்திருந்தாள். அதிக முயற்சி எடுத்தது தெரியாமலே அவள் சிறப்பாக உடுத்திவிட வேண்டும் என்று நினைத்தாள்.

லூக் மதுவிடுதியில் தடுப்பு மேடைக்கு அருகே கோப்பை பியரை கையில் வைத்து உருட்டியபடி நின்றுகொண்டிருந்தான். அவள் அவனருகே சென்றாள். அவன் அவளைப் பார்த்துப் புன்னகைத்தான். கன்னத்தில் முத்தமிட்டு அவள் அழகாக இருப்பதாய்ச் சொன்னான்.

'இல்லை. நான் மிகவும் இழிவான செயல்களைச் செய்பவள். நான் அழகானவள் இல்லை' சிஸி உறுதியாகச் சொன்னாள். விங்கர்லிங்ஸ்ட்ராட்டில் இருந்த அறை, பளிச் நிறங்களில் சுவர்ப்பூச்சும் பெரிய கண்ணாடி, அறையிலிருந்த படங்கள், அவள் தன் மீது அமர்வதை விரும்பும் முகத்தில் பருக்க நிறைந்த எரிக், அவன் முனகும்போது அவனது கேசத்தைப் பற்றியிழுக்கும் அவளது விரல்நகங்கள், எப்போதும் அவளை மண்டியிட்டு தனது இடுப்பைக் கட்டிக்கொண்டு குறியைத் தாங்கச் சொல்லும் காஸ்பர் என்று மனதில் தோன்றிய காட்சிகளை அவளால் நிறுத்தமுடியவில்லை. அவள் எப்படி அழகாக இருக்க முடியும்? இத்தனைக் கரைபட்டவள் எப்படி அழகாக இருக்கமுடியும்? எப்படி அவள் அழகென்று யாருக்கும் எண்ணத் தோன்றும்? அவள் கிளம்பி விட எழுந்தாள். அதை முன்னுணர்ந்தவன் போல லூக்கும் பியரைச் சிந்தியபடி எழுந்து நின்றான். அவள் கையைப் பிடித்துக்கொண்டு போகாதே என்று கெஞ்சினான். மதுவிடுதியில் இருந்த அனைவரும் அவர்களைப் பார்த்துக் கொண்டிருந்தனர். அவர்கள் என்ன நினைப்பார்களோ என்றிருந்தது அவளுக்கு.

'கையை விடு லூக். நான் என்ன செய்கிறேன் என்பது பாதி கூடத்தெரியாது உனக்கு. கடவுளின் பெயரால் உன்னை கெஞ்சிக்கே,..;

'அதெல்லாம் எனக்கு அக்கறையில்லை. எனக்கு உன்னைப் பிடித்திருக்கிறது.' இடைமறித்தான் அவன். இப்போது விட்டால் பேசுவதற்கான துணிவை இழந்துவிடுவோமென்று பயந்தவன் போல அவசரமாகப் பேசினான். 'நான் இதுவரை பார்த்ததிலேயே அழகானவள் நீதான் சிஸி.'

சிஸி கரத்தை விடுவித்துக்கொள்ள முயன்றாள். ஆனால் ஒல்லியாக இருந்த அவனது பிடி எதிர்பாராத அளவுக்கு உறுதியாக இருந்தது. அவனது பிடிக்குள் சிக்கிக்கொண்டிருந்த கரத்தை விடுவிக்க முடியாமல் மீண்டும் அமர்ந்தாள் அவள். அவள் அவனை காதலிக்க முடியாது. அது பெரிய சிக்கல்.

ஏற்கனவே அவளவு வாழ்க்கையில் ஏகப்பட்ட கோளாறுகள் இதில் இன்னும் அதிகப்படுத்தவேண்டாம்.

அமைதியாக பியரைப் பருகினர். 'உன்னை மீண்டும் சந்திக்க முடியாது' பியரை முடித்துவிட்டு சிஸி சொன்னாள். 'தயவுசெய்து என்னை விட்டுவிடு சரியா?'

அவளது கேடயங்களைத் தனது கடிதங்களால் தகர்த்தான் லூக். இருதய வடிவங்கள் வரைந்த தபால் அட்டைகளை அனுப்பினான். காதல் தன்னலமற்றது, அது தான் அடையவேண்டியதை அடையாமல் ஓயாது - இப்படியான கருத்துகள் நிறைந்த கடிதங்களை அனுப்பினான். அவனது இந்த முயற்சிகள் அவளைக் கவர்ந்தன. இப்படி இளகித்தான் அவனை மீண்டும் சந்திக்க ஒப்புக்கொண்டாள். அவளது பணியிடத்தில் அவளைச் சந்தித்தால் அவன் மீண்டும் தொடர்ந்து வரமாட்டான் என்று நம்பினாள். அப்படித்தான் அவனை கழித்துக்கட்ட முடியும். டெலேவின் கடனை முடிந்தளவு விரைவாகச் செலுத்திவிட்டு அவள் விரும்பிய அளவு அதிகமாகப் பணம் சம்பாதிக்கவேண்டுமென்றால் அவளது வாழ்க்கையில் காதலுக்கு இடமில்லை. அவனது அன்பை முளையிலேயே கிள்ள வேண்டும். அவன் ப்ருசல்ஸ்மன்ஸைப்போல் இருந்தாலும்தான் என்ன?

ஆனால் அவன் வந்து நின்ற போது திடுக்குற்றுத்தான் நின்றாள். சில காலமாகவே அவனை விங்கர்லிங்ஸ்ட்ராட்டுக்கு அழைக்க வேண்டுமென்ற எண்ணம் கொண்டிருந்தாள் சிஸி. அரையாடையும் அதற்குச் சரியாய் முலைகளைத் தூக்கி நிறுத்தும் அரைக்கச்சும் அணிந்தபடி அவளது சாளரத்தில் அவள் நிற்பதைப் பார்த்தால் அவன் பின்னடைவான் என்று எதிர்பார்த்தாள். ஆனால் பணியையும் சொந்த விஷயங்களையும் கலப்பது நல்லதல்ல என்றும் நினைத்தாள். அதனால் அவனை வீட்டுக்கு அழைக்கவேண்டும் அதுவும் பணிக்குச் செல்லும் ஆயத்தத்தில் அவன் தன்னைக் காண வேண்டும் என்றும் நினைத்திருந்தாள். பிட்டத்தைக் கவ்விப் பிடிக்கும்

கருப்பு நிறத்துத் தோல் பாவாடை, முலைகளைத் துருத்திக் காட்டும் தாழ்ந்த கழுத்து கொண்ட மேல்சட்டை, பளீரென்ற அவளது முத்திரைச் சிவப்பில் உதட்டுச் சாயம், மையிட்ட கண்கள் என்று அவன் அறைக்குள் நுழைந்து பார்த்த உடன் பின்னடைவான் என்று கணக்கிட்டாள். ஆனால் வந்தவனோ இரு கன்னங்களிலும் முத்தமிட்டுவிட்டு அவள் அமரச் சொல்வதற்காக, பொறுமையாகக் காத்துக்கொண்டு நின்றான். அவளுக்காக பழ கேக் வாங்கி வந்ததாகச் சொல்லி அவள் முன் ஒரு பெட்டியை நீட்டினான். அந்த அறையின் ஒற்றை நாற்காலி சட்டமிட்ட படங்களுக்கு முதுகு காட்டியபடி வெற்றுச்சுவரை நோக்கிப் போடப்பட்டிருந்தது. அது சிஸோமின் நாற்காலி. தான் இருக்கும் இடத்தையும் செய்து கொண்டிருக்கும் வேலையையும் மறக்கவேண்டுமென்று நினைக்கும் பொழுதுகளில் அறையின் அடுத்த கோடியில் இருந்த வெற்றுச்சுவரை வெறித்தபடி அவள் அமரும் நாற்காலி அது. லூக்கின் முகத்தின் அருவருப்பின் அறிகுறியாவது தென்படுகிறதா என்று பார்த்தாள். அது எதையும் வெளிக்கட்டாமல் கல் போலிருந்தது.

‘நல்ல அறை.’ அவன் சொல்லவும் அவள் சிரித்தாள். ‘இல்லை, இதை நீ உண்மையாகச் சொல்லவில்லை.’ சட்டென தான் உடுத்தியிருக்கும் உடை சங்கடப்படுத்தியது. வேறு ஏதாவது அணிந்திருக்கலாமென்று தோன்றியது.

‘ஆம், உண்மையில்லைதான்’ அவனும் சிரித்தபடி ஒத்துக்கொண்டான். அவள் கட்டிலில் இருந்து எழுந்து நாற்காலிக்கருகே மேசை மேலிருந்த குளிர்சாதனப் பெட்டியைத் திறந்து சிறிய பழச்சாறு பெட்டியொன்றை எடுத்தாள்.

‘பழச்சாறு மட்டும்தான் இருக்கிறது’ என்று சொன்னபடி அந்த ஆரஞ்சுப்பழச் சாற்றை கொண்டு வந்தாள். அவளிடம் இருந்த கடைசிப் பெட்டி பழச்சாறு அது என்பதும் கடைக்குச் சென்று வாங்க வேண்டுமென்றும் மனதில் குறித்துக்கொண்டாள்.

‘பழச்சாறு போதும்.’ முதுகுக்குக் கொடுத்திருந்த திண்டை வசதியாகச் சரிப்படுத்தியபடி சொன்னான். அவனது இலகுவான

நடத்தை அவளுக்கு எரிச்சலைத் தந்தது. கேட்கக்கூடாது என்று நினைப்பதற்குள் சட்டென்று அவளை ஏன் வந்து பார்க்கிறான் என்று கேட்டுவிட்டாள்.

'என்னிடம் என்ன வேண்டும் உனக்கு? நல்ல அனுபவமுள்ள பெண்ணிடம் சில வித்தைகள் கற்றுக்கொள்ள வேண்டுமென்று நினைக்கிறாயா? இந்நேரம் நான் வேலை செய்துகொண்டு, பணம் சம்பாதித்துக் கொண்டிருந்திருப்பேன் தெரியுமா? நான்..' ஆத்திரத்தில் கொட்டி விட்டதை உணர்ந்து அதிர்ந்து நிறுத்தினாள். அவனது முகத்தில் ஆச்சர்யமும் பின்னர் சினமும் இறுதியாக தடுமாற்றமும் நிரம்பியதைக் கவனித்துக்கொண்டு நின்றாள். புருவம் சுருக்கியபடி எழுந்து நின்று 'மன்னித்துக்கொள்' என்று முனகிவிட்டு வேகமாகக் கதவு நாடிச் சென்றான் அவன். அவன் பாதையில் குறுக்கே ஓடிச்சென்றவள் இல்லை அவள்தான் மன்னிப்பு கோர வேண்டும் அவன் மன்னிப்புக் கேட்கவேண்டிய அவசியமே இல்லை என்று சொன்னாள். எதுவும் அவன் தவறில்லை என்றாள். அவனைப் பற்றி இதழ் கவ்வினாள். உணர்ச்சி இருவரையும் இணைத்துக் கட்டிலில் தள்ளியது. பின்னாளில் இதுபற்றி நினைக்கும்போது பின்விளைவுகள் குறித்துக் கவலையற்ற இத்தனை மகிழ்ச்சி தரும் இந்த உறவுக்கான துவக்கமாக அந்த முத்தம்தான் இருந்தது என்று அவளுக்குத் தோன்றும். லூக்குக்காக அவள் தன் வேலையைக்கூட விடத் தயாராக இருப்பதாகச் சில சமயம் நினைப்பாள்.

'உனக்கு விருப்பமில்லாமல் நீ இப்படி வாழத் தேவையில்லை சிஸி.' லூக் புலம்பினான். அவர்கள் எடெகெமில் உள்ள வீட்டில் இருந்தனர். வெளியே தெரு விளக்குகள் ஒளிர்ந்தன. அவன் கட்டிலில் கிடந்தான். சிஸி கிளம்புவதற்கு ஆயத்தமாக ஒப்பனை செய்துகொண்டிருந்தாள். கட்டற்று அலைந்த சிறு பின்னலை முகத்திலிருந்து ஒதுக்கிவிட்டு முட்டிவரை நீண்ட அந்த அமரிக்கையான பாவாடையை இழுத்து விட்டுக்கொண்டு சட்டைப் பொத்தான்களைப் போட்டுக்கொண்டாள். அவனுக்கு முதுகு காட்டி நின்றுகொண்டிருந்தாள்.

'உனக்கு இதில் எவ்வளவு விருப்பமில்லையோ அதே அளவு எனக்கும் இதில் விருப்பமில்லை என்று உனக்குத் தெரியும் லூக்.' உதட்டை மடித்து உதட்டுச் சாயத்தை சரிபார்த்தாள். மிகச் சரியாக இருந்தது. இடது கண்களுக்கடையில் விரலொட்டி கசிந்திந்திருந்த கண்மையைத் துடைத்தெடுத்தாள். 'கட்டிலில் இருந்து எழுந்து என்னை வழியனுப்பு.' பாதித் திரும்பியபடி சொன்னாள்.

'அப்படியென்றால் ஏன் செய்கிறாய்? நிறுத்திவிடு. என் கையிலிருந்து எவன் கைக்கோ ஓடும் இந்த அவசரம் எனக்குக் கொஞ்சமும் பிடிக்கவேயில்லை.' அவள் சொன்னதே கேட்காதவன் போலப் பேசிக்கொண்டிருந்தான். 'எனக்குப் பொறாமையாக இருக்கிறது. ரொம்பப் பொறாமையாக. நீ எனக்கு மட்டுமே வேண்டும் என்று நினைக்கிறேன். அது உனக்குத் தெரியும்.'

முதல் முறை உறவு கொண்டதற்குப்பின் வெகு விரைவிலேயே அவளது அன்பைப்பெறுவது மட்டும் போதாதென்பதை உணர்ந்து கொண்டிருந்தான் லூக். 'எனக்குப் பிடிக்கவில்லை.' 'எனக்கும்தான் பிடிக்கவில்லை ஆனால் என்னைப்போல் ஒரு பெண்ணால் என்னதான் செய்யமுடியும்' அவள் கேட்டாள் அவனிடம். 'நான் வேலை செய்யாவிட்டால் எனது கடனை எப்படி அடைப்பது லூக்? நீயே சொல். பணத்தை நீ தருவாயா?' குரல் கிட்டத்தட்ட உடைந்து விடும் போலிருந்தது

'பேசாமல் போலிஸிடம் போய்விடலாம். உன்னை இப்படி வேலை செய்ய வைப்பதற்கு அவனுக்கு எந்த உரிமையும் இல்லை. இது சட்டப்படி குற்றம் தெரியுமா? அவன் சட்டங்களை உடைத்திருக்கிறான். உனக்கு போலி பாஸ்போர்ட் வாங்கிக் கொடுத்திருக்கிறான். அவன்தான் பயப்பட வேண்டும், நீ அல்ல. நீ அப்பாவி.'

அவள் வேலையை விட்டுவிட வேண்டுமென்று சொல்லும் சமயங்களில் லூக் மிகவும் வெகுளியாகத் தெரிவான் அவளுக்கு. அவளும் டெலேவைப்போலத் தவறு செய்தவள்தான் என்று

அவனுக்குப் புரியவைப்பதற்குள் எரிச்சலாகிவிடும். ஆழ்ந்த மூச்செடுத்தாள். 'அவன் ஒன்றும் என் கைகால்களைக் கட்டி விமானத்தில் ஏற்றிவிடவில்லை தெரியுமா? வரவேண்டாமென்று நான் முடிவெடுத்திருந்தால் போதும். நான் வளர்ந்த பெண் லூக். அவன் என்னிடம் எல்லாம் சொல்லித்தான் அனுப்பி வைத்தான்.' திரும்பத் திரும்பச் சொல்லிக் களைத்திருந்தாள்.

'அது இப்போது முக்கியமில்லை. நாம் அவன் மீது புகாரளிப்போம். மேடம் மீது கூட. அப்புறம் நாமிருவரும் என்றென்றைக்கும் மகிழ்ச்சியாக வாழலாம்.' அவன் பிடிவாதமாக இருந்தான். முகம் கோபத்தில் சுருங்கியிருந்தது.

சிஸி களைத்துப்போனாள். 'இப்போது பேசாமல் என்னை வழியனுப்பி வை லூக். எனக்கு நேரமாகிறது. அவன் கட்டிலில் இருந்து இறங்குவதற்குள் அவள் படிகளில் இறங்கியிருந்தாள். 'அவர்களால் உன்னை என்ன தான் செய்ய முடியும்? எதற்காக பயப்படுகிறாய்? என்ன...?

படபடத்தவன் பேச்சை இடைநிறுத்திப் பேசினாள் சிஸி. 'லூக் எனக்கு அயர்வாய் இருக்கிறது. இப்போது இதைத் தொடர என்னால் முடியாது. இப்போது வேண்டாம் இன்னொரு நாள் பேசலாம். நான் போக வேண்டும் லூக், தயவு செய் லூக்.'

சிஸி லூக்கோடு உறவைத் துவங்கி இரண்டு மாதங்களாகி விட்டன. அவன் ஒவ்வொரு முறையும் அதே கேள்விகளைத்தான் கேட்டான். எதைக் கண்டு அஞ்சுகிறாய்? ஏன் விட்டுவர மறுக்கிறாய்? என்னை நீ விரும்பவில்லையா? பேருந்தில் அவனது கேள்விகள் தலைக்குள் அதிர்ந்தன. அவள் எதற்குத்தான் பயப்படுகிறாள்? நைஜீரியாவில் இருக்கும் டெலேவால் அவளை என்ன செய்துவிட முடியும்? லூக் சொல்வது போல சிறையிலடைக்கப்பட்டால் மேடமால் தான் என்ன செய்யமுடியும்? அவள் அதுபற்றி நினைத்துப் பார்த்தாள். டெலே வெகு தொலைவில் இருக்கிறான். லூக் மேடத்தைப் பார்த்துக்கொள்வான்.

லூக். அவனுக்கு அவள் வேண்டியிருந்தது. அவளும் அவனை விரும்பினாள்.

லூக். அவன் கரங்களிலிருந்து விலகி வந்து தொழிலுக்குள் மூழ்குவது நாளாக நாளாக கடினமாகிக்கொண்டே வந்தது. அவனது திட்டம் சரிவராது எனும் அவளது திண்ணமான எண்ணத்தைக் கரைத்துக் கொண்டிருந்தது அவனது பிடிவாதம். அது எத்தனைச் சாத்தியமென்று அவளைத் துளைத்தெடுத்துக் காட்டிக் கொண்டிருந்தது. என்னால் முடியும். என்னால் விலகி வந்துவிட முடியும். இந்த மனிதனோடு ஒரு புதிய வாழ்வைத் துவங்கிவிட முடியும். நான் லூக்கை இழந்துவிட விரும்பவில்லை. அவனும் தான் எத்தனை நாள் காத்திருப்பான்? எத்தனை ஆண்கள் தன் காதலி அன்றிரவை இன்னொரு ஆணோடு கழிக்கப்போகிறாளென்று அறிந்த பின்னும் காத்துக் கொண்டிருப்பார்கள்? அவன் விரும்பிய வகையில் எத்தனையோ பெண்களை, அவளைப்போல எந்தச் சிக்கலையும் சுமந்தலையாத பெண்களை அவனால் அடையமுடியுமென்கிற போது அவன் ஏன் அவள் பின்னால் அலைகிறானென்ற அவளது கேள்விக்கு அவனது பதில் மிகவும் எளிமையாக இருந்தது. 'நான் உன்னை விரும்புகிறேன்.' அந்தச் சொற்களின் எளிமை அவளை அசைத்தது. ஆனால் அவள் தொழிலை விடாமல் இருந்தால் அந்தக் காதல் எத்தனை நாள் தாங்கும்? காதலுக்குக் கூட அந்த அளவுக்குப் பொறுமை இல்லை என்பதை அவள் அறிந்தே இருந்தாள். அவளுக்கும் பீட்டருக்கும் என்ன நடந்ததென்று பாருங்கள்? இழப்பதற்கு என்ன இருக்கிறது? எதற்காக நான் அஞ்சுகிறேன்?

'என்னைப் பகைத்துக்கொள்ளாதே. இந்த டெலேவை யாரும் பகைத்துக்கொள்வது கிடையாது' என்று டெலே சொல்வது கேட்டது. ஆனால், உண்மையில் அங்கே இருந்து கொண்டு அவனால் என்னதான் செய்ய முடியும்? அந்த மிரட்டலையெல்லாம் அவள் பெரிதாய் மதிக்கத் தேவையில்லை. வெறுமனே அவளை பயமுறுத்தச் சொல்லப்பட்ட வார்த்தைகள் அவை. உண்மையைச் சொல்வதென்றால் அவள் அன்று பயப்படத்தான் செய்தாள்.

லூக். அவள் அவனை விரும்பினாள். அவன் அவளை விரும்பினான். அவன் அவளைப் பார்த்துக் கொள்வான். டெலே அவளை ஏதும் செய்துவிடாமல் அவன் பார்த்துக் கொள்வான். அவர்கள் திருமணம் செய்துகொள்வார்கள். சில ஆண்டுகளிலேயே அவள் அசல் பெல்ஜியப் பெண் ஆகிவிடுவாள். அவள் பிள்ளைகள் பெற்றுக்கொண்டு புதிய வாழ்க்கை வாழ்வாள்.

இது பற்றி அதிகம் சிந்திக்கச் சிந்திக்க அச்சப்படுவதற்கு இதில் ஏதுமில்லை என்று உணரத் துவங்கினாள். அதற்கு மாறாக, அவள் அடைவதற்குத்தான் அதிகம் இருந்தன. ஒரு நல்ல உறவு கிடைக்கும். முகமற்ற அந்நியர்கள் இனி அவள் படுக்கையில் இருக்க மாட்டார்கள். அவள் வேறேதாவது வேலை பார்க்கலாம். துப்புரவுப்பணி போல ஏதாவது. அவர்களுக்கு எப்போதுமே தேவை இருந்தது. லூக்கும் மாதாமாதம் நல்லதொரு தொகையைத் தருவதாகச் சொல்லியிருந்தான். அதை அவள் வீட்டுக்கு அனுப்பலாம். பெற்றோரைக்கூட இங்கே வந்து தங்கிவிட்டுப் போக அழைக்கலாம். அவளது புதிய உலகின் அதிசயங்களை அவள் அவர்களுக்குச் சுற்றிக் காட்டுவாள். அவர்களிடம் இனி பொய் சொல்லவேண்டிய அவசியம் இல்லை. பொய்கள் அவளை அழுத்தத் துவங்கியிருந்தன. அவளது பெற்றோர் அவளிடம் எந்தக் கேள்வியும் கேட்டதில்லை, எதையும் விளக்கச் சொல்லியதில்லை. அவர்களின் இந்த ஆர்வமற்ற போக்குதான் அவளது இரவுத்தூக்கத்தைக் கெடுத்தது, உறக்கத்தை வெட்டிச் செதில்களாக்கி அவளை ஒருபோதும் முழுமையாக ஓய்வெடுக்க முடியாமல் செய்தது.

வீடடைந்து, ஆடைகளைக் களையாமல் அப்படியே கட்டிலில் சாய்ந்தாள். தலைகொள்ளா எண்ணங்களோடு அவள் அப்படியே கிடந்தபோது மேடம் உள்ளே வந்து அவள் ஏன் அப்படி விழுந்துகிடக்கிறாளென்று கேட்டாள்.

’என்ன நடக்கிறது சிஸி? ஏன் இன்னும் வேலைக்குக் கிளம்பவில்லை? எல்லோரும் போய்விட்டார்கள்.’

அவள் மாதவிடாயில் இருப்பதாகச் சொன்னாள்.

‘அதெப்படி?’ மேடம் சந்தேகமாகப் புருவம் சுருக்கினாள். ’மாதவிடாய் விடுமுறை கொடுத்து ஒருமாதம்கூட ஆகவில்லையே?’

‘ஆனால் வந்துவிட்டது. என்ன செய்வது? உங்களிடம் காட்ட வேண்டுமா?’

‘வேண்டாம்’ அவசரமாகச் சொல்லிவிட்டு எரிச்சலாகச் சீறியபடி வெளியேறினாள் மேடம். நிம்மதிப் பெருமூச்சுவிட்டாள் சிஸி. யாருக்குத் தெரியும்? ஒருவேளை மேடம் நான் பார்க்கிறேன் என்று சொல்லியிருந்தாலும் ஆச்சரியப்படுவதற்கில்லை. அவளது சுபாவம் அப்படித்தான். விடுதி மாணவிகள் போல சில சமயம் அவர்களது உள்ளாடைகளைக்கூட அழுக்காக இருக்கிறதா கிழிந்திருக்கிறதா என்று சோதனை செய்வதுண்டு அவள். அவளுடைய பெண்கள் உயர்தரப் பெண்கள் என்று எப்போதும் சொல்லிக்கொள்வாள். ‘ஏதாவதொன்று குறையெனும்படியாக எப்போதும் உங்களை நான் பார்க்கக்கூடாது.’

நாளை லூக்கிடம் திரும்பச் சென்று இதை விட்டு வரத் தயார் என்று சொல்லவேண்டும் என்று தனக்குள் சொல்லிக்கொண்டாள் சிஸி. இருவரும் இணைந்தே காவல் நிலையம் செல்லலாம். அதன்பிறகு அவள் சுதந்திரமடைந்தவளாகிவிடுவாள். சட்டென லேசாக உணர்ந்தாள். அவளின் இந்த முடிவு உடலின் பாரத்தையெல்லாம் உதறித் தள்ளிவிட்டது போலிருந்தது. கதவின் மீது சாய்ந்து உலகிலிருந்து தன்னை பாதுகாப்பாக அடைத்துக்கொண்டவள் காற்றில் கைமுட்டி உயர்த்திக் கொண்டாடினாள்.

‘யெஸ், யெஸ், யெஸ்’ என தனக்குள் முனகிக்கொண்டாள். மேடம் ஏனோ வற்புறுத்தி விரிக்க வைத்திருந்த வெண்ணிற விரிப்போடு காத்திருந்த கட்டிலைப் பார்த்தாள். கண்களுயர்த்தி சுவற்றிலிருந்த படங்களைப் பார்த்தாள். அவளிடமிருந்து விடுபட்டு நின்ற வேறொரு சிஸியிடம் சொல்வது போல

அறையைப் பார்த்து மீண்டுமொரு முறை சொல்லிக் கொண்டாள். 'யெஸ்.'

'நாளை எல்லாம் முடிந்து விடும். நாளை முதல் நீ சுதந்திரமடைந்தவள். சிஸி நீ இறந்துவிடுவாய்.'

சுதந்திரத்தின் சுவை அவளது நாவைத்தேடி ஓடி வந்திருந்தது. உற்சாக மிகுதியில் மூச்சுமுட்டும் வரை அறையைச் சுற்றி சுற்றி அவளை ஆட வைத்தது.

சிஸி இரவெல்லாம் கட்டிலில் புரண்டு கொண்டிருந்தாள். அவள் முடிவு குறித்து முன்பு இருந்த உறுதி இப்போதில்லை. மற்ற பெண்களுக்கு இது பிடிக்காதென்று நினைத்தாள். அவள் தன் முடிவால் மற்றவர்களைத் தம் பணியைக் கைவிடும்படி நிர்பந்திக்கிறாள். அந்த அளவுக்கான பொறுப்பை எடுத்துக்கொள்ள தான் தயார் தானா என்று அவளுக்கே தெரியவில்லை. அவளுக்கு லூக் இருக்கிறான், இதைவிட்டால் வாழ்க்கையும் இருக்கிறது, அவர்களுக்கு? அவர்களுக்கு என்ன இருக்கிறது?அவர்களுக்கு யார் இருக்கிறார்கள்? இந்தப் பூமியிலேயே தனக்கென்று யாரும் கிடையாதென்று தன்னிடம் மனம் விட்டுச் சொல்லியிருந்த ஜாய்ஸ் என்ன செய்வாள்? அமா?எஃபே? சுவார்டசுஸ்டர்ஸ்ட்ராட் வீடு அவர்கள் வீடு. அனைவரும் பங்கிட்டுக்கொண்ட அடுக்களையும் கூடமும் அவர்களை ஒன்றாகக் கட்டிப்போட்டிருந்தது. எப்போது தனிமை வேண்டுமென்றாலும் அவரவர் அறைக்குள் சென்று கொள்ள முடியும். மற்றபடி துணை தேவை என்று ஏங்கும் சமயங்களில் அவர்கள் அங்கேதான் குழுமி இருந்தனர். ஸ்கிப்பர்ஸ்குவார்ட்டியரின் கூசொளியிலிருந்து தப்பக்கூடிய இடமாக, அந்நிய ஆண்களின் அவர்களின் விநோத எதிர்பார்ப்புகளைச் சேர்த்துக்கொள்ளாத ஒரு வாழ்க்கையை வாழும் இடமாக இது தானே இருந்தது.

முந்தைய வாரம் ப்ராசாட்டில் ஒரு விருந்துக்குச் சென்றதை நினைவுகூர்ந்தாள். அது ஒரு கானா சமூகத்தின் தலைவர் பதவியேற்கும் விருந்து. நானாவோ என்னவோ, பெயர் சரியாக

நினைவில்லை. ஆனால் அவர்கள் மூவரும் ஒன்றாக அமர்ந்து ஒரு குடும்பம் போல வேடிக்கைக் கதைகளைப் பரிமாறிக் கொண்டு சிரித்துக் களித்தனர். மேடத்தை அவளுடைய தோழி யாரோ அழைத்திருக்க மேடம் வழியாக இவர்களுக்கு அழைப்பு வந்திருந்தது. அவர்கள் அன்று அத்தனைக் கொண்டாட்டமாக இருந்தனர். அவளுக்கு அலுத்து விட்டது அல்லது காதல் வந்து விட்டது என்பதற்காக அவர்களுடைய கொண்டாட்டத்திற்கு முற்றுப்புள்ளி வைப்பது எப்படிச் சரியாகும்? ஒரு துணிக்கடை வைக்கவேண்டுமென்ற ஜாய்ஸின் கனவு என்ன ஆகும்? லூக்கால், அவளை நாடு கடத்தமாட்டார்கள் என்று நம்பிக்கையாகச் சொல்ல முடியவில்லை. அவளே ஒரு சட்டத்துக்குப் புறம்பாக வந்திருப்பவள். மற்றவர்களும் அப்படியே. அவள் காவல் நிலையம் சென்றால் அவர்கள் மாட்டாமல் இருக்க வாய்ப்பே இல்லை. தலைக்குக்கீழே கைகளைக் கொடுத்து மல்லாக்கப் படுத்தபடி விட்டத்திலிருந்த வெடிப்புகள் ஓடி இணைந்து ஒரு பெரிய படத்தைக் காட்டுவதைப் பார்த்துக்கொண்டு கிடந்தாள். விடியல் மெல்ல வானைத் திருடிக்கொண்டு அவளைக் கட்டிலில் இருந்து விரட்டும் வரை அப்படியே காத்துக் கிடந்தாள். ஒருவேளை ஏதும் சொல்லாமல் அப்படியே வெளியேறிவிடலாம். லூக்கோடு சென்று வாழலாம். அவன் என்னைத் திருமணம் செய்து கொள்வான். இன்னும் ஐந்து ஆண்டுகளில் நானும் குடிமகளாகி விடுவேன். டெலேவுக்குப் பணம் அனுப்புவதற்காக மட்டுமே அவள் கடினமாக உழைக்க வேண்டிய அவசியமில்லை. அவன் அவர்களை உரித்தெடுத்துக் கொண்டிருந்தான். ஒரு பாஸ்போர்ட்டுக்கும் வீசாவுக்கும் எவ்வளவு செலவாகிவிடும்? மாதாமாதம் அவன் இங்கே பெண்களை அனுப்புவதை அறிந்தே இருந்தாள் சிஸி. ஏற்கனவே பிதுங்கி வழியும் அவனது பணப்பையை நிரப்ப அவளும் ஏன் கடினமாக உழைக்க வேண்டும்? பேராசை பிடித்தவன்! அவனைத் தொலைத்துத் தலை முழுகவேண்டும். இதுநாள் வரை ஒரு முறை கூட அவள் பணம் கட்டத் தவறியதில்லை. கூடிய விரைவில் இந்தக் கடனில் இருந்து வெளிவர வேண்டுமென அவள் விரும்பியதால் எப்போதுமே எதிர்பார்த்த அளவுக்குச்

சற்று அதிகமாகவே அவள் அனுப்பினாள். அதனால் அவளது சேமிப்பென்பது குறைவாகவே இருந்தது. தங்கக் காதணிகளும் பெலிக்கன்ஸ்ட்ராட்டின் அட்டிகைகளும் அவளால் அடைய முடியாதவையாகத்தான் இருந்தன. இருந்தும் அவள் இருப்பதிலேயே கடினமாக உழைக்கும் ஒரு தொழில்காரியாக இருந்தாள். குளிர்காலத்தில், குளிரைப் பொருட்படுத்தாமல் சாளரத்தின் முன் தன்னுடல் காட்டி முலைதுருத்தும் கச்சைகளும் சிறியதான அரையாடைகளும் அணிந்து கொண்டு தங்கமுலாம் பூசிய மோதிரமணிந்த சுட்டுவிரலால் கண்ணாடியைத் தட்டி ஆண்களை ஈர்த்துக்கொண்டிருந்தாள். டட்டட்டட். என்னைப்பார். உன் இரவை நான் திருப்திப்படுத்துகிறேன். மானத்தை விழுங்கிச் செரித்து வெட்கத்தைக் குப்பையில் எறிந்துவிட்டு இந்த வேலையைச் செய்துகொண்டிருந்தாள். அவள் ஒரு எடுத்துக்காட்டாக இருந்தாள். எல்லா வாடிக்கையாளருக்கும் இன்பத்தைக் காட்டும் சிறந்ததொரு தொழிலாளி. ‘மோசமானவனாக இருந்தாலும் வாடிக்கையாளனே மன்னன்.’ மேடம் சொன்ன இந்த புத்திமதியை அவள் ஒருபோதும் மறந்ததில்லை. ‘உனக்குப் பணம் தருகின்றவன் என்பதால் அவன் சொல்வதுதான் சட்டம் அவனே உன் மன்னன், அவன் என்ன சொன்னாலும் செய்யவேண்டும். எதிர் பேச்சிருக்கக் கூடாது. அவன் உங்களுக்குப் பணம் தருகிறான் என்பதையே உங்கள் இதமான செய்கைகளால் மறக்கடிக்கவேண்டும். அதுதான் தொழில் இரகசியம். தாரக மந்திரம், அதை நினைவில் வைத்திருந்தால் எப்போதும் உனக்கு நல்லது. மக்கள் வேடிக்கையானவர்கள். குறிப்பாக ஆண்கள். பணம் செலுத்துகிறோம் என்பது நினைவில்லாத வரை பணத்தை மகிழ்ச்சியோடே வாறி இறைப்பார்கள்.’ மேடத்தின் அறிவுரை நினைவிருந்தது. அதனால் அவர்கள் வரும்போது சிரித்து குளிர்வித்துப் புகழ்ந்து அவர்கள் பணம் செலுத்துவதை மறக்கச்செய்யும் செயல்களைச்செய்து அவர்களை மகிழ்வித்தாள் சிஸி மேடம் சொன்னது போலவே.

‘அழகனே. வா என்னிடம்.’

‘கண்டிப்பாக உனக்காக அதை நான் ஏந்திக்கொள்கிறேன்.’

'எனிமா வேண்டுமா இதோ!'
'வா. என்னருகே வா, உன் குட்டி தேவதையின் அருகே வா.'
'இந்தப் பூனைக்குட்டியிடம் வா. உன் குட்டிப்பூனையிடம் வா.'

ப்ரெஞ்சு முத்தம் கேட்டு கூடுதல் கட்டணம் செலுத்தினால் தேவைப்பட்ட முனகல்களோடு சிறப்பாக செய்து கொடுத்தாள். வயிற்றைப் புரட்டினால் கூட (அடிக்கடி நடக்கும்)விடாமல் எச்சில் கலக்க அந்த அந்நியனின் வாய்க்குள் நாவைச் சுழற்றினாள். இதமான சேவையால் பணம் தருவதை மறக்கடிக்கவேண்டும். உனக்கு விருப்பமில்லை என்பதை அவனுக்கு மறக்கடிக்கவேண்டும். அவர்களின் தலையைப் பிடித்துக்கொண்டு கழுத்தை வளைப்பாள். எப்படி சேவை செய்தாலும் முகத்தில் இருந்த புன்னகை வடியாமல் பார்த்துக்கொண்டாள்.

பேரி ஒயிட்டின் இசை பின்னணியில் இருக்கவேண்டுமென்று விரும்பிய வழக்கமான வாடிக்கையாளர் ஒருவரின் விருப்பம் நிறைவேறியது. அவளது துணி அலமாரியில் ஒரு செவிலியின் சீருடை தயாராக இருந்தது. பணிப்பெண் சீருடையும் கூட இருந்தது. அவளது இழுப்பறை சிறு சிறு கருவிகளாலும் அவளது தலை வருத்தங்களாலும் நிரம்பியிருந்தன. அந்த ஒரு தொப்பி வாடிக்கையாளர் தவிர்த்து வேறு யாரிடமிருந்தும் அவள் மீது எந்தப் புகாரும் வந்ததில்லை. அவள் தர வேண்டிய யாவற்றையும், அதற்கு மேலும் தந்துவிட்டாள். இனி அவள் மீட்டுக்கொள்ள வேண்டியதைப் மீட்டுக்கொண்டே ஆகவேண்டும். கண்டிப்பாக அதைச்செய்வாள். சிஸியைத் துறப்பாள். பெரு நெருப்புக்கு அவளை ஒப்புக்கொடுத்து அதில் அவள் எரிந்து கருகிச் சாம்பலாக விட்டுவிடுவாள்.

மறுநாள் சிஸி விடிகாலையிலேயே எழுந்து தயாராகி ஒரே ஒரு இரவு ஆடையும் பல் துலக்கும் பிரஷ்ஷும் மட்டும் எடுத்துக்கொண்டு வெளியேறினாள். கூடத்துக்குள் எட்டிப் பார்த்தாள். அது காலியாக இருந்தது. இறந்து போன தோழியின் இழப்புக்கு மரியாதை செய்பவள்போல அங்கேயே ஒரு

நிமிடம் மௌனமாக நின்றாள். அந்த அறையின் வாசனையை நுகர்ந்தாள்: அது அங்கே வாழ்ந்த பெண்களின் மணமும் ஊதுவத்தி மணமும் கலந்து மணந்தது. கதகதப்பாக, மிகவும் பழக்கப்பட்ட, மனதுக்கு இதமூட்டக்கூடிய மணம். கிட்டத்தட்ட சொந்த வீட்டின் மணம் போல. விங்கலிங்ஸ்ட்ராட்டின் கூண்டுகளைப்போல அந்நிய ஆண்களின் வாடையோ, விந்துவின் வாடையோ இங்கே இல்லை. இந்த வீட்டிலிருந்த அவர்களின் படுக்கையறைகளைப்போல முகமற்ற அந்நியர்களின் நிழல் மணங்களும் இல்லை. இங்கேதான் அந்தப் பெண்கள் சந்தித்துக்கொண்டார்கள். இதுதான் அவர்கள் பகிர்ந்து கொண்ட இடம். இங்கேதான் அவர்கள் மிகவும் இதமாக உணர்ந்தார்கள். இது அவர்களின் அறைகளைப்போல அவர்களை அதிகம் தொந்தரவு செய்வதில்லை. அமா அவர்களது அறைகளின் வெண்ணிற விரிப்புகளை வெறுத்தாள். ஏனென்று ஒருவருக்கும் தெரியவில்லை. சிஸியோ அவளது அறையில் மாட்டப்பட்டிருந்த பெண்களின் படங்களை வெறுத்தாள். அந்தப் பிட்டங்கள் எப்போதும் அவளை ஏளனம் செய்வது போலவே உணர்ந்தாள். மேடம் வேண்டுமென்றேதான், அவர்களின் பணியை அவர்களுக்கு நினைவூட்டுவதற்காகத்தான் அத்தகைய படங்களை மாட்டி வைத்திருக்கிறாளோ என்னவோ? ஆனால் கூடம் அப்படியல்ல. தப்பிவிட முடியாத அந்த சிவப்பு நிறம் தவிர கூடத்தில் படங்களே கிடையாது. ஆழ்ந்து மூச்செடுத்தாள் சிஸி. அந்த அறையின் வாசனையை சுவாசித்து, பின் அமைதியாக விடைகொடுத்தாள். மேல்நிலைப் பள்ளியில் வகுப்பு ஆசிரியை சொல்லிக் கொடுத்தபடி வயிற்றை இழுத்துப் பிடித்து வீட்டைவிட்டு வெளியேறி அந்த குளிர்ந்த மே மாத காலையைச் சந்தித்தாள். மேடமும் டெலேவும் ஆட்சி செய்த உலகத்தில் எட்டு மாதங்கள் வாழ்வதென்பது அதிகம்தான். தனது மஞ்சள் நிற கைப்பையை அக்குளுக்கடியில் இடுக்கிக்கொண்டு மனதிலிருந்த கவலைகளைக் களையவும், அடுத்திருந்த பெரிய வேலையைச் செய்ய துணிவைத் திரட்டவும் முயன்றபடி சற்று நேரம் இலக்கற்று நடந்தலைந்தாள். முந்தைய இரவில் எல்லாமே எளிதாகத் தோன்றியிருந்தது. ஆனால் இப்போது

வெளிச்சத்தில் மீண்டும் ஐயங்கள் தலைக்குள் வந்து அமர்ந்து கொண்டிருந்தன.

என்னால் முடியுமா?

நான் இதைச்செய்யலாமா?

நான் செய்வேனா?

எடெகெம் செல்லும் பேருந்துப் பயணத்தின்போது அந்தக் கேள்விகள் அவளைச் சுற்றிச் சுழன்று கொண்டிருந்தன. அவள் திரும்பி வரப்போவதில்லை என்பதை அறியும்போது மற்றவர்களின் மனநிலை எப்படி இருக்கும் என்று கற்பனை செய்து பார்த்தாள். அவர்கள் அவளை நினைத்து ஏங்குவார்களா? தனது திட்டம் குறித்து அவள் யாரிடமும் சொல்லியிருக்கவில்லை. ஏனென்றால் தனக்கே அதில் நிச்சயத்தன்மை இருக்கவில்லை. அவளுக்கான வீட்டுச்சாவியை குளிர்பதனப் பெட்டியின் மேல் வைத்துவிட்டு வந்திருந்தாள். அதைக் கண்டுபிடிக்கும்போது அவர்கள் என்ன நினைப்பார்கள்? ஜாய்ஸ் என்ன நினைப்பாள்? தான் ஏமாற்றப்பட்டுவிட்டதாக உணர்வாளா? இது துரோகமா? கண்டிப்பாக இல்லை. அவள் காவல்நிலையத்துக்குப் போய் அவர்களது பணியுரிமை பறிக்கப்படுமானால் அது துரோகம். தனது முடிவுகளின் மீதான ஐயங்களை விடவும் அவர்கள் அவளது முடிவுக்கு ஒப்புக்கொள்ள மாட்டார்கள் என்பது தெளிவாக தெரிந்த காரணத்தால்தான் அவள் அவர்களிடம் தனது திட்டம் குறித்து மூச்சுக்கூட விடவில்லை. அவர்கள் அவளைத் தடுத்து நிறுத்த முயற்சிப்பார்கள். அவளது மனதை மாற்ற முயற்சிப்பார்கள் என்று எண்ணினாள் சிஸி. அவர்கள் தத்தம் வாழ்க்கையை வாழ்ந்து கொண்டிருந்தனர். டெலேவுக்குப் பின்னான அவர்களது வருங்காலத்துக்காக, ஸ்கிப்பர்ஸ்குவார்ட்டியரை விட்டு விலகிச்சென்ற பிறகான அவர்களது வாழ்க்கைக்காக பல திட்டங்களை வரைந்து கொண்டு அதற்காக ஆயத்தமாகி வருகின்றனர். அமா ஆண்ட்வெர்ப் வந்து ஆறு ஆண்டுகள் ஆகிவிட்டன. எஃபே ஏழாம் ஆண்டில் இருக்கிறாள். அவர்கள்

தங்களின் கடனில் பெருமளவு திருப்பிச் செலுத்தி விட்டனர். இன்னும் இரண்டு ஆண்டுகளில் தான் சுதந்திரமடைந்துவிட முடியுமென்று நம்பிக்கொண்டிருந்தாள் எஃபே. இப்போதே அடுத்த மேடம் ஆவதற்கான வேலைகளில், பெண்களை வழிப்படுத்தும் எண்ணத்தில் பேசிக்கொண்டிருந்தாள். அவள் தன் தொழிலுக்கு ப்ரசல்ஸில் இருந்தே பெண்களை வாங்குவாள். நாட்டில் ஏற்கனவே வந்து இறங்கிவிட்ட பெண்களை வாங்குவதுதான் வசதி. இறுதிக்கணக்கை முடிக்க எஃபேவுக்கு இன்னும் இரண்டு ஆண்டுகளும் ஆறு வாரங்களும் ஆகும். அதன் பிறகு அவளது முதல் இரண்டு தொழில் பெண்களை, உயரமாய் குளிர்கண்ணாடியும் தொப்பியும் அணிந்த நைஜீரிய ஆணொருவன் முன்னின்று நடத்திய ஏலத்தில் வாங்க, மேலும் பதினெட்டு மாதங்கள் ஆகும்.

ப்ரஸல்ஸில் மதுவும் இசையும் பொங்கி வழிந்த ஒரு வீட்டில் அந்த ஏலம் நடக்கும். லோக்கரன்ஃபெஸ்ட்டில் இசைக்கச்சேரி நடத்துவதற்காக வரும் இசைக்குழுவில் சேர்ந்து இந்த நாட்டுக்குள் வருவார்கள் பெண்கள். குளிர்கண்ணாடி அணிந்தவன்தான் அந்த இசைக்குழுவின் மேலாளர். வழக்கப்படியே இசைக்குழுவின் உறுப்பினர்களைத் தாண்டி அவனுக்கு பணம் தந்த பெண்களின் பெயர்களும் அபுஜா தூதரகத்தில் அவன் ஒப்படைத்த பட்டியலில் இடம்பெற்றன. பெண்களை வாங்க வந்தவர்கள் கண்டு ரசிக்கும் வண்ணம் அந்தப் பெண்கள் ஒருவர்பின் ஒருவராக அறைக்குள் அழைக்கப்படுவர். எல்லோருக்கும் எண் இருக்கும். பெயர்கள் இங்கே முக்கியமில்லை. அவர்களைத் தேர்ந்தெடுப்பவர்கள் எவரோ அவரே அவர்களின் பெயர்களையும் முடிவு செய்யக்கூடும். அயலாரோல் உச்சரிக்க முடியாதபடி வழக்கமற்ற மெய்யெழுத்துகளின் கூட்டாக வரும் ஆப்பிரிக்கப் பெயர்களாக அல்லாமல் இரண்டசைகளே உள்ள, வெள்ளைக்காரர்கள் வாயில் எளிதாய் நுழையும் பெயர்கள் வைக்கப்படும்.

‘பெரியோரே பெண்டிரே! எண் மூன்று இதோ! ஆண்களுக்குப் பிடித்த வகைப்பெண் எண் மூன்று. மெல்லிய இதழ்கள்

கூர்மையான நாசி. அழகு பிட்டம்.' ஆடையற்ற அவளது பிட்டத்தைத் தட்டிக்காட்டினான். எண் மூன்று சிரித்தது. 'சாளரத்துக்குள் இவளைக் கற்பனை செய்து பாருங்கள். ஏராளமான ஆண்களை ஈர்க்கவல்ல அழகி இவள். இவள் நிறத்தைப் பாருங்கள்.' எண் மூன்று தேன் நிறத்தில் இருந்தாள். 'சரியான மூலதனம்.' எண் மூன்றின் புன்னகை பெரிதாக மலர்கிறது. எஃபே எண் ஐந்தையும் ஏழாம் எண்ணையும் வாங்குவாள். எண் ஐந்து மிக இலகுவாக புன்னகைத்தாள் அதனால் அவள் தேர்வானாள். பார்க்க படிந்து போகிறவளாக மகிழ்விக்க ஆவல் கொண்டவளாக, கொஞ்சத்திலேயே திருப்தி கொண்டு விடுபவளாகத் தோன்றியதால் எண் ஏழு. மேடத்தைப்போல எஃபேவும் அவளது தொழில் மற்றும் பெண்கள் பாதுகாப்புக்காகச் சில காவலதிகாரிகளை நியமித்துக் கொள்வாள். அவளது பெண்கள் படையின் எண்ணிக்கை அதிகரிக்கும், அவள் தொழில் நன்றாக நடக்கும்.

சிஸி இறந்து நான்கு ஆண்டுகளுக்குப்பின் ஜாய்ஸ் யாபாவில் ஒரு பள்ளிக்கூடம் திறக்கத் தேவையான அளவுக்கு பொருளீட்டிக்கொண்டு நைஜீரியாவுக்குத் திரும்பிப் போவாள். இருபத்தி இரண்டு ஆசிரியைகளைக் குறிப்பாக இளம்பெண்களைப் பணியில் அமர்த்துவாள். நன்றாகப் படிக்கக்கூடிய வசதியற்ற ஏழை மாணவர்களுக்கு சலுகைகள் வழங்குவதை வழக்கமாகக் கொள்வாள். அவள் இன்னும் மறந்திடாத அந்தத் தோழியின் நினைவாக அதற்கு சிஸி சர்வதேச உயர்நிலைப் பள்ளி என்று பெயர் வைப்பாள். முரணாக அமாதான் பெண்கள் ஆடையகம் திறப்பாள். மாம்மா எகோவை அதற்கு மேலாளராக அமர வைப்பாள். மாமா எகோவும் அவள் இப்படிப் பெரிய ஆளாக வருவாள் என்று எப்போதும் தான் நம்பியதாக அடிக்கடிச் சொல்லிக் கொள்வாள். ஆனால் அமாவின் ஐரோப்பிய ஆண்டுகள் பற்றி அவர்கள் பேசவே மாட்டார்கள்.

சிஸி தன் கைப்பையை மடியில் வைத்துக்கொண்டாள். அவளது புல்லைப் போன்ற பச்சை வண்ண ஆடையில் மீது மஞ்சள்

பூவைப்போல் அது வீற்றிருந்தது. இன்னும் ஒரு நிறுத்தம். அதன் பிறகு அவளுடைய நிறுத்தம் வந்துவிடும். கைநீட்டி கம்பத்தினருகே இருந்த மணிவிசையை அழுத்தினாள்.

பேருந்தில் இருந்து இறங்கி லூக் வீடு நோக்கிய முன்னூறு மீட்டர் தொலைவை நடந்து கடந்தாள். இறப்பற்றவளாக உணர்ந்தாள் சிஸி. அவளுக்கு எடெகெமைப் பிடித்திருந்தது. இங்கே இருந்த மக்களிடம் ஒரு நம்பகத்தன்மை இருந்தது. அது மத்திய ஆண்ட்வெர்பை போலியாகத் தோன்றச் செய்தது. இங்கே மக்கள் அவளைப் பார்த்துப் புன்னகைத்து முகமன் கூறினார்கள். அவள் அறியாத இனி காணும் வாய்ப்பற்ற அந்நியர்கள் அவளை நலம் விசாரித்தனர். அதை உள்ளன்போடு செய்வது போலத்தான் இருந்தது. அவள் நலமாக இருப்பதாக நன்றி சொல்லி அவர்களை பதிலுக்குக் கேட்டபோது நின்று கவனித்தனர். பேருந்து நிறுத்தங்களில் அவளிடம் தனிப் போக்குவரத்தை விடவும் பொதுப் போக்குவரத்தினால் ஏற்படும் நன்மைகள் குறித்துப் பேசினர். ஏறிக்கொண்டிருந்த ரொட்டி விலை பற்றிப் பேசினர். வயதான பெண்மணிகள் பல ஆண்டுகளுக்கு முன்பு தாங்கள் காங்கோவில் வாழ்ந்த காலம் குறித்து அவளிடம் பேசுவர். ஆல்பெர்ட்வீல் பற்றி பாந்தமாகச் சொல்லி, அது எப்படி இப்போது அவர்கள் நினைவில் வைத்துக்கொள்ள முடியாத ஆப்பிரிக்கப் பெயர் மாற்றம் அடைந்தது என்று சொல்லி அங்கலாய்ப்பர். அவள் லிங்காலா பேசுவாளா என்று கேட்பர். கபிலா பற்றி என்ன நினைக்கிறாள் என்று கேட்டறிவர். குழந்தை பெற்றுக்கொள்ளாமல் ருவாண்டா அல்லது புருண்டியில் இருந்து ஒரு குழந்தையைத் தத்தெடுத்துக் கொண்ட தன் அக்கா மகள் பற்றிச் சொல்வர். ‘அழகான குழந்தை. முடி மட்டும்தான் சிக்கல். வாரி முடிக்க முடியாது அவ்வளவும் சுருள். நான் பயன்படுத்தும் துணி மென்மையாக்கும் திரவத்தைப் பயன்படுத்தச் சொன்னேன், வாசனையாக இருக்கும் மிகச்சிறந்த சுருக்கம் நீக்கி அது, துணியில் சுருக்கம் நீக்குமானால் கூந்தலுக்கும் அது வேலை செய்யும்தானே, நீ என்ன நினைக்கிறாய்?’ என்று கேட்பர்.

மத்திய ஆண்ட்வெர்ப்பில் மக்கள் நாம் இருக்கிறோமோ இறந்தோமா என்று கூட கவலைப்பட மாட்டார்கள். கடைகளில் அவர்கள் வணக்கம் சொல்லும்போது அது வெறும் முறைமைக்கு கணக்கு வைத்து கறாராக பகிர்ந்தளிக்கப்படும் ஒன்று என்பது அவர்கள் முகத்திலேயே தெரியும். வணக்கம் சொல்லிவிட்டு உங்களைத் தாண்டிப் பார்ப்பார்கள். அவர்களின் அந்த நாளைக் கடப்பது, அவர்களின் வாழ்வைக் கடப்பது தான் அவர்களுக்கு முக்கியம். நீங்கள் ஒரு பொருட்டே இல்லை. அவர்களின் குரல்களில் உணர்ச்சியே இருக்காது. மக்களை நின்று புன்னகைக்க விடாத ஒரு அரக்கத்தனமான வேகம் அந்த நகரத்திடம் இருந்தது. பேருந்து நிறுத்தங்களில் வெளிநாட்டிலிருந்து வந்த எதன் மீதும் ஒருவித ஐயப் பார்வையே விழும். வயதான பெண்களின் அருகே அவள் நிற்க முனைந்தால் அவர்கள் தம் கைப்பைகளை இறுக அணைத்து அக்குளுக்குள் வைத்து நெறிப்பது வாடிக்கையாக நடக்கும் ஒன்று. ஆண்கள் தன் காற்சட்டையின் பின்பக்கப் பாக்கெட்டைத் தொட்டுப் பார்த்து பணப்பை பத்திரமாக இருப்பதை உறுதிசெய்துகொள்வார்கள். அவளைப்போன்ற ஆப்பிரிக்கர்கள் கூட அவளோடு பேச முயற்சிக்க மாட்டார்கள். அவர்களுக்கு தணிக்கப்படவேண்டிய எந்த குறுகுறுப்பும் இருக்கவில்லை. மத்திய ஆண்ட்வெர்ப் அந்நியர்களால் முகமறியாத மனிதர்களால் நிறைந்ததொரு நகரம். சில சமயங்களில் அந்த முகமறியாத்தன்மையை அவள் மிகவும் யாசித்தாள்.

அவள் சென்ற போது லூக் காலை உணவு சாப்பிட்டிக் கொண்டிருந்தான். அவளைப் பார்த்ததும் எழுந்து வந்து அணைத்து வரவேற்றான். ‘நீ மிகச் சரியான காரியம் செய்தாய்.’

வாழ்க்கை எப்போதும் இன்றைய நாள் போலவே இருக்கலாம். சனிக்கிழமை காலை வேளையில் க்ருவசான் உண்ணும் குடும்பப் பெண்ணாக அவள் இருக்கலாம் என்று சிஸி நினைத்தாள். அமர்ந்தாள். ஏதும் உண்ண முடியவில்லை. ஒற்றை துண்டு வெண்ணெய் தடவிய ரொட்டியோடு முடித்துக்கொண்டாள்.

'கொஞ்சம் ஷார்க்யூதரி எடுத்துக்கொள்.' லூக் வற்புறுத்தினான். சிஸி வேண்டாமென்று மறுத்துவிட்டாள்.

லூக் காலை வேளை உணவுக்காக மேசையை நிரப்பும் பண்டவகைகளுக்கும், சீஸ் வகைகளுக்கும் அவள் இன்னும் முழுமையாக பழக்கப்பட்டு விடவில்லை. தேர்வு செய்ய இத்தனை வகைகள் இல்லாமலிருந்தால் இன்னும் இலகுவாக இருக்காதா? அதுவுமில்லாமல் ஒருமுறை லூக் மிக நேர்த்தியாக ரொட்டித் துண்டுகளுக்கு மத்தியில் வைத்த மெல்லிய இறைச்சித்துண்டு குதிரையில் இருந்து வந்தது என்று அறிந்ததில் இருந்து தானாக கண்டுணரும் வகையில் இல்லாத எந்தப் பண்டத்திலும் அவள் கை வைத்ததில்லை. வெஸ்டர்ன் யூனியனில் டெலேவுக்குப் பணம் அனுப்பவேண்டிய வேளையில் அவள் மத்திய ஆண்ட்வெர்ப் நோக்கிப் பேருந்தில் வந்து கொண்டிருந்தாள். லூக் வேலையில் இருந்தான். அவளுக்கு சலிப்பாக இருந்தது. கையில் செலவழிக்க ஐநூறு யூரோக்கள் இருந்தன. அதை ஆனந்தமாகக் கொண்டாடவேண்டும் என்று முடிவோடு இருந்தாள்.

சிஸி அவளது வாழ்வின் இறுதி நாளில் அப்படியொரு மாற்றத்துக்கு எதுவுமே அவளை தயார்ப்படுத்தியிருக்க முடியாது. வானம் தூய்மையாக இருந்தது. தட்பவெப்பமும் அவளுக்குப் பிடித்தது போல கசகசக்கும் சூடுமில்லாமல் மேலங்கி தேடுமளவுக்கு குளிரும் இல்லாமல் இருந்தது. இந்தச் சூழல் அவளுக்குச் சுவர்க்கத்தை நினைவூட்டியது. அவள் சிறுமியாக சொற்களையும் பிரபஞ்சங்களையும் கண்டடைய முயற்சித்துக் கொண்டிருந்த காலத்தில் தாயிடம் சுவர்க்கம் எப்படி இருக்கும் என்று கேட்டாள். 'இங்கே இருப்பது போலச் சூடாக இருக்காது. வெளிநாட்டைப் போல குளிராகவும் இருக்காது. சுவர்க்கம் மிகச்சரியான தட்பவெப்பம் கொண்டிருக்கும்' தலைக்குமேல் கையுயர்த்தி அக்குளில் படிந்திருந்த வியர்வையைக் கைக்குட்டையில் துடைத்தெடுத்தபடி அன்னை பதிலளித்தாள்.

சிஸி அந்த இதமான சூழலில் ஆண்ட்வெர்ப்பின் குறுகிய தெருக்களில் நடந்து கொண்டிருந்தாள். ஒரு சிறப்பான நாளின் உதாரணமாய் மக்கள் பலகணிகளில் அமர்ந்து உரத்த குரல்களில் உரையாடிக்கொண்டிருந்தனர். சிஸியின் மனதில் ஒரு பாடலும் கைப்பையில் பணமும் இருந்தன. அவளது இலக்கு கடைவீதி. ஆண்ட்வெர்ப்பை புதிய கண்கள் கொண்டு பார்த்தாள். இங்கே பழுதடைந்த வீடுகள் பல இருக்கின்றன. மக்கள் ஏராளமாக இருக்கின்றனர். இந்த நகரமே அதன் நெருக்கடியால் மூழ்கிக்கொண்டிருக்கிறது. ஒவ்வொரு முறை ஆண்ட்வெர்பிலிருந்து பேருந்தில் செல்லும்பொழுதும் நகரைவிட்டு வெளியேறுவதையோ உள்ளே நுழைவதையோ எவ்வளவு எளிதாகக் கண்டுகொள்ள முடிகிறதென்பதை அறிந்திருந்தாள். எல்லைக்குறிகள் எப்போதும் தப்புவதில்லை: உதிர்ந்த சுவர்ப்பூச்சும் உடைந்த சாளரங்களுமென பராமரிப்பற்ற வீடுகள், வாழ்க்கை மிகவும் கடினமானதாக இருந்ததை எடுத்துக்காட்டும் விதமாய் சிதைந்து நின்ற கட்டிடங்கள். அவற்றைக் கண்டால் சிஸிக்கு - வயதுக்குமீறி முதுமையடைந்த, கடின வாழ்க்கையின் தழும்புகள் கொசு வலை போல முகமெங்கும் குறுக்கும் நெடுக்குமோடிய போதைப்பழக்கம் கொண்டவர்கள் தான் நினைவுக்கு வருவார்கள். சில சமயம் ஆண்ட்வெர்ப் ஒரு பெரிய நீற்றுலை போலத் தெரிகிறதென்று, பழுப்பு மலக்குவியல் ஒன்றைத் தாண்டி நடந்தபடியே நினைத்துக்கொண்டாள் சிஸி.

பெலிகன்ஸ்ட்ராட்டைக் கடந்து சென்ட்ரல் ஸ்டேஷன் நோக்கி நடந்தாள். சொல்லிக் கொள்ளும்படியான காரணமேதுமின்றி அவள் உள்ளே நுழைந்தாள். மிகுந்த அக்கறையோடு சின்னச்சின்ன விவரமும் நுணுக்கமாகச் செதுக்கப்பட்டிருக்கும் சென்ட்ரல் ஸ்டேஷனின் கட்டட வடிவமைப்பு அவளுக்கு மிகவும் பிடிக்கும். எத்தனை முறை இங்கே வந்தபோதிலும் ஒவ்வொரு முறையும் அதன் அழகு அவளை அசத்தத் தவறியதில்லை. தியானத்துக்கென கட்டப்பட்டது போல இருக்கும். இது ஒரு தேவாலயமாக அல்லது அருங்காட்சியகமாக இருந்திருக்க வேண்டும். இப்படிப் பெருங்கூச்சலும் அவசரமும் நிரம்பிய

பயணிகள் இல்லாமல் அமைதியாக இருக்கவேண்டும். அது தான் ஆண்ட்வெர்ப்பின் சிக்கல். கட்டடங்கள் அமைக்கப்பட்டு அது தவறாகவே பயன்படுத்தப்படுவது. ஆனெசெஸ்ட்ராட்டில் இருந்த யுசிஜி சினிமாவை நினைத்துப்பார்த்தாள். அது கண்டிப்பாக ரயில் நிலையத்துக்குச் சரியாக இருக்கும். ரயில் நிலையத்தின் நீளத்தை நடந்து கடந்து மிருகக்காட்சிசாலை அருகே இருந்த வாசல் வழியாக வெளியேறினாள். இதற்கு முன்பு ஒரே ஒரு முறைதான் மிருக காட்சிசாலைக்குச் சென்றிருக்கிறாள். லூக்குடன். அந்தப் பூங்காவினுள் நடந்தபடி கூண்டில் அடைபட்டிருந்த மிருகங்களைப் பார்வையிடுவது அப்படியொன்றும் மகிழ்ச்சிக்குரியதாக அவளுக்கு இருக்கவில்லை. தத்தம் இயற்கை உறைவிடத்திலிருந்து பிரிக்கப்பட்டு அதே உறைவிடத்தை செயற்கையாகச் செய்து அங்கே விடப்பட்டிருந்த விலங்குகள். முதலைக்காக இடியும் மின்னலும் இறக்குமதி செய்யப்பட வேண்டுமென்பது அவளுக்கு முட்டாள்தனமாகத் தோன்றியது. காலணி முதல் ஆடைகள் வரை எல்லாவற்றையும் சில யூரோக்களுக்கும் விற்கும் ஒரு பெரும் அங்காடியைக் கடந்து சென்றாள். அங்கே இடது புறம் திரும்பி ரயில்நிலையத்தின் வாசல் அடைந்தாள். அங்கே வழக்கம்போலவே பிறை நிலவாய்த் தேய்ந்திருந்த அரைக்கண்களோடும் தொண்டை நிறையக் கதைகளோடும் குடிகாரர்கள் காத்திருந்தனர். நீண்ட தாடி வைத்திருந்த ஒரு மத்திம வயதுக்காரர் அவளருகே வந்தார். அவர் மீது மது வீச்சம். அருகே இடைக்கால ஆண்டைகளின் திருநங்கைகளைப்போல பருத்துப்போன முடி சடைத்த நாயொன்று நாக்கைத் தொங்கப் போட்டு எச்சில் வழிய நின்றுகொண்டிருந்தது. வெடிப்புகள் நிரம்பிய கரத்தை அவளை நோக்கி நீட்டினான் அவன். ‘தயவு செய். எனக்குத் தர ஏதாவது இருக்கிறதா? நெதர்லாந்தா? ஃப்ரெஞ்சா? டச்சா? ஸ்பானிஷா? ஆங்கிலமா? எனக்கு ஒரு யூரோ தரமாட்டாயா? ஒரே ஒரு யூரோ. பேருந்துக் கட்டணம். பணப்பையைத் தொலைத்துவிட்டேன். தயவு செய்து?’ சிஸி பையைத் துழாவி ஒரு நாணயத்தை எடுத்துக்கொடுத்தாள். அவள் நல்ல மனநிலையில் இருந்தாள். அத்தோடு கையில் பணமும் இருந்தது.

அவள் ரயில் நிலையத்தைக் கடந்து ஆண்ட்வெர்ப் நித்தம் துப்பிய எண்ணற்ற மக்களிடையே கலந்து கெய்சர்லே நோக்கி நடந்தாள். பூமியே பிளந்து அதன் வழியாக தெருக்களில் மக்களை உருட்டிவிட்டது போல: கருப்பு, வெள்ளை, மஞ்சள் மூன்றும் கலந்த நிறத்தில் என்று மக்கள் திரள். நெடு நாட்களுக்குப்பிறகு முதல் முறையாக உயிர்த்திருப்பதற்காக மகிழ்ச்சி கொண்டாள் சிஸி. உறுதியின்மையின் தொல்லைகளற்று உலகோடு இயைந்து நடந்தாள். உற்று நோக்கினால், நொறுங்கித் தூசியாகும் மகிழ்ச்சி குறித்த உறுதிகள் இனி இல்லை. இன்றைய நாள் புதிய வாழ்வின் துவக்கம்.

மெயர் நோக்கி நடந்தாள். அவளுக்கு முன்னே அங்காடிகள் கடலெனப் பரந்து கிடந்தன. அவை அவளை நீண்ட காலம் தொலைத்துப்பின் கண்டடைந்த தோழியைப்போல அழைத்தன. தனக்குள் புன்னகைத்துக்கொண்டாள். ஸ்வார்டசுஸ்டர்ஸ்ட்ராட் வீட்டில் அவளுடன் இருக்கும் பெண்களை நினைக்காமல் இருக்க முயன்றாள். கண்டிப்பாக அவர்கள் இந்நேரம் அவள் எங்கே சென்றாளோ என்றெண்ணி வியந்து கொண்டிருப்பார்கள். மெல்ல எட்டிப்பார்த்த குற்ற உணர்ச்சியை அடக்கினாள். குற்ற உணர்ச்சி கொள்வதற்குக் காரணமே இல்லை. நான் எந்தத் தவறும் செய்யவில்லை.

ஜேம்ஸ் ப்ளண்ட்டின் ‘யூ ஆர் பியூட்டிஃபுல்’ பாடலை முனகியபடி நடந்தாள். அழகாக உணர்ந்தாள். உலகம் அழகாகத் தெரிந்தது. இசைக் கடையின் வாசலில் நின்று விளம்பரக் காகிதங்கள் விநியோகித்துக்கொண்டிருந்த செங்கூந்தல் பெண் அழகாக இருந்தாள். அவள் நடந்த தெருக்கள் அழகாக மணந்தன. உணர்வுக்கும் பார்வைக்கும் அழகாக இருந்தன. உலகமே அவளது காலடியில் இருந்தது.

அவள் பொதுவாக நுழையக்கூடிய கடைகளை புறக்கணித்து நடந்தாள். பெரும் கிடங்கு போலிருக்கும் அந்தப் பேரங்காடியில் இருபது யூரோவுக்கு மூன்று ஆடைகளை அவள் வாங்கியிருந்தாள்: குளிர்காலத்தில் அவள் அடிக்கடி அணிந்த போலித்தோலால் ஆன குட்டைப்பாவாடை, அதற்குச் சரியான மேல்சட்டை, நீலப்பச்சை நிறத்துப் பருத்தி அங்கியும்

கால்சட்டையும், கடினமான வாடிக்கையாளர்களைச் சமாளிக்க அவள் அணியும் பின்னால் திறந்தவாக்கில் ஆழ்ந்த கழுத்து கொண்ட கருநிறத்தில் இருந்த ஒரு நீண்ட பாலியஸ்டர் ஆடை, எல்லாவற்றையும் இங்குதான் வாங்கியிருந்தாள். எளிதில் திருப்திப்படுத்த முடியாதவர்கள், கொஞ்சம் அதிகமாக ஏதாவது எதிர்பார்ப்பவர்களென்றால் அந்த பாலியஸ்டர் ஆடையை அணிந்து கொண்டு இடுப்பை வளைத்து மடியில் அமர்ந்து ஆடிக்காட்டுவாள். ஆடி முடிப்பதற்குள் பெரும்பான்மை நேரம் அதிக ஊக்கத்தொகையோ அல்லது மீண்டுமொரு முறை வருவதற்கான கோரிக்கையோ வந்துவிடும். இன்றைக்கு அவள் மற்ற கடைகளை, அவள் இதுவரை புறக்கணித்த கடைகளைப் பார்ப்பாள்.

ஒரு மகளிர் ஆடையகத்துள் நுழைந்து பகட்டாக எழுபத்தைந்து யூரோவை ஒரு காற்சட்டைக்குச் செலவு செய்தாள். கடையின் பெயர் தெரியும் விதமாக அந்த சாம்பல் வண்ண நெகிழிப்பையைப் பிடித்துக்கொண்டு நடந்தாள். அவளால் உச்சரிக்க முடியாதபடி புதுமையாகப் பெயரிடப்பட்டிருந்த உள்ளாடைக் கடை ஒன்றினுக்குள் நுழைந்தாள். முள்முடியும் நாக்கில் வெள்ளிக்குமிழும் அணிந்த பணிப்பெண் இருந்த அக்கடையில் மூன்று ஜோடி உள்ளாடைகளை ஐம்பது யூரோவுக்கு வாங்கினாள். அவை முன்புறம் பூத்தையல்களும் குஞ்சங்களும் அழகு முடிச்சுகளும் கொண்டிருந்தது. பொதுவாக அவள் பணிக்காக அணியும் உள்ளாடைகளைப்போல இருக்கவில்லை. மாறாக நடைமுறைக்கு உகந்தவையாக அவை இருந்தன. கருப்பு, பழுப்பு, பால் வண்ணம் என்று ஒரு பள்ளி ஆசிரியை அணியக்கூடியவையாக நளினமாக நாகரிகமாக இருந்தன. ஒரு அரசியுடையதைப்போல.

நாள் முழுவதும் கடைகளில் சுற்றிவிட்டு மீண்டும் ரயில்நிலையம் நோக்கி நடந்து வந்தாள். வெஸ்டர்ன் யூனியனில் படிவத்தைப் பூர்த்தி செய்து முந்நூறு யூரோக்களைத் தம் பெற்றோருக்கு அனுப்பி வைத்தாள். அன்று அவர்களை அழைத்து பணத்தைச் சென்று பெற்றுக் கொள்ளச் சொல்வாள். இதுவரை அனுப்பியதிலேயே இதுதான் பெரிய தொகை. கைதட்டி

காலாட்டி அவளது அன்னையை ஆட வைக்கும் அளவு பெருந்தொகை. அவளது தந்தை கொஞ்சம் மிதமாக நடந்து கொள்வார். கன்னங்களுக்குள் அடங்கிப்போன சின்னச் சிரிப்பை மட்டும் உதிர்ப்பார். டெலே? போகட்டும் டெலேவுக்குச் சம்பாதித்துக் கொடுக்க இன்னும் நிறையப் பெண்களை அமர்த்தியிருக்கிறான். அவனுக்கு நான் தேவையில்லை. டெலே பற்றிய எண்ணங்களை வந்த வேகத்தில் ஒதுக்கி வைத்தாள் சிஸி. இதை ஏன் முன்பே செய்யத் தோன்றவில்லை அவளுக்கு? ரயில் நிலையத்திலிருந்து மிதந்து பெலிகன்ஸ்ட்ராட் வந்து நகைக்கடைகளை வேடிக்கை பார்த்தாள். மோதிரங்களும் கையணிகளும் கண்ணாடிக்குப் பின்னிருந்து அழகுற மின்னின. இறுதியில் அவளுக்கென்றே வடிவமைக்கப்பட்டிருப்பதாகத் தோன்றிய ஒரு ஜோடிக் காதணிகளில் மனதைப் பறிகொடுத்தாள். ஐநூறு யூரோவைச் செலவழிப்பது எவ்வளவு எளிதாக இருக்கிறதென்று எண்ணி வியந்தாள். ஒருவர் வாங்கத்தான் எத்தனைப் பொருட்கள் இருக்கின்றன. சில சமயங்களில் மகிழ்ச்சியையும் விலை கொடுத்து வாங்க முடிகிறது. பணத்தால் மகிழ்ச்சியை வாங்க முடியாதென்று சொன்னவர் எவரோ, அவர் இப்படி மனதில் இருப்பதை வாங்குமளவு கையில் பணமிருக்கும்போது உண்டாகிற மனநிறைவை நிம்மதியை அனுபவித்தறியாதவராகத்தான் இருக்கவேண்டும். இனி -அவள் அறிந்த யாரையும் விட அதிகப்பணத்தால் வீங்கிய- அந்தத் தரகனுக்குப் பணத்தை அனுப்ப வேண்டியதில்லை. இருப்பதைச் செலவழிப்பதே பெரும்பாடாக இருக்குமளவு வைத்துக்கொண்டு இன்னும் பொருள் சேர்த்து என்ன செய்யப்போகிறான்? சிஸியின் பணப்பை எடை குறைந்திருந்தது. அவள் இது வரை உணர்ந்தறியாத ஒரு மயக்கத்தால் தலை சுற்றியது, அவளை இறப்பற்றவளாக உணரவைத்தது. பணம் செலவாகி விட்டது. இனி அதை மீட்க வழியில்லை. இனி மீண்டு செல்ல வழியில்லை. அவள் டெலேவை மீறிவிட்டாள். மேடத்துடனான, அந்த ஸ்வார்டசுஸ்டார்ஸ்ட்ராட் வீட்டுடனான இணைப்பை உடைத்து விட்டாள். இனி அதனால் ஏற்படும் விளைவுகளை எதிர்கொள்ளத் தயாராக இருந்தாள்.

ஸ்வார்டசுஸ்டர்ஸ்ட்ராட்

தேநீர் கலமொன்று கூடத்திலிருந்த மேசை மீது மாயம் போல வந்தமர்ந்திருந்தது. அந்த செம்மஞ்சள் நிறத்து மட்பாண்டம் சேவல் வடிவில் இருந்தது. அது ப்ரசல்ஸில் ஒரு ஞாயிறு சந்தையில் இருந்து மேடம் வாங்கி வந்தது. அது மேடத்துக்குப் பிடித்தமான பொழுதுபோக்கு. பகல் வேளைகளில் பிபிசியில் 'ஆண்டிக்ஸ் ரோட்ஷோ', 'பார்கைன் ஹண்ட்' போன்ற நிகழ்ச்சிகளைப் பார்த்துவிட்டு ஞாயிறு காலைகளில் சந்தைகளில் போய் பேரம் பேசி பொருட்களை அள்ளி வருவது மேடத்தின் வழக்கம். என்றாவது ஒரு நாள் விலைமதிப்பில்லாத பழம்பொருள் எதையாவது வாங்கி விடுவோம், அதை விற்று கொள்ளை கொள்ளையாய் பணம் பார்க்கலாம் என்று நம்பினாள் மேடம். இது வரை அப்படி விற்கும்படியாக எதையும் அவள் வாங்கி விடவில்லை என்றாலும் ஒவ்வொரு முறையும் - குரங்கு கை வடிவத்திலான சாம்பல் வடிதட்டு, ஒரு ஜோடி செருப்புகள் வடிவில் இருந்த குடுவை, வலைப் பின்னலில் செய்த டிஷ்யு டப்பா, அழுத்தினால் குறட்டைவிடும் பொசுபொசு பூனை பொம்மை- இப்படி ஏதாவது ஒரு நூதனமான பொருள் வீட்டுக்கு வந்துசேரும்.

யாரோ அடுக்களை சென்று தேநீர் தயாரித்திருக்க வேண்டும். ஆனால் யார்? ஜாய்ஸ் வியந்தாள். யாரும் எழுந்து சென்ற நினைவில்லை அவளுக்கு. அவளுக்கு ஒரு கோப்பையில் ஊற்றிக்கொண்டு கைப்பிடியில் பிடிக்காமல் கோப்பையின் விட்டத்தைச் சுற்றிப் பிடித்துக்கொண்டு அரை மனதாக சுவைக்கத் துவங்குகிறாள். சுவையே இல்லை. குடிப்பதைக் கைவிட்டாள். ஆனால் அவள் குடித்த அந்த சொற்ப திரவமும் உள்ளே சென்று வயிறு காலியாக இருப்பதை உரக்க நினைவூட்டியது. பசித்த வயிறு உருட்டி ஒலி எழுப்பியது. சீக்கிரமாக எல்லோருக்கும் சமைத்துவிடலாம் என்று எண்ணியபடி அடுக்களைக்குள் சென்றாள். தரையில் கிடக்கும் சுத்தியலில் கால் தடுக்கித் தடுமாறினாள். 'மறுபடியும் செகுன் சுத்தியலை வெளியே போட்டு வைத்திருக்கிறான்.' புலம்பியபடி அதை எடுத்து அடுக்களை அலமாரியில் வைத்தாள். வேலை முடித்தவுடன் பொருளை அதன் இடத்தில் திரும்ப வைப்பதில் என்ன சிக்கல் அவனுக்கு? ஏன் அதைச்செய்வதே இல்லை அவன்?

சிந்தனை பொதிந்த மௌனம் அனைவரையும் ஆட்கொண்டத. அது வளர்ந்து அடுக்களை வரை நகர்ந்தது. இப்போது குளிர்பதனப்பெட்டி கூடத் தன் இயல்பான ஒலியை எழுப்பவில்லை. ஜாய்ஸ் குளிர்பதனப் பெட்டியைத் திறந்து உள்ளே இருப்பவற்றை ஆராய்ந்தாள். ஜோலோஃப் சோறு. சிஸி செய்தது. ஜாய்ஸ் அதை வெளியே எடுத்து விரல்களால் பாத்திரத்தை வருடினாள். இது சிஸி தொட்டது. திறந்து வெளிறிய ஆரஞ்சு நிறத்தில் ஒட்டிக்கிடக்கும் சோற்றைப் பார்த்தாள். குடைமிளகாய் துண்டுகள் தெரிந்தன. அதனுள் இருந்த வறுத்த மூன்று நத்தைகள் காதுகளைப்போல் சுருண்டிருந்தன. சிஸி செய்தது. நுகர்ந்தாள். நன்றாகத்தான் இருந்தது. சிஸியின் உடல் கெட்டுப்போகத் துவங்கியிருக்குமா? ஒரு பிணம் அழுகுவதற்கு எவ்வளவு நேரமாகும்? சில மணி நேரங்கள்? சில நாட்கள்? அப்பாவும் அம்மாவும் அழுகுவதற்கு எவ்வளவு நேரமாகியிருக்கும்? சகோதரன் அடெர்? அவர்கள் இந்நேரம் அழுகிப்போயிருப்பார்கள். மூன்று ஆண்டுகள் என்பது

பிணங்களைப் பொறுத்தவரை அதிகக்காலம் தான். அவளது குடும்பம் பற்றியோ அது அழுகிப்போனது பற்றியோ நினைக்க விரும்பவில்லை அவள். கண்டுணர முடியாதபடி மாறிப்போன பிண்டங்கள். பாத்திரத்தை மீண்டும் குளிர்பதனப்பெட்டிக்குள் வைத்தாள். பசி காணாமல் போயிருந்தது. தனது வாழ்க்கை குறித்து நினைத்துப்பார்த்தாள். ஏதோ அவள் செய்த குற்றத்துக்கான தண்டனை போல் அது இருப்பதாக அவளுக்குத் தோன்றியது.

நான் விரும்பியவர்களை எல்லாம் விதி என்னிடமிருந்து பிரித்து எடுத்துக்கொண்டது. நான் என்ன தான் செய்தேனோ இன்னுமா என் தண்டனை தீரவில்லை? என்ன பாவம் செய்தேனென்று அறிந்தாலாவது அதை திருத்திக்கொள்ள முயலலாம். ஆனால் அவளுக்கும் அமாவுக்கும் எஃபேவுக்கும் இடையிலான உறவில் மாற்றம் ஏற்பட்டிருப்பதை உணர்கிறாள். இந்த மாற்றம்தான் பல ஆண்டுகள் கழித்து அவளது பள்ளி அலுவலறையில், *'It is not the blood that binds us in the end'* என்று பெரிதாக சட்டமிடப்பட்ட வாசகத்தை யாபா பல்பொருள் அங்காடியில் இருந்து வாங்கி மாட்டிவைக்கத் தூண்டுதலாக இருக்கும்.

மீண்டும் கூடத்துக்குச் சென்ற நேரம் மேடம் உள்ளே வந்தாள். மேடத்தின் முகம் முன்பை விடக் கொஞ்சம் தெளிவாக இருந்தது. அவளது நெருப்பின் இளஞ்சிவப்பு வண்ண அங்கி அறையை விளக்கின்றி ஒளியேற்றியது.

'நான் அவர்களிடம் பேசிவிட்டேன்.' அவள் சொன்னாள்.

'எல்லாம் சரியாகிவிடும். யாரும் கவலைப்படத் தேவையில்லை.' அவர்கள் என்பது காவல்துறை என்று புரிந்தது. அவர்களிடம் பேசிவிட்டேனென்று மேடம் சொல்வது அவர்கள் நாடு கடத்தப்படுவது பற்றியும் இருக்குமென்று அவர்கள் மனதில் எண்ணம் வந்து போனது. ஆனால் மேடம் தனக்கு காவல்துறையில் சரியான ஆட்களுடன் நல்ல உறவு இருப்பதால் தன்னை அவர்கள் ஏமாற்றாத வரையில் அவர்களுக்கு எப்போதும் பெல்ஜியத்தில் எந்தச் சிக்கலும் இருக்காது என்று முன்பே சொல்லியிருந்தாள்.

‘எல்லோருக்கும் ஒரு விலை இருக்கிறது, வெள்ளைக்கார காவலதிகாரிகளுக்குக் கூட. அதைக் கொடுத்து விட்டால் போதும். பாதுகாப்பு உறுதி. நாளையிலிருந்து நீங்கள் மீண்டும் பணிக்குத் திரும்பலாம். சிஸிக்கு மாறாக ஆள் தயார் செய்யவேண்டும்.’ தன்னைத் தொந்தரவு செய்யவேண்டாமென்று சொல்லிக்கொண்டே மேடம் அவளது அறை நோக்கிச் சென்றாள். அவள் நடக்கும்போது செருப்பு குதிகாலில் அடிபட்டு தப்தப்பென்று ஒலித்தது. இறுதியில் ஜாய்ஸ் தன் மனதில் இருப்பதை காலையில் இருந்து காகிதத்தைக் கரைக்கும் அமிலம் போல அவளைத் தின்றுகொண்டிருந்த அந்த எண்ணத்தை வெளியே சொல்கிறாள்.

‘மேடத்துக்கு சிஸி போனதைப் பற்றி அக்கறை இல்லை.’

‘ஆமாம். அவள் ஏன் அக்கறை கொள்ளப்போகிறாள்? நீ என்ன எதிர்பார்த்தாய்?’ கேட்கும் அமாவின் குரலில் கேலி இழையோடுகிறது.

ஜாய்ஸுக்குள் ஏதோ உடைப்பெடுக்கிறது. அவள் பெருங்குரலில் அவள் சொல்லவேண்டுமென்று நினைத்ததைவிடவும் உரத்த குரலில் ‘நாமெல்லாம் மனிதர்கள் தானே! இதை ஏன் ஏற்றுக் கொள்ள வேண்டும்? சிஸி இறந்திருக்கிறாள் ஆனால் இந்த மேடம் மனதில் இருப்பதெல்லாம் வெறும் வியாபாரம் மட்டும்தான். சிஸிக்கு அவள் மரியாதை செய்யத் தேவையில்லையா? நாம் என்ன செய்து கொண்டிருக்கிறோம்? அவள் நம்மை ஏன் நினைத்த மாதிரி நடத்தவேண்டும்? நாமும் ஏன் நாய்களைப் போல அதை ஏற்றுக் கொள்ளவேண்டும்?’

‘என்ன செய்யலாமென்று சொல்கிறாய்?’ அமாவின் குரலில் கேலி மெல்ல வடிந்தோடுகிறது. குரல் கத்தோலிக்க திருச்சபையில் அரங்கேறும் பாவ மன்னிப்புப்போல மெல்லிய கிசுகிசுப்பாகியது.

‘நாம் காவல்துறையிடம் போகலாம்.’ ஜாய்ஸ் ஏதும் சொல்வதற்குள் எஃபே சொல்கிறாள். அது அவளையே வியப்பிலாழ்த்தியது. அதுவரை அவளே அதுபற்றி

நினைத்துக்கூடப் பார்த்திருக்கவில்லை.

அமா சிரிக்கிறாள். 'மேடம் காவல்துறையைத் தன் கைப்பையில் வைத்திருக்கிறாள். அவள் பேசியதைக் கேட்டாய் தானே? நாம் காவல்துறையிடம் சொன்னால் அதன் பிறகு என்ன நடக்கும்?'

'நாமெல்லாம் இங்கே மகிழ்ச்சியாக இல்லை. நாம் யாருமே. யாரோ பணக்காரராவதற்கு நாம் உழைக்கிறோம். மேடம் நம்மை விலங்குகளைப் போல நடத்துகிறாள். நாம் இதை ஏன் செய்யவேண்டும்? அதுவுமில்லாமல் ஒரு நாணயமான காவலதிகாரியைக்கூட நம்மால் பார்க்கமுடியாது என்பதை என்னால் நம்ப முடியவில்லை. ஒரு நொடி கூட நம்ப முடிய வில்லை! நாம் மேடம் பற்றிப் புகாரளிப்போம். யார் கண்டது ஒருவேளை நமக்கும் புகலிடம் தந்தாலும் தருவார்கள். இது போல நல்ல காரணங்களைத் தேடி ஆதரிப்பவர்கள் நிறைய பேர் இருக்கிறார்கள். அவர்கள் நம்மை ஆதரிக்கலாம். நாம் விடுதலையடைவோம். நம் உடலின் மீது மேடத்துக்கு எந்த உரிமையும் கிடையாது, டெலேவுக்கும்தான். ஒரு நாள் நான் இங்கே இறந்து போனால் மேடம் வந்து எனது இறப்பு அவளது தொழிலுக்கு எத்தனை இடைஞ்சல் என்று புகார் சொல்லிவிட்டுப் போவாள் என்பதை நினைத்துப் பார்க்கக்கூட நான் விரும்பவில்லை. நமக்கு என்ன நடக்குமென்று எனக்குத் தெரியவில்லை ஆனால் மேடத்துக்கும் டெலேவுக்கும் கண்டிப்பாக தண்டனை வாங்கித்தர வேண்டும்.' ஜாய்ஸ் காற்சட்டையில் சொருகியிருந்த கரித்துணியின் நுனியைப்பற்றி இழுத்தாள்.

பொறுமையற்றவளாய் அமா ஒரு சிகரெட்டைப் பற்றவைத்துப் பின் வேகமாக அதை அணைத்து சாம்பல் தட்டியில் கசக்கிப் போட்டாள். அவள் அழுது கொண்டிருந்தாள். 'இங்கே வாருங்கள்.' அவள் ஜாய்ஸையும் எஃபேவையும் அழைத்தாள். எழுந்து நின்று கைகளை விரித்தாள். ஜாய்ஸ் எழுந்து அமாவின் அரவணைப்பில் அடைந்து கொண்டாள். எஃபேவும் எழுந்து

இரு பெண்களின் தோள்களில் கைபோட்டாள். அவர்களின் கண்ணீர் கலந்தது. அந்த அறையின் ஒட்டுமொத்த ஒலியாக அவர்களின் அழுகை இருந்தது. காலம் நகராமல் நின்றது. 'நாமெல்லாம் இனி சகோதரிகள்.' அமா சொன்னாள்.

அவர்கள் இனி என்றென்றைக்கும் உயிர் தோழிகளாக இருப்பார்கள் என்று அந்த நொடியில் தனக்குத் தெளிவாகத் தெரிந்துவிட்டதாக பல ஆண்டுகளுக்குப்பின் அமா கூறுவாள். அவர்கள் ஒருபோதும் காவல்துறையிடம் போகமாட்டார்கள். ஆனால் அது அவர்களுக்குத் தெரியாது. ஒரு நாள் போவோம் என்று நம்பினார்கள். அந்த நம்பிக்கை அவர்களின் சுமை தணித்து ஒரு வித நிம்மதியைத் தந்தது. அணைப்பிலிருந்து விடுபட்டு மீண்டும் இருக்கைகளில் அமர்ந்தார்கள். அது அவர்களின் எடையில் கிறீச்சிடுகிறது. யாரோ சின்னதாக உச்ச குரலில் சிரித்தார்கள். ஜாய்ஸ் கரித்துணியை இடுப்பிலிருந்து உருவி இருக்கைக்கடியில் கண்ணில் படாதவாறு விரலால் தள்ளிவிடுகிறாள்.

'இங்கே மருதாணி கிடைக்குமா?' கேட்டாள். மதிய உணவு பற்றி ஏதோ சொல்ல அமா வாய் திறக்கும் போது அழைப்பு மணி ஒலித்தது. யாராக இருக்குமென்று எண்ணிப் பெண்கள் ஒருவரை ஒருவர் பார்த்துக்கொண்டனர்.

ஜாய்ஸ் எழுந்து கொண்டாள். கதவைத் திறந்தால் லூக் நின்று கொண்டிருந்தான். அவனது நீண்ட கேசம் கலைந்து முகத்தை மூடிக் கிடந்தது. அவனது கண்களைச் சுற்றி யாரோ மைதீட்டி விட்டது போலிருந்தது. பல நாட்கள் உறங்காதவனைப்போலத் தென்பட்டான். அவள் அவனிடம் ஒரு வார்த்தை கூடப் பேசவில்லை. திரும்பி கூடத்துக்கு நடந்தாள். லூக் தனக்குப் பின் கதவை அடைத்துவிட்டு அவளைத் தொடர்ந்தபடி 'சிஸி எங்கே' என்று கேட்டான்.

சிஸி

சிஸி லூக்கின் வீட்டுக்குத் திரும்பி வரும்போது அந்த மே மாத வானம் முகில்களற்ற நீலவெளியாகப் பரந்துகிடந்தது. வெள்ளைத் தோலில் ஏற்பட்ட காயங்களைப்போல இளஞ்சிவப்பு நிறத்தீற்றல்கள் ஆங்காங்கே நங்கூரமிட்டுக் கிடந்தன. லூக் இன்னும் அலுவலகத்தில் இருந்து வீடு திரும்பியிருக்கவில்லை. தன் கைக்கடிகாரத்தைப் பார்த்தாள். ஆறடிக்க கால்மணி நேரமிருந்தது. ஆறரை அல்லது ஏழு மணிக்கு வீடு திரும்புவதாக லூக் சொல்லியிருந்தான். சில பொருட்கள் வாங்க வேண்டியிருந்தது அவனுக்கு.

சிஸி மாடிக்கு ஓடினாள். வாங்கி வந்த பொருட்களைக் கட்டிலில் கொட்டினாள். அடுக்களையைச் சுத்தம் செய்யலாமா என்று யோசித்தாள். தட்டுகளைச் சுத்தம் செய்துவிட்டு மேசையில் மெழுகுவர்த்திகள் ஏற்றி வைக்கலாம். அடுக்களையில் அவள் நுழைந்த வேளை அழைப்பு மணி ஒலித்தது.

கதவைத் திறந்தால் செகுன் நின்று கொண்டிருந்தான். சிஸி ஆச்சர்யப்பட்டாள். பயப்படவில்லை. ‘அடடே! உள்ளே வருகிறாயா செகுன்?’

அவன் வர விரும்பவில்லை. 'ஆ..ஆனா..ஆனா, நீ வந்து.. அதாவது... வந்து... வந்து... வந்து... நீ என்னுடன் வண்டி வரை.. வந்து வந்து. நாம்...நாம்..நாம்.. வந்து நா... நாம்... நாம்... பேச... பேச... பேச... வேண்டும்' அவசரக் கைகள் பிசைந்துகொண்டிருந்தன. கால்கள் நிலைகொள்ளாமல் கான்க்ரீட் தரையைத் தட்டிக்கொண்டிருந்தன

'என்ன பேசவேண்டும்? அதை இங்கேயே பேசலாம்.' அவள் சொன்னாள். இந்த லூக் எங்கே? லூக் விரைந்து வீட்டுக்கு வாயேன்! பேசாமல் அவள் காவல்துறையிடம் போயிருக்கவேண்டும். செகுனுக்கு அவளிடம் என்ன வேண்டும்? லூக் எங்கே?

'இல்லை... மன்னித்துக்கொள். சிஸி. இங்கே... இல்லை... இல்லை... நா...அதாவது...இங்கே வேண்டாம். அதிகக் காலம் எடுக்காது...உறுதியாக.' குரல் தணிந்து ஒலித்தது. கை முட்டி இறுகி மீண்டது. இதுதான் அவன் இதுவரை பேசியதிலேயே நீளமான பேச்சு என்று சட்டென்று தோன்றியது சிஸிக்கு.

என்ன நடந்துவிடும்? மீண்டும் ஸ்வார்ட்டசுஸ்டார்ஸ்ட்ராட்டுக்கு என்னை யாரும் முடியாது. என் வாழ்வின் அந்தப் பகுதி முடிவடைந்துவிட்டது. அதிலும் அகலத்திறந்த வாயும் பாதி மூளையுமாய் இருக்கும் இவன். கண்டிப்பாக இவனால் என்னை அழைத்துச்செல்ல முடியாது.

அவள் வண்டிக்குள் அமர்ந்தாள். என்ன பேசவேண்டுமோ அதை விரைவாகப் பேசிவிட்டால் நன்றாக இருக்கும். லூக் வீடு திரும்புமுன் அங்கே இருக்கவேண்டுமென்று அவள் விரும்பினாள். பணத்தையெல்லாம் தனக்கே செலவு செய்தது எவ்வளவு ஆனந்தமாக இருந்ததென்று அவனிடம் சொல்ல வேண்டும். கொனிங்கின் ஆஸ்ட்ரிட்பெளியினில் இருந்த தேவாலயத்துக்கு அவன் வந்ததற்காக அவள் மகிழ்ச்சி கொள்வதாக அவனை முத்தமிட்டபடி சொல்லவேண்டும். 'செகுன் என்னால் அதிக நேரம் இருக்க முடியாது.' அவனும் தலையாட்டினான். அவள் அவனைப் பார்த்து அச்சப்படவில்லை. அவன் பாவம்,

தீங்கற்றவன் என்று எல்லோருக்கும் தெரியும். அதனால்தான் சுத்தியல் நடுமண்டையில் இறங்கியபோது அவளுக்கு அதிர்ச்சியாக இருந்தது. கத்தக்கூட காலமிருக்கவில்லை அவளுக்கு. ஜீப் செல்லும் வழியிலான யாருமற்ற அந்தச் சாலையில் அவளை இழுந்து வந்து வண்டியின் பின்னால் ஊதா சாம்பல் வண்ண போர்வையின் மேல் அவளது பச்சைநிற ஆடை தொடை தெரிய மேலேறிக் கிடக்கும்படி அவளைப் போட்டு மூடும்போது அவள் இறந்திருக்கவில்லை. அவளது இலைப்பச்சை நிற செருப்புகளுள் ஒன்று கீழே விழுந்தது. அதை எடுத்து அதையும் வண்டியின் பின்னால் அக்கறையற்று வீசினான் செகுன். அது சிஸியின் தலைக்குப்பக்கத்தில் வந்து விழுந்தது.

இறக்கும் தருவாய்க்கும் முற்றிலும் இறந்து போவதற்கும் இடைப்பட்ட அந்த நேரத்தில், அந்தத் தருணத்தில் சிஸியின் ஆன்மா உடலை விட்டுப் பறந்து லாகோஸ் நோக்கிச் சென்றது. முதலில் அவளது ஓக்பா வீட்டுக்கு. அவள் சென்றபோது தந்தை கூடத்தில் அமர்ந்திருந்தார். அடுத்தமுறை சிஸி அழைக்கும்போது ஒரு வண்டி கேட்கவேண்டும், வெளிநாட்டில் வேலை பார்க்கும் மகளை வைத்துக்கொண்டு இந்த வயதில் ஒரு வண்டி வாகனம் இல்லாமல் எப்படி என்று நினைத்துக்கொண்டே டெய்லி டைம்ஸ் வாசித்துக் கொண்டிருந்தார். சிஸி அவர் காதில் கிசுகிசுத்தாள். அவர் வலது காதில் வந்து அமர்ந்த ஈயை விரட்டினார். அடுக்களையில் சிஸி அனுப்பியிருந்த பணத்தில் வாங்கிய செகண்ட் ஹாண்ட் குளிர்பதனப்பெட்டியருகே அவளது அன்னை நின்று கொண்டிருந்தாள். கோப்பையில் நீர் ஊற்றியபடி வெயிலைப்பற்றியும் மின்சாரத் துண்டிப்பு பற்றியும் புலம்பிக்கொண்டிருன்ஹாள். 'ஒரு முழு வாரமாகிவிட்டது. இன்னும் விளக்கெரிந்தபாடில்லை. இந்த ஃபிரிட்ஜை எப்படி நான் அனுபவிப்பது? ச்சே!' புலம்பியபடி போத்தலை மேடையில் வைத்து மூடியைத் திருகினாள். தண்ணீர் குடிக்க குவளையைத் தூக்கினாள். அந்த நொடி சிஸி அவள் தோள் தட்ட, குவளை கீழே விழுந்து இரண்டாகப் பிளந்தது. தண்ணீர் சிதறியது. மறுநாள் காலை தொலைபேசி வந்தபோது குவளை

கீழே விழுந்தது கெட்ட சகுனமெனத் தோன்றியது என்றும் அந்தக்கண்ணாடி உடைந்து சிதறுமுன் காற்றில் ஒரு குளிர் பரவியதென்றும் துக்கம் விசாரிக்க வந்தவர்களிடம் அழுது அரற்றியபடி கூறுவாள்.

‘வீட்டுக்குள் திடீரென்று குளிர்காற்று பரவியது. அப்போதுதான் என் மகள் இறந்திருக்கவேண்டும். இப்படி ஒரு கொடுமை நடக்க நான் என்ன பாவம் செய்தேன்? யாருக்கு என்ன துரோகம் செய்தேன்?’ உடைந்து ஒரு வாரத்துக்கு எழும்பாத அளவுக்கு குரல் தேயும்வரை ஒப்பாரி வைப்பாள்.

அவளது கணவன் அழ மாட்டார். கதவு நோக்கிப் போடப்பட்டிருந்த நாற்காலியில் அமர்ந்தபடி போவோர் வருவோரையெல்லாம் கண்காணிப்பார். அங்கேயே அமர்ந்து துக்கம் விசாரிக்க வருபவர்களில் யார் கண்ணீருக்குப்பின் அவர்கள் மீதான வன்மம் இருக்கிறதென்று உற்று கவனிப்பார். இப்போதுதான் நன்றாக சம்பாதிக்கத் துவங்கியிருக்கும் மகள் திடீரென்று இறக்க நியாயமில்லை. அன்று காலையில்தான் பணம் அனுப்பியிருந்தாள். இது வரை அனுப்பியதிலேயே அதிகமாக அந்த முறைதான் அனுப்பியிருந்தாள். அது தந்த துணிவில்தான் அடுத்த முறை வண்டி வாங்கப் பணம் கேட்கலாமென்று நினைத்திருந்தார். யாரோ... இங்கே யாரோ அவரது வசதியின் மீது பொறாமை கொண்டவர்தான் இதைச் செய்திருக்க வேண்டும். அதனால் துக்கம் விசாரிக்க வந்தவர்களையெல்லாம் கழுகுக் கண்களால் அலசிக் கொண்டிருந்தார். ‘உங்கள் இழப்புக்கு வருந்துகிறேன்’ என்று அவர்கள் சொல்லும்போது மெல்லத் தலையசைப்பார். தலை திடீரென்று இருபது மடங்கு பெரிதாகி கனத்து விட்டதைப் போல.

அங்கே இருந்து கிளம்பிய சிஸியின் ஆன்மா சிஸி இது வரை சென்றிடாத வீட்டைத் தேடி அடையும். அஜேவில் இருந்தது அந்தப் பெரிய இரட்டை அடுக்கு வீடு. ஏழடித்து, லாகோஸின் வானம் கருநிற மையின் சாயலுக்கு இருண்டிருந்த நேரம். இருள் அடர்ந்து அமைதியாக இருந்தது. ஆனால் உள்ளே

எண்ணற்ற விளக்குகள் ஒளிர்ந்தன. டெலே தொலைபேசியில் யாருடனோ உரத்த குரலில் பேசிக்கொண்டிருந்தான்.

'சரி. சரி. கேட். நான் உன்னை நம்புகிறேன். தேவையான நடவடிக்கைகளை நீ எடுப்பாய் என்று எனக்குத் தெரியும். அந்தப் பெண் தேவையில்லாமல் எனக்குத் தலைவலியை உண்டு பண்ணிவிட்டாள். எனக்கு செலவிழுத்துவிட்டாள். எவ்வளவு பணம் காவல்துறைக்குக் கட்டியதாகச் சொன்னாய்? தெரிகிறது தெரிகிறது சரி. அந்தப் பெண்களிடம் என்னை மீறி நடக்கக்கூடாதென்று சொல்லி வை. அந்தப் பெண்களை நான் எச்சரிக்கிறேன், என்னை இந்த டெலேவைப் பகைத்துக் கொள்ளவே கூடாது. யாரும்! அவர்களை நன்றாகப் பார்த்துக்கொள். எங்கே போய்விடப் போகிறார்கள்? யோசித்துப்பார். நான் அவர்களை எப்படிப் பார்த்துக் கொள்கிறேன்? அவர்கள் கேட்பதற்குள் எல்லாம் நானே செய்து விடுகிறேன். அவர்களிடம் வெளிப்படையாக நடந்து கொள்கிறேன். நான், நல்லவன். கஷ்டப்படும் பெண்களுக்கு உதவத்தானே இதைச் செய்கிறேன். ஆம்! எனக்குத் தெரிகிறது. நல்ல வேலை தெரிந்தவளை இழந்துவிட்டோம். ஆனால் லாகோஸில் பெண்களுக்கா பஞ்சம்? கொட்டிக் கிடக்கிறார்கள். மூன்று பேரை ஆயத்தப்படுத்தி வைத்திருக்கிறேன். அடுத்த வாரத்துக்குள் வீசா வந்துவிடும். முன்னும் பின்னும் அழகான பெண்கள். சத்தியமாகச் சொல்கிறேன். வெள்ளைக்காரர்களை கலங்கடிக்கப் போகிறார்கள். அத்தனை அழகும் அம்சங்களும் இருக்கின்றன அவர்களிடம். உனக்கே தெரியும் நான் பெண்களை அனுப்புகிறேன். மனிதக்குரங்குகளை அல்ல. எல்லாம் அழகியர்! ஜெனிஃபர் லோபஸைப்போல இரண்டு மடங்கு பெருத்த பிட்டம் கொண்டவர்கள். ஜெனிஃபர் லோபஸ் பிட்டம்தான் அழகென்று எவன் சொன்னது? அவனெல்லாம் என் பெண்களைப் பார்த்ததில்லை' அவன் பெருமை பீற்றிக்கொண்டு சிரித்தான். அவன் மார்பகங்கள் பெண் முலைகளைப் போலக் குலுங்கியாடின. மேலும் கீழுமாய் ஆடும் இரு தசைக்கோளங்கள். மேலும் கீழும். மேலும் கீழும். ஹம்ப்... ஹம்ப்.. நீர்யானை போல.

மறுமுனையில் மேடம் சிரிப்பதை சிஸி கற்பனை செய்தாள். அவளது அறையில் கதவைச் சாத்திக்கொண்டு சிரிக்கும் மேடம். சிஸி இன்னும் அவன் பேசுவதைக் கேட்டுக்கொண்டிருந்தாள். அவனது எல் வடிவ மது மேடையில் சாய்ந்திருந்தான். இடக்கையில் விஸ்கியும் மறுகையில் தொலைபேசியும் வைத்திருந்தான். அவளது ஆன்மா அந்த அறையைச் சுற்றிப் பறந்து கதவு வழியாக படிக்கட்டு நோக்கி நகர்ந்தது. படிகளில் ஏறி வலதுபுறத்தில் இரண்டாவதாக இருந்த அறைக் கதவினுள் சென்றது. அந்த அறையில் அடுக்குக் கட்டில் போடப்பட்டிருந்தது. படுக்கைகளில் இளஞ்சிவப்பு நிற இரவு ஆடைகளில் நிம்மதியான உறக்கத்தில் இருந்தனர் இரண்டு சிறுமியர். பைபிளில் வரையப்பட்டிருக்கும் தேவதை உருவங்களைப்போல கொழுகொழுவென்று இருந்தனர். அவர்களைப் பார்த்தால் சிஸிக்குப் பாவமாக இருந்தது. ஆனால் அவர்களிடம் டெலேவின் சாயல் தெரிந்தது. அவர்கள் யாருடைய மக்கள் என்பது நினைவுக்கு வந்தது. அவள் அவர்களின் அருகே சென்றாள். முதலில் மேல்படுக்கைக்குச் சென்றவள் அந்தச் சிறுமியின் காதில் ஏதோ கிசுகிசுத்தாள். பின்னர் கீழ்ப்படுக்கைக்கு வந்து சிறுமியின் காதருகே இருந்த கூந்தல் ஒதுக்கி அதையே மீண்டும் கிசுகிசுத்தாள். சிஸியை நன்கு அறிந்த யாராக இருந்தாலும் அவள் அவர்களுக்குச் சாபம் அளித்திருப்பாள் என்றுதான் சொல்வார்கள். ‘உங்கள் வாழ்க்கை நாசமாகப் போகட்டும். நீங்கள் காதலை அனுபவிக்காமலே போவீர்கள். என் தந்தை என் இழப்பு குறித்து அழுது துன்புற்றது போல உங்கள் தந்தையும் துன்புறட்டும். நீங்கள் அவனை நாசமாக்குவீர்களாக.’ இப்படி சாபமிட்டிருப்பாள் என்று அவர்கள் சொல்லக்கூடும்.

ஏனென்றால் சிஸி மன்னிக்கும் ரகம் கிடையாது, இறப்பிலும் கூட.

சிஸியின் ஆன்மா மெல்ல படிகளில் இறங்கி அடுத்த உலகம் நோக்கிய பயணத்தைத் துவக்கியது.

சிகா உனிக்வே

Night Dancer, On Back Sister's Street (Random House), Better Never than Late (Cassava Republic) புத்தகங்களை எழுதியவர். இவருடைய புத்தகங்கள், பல மொழிகளில் மொழியாக்கம் செய்யப்பட்டுள்ளன. நைஜீரிய அரசின் இலக்கிய விருதை 2012ல் பெற்றார். அவருடைய கதைகளும் பத்திகளும் *த கார்டியன், த ந்யூயார்க் டைம்ஸ், அல் ஜஸீரா, கெர்னிகா, த கென்யான் ரெவ்யூ, அக்னி, ம்செலக்ஸியா* போன்ற பத்திரிகைகளில் வெளிவந்துள்ளன. நைஜீரியாவின் எனுகுவில் பிறந்த இவர் ப்ரவுன் யுனிவர்ஸிடி, எமரி யுனிவர்ஸிடிகளில் பணிபுரிந்தார். தற்போது ஜார்ஜியா கல்லூரி மற்றும் ஸ்டேட் யுனிவர்ஸிடியில் கற்பிக்கிறார். 2016ல் மேன் புக்கர் இண்டர்னேஷனல் பரிசின் நடுவர்களில் ஒருவராக இருந்தார். Awele Creative Trustன் இயக்குனராகவும் உள்ளார்.

மாயா

மொழிபெயர்ப்பாளர்

மாயா என்ற பெயரில் எழுதி வரும் மலர்விழி பாஸ்கரன் சென்னையில் பல்லூடக வடிவமைப்புக்கலைஞராக பணியாற்றி வருகிறார். அறிபுனைவுகளிலும் வரலாற்றுப்புனைவுகளிலும் கூடுதல் நாட்டம் கொண்டவர். 'யூனிட்109' உட்பட இரண்டு அறிபுனைப் புதினங்கள், 'கடாரம்' என்ற வரலாற்றுப்புதினம் என்று ஆறு புனைவுப்புதினங்களும் வரலாற்று பயணக்குறிப்பு கட்டுரை நூலொன்றும் எழுதியிருக்கிறார். விகடன்.காமில் 'செம்பா' என்ற வரலாற்றுத்தொடர் வெளியாகிவருகிறது. இவருடைய அறிபுனைச்சிறுகதைகள் அரூவில் வெளிவந்திருக்கின்றன. இணைய இதழ்களிலும் மலேசிய நாளிதழகளிலும் தொடர்கதைகள் எழுதி இருக்கிறார். கனலி இதழில் இவரது ஊகப்புனைவு மொழிபெயர்ப்புச் சிறுகதைகள் வெளிவந்திருக்கின்றன. வரலாற்று ஆர்வலர். தென்கிழக்காசிய தமிழ் வரலாற்று ஆய்வுகளிலும் தொடர்ந்து ஈடுபட்டு வருகிறார்.

கதைகளின் காதலி. எழுத்தின் வரம்புகளுக்குள்ளும் வெளியும் உள்ள பல்வேறு பரிமாணங்களையும் தொட்டுப்பார்த்துவிடவும் புதிய முயற்சிகளை மேற்கொள்ளவும் விரும்புகிறவர்.

www.authormaya.wordpress.com

www.ingramcontent.com/pod-product-compliance
Ingram Content Group UK Ltd.
Pitfield, Milton Keynes, MK11 3LW, UK
UKHW042137021026
15589UKWH00003B/884

9 789393 882028